नूतन शतकातील अत्यंत मार्मिक पुस्तकांपैकी एक

– एमा थॉम्पसन

'राजकारणपटूंपुढे देशांतराबाबत आमूलाग्र नवे धोरण मांडण्याचा मुद्देसूद प्रयत्न. भारावून टाकणारा.'

– द टॅब्लेट

'राहिला गुप्ता उत्कृष्ट मुलाखतकार आहेत; ज्यांनी गुलामगिरीतून नुकत्याच वर येणाऱ्या लोकांचे आवाज वाचकांच्या कानी स्पष्टपणे पोचवले आहेत आणि मुलाखतींमागे सज्ञान विश्लेषण, न्याय मिळवून देण्याची, मानवी अधिकार जपण्याची बांधिलकी आणि हे कसं साध्य होईल याबाबत दूरदृष्टी आहे. गुप्ता सर्व बाजूंनी प्रश्नांवर विचार करतात.... आणि देशांतरावरील निर्बंध पूर्णपणे रद्दबातल करण्याचा विवादास्पद मुद्दा पटवून देतात.'

– रेड पेपर

वेश्या व्यवसायासाठी फसवून आणलेली रशियन मुलगी ते ट्रायार्डच्या गुंडांच्या धास्तीत जगणारा चिनी माणूस अशा काही व्यक्तींच्या भेटीला आपण या पुस्तकाच्या माध्यमातून जातो.

हिंदुस्थान चंदेरी, १७-२-२०१०
दैनिक प्रजावणी, २१-३-२०१०
दैनिक सांजवार्ता, १४-३-२०१०

केव्हिन वेल्स यांनी डोकं वर काढून जगभरात आज २७० लाख गुलाम असल्याचा अंदाज बांधण्याचं धारिष्ट्य दाखवलं आहे. त्यामुळे एनस्लेव्हड गुलामगिरीत या पुस्तकात त्यांनी मुलाखतीद्वारा उलगडून दाखवलेलं भीषण सत्य आणि त्यावर त्यांनी सखोल विश्लेषण करून सुचवलेले उपाय हा जगातील प्रत्येक नागरिकाला जिव्हाळ्याचा विषय असणार आहे.

तरुण भारत, २५ जुलै २०१०

गुप्ता या सामाजिक प्रश्नावरती तळमळीने कार्य करणाऱ्या प्रचारक व पत्रकार आहेत. त्यांनी जगातील पाच देशातील स्त्रियांचा समस्या प्रश्न अतिशय तळमळीने, प्रातिनिधिक स्वरूपात मांडला आहे आणि जगापुढे एक विदारक सत्य समर्थपणे मांडले आहे.

दैनिक ऐक्य, सातारा, २५ एप्रिल २०१०

एनस्लेव्ह्ड हे पुस्तक म्हणजे नव्या प्रकारच्या ब्रिटिश गुलामगिरीवरचे भाष्य. या पुस्तकात गुलामांच्या न्यायाधिकार, मानवाधिकारसंबंधित अतिशय व्यापक पद्धतीने गुप्ता यांनी चर्चा केलेली आहे. त्याचं हे मराठी रूप वाचकांना नक्कीच आवडेल असे वाटते.

दैनिक गावकरी, १८ एप्रिल २०१०

विल्बरफोर्सने गुलामगिरीला बंदी घालण्यासाठी दिलेल्या लढ्याला दोनशे वर्षे उलटली आहेत. राहिला गुप्ता यांनी आताच्या जगातले पाच गुलाम शोधून काढून, त्यांच्या कथा आपल्याला सांगाव्या म्हणून त्यांचं मन वळवलं. सुटका करून घेऊ शकलेल्या नशिबवानांपैकी काहींना आपण राहिला गुप्ता यांनी लिहिलेल्या 'एनस्लेव्ह्ड' या पुस्तकात भेटतो.

आपलं महानगर, मुंबई, २३-५-२०१०

गुलामगिरीच्या व्यथा सांगणारे 'एनस्लेव्ह्ड'

गुलामगिरी सोसलेल्या, भोगलेल्या व्यक्तींच्या तोंडून त्यांच्या व्यथा ऐकल्या तर थरकाप उडतो. गुलामगिरीतून मृत्यूमुळेच सोडवणूक होते. परंतु काही कारणांनी सुटलेल्या आता स्वतंत्र असलेल्या व्यक्तींची कहाणी 'एनस्लेव्ह्ड'मध्ये आपणास अनुभवयास मिळते.

प्रभात, २१-२-२०१०

सकाळ, २८ मार्च २०१०

आपल्या स्नेहीजनांना पुस्तके भेट द्या

एनस्लेव्हड

नव्या प्रकारची ब्रिटिश गुलामगिरी

राहिला गुप्ता

अनुवाद

सुनीति काणे

मेहता पब्लिशिंग हाऊस

Please contact us at **Mehta Publishing House,** Pune 411030.
✆ +91 020-24476924 / 24460313 / Mob. No. 9545000513
Email : production@mehtapublishinghouse.com
Website : www.mehtapublishinghouse.com

- *या पुस्तकातील लेखकाची मते, घटना, वर्णने ही त्या लेखकाची असून त्याच्याशी प्रकाशक सहमत असतीलच असे नाही.*

Enslaved by Rahila Gupta

First Published in English by Portobello Books Ltd., in 2007
Translated into Marathi Language by Suniti Kane

एनस्लेव्ह्ड : सुनीति काणे / अनुवादित कादंबरी

अनुवाद : सुनीति काणे

Email : author@mehtapublishinghouse.com

मराठी अनुवादाचे व प्रकाशनाचे हक्क : मेहता पब्लिशिंग हाऊस, पुणे

प्रकाशक : सुनील अनिल मेहता, मेहता पब्लिशिंग हाऊस,
१९४१ सदाशिव पेठ, माडीवाले कॉलनी, पुणे – ४११ ०३०

मुद्रक : पार्कसन्स ग्राफिक्स

मुखपृष्ठ : चंद्रमोहन कुलकर्णी

प्रकाशनकाल : नोव्हेंबर, २००९ / पुनर्मुद्रण : जुलै, २०१७

किंमत : ₹ ३००

P Book ISBN 9788184980882
E Book ISBN 9789353170141
E Books available on : amazonkindle Apple Books Google Play Books

---

* पायरेटेड पुस्तकांची खरेदी-विक्री हा कायद्याने गुन्हा आहे आणि अशा गुन्ह्याविरोधात कायदेशीर कारवाई होऊ शकते.

प्रस्तावना

गुलामांच्या व्यापारावर बंदी घातल्याला २००७ साली दोनशे वर्षं झाली. त्या घटनेच्या स्मरणोत्सवांनी हे वर्ष ओसंडून वाहात आहे. विल्यम विल्बरफोर्सनं गुलामांच्या व्यापाराचा अंत घडवून आणला, असं मानणाऱ्यांमध्ये आणि गुलामांनी केलेली बंडं आणि कृष्णवर्णीयांनी केलेल्या प्रतिकारांचा अंधारात राहिलेला इतिहास उचलून धरणाऱ्यांमध्ये विवाद पेटले आहेत. माफी मागण्याच्या मुद्यावरून पंतप्रधान टोनी ब्लेअर यांना कचाट्यात पकडायचे प्रयत्न केले गेले आहेत, पण त्यांच्या सरस 'थर्ड वे'मध्ये त्यांनी 'खेद' आणि 'पश्चात्ताप' व्यक्त केला आहे. ते जाणून आहेत की याहून अधिक अपराधांची कबुली देण्यानं लोकांना हवा असलेला नुकसानभरपाईचा मुद्दा डोकं वर काढेल. नेहमीच, इतिहासाची उजळणी करण्याची धडपड, भूतकाळापेक्षा वर्तमानकाळावर अधिक प्रकाश टाकते; पण भूतकाळाबद्दल खेद प्रकट करताना, आपण मानवजातीला विपत्तीत लोटणाऱ्या प्रचंड आणि अजून चालूच असलेल्या व्यापाराबाबत पुरेशी पावलं उचलत आहोत का? गुलामगिरीचा खरोखरच अंत झाला आहे का?

जरी असं म्हणणं विरोधाभासाचं वाटलं, तरी गुलामगिरी आणि पाश्चिमात्य संस्कृती पूर्वापारपासून एकत्र नांदत आल्या आहेत. पूर्वीच्या ग्रीस आणि रोमपासून चालू असलेली गुलामगिरी आणि सतराव्या शतकातील अपकीर्तीकारक अटलांटिक महासागरापारचा गुलामांचा व्यापार ही सर्वश्रुत उदाहरणं आहेत. गुलामगिरी ही भूतकाळातील गोष्ट झाली आणि फार तर ती अविकसित देशात अजून चालत असेल असं मानणं आपल्या पथ्यावर पडेल, पण वस्तुत: आपणा सर्वांच्या आयुष्याला गुलामगिरी स्पर्श करते आणि आपल्या गरजा तिला चालू ठेवतात. कमी किमतीची मागणी करणारी गिऱ्हाइकं या नात्यानं आपण आंतरराष्ट्रीय कंपन्यांना, त्यांचा नफा अबाधित रहावा यासाठी जगभर स्वस्त मजुरांचा शोध घेणं भाग पाडतो.

जरी कंपन्या त्यांच्या कामगारांना उपजीविकेइतका पगार देत असल्या तरी तो पगार नियंत्रणात राहातो. कारण या शृंखलेच्या एका टोकाला हे कामगार जे अन्न खातात ते गुलामांनी पिकवलेलं असू शकतं. केव्हिन बेल्स – 'फ्री द स्लेव्ह्ज' (गुलामांना मुक्त करा) या संस्थेचे अध्यक्ष – म्हणतात त्याप्रमाणे 'ब्राझिलमध्ये गुलामांनी कोळसा बनवला, तो वापरून पोलाद घडवलं गेलं. ते पोलाद वापरून तुमच्या कारच्या स्प्रिंग आणि तुमच्या लॉनमूव्हरची पाती बनली.' किंवा आपण जो चहा पितो तो भारतातील वेठबिगारांनी पिकवला असणं शक्य आहे.

बिनसरकारी पातळीवर फक्त केव्हिन बेल्स यांनी डोकं वर काढून जगभरात आज २७० लाख गुलाम असल्याचा अंदाज बांधण्याचं धारिष्ट्य दाखवलं आहे. त्यांच्या पैकी १५० लाख ते २०० लाख वेठबिगार आहेत. ते त्यांचं कर्ज चुकवण्यासाठी फुकट काम करत आहेत. अपेक्षेप्रमाणे ह्या आकड्यांबाबत एकमत नाही. द इंटरनॅशनल लेबर ऑफिस (ILO आय.एल.ओ), यू.एन.ची. एजन्सी अंदाज बांधते, की १२३ लाख लोक जबरदस्तीच्या कामाला जुंपले गेले आहेत, पण हा अंदाज सरकारी आकड्यांवर बांधला गेला असल्यामुळे, सरकारकडूनदेखील सर्वसाधारणपणे मान्य होतं की हे आकडे वस्तुस्थितीपेक्षा कमी आहेत. ह्या संख्येपैकी (ILO) च्या मते १२ लाख मुलं परदेशात बळजबरीनं नेली जातात. वस्तुस्थितीची जाणीव झाली की धक्का बसतो, की आजचा गुलामांचा आकडा, अटलांटिक समुद्रापार पूर्ण ३०० वर्षांतल्या गुलामांच्या व्यापाराच्या १५० ते २७० लाखांच्या आकड्याहूनही जास्त आहे.

याहूनही वाईट गोष्ट म्हणजे आपल्या देशातच आपल्याला गुलामगिरी दिसते. आजच्या इंग्लंडमध्ये ती जिवंत आहे आणि फोफावते आहे. इथे गुलाम बनलेल्यांचे आकडे ५००० ते २५००० च्या मध्ये सांगितले जातात. अनेकजण उपाशी ठेवले जातात, कैदेत असतात त्यांना मार दिला जातो, त्यांचं लैंगिक शोषण केलं जातं, त्यांची शारीरिक पिळवणूक केली जाते, त्यांना आठवड्याचे सातही दिवस दररोज अठरा तास काम करायला लावलं जातं. ही दृश्यं अनेक आणि वेगवेगळ्या प्रकारची असतात. तुमच्या गावातल्या मुख्य रस्त्यावरच्या मसाज पार्लरमध्ये पळवून आणली गेलेली स्त्री देहविक्रय करत असते, समुद्रकिनाऱ्यावर मध्यरात्री मजूर कालवं पकडत असतात. मध्यमवर्गीय कुटुंबाच्या स्वयंपाकघरात 'नोकर' झोपतो, किंवा बेडरूममध्ये माणूस त्याच्या परदेशातून आलेल्या पत्नीला कैदेत ठेवतो. जे आधुनिक ब्रिटनचे कोपरे, अस्तित्वात असल्याचं आपल्याला माहीत असतं, पण त्यात डोकावून पाहाणं फार अस्वस्थ करणारं असतं– अशा कोपऱ्यांमध्ये हे पुस्तक डोकावून पहाणारं आहे.

हे अंधारे कोपरे पाच गुलामांच्या जीवन कहाण्यांनी उजेडात आणले गेले

आहेत. ह्या गुलामांचं आयुष्य जरी गरिबीनं गांजलेलं असलं, तरी त्यांनी थोडंसं स्वातंत्र्य मिळवलेलं आहे. सोमाली स्त्री – फरिया नूर हिचा आश्रयाचा अर्ज नाकारला गेला. ती कायद्यानं काम करू शकत नाही किंवा सरकारी मदत मागू शकत नाही. तिनं डोक्यावरच्या निवाऱ्यासाठी बेकायदेशीरपणे अनेक तास कष्टाची कामं केली. नताशा बुलोव्हा, सतरा वर्षांची रशियन मुलगी. तिला लैंगिक शोषणासाठी बळजबरीनं आणलं गेलं होतं. निओमी कॉन्टे, सिएरा – लिओनमधलं निराश्रित मूल – तिला पंधराव्या वर्षी घरकामासाठाची गुलाम म्हणून इथं आणलं गेलं होतं. लिउ बाओ रेन, चिनी मनुष्य. चीनमधल्या छळापासून वाचायला इथं पळून आला, त्याला बेकायदेशीरपणे ब्रिटनमधे चोरून आणलं गेलं. वाटेतला प्रवास भीषण होता. इथे येऊन तो फक्त अन्न आणि निवाऱ्यासाठी धोक्याची बांधकामाची कामं करू लागला. अंबर लोबप्रीत, सक्तीच्या विवाहाला बळी पडलेली मुलगी. तिला उपाशी ठेवलं गेलं, कैदेत ठेवलं गेलं आणि मारहाण केली गेली. ते जगाच्या वेगवेगळ्या भागांतून आले – गरिबी, युद्ध, लैंगिक शोषण, छळ यांपैकी कशापासून तरी पळून आले – आपापली घरं सोडून. या पाचांपैकी चार स्त्रिया आहेत. या पाचांपैकी या देशात येताना, दोघंजण मुलं होती. इंग्लंडमध्ये गुलाम म्हणून जगणाऱ्यांचं हे प्रातिनिधिक स्वरूप आहे. अशा परिस्थितीत स्त्रिया आणि मुलं नेहमीच सर्वाधिक निर्बल असतात.

आधुनिक गुलामगिरीचा लाक्षणिक अर्थ आहे पाशात पकडणे – शारीरिक, भावनिक, मानसिक किंवा आर्थिक – आणि हे पाश हिंसेचा धाक किंवा प्रत्यक्ष हिंसा यांनी टिकवून धरले जातात. जरी कुणीही मानवप्राणी आज कायद्यानं दुसऱ्याचा मालक नसतो, तरीही पुरुष, स्त्रिया आणि मुलांची खरेदी-विक्री होत राहाते, ते इतरांच्या दयेवर अवलंबून असतात, थोड्याशा पगारावर किंवा पगाराशिवायसुद्धा त्यांना अनेक तास काम करणं भाग पाडलं जातं, त्यांना पळून जाणं शक्य नसतं. लोकांना गुलामगिरीच्या पाशात कोंडून घालण्यात सध्याच्या स्थलांतर कायद्यांचा प्रमुख सहभाग आहे. स्वतःच्या स्थलांतराचा दर्जा दुसऱ्या कुणाच्या तरी ताब्यात असेल – मग ते दुसरं मालक, नवरा, एजंट, मानवव्यापार करणारा दलाल किंवा आश्रयाचा अर्ज नामंजूर झालेल्यांसाठी खुद्द सरकार यांपैकी कुणीही असो – अशी व्यक्ती हतबल असते. जोवर योग्य शिक्क्यानिशी तुमचा पासपोर्ट तुमच्या हातात नाही, तोपर्यंत तो तुमच्या डोळ्यांपुढे नाचवणाऱ्यांच्या दयेवरच तुम्ही जगत राहाता. तुम्हाला फारच कमी हक्क असतात, कौटुंबिक आयुष्य नसतं, वैद्यकीय सुविधा उपलब्ध नसतात, घरं मिळत नाहीत; तुम्ही माणूस म्हणून जगूच शकत नाही! नवीन शतकाची हाक आहे. उभ्या 'भूतकाळात आमूलाग्र बदल घडवून आणा.' आता आपल्यापुढे ठाकलेल्या प्रश्नांवर ठोस उत्तरं शोधण्याच्या आवश्यकतेवर भर देण्याची गरज आहे.

सारी जगभरातली माणसं अनेक कारणांनी सारखी भ्रमंती करत असतात. २००५ साली, जगभरात १९१० लाख स्थलांतरित होते. हा आकडा मोठा वाटला तरी जगाच्या लोकसंख्येच्या तो फक्त २.५% आहे. एकोणिसाव्या शतकात ते जगाच्या लोकसंख्येच्या १०% भाग होते. ते निराश्रित असतील, विद्यार्थी असतील, कामाच्या शोधात स्थलांतर करत असतील किंवा विवाह, नातेवाइकांना भेटणं, साहस किंवा प्रवास या कारणांसाठी फिरत असतील आणि मग असेही काही आहेत, जे अगतिकतेपोटी ढकलले गेले आहेत. मी जेव्हा पंजाबातील, भारतातील, दोन शीख भावांनी चोरून विमानावर लटकून आल्याबद्दलची बातमी वाचली, तेव्हा ही अगतिकता काय थराची असू शकते, याची मला जाणीव झाली. ते विमानाच्या खालच्या बाजूच्या चाकांवरच्या पोकळीत लपून, ४० °c- तपमानात, आठ तास उड्डाण करून लंडनला पोचले. जेव्हा हीथ्रो विमानतळावर उतरायच्या तयारीत, विमानाची चाकं खाली आणली गेली, तेव्हा गोठलेली ही माणसं, विमानतळाच्या धावपट्टीवर कोसळली. आश्चर्याची गोष्ट म्हणजे त्या दोघांपैकी एक जिवंत राहिला. तेव्हापासून अशा अनेक गोष्टी ऐकू येत आहेत; पॅरिसहून लंडनला येणाऱ्या युरोस्टार ट्रेनच्या खालच्या भागाला लटकून येणारी गर्भवती स्त्री; स्थलांतरात निरीक्षकांनी आपल्याला अटक करू नये, म्हणून ठासून भरलेल्या बोटींमधल्या अगतिक स्थलांतर करणाऱ्यांना समुद्रात फेकून देणारे त्यांचे दलाल; कॅनरी बेटांच्या किनाऱ्यांवर जहाजं फुटून पोचलेल्या आफ्रिकेतील तहानलेल्या माणसांच्या तोंडात, आपल्याजवळच्या 'एव्हियन' पाण्याचा शेवटचा थेंब ओतणारे पर्यटक.

स्थलांतराचा गहन प्रश्न आणि त्याचा गुलामगिरीशी असलेला संबंध यांना सहाव्या प्रकरणात विस्तारानं वाचा फोडली आहे – की आपण अशा दु:खद घटना कोणत्या प्रकारे टाळू शकू? सर्वसाधारण जनमत असतं की ब्रिटनला येणारे स्थलांतरित लोक आपल्या जिवावर चांगल्या आयुष्याच्या शोधात येणारे, बळकावणारे, लोक असतात आणि इथे कमावलेल्या पैशांवर आपल्या देशात महाल बांधणारे असतात; किंवा मानवी-बॉंब म्हणून येणारे आणि ओसामा बिन लादेनसारख्यांकडून छुपे संकेत आल्यावर ब्रिटनला बेचिराख करणारे अतिरेकी तरी असतात. अशा मतांना उत्तर देण्याचादेखील या पुस्तकाचा प्रयत्न आहे. योग्य कागदपत्रांशिवाय जे लोक इथे येतात, त्यांना आर्थिक मदत, वैद्यकीय मदत मिळू शकत नाही आणि त्यांना काम करायची परवानगीदेखील दिली जात नाही. बेकायदेशीरपणे येणाऱ्यांचा शोध सरहद्दींवर संपत नसतो. तो डॉक्टरच्या ऑफिसात, समाजकल्याण खात्यात, नोकरी देणाऱ्यांकडे, लग्न नोंदी करणाऱ्यांच्या कचेरीत चालूच राहतो. समाजात समाविष्ट होणं किंवा मिसळून जाणं यावरच्या चर्चा त्यांच्या आयुष्याला स्पर्शदेखील करत नाहीत. आपल्या घराच्या फळ्यांखाली राहणाऱ्या आणि कधीमधी – आवाज

करून किंवा आपल्या पिठात पावलं उमटवून आपल्या अस्तित्वाची जाणीव करून देणाऱ्या उंदरांइतपतही आपल्याला त्यांच्या अस्तित्वाची जाणीव नसते. ज्या घरकामावरून पतिपत्नींची भांडणं होऊ शकतात अशी घरकामं करून हे लोकं इतरांची लग्नं टिकवून धरत असतील; पण त्यांना स्वत:ला मात्र कौटुंबिक आयुष्याचा हक्क नसतो. ते नेहमीच बहुतांशी एकेकटे लोक असतात. अठराव्या शतकातल्या गुलामांच्या व्यापारापेक्षाही आधुनिक गुलामगिरी कौटुंबिक आयुष्याचा अधिक परिणामकारक पद्धतीनं विनाश घडवते.

गुलामगिरी विरोधाभासानं दोन्हीही असते– छुपी किंवा उघड. तुम्ही रविवारी हाईडपार्कमध्ये फेरफटका मारलात, तर तुम्हाला घरकामाच्या नोकराला मागे घेऊन फिरणारी अनेक कुटुंबं दिसतील, नोकर कुणी फिलीपिन्समधला किंवा दक्षिण आशियातला, साधारणशा कपड्यातला आणि मान देण्यासाठी मागेमागे चालणारा असा नोकर, किंवा नोकराणी घरकाम करणारी, कामाची चांगली परिस्थिती असलेली व योग्य कामाच्या व्हिसावर आलेली व्यक्तीही असू शकेल; पण आमच्या माहितीप्रमाणे अशा अधिकांश नोकरांची पिळवणूक केली जाते; त्यांना कमीतकमी पगाराहूनही कमी पगार दिला जातो आणि नोकरी व गुलामगिरी यामधली सीमारेषा खरोखरच धूसर झालेली असते. अशीच धूसर सीमारेषा शेतीतले मजूर, कालवं पकडणारे मजूर यांच्या बाबतीतही दिसते; पण काही गुलाम खरोखरच दृष्टीला पडत नाहीत; आफ्रिकेतून आणलेली मुलं त्यांच्या कामावर अवलंबून असलेल्या कुटुंबांकडूनच कैदेत ठेवली जातात; व्हिएतनामच्या मुलांना हाशिश वाहून नेण्यासाठी चोरून आत आणलं जातं, स्त्रियांना पुरुषांना रिझवण्यासाठी फ्लॅटमध्ये बंदिस्त ठेवलं जातं. आपण ह्या अन्यायाकडे डोळेझाक करत जगतो – आपल्याला तो नजरेला तरी पडत नाही, किंवा त्याकडे बघायची आपली इच्छाच नसते; एवढंच त्यामागचं कारण नसतं. ज्यांना आपण गुलाम बनवलंय, तीसुद्धा माणसंच आहेत हेच आपल्याला मान्य करायचं नसतं! अमेरिकेतील इतिहासकार मिल्टन मेल्टझर इतिहासात गुलामगिरीला मध्यवर्ती असणाऱ्या विरोधाभासाकडे निर्देश करतात. ते म्हणतात, ''मत असतं की गुलाम ही वस्तू किंवा साधन आहे; पण वास्तवात तो एक मनुष्यप्राणी असतो.'' गुलामाला 'वस्तू' म्हणून वापरून आपण त्याचा मानवाधिकार हिरावून घेत असतो. गुलामाचा मानवाधिकार मान्य करणं, हा ह्या पुस्तकाचा मुख्य हेतू आहे. हे मान्य करणं म्हणजेच आपल्या संस्कृतीच्या हृदयाला झालेल्या जखमेला बरं करण्याकडे उचललेलं पहिलं पाऊल आहे. आपलं इतिहासाला देणं असलेलं ऋण चुकतं करायला आपण आधुनिक गुलामगिरी संपवण्याचा दृढ निश्चय करणं आवश्यक आहे!

अनुवादिकेचे मनोगत

आपण सर्वांनीच 'वसुधैव कुटुम्बकम्' – सारी पृथ्वी हेच माझं कुटुंब आहे – हे संस्कृत वचन कधी ना कधी ऐकलेलं आहे. आताच्या परिभाषेत ह्यालाच 'globalization' ह्या शब्दानं वर्णिलं जातं. याचा प्रत्यय आपण कायम घेतच असतो. जगाचे, देशांमध्ये हवाबंद कप्पे करणे आता शक्य नाही. एकाचे प्रश्न लगेचच सर्वांचेच प्रश्न बनतात. 'ती त्याची डोकेदुखी आहे. मला काय त्याचं?' असा कोता, अलिप्त दृष्टिकोन कुणीच ठेवू शकत नाही. त्यामुळे एनस्लेव्हड् – गुलामगिरीत ह्या पुस्तकात राहिला गुप्ता यांनी मुलाखतींद्वारा उलगडून दाखवलेलं भीषण सत्य आणि त्यावर त्यांनी सखोल विश्लेषण करून सुचवलेले उपाय, हा जगातील प्रत्येक नागरिकाला जिव्हाळ्याचा विषय असणार आहे.

जगातील प्रत्येक देश स्थलांतरावर immigration – आपल्या परीनं निर्बंध घालत असतो. हे निर्बंध घालण्यामागील कारणांचा सखोल आढावा घेऊन या निर्बंधांची अनावश्यकता व फोलपणा राहिला गुप्ता यांनी उलगडून दाखवला आहे व हे निर्बंध काढल्याने सर्वांचाच कसा फायदा होईल, हे आकडेवारीनिशी सिद्ध करून दाखवलं आहे. सुरुवातीलाच त्यांनी पाच वेगवेगळ्या देशांतून स्थलांतर केलेल्या व्यक्तींच्या मुलाखती, त्यावरील त्यांच्या स्वतःच्या टिप्पणीसह नमूद केल्या आहेत. ह्या मुलाखती काळजाला हात घालणाऱ्या, जगातील वेगवेगळ्या राजकीय, आर्थिक, सामाजिक परिस्थितीचं यथार्थ चित्र उभ्या करणाऱ्या आणि 'नशीब काढायला जाणं' ह्या कृतीचे किती दारुण परिणाम होऊ शकतात याची अस्वस्थ करणारी जाणीव करून देणाऱ्या आहेत.

पुस्तकाचा मूळ मुद्दा आहे की २००७ साली गुलामगिरी कायद्याने रद्द केल्याला दोनशे वर्षं उलटली, तरी ती अजून उघडपणे किंवा छुपेपणे अस्तित्वात आहेच. वानगीदाखल ज्या पाच आयुष्यांचा पट आपल्यापुढे उलगडून दाखवला आहे,

त्यामुळे ही वस्तुस्थिती कशी सार्वत्रिक आहे, याची वाचकाला टोचणी लागते. शेवटच्या दोन प्रकरणांमध्ये त्यांनी सखोल विश्लेषण व आमूलाग्र बदल करणारा – स्थलांतर निर्बंध संपूर्णतः काढून टाकण्याचा – पर्याय सुचवला आहे.

प्रदीर्घ संशोधनाच्या ठाम पायावर उभं असलेलं हे पुस्तक राजकीय, आर्थिक, सामाजिक, मानसशास्त्रीय ह्या सर्व ज्ञानशाखांना स्पर्श करून जाणारं, अत्यंत हृद्य, कळकळीनं लिहिलेलं व बंडखोर पर्याय सुचवणारं एक आशयघन पुस्तक आहे.

सामाजिक बांधिलकी ठेवून विविध भाषांमधील उत्कृष्ट पुस्तकं अनुवादित करून मराठी वाचकांपुढे ठेवणाऱ्या मेहता प्रकाशन संस्थेबद्दल मला नेहमीच सकौतुक आदर वाटत आलेला आहे. त्यांच्यासाठी अशा अर्थपूर्ण पुस्तकाचा अनुवाद करण्याची संधी मिळणं, हा एक समृद्ध करणारा अनुभव होता.

आपले बुद्धिवादी मराठी वाचक ह्या पुस्तकाचं स्वागत करतील, अशी मी आशा करते.

सुनीति काणे

अनुक्रमणिका

फरिया नूर : आसरा नाही

मी फरिया नूरला २००४ सालापासून ओळखते. साउथ हॉल ब्लॅक सिस्टर्स (SBS) च्या कार्यावरील माहितीपटासाठी मी संशोधन करीत असताना आमची भेट झाली. त्या वेळी तिला ह्या देशात येऊन फक्त दोन वर्षंच झाली होती, तरीही तिचं इंग्रजी, SBS कडे येणाऱ्या इतर सोमाली स्त्रियांसाठी दुभाष्याचं काम अधूनमधून स्वेच्छेनं करण्याइतपत चांगलं होतं. सर्वसाधारणत: नवा देशांतरित माणूस इंग्रजी शिकणं नाकारतो व पर्यायानं मुळं रुजवू शकत नाही; याच्या सर्वस्वी विरुद्ध तिची भाषा शिकण्याची तीव्र इच्छा होती. जेव्हा तिला म्हणायचं असतं 'चक्कर आली' तेव्हा ती 'शुद्ध हरपली' असे वाक्प्रचार वापरते. मिळणाऱ्या अपुऱ्या मदतीत भागवण्याची धडपड करतानासुद्धा कॉलेज-शिक्षणाच्या खर्चाबाबत ती ठाम होती. इतकी तिची ज्ञानतृष्णा तीव्र होती. जे अगदी थोड्याशा जलसिंचनानं तरारेल, असं ती एक फूल आहे.

सोमालिया हा जवळजवळ पूर्णपणे सुन्नी मुस्लिमांचा देश आहे. धर्म व संस्कृतीनं एकजिनसी असूनही सोमाली समाज वेगवेगळ्या वंश-निष्ठांमुळे विभागला गेला आहे. अध्यक्ष सियाद बारी यांची १९६९ ते १९९१ अशी बावीस वर्षं अबाधित सत्ता होती. त्यांनी ह्या वंश व उपवंश निष्ठांचा सत्ता टिकवण्यासाठी शस्त्रासारखा वापर केला आणि १९८८ मध्ये सुरू झालेल्या दुष्ट यादवीला मोकाट सोडलं. जमीन-वाटपाचं धोरण राबवणारी समाजवादी शासनव्यवस्था स्थापन केल्याचा दावा त्यांनी केला; पण वस्तुत: त्यांनी अल्पसंख्याक-वंशीयांकडून, नुकसानभरपाई न देता जमिनी बळकावल्या. आपल्या 'मारेहान' वंशाच्या लोकांना त्या देऊन

आपली सत्ता बळकट केली. 'दुही माजवा व राज्य करा' ह्या धोरणामुळं वंश-द्वेषाची बीजं पेरली जाऊन आजचा अस्थिर सोमालिया निर्माण झाला. १९९१ मध्ये सियाद बारींना प्रतिस्पर्धी-वंशीयांनी सत्तेवरून हटवल्यापासून बेबंदशाही माजली आहे. उत्तर-पश्चिम सोमालिया फुटून वेगळा झाला व त्यांनी स्वत:ला स्वतंत्र सोमाली लोकसत्ताक राष्ट्र घोषित केलं. मध्यवर्ती अंकुश नसल्यामुळे वेगवेगळ्या प्रतिस्पर्धी वंशाच्या, लष्कर बाळगणाऱ्या नेत्यांनी देशाचे छोट्या छोट्या जहागिऱ्यांमध्ये तुकडे पाडले आहेत. जानेवारी १९९१ ते ऑगस्ट २००० दरम्यान सोमालियात सरकारच कार्यरत नव्हतं. २००० साली अगदी कमकुवत असं लोकप्रतिनिधित्व धर्तीवरचं सरकार अस्तित्वात आलं, पण देशात एकसंधता निर्माण करण्यापूर्वीच २००३ साली ते कोसळलं. ढोबळपणे पाहता सोमाली लोक दीर, इसाक, हविये व दारूद यांनी बनलेला मुख्य सोमाली गट आणि वाळीत टाकलेला डिगील व रहानवेन यांचा 'साब' गट यात विभागलेले आहेत. डिगील व रहानवेन हे त्यांचे व्यवसाय व बोलीभाषा यादृष्टीनं इतरांहून खूप वेगळे आहेत. अल्पसंख्याकवंशांना मोठ्या गटांकडून संरक्षण नसते. ते भीषण अत्याचारांना बळी पडतात. फरिया 'आइल' वंशाची आहे, हा वंशगट अशांपैकीच आहे. मुलकी सरकार नाही व शिपाई अल्पसंख्याकांना टोळीप्रमुखांच्या ताब्यात सोडून देतात. संयुक्त राष्ट्रसंघाच्या (U.N.) एका अधिकाऱ्याच्या माहितीनुसार बंदूकधारी सैनिकांच्या मनमानीमुळे भडकलेल्या बेबंदशाहीने सोमालियात मदत पोचवणं दुष्कर करून टाकलं. कारण ते मनात येईल तेथे तपासठाणी उभी करतात आणि अन्न पोचवलं तरी हे सैनिकच ते लंपास करतात. मार्च २००६ मध्ये 'प्रेटोरिया न्यूज'नं बातमी प्रसिद्ध केली की दहा लाख भुकेल्यांना अन्न पोहोचवण्याच्या प्रयत्नात ह्या असुरक्षिततेमुळे मोठी बाधा येते आहे. युनोच्या बातमीनुसार मध्यम आकाराच्या गावात उभारलेल्या अशा तपासठाण्यांमुळे टोळीप्रमुखाला वर्षाकाठी वीस लाख पौंड जमवता येतात. त्यामुळे बेबंदशाही चालू ठेवणं त्यांच्या फायद्याचंच आहे.

सोमालियाच्या गेल्या सरकारची निवडणूक, शेजारच्या केनियामध्ये २००४ साली घेतली गेली; कारण मोगाडिशु ही सोमालियाची राजधानी त्यासाठी फार धोक्याची ठरवली गेली. अब्दुल्लाही युसुफ अहमद अध्यक्ष म्हणून निवडून आले व अजून ते सत्तेला चिकटून आहेत. सोमालियातली परिस्थिती दिवसागणिक बदलते. मे २००६ पासून दुसरा समर्थ गट उदयाला आला आहे : इस्लामी. इस्लामिस्ट कोर्ट युनियन (ICU), ज्यांचे मुख्य समर्थक आहेत हविये वंशाचे. त्यांनी निष्ठुरपणे 'शरिया' कायदा सुरू केला व प्रेमगीतं वाजवणारी आकाशवाणी केंद्रं बंद करणं, स्त्रीपुरुषांनी बाहेर गप्पागोष्टी करण्यावर बंदी, अशी अत्यंत अप्रिय कृत्यं केली; तरी थोडीतरी सुरक्षितता व स्थिरता आणल्यामुळे त्यांचं स्वागतच

झालं. त्यांनी सरकार विरुद्ध लढ्यातही सरशी मिळवत आणली होती; पण अमेरिकेच्या पाठिंब्यानं इथिओपिया, सरकारच्या बाजूनं लढ्यात उतरला. परिस्थिती काबूत आणण्याऐवजी या परकीय हस्तक्षेपामुळे सोमालियाचे झपाट्यानं तुकडे पडू लागले आहेत. अमेरिकेने 'इस्लामिक कोर्ट युनियन (ICU) हा अल-कायदाचा नवा अवतार असू शकेल,' या मुद्यावर आपल्या हस्तक्षेपाचं समर्थन केलं आहे.

UNHCR ऊर्फ युनायटेड नेशन्स हाय कमिशनर फॉर रेफ्यूजीज यांच्या अंदाजानुसार १९८८ पासून सुमारे चार लाख सोमाली देश सोडून पळाले आहेत. २००१ च्या जनगणनेनुसार इंग्लंडमध्ये ४३,५१५ सोमाली लोक आहेत. यातले बहुतांश यादवी सुरू झाल्यानंतर आले आहेत. आश्रय शोधणाऱ्या सोमालीपैकी अर्धेजण तरी अल्पसंख्याक वंशातले आहेत. अनेक वर्षं स्थिरावलेली सोमाली जनतासुद्धा इंग्लंडमध्ये आहे. सोमालीलँडच्या ब्रिटिश वसाहतीतून आलेले खलाशी लोक शंभर वर्षांपूर्वी प्रथम कार्डिफ, ब्रिस्टल, लिव्हरपूल आणि पूर्व लंडन अशा ठिकाणी स्थायिक झाले.

मी फरिया नूर हे नाव घेत आहे. मी बत्तीस वर्षांची आहे. लंडनच्या तुलनेनं मोगाडिशु अगदी लहानसं. त्यात पाच किंवा सहा रुग्णालयं आहेत. एक मोठं नाट्यगृह, थोडी चित्रपटगृहं, प्रासाद आणि थोड्या मोठ्या इमारती आहेत. आमच्याकडे आगगाड्या नाहीत; पण तुम्ही बसनं सगळीकडं जाऊ शकता. तुम्ही शहराबाहेर तीस किलोमीटर गेलात तर तुम्हाला मोठी मोठी शेतं आणि प्राणी दिसतील. शेतकरी तेथून मोठाल्या लाल, लाकडी भांड्यांमधून शहरात दूध आणतात. दूध भरण्याच्या आदल्या दिवशी ते या भांड्यांमध्ये धूप जाळतात. त्यामुळे दुधाला सुगंधी घमघमाट येतो.

आम्ही सर्व रुग्णालयं असलेल्या मेदिना भागात १५ x १५ फुटांच्या झोपडीत रहात होतो. माझे आई-वडील व सहा मुलांसाठी ती पुरेशी होती. काही र्षांनी आम्ही आणखी एक झोपडी बांधली व मला आणखी तीन भावंडे झाली. तुमच्यापाशी किती जागा आहे, हे तुम्ही इतर कुटुंबांकडून किती बळकावू शकलात, यावर अवलंबून असे. आमच्याकडे 'जिंबर' म्हणजे लाकूड व गाईच्या कातड्यापासून बनवलेला एक पलंग होता. माझे वडील शिकारी होते व त्यांना कधीकधी मर्तिकासाठी गाय मारून शिजवण्याचं काम मिळत असे. त्या कुटुंबाला जर गाईचं कातडं नको असेल तर माझे वडील ते घरी घेऊन येत. उन्हात वाळेपर्यंत ते ताठ पसरून लाकडी खिळ्याने चारही कोपऱ्यात जमिनीवर ठोकून ठेवलं जाई. आम्ही दुर्गंधी येऊ नये म्हणून त्यावर मीठ ओतत असू आणि नंतर रंगवत असू. माझे वडील जिंबर (पलंग) वर झोपत व आम्ही नारळाच्या झावळ्यांनी केलेल्या पातळ चटयांवर झोपत असू. माझी आई

गर्भवती कशी होऊ शकली, याचंच मला आश्चर्य वाटतं.

कुटुंबागणिक एकच शेतखाना असे. तो म्हणजे जमिनीतला एक खड्डा व चारी बाजूला लोखंडी पत्र्यांचा आडोसा. छत नाहीच. आजूबाजूला झाडं होती. त्यात माकडं रहात. लोक म्हणत - माकडांपासून सावध राहा, ती इजा करू शकतील. ती तुमचे कपडे पळवून नेत किंवा तुमच्यावर उड्या मारत; पण मला वाटतं हा त्यांचा खेळाचा प्रकार असावा. वहातं पाणी नसे. त्यामुळे पाणी नेऊन आम्हाला शेतखान्यातच अंघोळ करावी लागे. दुर्गंधी असे. एका सिमेंटच्या चौथऱ्यावर आम्ही बादली-लोटी ठेवत असू. चौथरा खड्ड्याच्या दिशेनं उतरता केला होता. त्यामुळे अंघोळ केलेलं पाणी खड्ड्याकडे वाहून जाई. यामुळे जमीन घसरडी होई. मी त्या खड्ड्यात पडेन, अशी मला नेहमी भीती वाटे.

मी जन्मले तेव्हा माझी आई अगदी लहान वयाची होती. मला वाटतं माझ्या जन्माच्या वेळेस ती फक्त चौदा वर्षांची होती. ती म्हणत असे की तेराव्या वर्षी तिला रजोदर्शन झालं, त्यानंतर लगेचच तिचा विवाह झाला. माझ्यानंतर सात वर्षांनी माझ्या भावाचा जन्म झाला. तिनं इतका वेळ लावला, कारण तिला आणखी एका अपत्यजन्माची भीती वाटत होतीच, शिवाय लहान मुलं घेऊन तिला शिकारीला जाणं शक्य झालं नसतं. शेवटची दोन जन्मली तेव्हा ती तिशीची होती. लोकांचं वय कसं ओळखायचं ते मला कळत नाही. माझ्या आईला तारीख वगैरे कळत नसे. ती चंद्रावरून कालगणना करे. ती अशिक्षित होती. माझे वडील लिहू-वाचू शकत असत.

माझी आई म्हणाली की मी जवळजवळ घरातच जन्मले. ती काम करत होती तेव्हा तिची गर्भपिशवी फुटली. शिक्षणानं नाही पण अनुभवानं सुईण बनलेली एक बाई तिला म्हणाली, 'मूल बाहेर येत नाहीये. आपण दवाखान्यात जायला हवं.' त्या दोघी दवाखान्याकडे चालत जात असतानाच माझ्या आईला मी बाहेर येत असल्याचं जाणवलं. तिनं खाली हात दाबून धरून मला रस्त्यात पडण्यापासून वाचवलं. ते मोठं विचित्र दिसत असणार; पण ती फिकीर करण्यापलीकडे गेली होती. दवाखान्यात पोचल्यावर दहाच मिनिटांत माझा जन्म झाला. ती चालत असतानाच माझा जन्म होत होता.

त्या वेळेस माझे वडील शिकारीला गेलेले होते. ते दररोज प्राणी आणि पक्षी जागे होण्यापूर्वीच पहाटे चारच्या सुमारास जंगलात जात असत. ते तीरकमठा वापरीत. बाणाची टोकं लोखंडी, अणकुचीदार असत. ते स्वत:च बाण बनवत. ते खेड्यातून लाकूड विकत घेत; पण बाणाची लोखंडी टोकं महाग असत म्हणून ते ती मेलेल्या प्राण्यांच्या आतून परत काढून घेऊन पुन्हा वापरत. ते सकाळी अकरा वाजेपर्यंत शिकार आटोपून मोठ्या पिशवीतून शिकार केलेले प्राणी घेऊन येत.

आमच्याकडे फ्रीज नव्हता व गावातल्या दुकानातून बर्फ विकत घेणं आम्हाला परवडण्याजोगं नव्हतं. आम्ही म्हणून सर्व मांस त्याच दिवशी विकून टाकत असू. आम्ही घरी वाढवत असलेल्या कोंबड्यांची डोकी उडवून मी त्यांची कातडी सोलून काढत असे.

चांगल्या दिवशी माझे वडील तीन-चार ससे किंवा सागारो (कोल्ह्यासारखा प्राणी) घेऊन येत असत. कधीकधी ते मोठाले पक्षी मारून आणत. आम्ही त्या भागातले एकमेव शिकारी व खाटीक नव्हतो. त्यामुळे तुमची कुणाकुणाशी ओळख आहे यावर विक्री अवलंबून असे. शाळेतल्या माझ्याबरोबरच्या मुलींच्या घरी जाऊन मी विक्री करत असे. त्यात मजा वाटे. हाती थोडा पैसा आला की त्या दिवसापुरतं पीठ व साखर आम्ही विकत आणत असू. माझे वडील शिकारी असले तरी आम्हाला रोज मांस खाणं परवडत नसे. कधीकधी त्यांनी आणलेलं सर्व मांस विकून आम्हाला इतर गोष्टींच्या खरेदीसाठी पैसा उभा करावा लागे.

शिकारी असून आम्ही शहरात राहत होतो, हे विचित्र वाटू शकेल; पण आम्हाला मांस विकायचं असे. बाजारात ससे मिळत नसत. सागारोचं मांस लुसलुशीत आणि चवदार असतं, तेही बाजारात मिळत नसे. आम्ही धर्मानं मुसलमान असलो तरी आम्ही 'हलाल' पाळत नसू. काही लोक 'बिस्मिल्ला' न म्हणता प्राण्यांना मारण्याबद्दल आम्हाला नावं ठेवत. आम्ही उत्तर द्यायचो की मांस शिजवल्यावर 'बिस्मिल्ला' म्हटलं तरी चालतं! मी लहान असताना लोक धर्माने इतके कडवे नव्हते. आम्ही आमचं डोकं हिजाबनं कधीच झाकत नव्हतो. आम्ही फक्त 'फासालीटी' नावाचं कापड वापरत असू. बाहेर जाताना 'गर्बासार' नावाची मोठी शाल डोक्यावर गुंडाळत असू. हिजाब किंवा गर्बासारमध्ये एवढा काय फरक? दोन्हीही स्त्रियांच्या हालचालींना बंधनकारकच असले तरी असं म्हणता येईल, की हिजाब धर्मानं रूढ केलेला पेहेराव आहे आणि गर्बासार संस्कृतीनं बहाल केलेला बदल आहे; पण खऱ्या धार्मिक स्त्रियांनी सर्व शरीर आच्छादणारा जिलूबाबच घालायला हवा.

फरियाची आइल टोळी समजते की त्यांची मुळं ज्यू धर्मात होती व नंतर त्यांनी इस्लाम स्वीकारला. मुख्य सोमाली वंशज त्यांना तुच्छ लेखतात आणि धर्माच्या दृष्टीनं वाळीत टाकतात. असा अंदाज आहे की युद्धाला तोंड फुटण्यापूर्वी दक्षिण सोमालियामध्ये १००० आईल कुटुंबं राहात होती. ती केनिया, इथिओपिया, येमेन येथे पळून गेली व त्यांची संख्या आता दोनतीनशे कुटुंबांइतकी रोडावली आहे.

आम्ही मक्यापासून बनवलेल्या मुफो, अंजेरो किंवा रोटी नावानं ओळखल्या जाणाऱ्या चपात्या खात असू. त्यावर तूप किंवा तेल चोपडून त्या दुधाबरोबर

खातात. आम्ही मोठ्या उखळात मुसळानं ठोकून मक्याचं पीठ स्वत:च बनवत असू व टरफलं व कोंडा प्राण्यांना खाऊ घालण्यासाठी लोकांना विकत असू. क्वचित आम्ही टोमॅटो आणि कोबीसारखी कडवट हिरवी बागेल नावाची भाजी लिंबाबरोबर कच्ची खात असू. कधीकधी पपनस व कलिंगडही आणत असू. मला आठवतंय, माझा भाऊ लहान असताना रडून म्हणत असे, 'नको, मला जेवणासाठी कलिंगड नको! मला पुन्हा भूक लागेल.'

मी शाळेत जाऊ लागले तेव्हा सात वर्षांची होते. आम्ही सकाळी ७ ते दुपारी १२ पर्यंत शाळेत जात असू. ती फुकट सरकारी शाळा होती. मला मित्र-मैत्रिणी नसल्यामुळे त्यात मौज वाटत नसे. माझे वडील खाटीक असल्यामुळे आणि आम्ही आइल टोळीचे असल्यामुळे लोक आम्हाला तुच्छतेने वागवत. मी तेथे जात असताना तीन वर्षं एकच गणवेश वापरत होते. सुरुवातीला तो मला फार ढगळ होई. मी आईला तो टक घालून लहान करून देण्यासाठी विनवत असे आणि ती उत्तर देई, 'काळजी करू नको. तू वाढलीस की तुला तो छान बसेल.' तो विरला, फाटला की आई तो परत शिवून देई. मी आठवडाभर तो वापरत असे. तो मळवला तर आई काठी घेऊन मला मारायची धमकी देई, कारण तिला तो रात्री धुवून सकाळी कोळशाच्या इस्त्रीनं वाळवून द्यावा लागे; पण प्रत्यक्षात ती मला कधीच मारत नसे; माझे वडीलही हात उगारत नसत. फक्त एकदाच मला गणिताची उत्तरं नीट न आल्यामुळे त्यांनी थप्पड मारली होती.

मी आठ वर्षांची असताना आमच्या घराजवळच्या इमारतीत मला नेण्यात आलं. काळोख असतानाच मला जागं करून, अंघोळ घालून शालीसारख्या मोठ्या कापडात गुंडाळण्यात आलं. या घरापुढे लोकांची लांबच लांब रांग होती. लोक मुलांसमवेत पहाटेपासूनच वाट पाहत होते. माझं नागवं शरीर झाकण्यासाठी शाल घट्ट धरून मी रांगेत उभी राहिले. माझी पाळी आल्यावर त्यांनी मला एका खोलीत नेऊन मोठ्या टेबलावर झोपवलं. माझ्या आईनं व शेजारणीनं मला घट्ट धरून माझे पाय फाकवून धरले. रडणं लज्जास्पद म्हणून तुम्ही रडायचं नसतं. मला आठवतंय, मी रडत होते आणि सारी मुलं मला चिडवत होती तू रडलीस, तू शूर मुलगी नाहीस! तुम्हाला वेदना झाल्या तर ते तुम्हाला कापड चावायला सांगतात. डॉक्टर त्यांच्या पेटीतून सारी हत्यारं घेऊन येतात. काही कापण्यासाठी व काही टाके घालण्यासाठी. कधीकधी तर ते डॉक्टरही नसतात. या गोष्टी करण्याची सवय असणारी माणसंच असतात. कधीकधी ते भूल देतात. कधीकधी त्याचा उपयोग झाला नाही तर तुम्हाला सर्व वेदना जाणवतात. हे सारं अतिशय वेदनामय असतं व पूर्ण करायला पंधरा ते वीस मिनिटं लागतात.

फीमेल जेनायतल म्युटिलेशन (FGM) तथा गुडनिन – म्हणजेच स्त्रीच्या

योनिमार्गाची सुंता याबद्दल मी बोलतेय. शस्त्रक्रियेनंतर ते त्या भागावर हात फिरवतात. काम सफाईदार झालं असेल तर सर्व भाग सपाट लागतो. मी पाय फाकवू नये म्हणून त्यांनी त्यानंतर माझे पाय दोरानं एकत्र बांधून ठेवले. जखम उघडी होऊ नये म्हणून तुम्ही हलायचं किंवा चालायचं नसतं. तुम्ही मेलेला मांसाचा गोळा आहात असं तुम्हाला वाटू लागतं. दहा एक दिवसांनी ते टाके काढून टाकतात.

ह्या FGM चे चार प्रकार असतात. माझ्यावर केल्या गेलेल्या प्रकाराला फॅराओनिक म्हणतात. दुसऱ्या प्रकाराला सुन्ना म्हणतात. माझ्यावर केला गेलेला सर्वांत क्लेशकारक प्रकार आहे. त्यालाच ते सर्वांत उत्तम FGM समजतात. यात स्त्रीचा योनिमार्ग संपूर्णत: बंद केला जातो. हा सर्वांत अधिक रूढ असा प्रकार आहे. यामुळे विवाहापर्यंत मुलगी कुमारिका राहते. यात सर्व भागांची छाटाछाट करून सर्व पक्कं शिवून टाकतात. लघवी जाण्यापुरती छोटीशी फट ठेवतात.

मला इतक्या यातना होत होत्या की मी लघवी करू शकत नव्हते. जर लघवी चुकीच्या वाटेनं बाहेर आली किंवा जोरात बाहेर आली, तर टाके उकलतात आणि त्यांना पुन्हा शिवून टाकावं लागतं. यातना! माझ्या बाबतीत ती वेळ आली नाही. ते पुन्हा करावं लागेल या भीतीनं मी सारी रात्र आणि सारा दिवस रडले. माझी आई माझ्यावर ओरडू लागली. लघवी करायला मी दोन दिवस घेतले. त्यामुळे माझ्या मूत्रपिंडांना इजा झाली आहे, असे मला वाटते. अजूनही लघवी साठून राहते आणि नीटपणे बाहेर येत नाही आणि अजूनही तेथे वेदना जाणवतात; पण तेव्हा झाल्या तशा नाहीत. तेव्हा जखम ओली असताना लघवीच्या आम्लतेमुळे फार चरचरे. तुम्हाला लघवीची भावना होऊ नये म्हणून गरम हवा असली तरीही ते तुम्हाला अगदी थोडं पाणी प्यायला देत. लघवी करताना आई मोरीमध्ये तुम्हाला आडवंच उचलून धरे. तुम्ही लघवी केलीत की ती जांघेच्या मागच्या बाजूनं ठिबकून खाली जाई. मग कुणीतरी तुमच्या पायांच्या फटीतून तेथे पाणी ओतत असे. सोमाली मुली अगदी कृश असतात. त्यामुळे पायांमध्ये फट असते. माझ्या आईनं सांगितलं की खेड्यांमध्ये एका खड्ड्यात औषधी धूप जाळून त्यावर (शस्त्रक्रिया केलेल्या) मुलीला धरत असत. धूपात जखम भरून आणण्याची क्षमता असे. मला वाटतं, मला टाके घालताना त्यांनी नायलॉनचा धागा वापरला; पण माझ्या आईची खेड्यात शस्त्रक्रिया झाली होती. तेथे तिची कातडी जुळवून धरून ठेवण्यासाठी त्यांनी काटे वापरले होते.

मला आठवतंय त्याप्रमाणे मला आलेली पहिली मासिक पाळी अत्यंत वेदनामय होती; कारण बाहेर पडायला रक्ताला मार्गच नव्हता. वर्षानुवर्षं रक्ताच्या गुठळ्या आत साचत राहून शब्दांपलीकडल्या वेदना होतात. आत मला शेवटी पू भरलेलं गळू झालं. दर वेळेस मी डॉक्टरकडे गेले की ते म्हणत, 'हे तुझ्यावरच्या

शस्त्रक्रियेमुळं झालंय.' त्यांनी मला भूल देऊन रुग्णालयात ते साफ केलं. माझ्या मासिक पाळीच्या वेळेस मी शाळेत जाऊ शकत नसे किंवा फारसं काम करू शकत नसे. FGM मुळे एवढाच माझ्या प्रकृतीवर परिणाम राहिला – माझ्यावर अठराव्या वर्षी बलात्कार होईपर्यंत! त्यानंतर मला रक्तस्राव झाला व जखम चिघळली. माझ्यापाशी काही औषधंही नव्हतं, ज्यानं मी जखम स्वच्छ करू शकले असते. मी फक्त गरम पाणी वापरू शकत होते. किती भयानक! मला एड्स (AIDS) झाला नाही, याचं मला आश्चर्यच वाटतंय.

कल्पना अशी असते की तुमच्या पतीनं समागमच्या वेळेस टाके उघडावेत. त्यांना तसं करणं भूषण वाटतं. तुमचा नवरा ते करू शकला नाही आणि तुम्हाला रुग्णालयात टाके काढून घ्यायची वेळ आली तर तुमच्या कुळाच्या कीर्तीला कलंक लागतो. अपेक्षा असते की खरा मर्द समागमाच्या वेळेस आपल्या इंद्रियानं पत्नीचा योनिमार्ग उघडू शकेल. विवाहाची पहिली रात्र बलात्काराची रात्रच वाटते. जरी त्यानंतर बरं वाटलं तरी तोवरची प्रक्रिया अत्यंत वेदनामय असते. योग्य रीतीनं केलं नाही तर तुमचा योनिमार्ग फाटू शकतो. या गोष्टीला सहा महिने इतका प्रदीर्घ काळही लागू शकतो आणि तोवर प्रत्येक समागम वेदनापूर्ण असतो. कधीकधी नवरे सुरीचा उपयोग करतात. यावेळेपर्यंत कातडी जुळून आलेली असते. त्यामुळे नवरे टाके न फाडता कातडीच फाडत असतात. त्यामुळे रक्तस्राव होतो. त्यानंतर, नवऱ्याची इच्छा असो वा नसो, त्याला दररोज रात्री समागम करावाच लागतो, नाहीतर कातडी पुन्हा जुळून येऊ शकते. अनेक स्त्रिया त्यांच्या नवऱ्यांना त्यांना गुपचूप रुग्णालयात घेऊन जायला सांगतात. काही पुरुषांना ते अपमानास्पद वाटतं आणि ते खवळतात. पत्नीला रक्तस्राव झाला किंवा जखम चिघळली तरीही ते त्यांना रुग्णालयात नेत नाहीत. नवी नवरी लग्नानंतर सात दिवस माहेरी जात नाही. त्यानंतर तिचे माहेरचे लोक तिला दवाखान्यात नेऊ शकतात; पण कधीकधी तोवर फार उशीर झालेला असतो.

मला बरं वाटायला चार वर्षं जावी लागली. मार्ग खुला झाल्यावर मासिक पाळी नीटपणे होऊ लागली; पण सर्व छाटाछाटीनंतर लैंगिक सुखाचा सवालच नव्हता. मनात भीतीही होती. तुम्हाला समागमापासून सुख मिळत नाही, कारण तुम्हाला भीती असते वेदनेची. तुम्ही अंग आक्रसून घेता. मनुष्यप्राण्यावर अशी (FGM सारखी) शस्त्रक्रिया करणं बरोबर नाही. ज्या स्त्रिया एकट्या राहतात, त्यांची परिस्थिती फार वेगळी नसते. योनिमार्ग शिवून टाकलेला असल्यामुळे त्यांना लघवीचा व मासिक पाळीचा त्रास होतच राहतो व अनेकदा जंतुसंसर्गही होतो.

ही शस्त्रक्रिया होईपर्यंत मुली 'हलाल' (पवित्र) समजल्या जात नाहीत – त्या 'हराम' (अपवित्र) असतात. याला 'हलाल' व 'हराम' ही संबोधनं चुकीची आहेत;

कारण या प्रथेचा धर्माशी काहीएक संबंध नाही. ही केवळ प्रथा आहे. पुरुषांना वाटतं की FGM न केली गेलेली स्त्री चांगली नाही, कारण योनिमार्ग मोकळा असल्यामुळे ती कुणाबरोबरही समागम करू शकते. तुमची FGM झाली असली तर तुम्ही चांगल्या व नसली तर तुम्ही वाईट हे काही खरं नाही; पण आईवडिलांची तशी श्रद्धा असते. 'मला माझ्या मुलीबद्दल अभिमान वाटला पाहिजे. तिचा विवाह होईल तेव्हा ती कुमारिका असली पाहिजे.'

मला मुलं झालेली नाहीत; पण बायका म्हणतात की FGM मुळे प्रसूतीला जास्त त्रास होतो. काही स्त्रियांना प्रसूतीनंतर पुन्हा शिवून टाकण्यात येतं. माझी आई मला म्हणाली की तिला परत कधीही शिवून टाकलं नाही. म्हाताऱ्या बायकांमध्ये हा चर्चेचा विषय होऊ शकतो आणि त्यामुळे अपमान होऊ शकतो. लोक म्हणतात की FGM ची प्रथा इजिप्तसारख्या अरब देशांतून सोमालियात आली. मला वाटतं म्हणूनच त्याला 'फॅराओनिक' म्हणतात; कारण फॅराओ बायकोला सोडून जाताना तिला जखडून तिची FGM करत असत. हेतू हा की तिनं इतर पुरुषांशी संबंध ठेवू नये. आफ्रिकेच्या काही भागांत तर याहूनही भीषण शस्त्रक्रिया केली जाते, ज्यात ते सारंच काढून टाकतात.

अम्नेस्टी इंटरनॅशनलच्या माहितीनुसार FGM चा सर्वांत कठोर प्रकार आहे इनफिब्युलेशन - याला फॅराओनिक सर्कमसिजन (सुन्ता) असेही म्हणतात. आफ्रिकेतील FGM पैकी १५% इनफिब्युलेशन असतात, तर सोमालियात त्याचं प्रमाण ८०% आहे. अनुमान आहे की ९८% स्त्रियांवर FGM चा कोणतातरी प्रकार केला जातो. या शस्त्रक्रियेत (योनिउंचवट्याचा – क्लायटोरिसचा) सर्व किंवा काही भाग छाटला जातोच, 'लेबिया मेजोरा मायनोरा'चा पूर्णपणे किंवा काही भाग काढला जातो व छाटून उघडी जखम करून ती शिवून टाकून योनिमार्ग झाकून टाकण्याची तजवीज केली जाते. लघवी व मासिक स्राव जाण्यापुरतं लहान छिद्र ठेवलं जातं.

FGM चा कमी भीषण प्रकार म्हणजे फक्त योनिउंचवटा छाटणं आणि सर्वांत कमी भीषण FGM म्हणजे योनिउंचवट्याचं फक्त टोक छाटणं. अंदाजे १३५ दशलक्ष मुली व स्त्रियांवर जगभरात FGM केली गेली आहे. आणि दिवसाकाठी ६००० मुलींवर FGM केलं जाण्याचा संभव आहे. आफ्रिकेत हे खूपच प्रचलित आहे आणि मध्यपूर्वेच्या काही देशांमध्येसुद्धा ते प्रचलित आहे.

FGM ह्या इंग्लंडमधल्या आफ्रिकी स्त्रियांच्या संघटनेनुसार इंग्लंडमध्ये ७४००० स्त्रिया आहेत; ज्यांच्यावर FGM केलं गेलं आहे. आणि सोळा वर्षांखालच्या ७००० मुलींवर ते केलं जाण्याची शक्यता आहे. जरी सरकारनं २००३ साली इंग्लंडमध्ये मुलीवर FGM करणं किंवा त्यासाठी तिला परदेशात नेणं बेकायदेशीर

ठरवलं आहे, तरी याबाबत, एकही खटला भरला गेलेला नाही, कारण हा छुपा प्रकार आहे आणि आफ्रिकी समाजात त्याला भरपूर मान्यता आहे.

ह्या FGM खेरीज माझं बालपण छान गेलं. आम्ही गरीब होतो, पण सुखी होतो. मी सर्वांत मोठं मूल होते व माझ्या बहीण-भावंडांची काळजी घेत होते; त्यामुळे मला लवकरच जबाबदारीची जाणीव झाली. लहान असताना मला पडणारी सर्वांत मोठी काळजी म्हणजे आमच्या पुढच्या जेवणासाठी अन्न असणार आहे की नाही. माझी बहीण-भावंडं भुकेनं रडत असली तर कधीकधी मी त्यांना पाण्याबरोबर फक्त चपाती देऊ शकत असे. माझी आई बाळंतपणात मरण पावेल, याचीही मला धास्ती वाटत असे. सोमालियात बाळंतपणात मृत्युमुखी पडणाऱ्या स्त्रियांची संख्या भरपूर आहे. दहाव्या वर्षी माझं बालपण संपलं. माझ्या आईला मदत व्हावी म्हणून मी शाळा सोडून माझ्या बहीण-भावांना सांभाळू लागले. मी सोळा वर्षांची झाल्यावर माझ्या वडिलांनी मला रात्रीच्या शाळेत घालण्यासाठी खूप कष्ट उपसले. मी तेथे जवळजवळ दोन वर्षं गणित व इंग्रजी शिकले. मला आठवतंय की त्यांच्यापाशी माझा फोटो काढण्यासाठी पैसे नव्हते, म्हणून मला शाळेचा दाखला मिळू शकला नाही. मी त्यासाठी दुःखानं खूप रडले. माझ्या आईला याची फार उत्सुकता नव्हती. ती म्हणे 'याची काय जरूर आहे? ती फक्त लग्न करून मुलांना जन्म देणार आहे.' बाबा मला मुलगाच समजत. त्यांना पहिलं मूल मुलगा झालेला फार आवडला असता. माझ्या बाबांना शिक्षणाचं फार महत्त्व वाटे. माझं खरंतर पंधराव्या वर्षीच लग्न व्हायला हवं होतं. म्हणून सोळाव्या वर्षी मला शाळेत पाठवणं हे फारच सुधारकी वळणाचं झालं! ते म्हणत शिकारीवर यापुढे निर्वाह होणं अवघड आहे. सोमालियात शिकारीवर बंदी होता; पण आमच्या आइल वंशाची तीच प्रथा होती. मी पैशाचे व्यवहार शिकावे अशी त्यांची इच्छा होती. मला आठवतंय, सारी रात्र फेनूस कंदिलाच्या उजेडात (फेनूस म्हणजे नाफ्था हे रसायन इंधन म्हणून वापरणारा कंदील) मला अभ्यास करावा लागे.

जेव्हा माझे आई-वडील प्रथम मेदिनाला राहू लागले. तेव्हा आमच्या घराच्या आसपास मोकळी जमीन होती; पण नंतर जवळपास टुमदार बंगले उभे राहू लागले. माझी आई या बंगल्यातील आमच्या नव्या श्रीमंत शेजाऱ्यांच्या घरी स्वयंपाक आणि झाडलोट करत असे. मीसुद्धा काम शोधलं. मी किती तास काम केलं त्याप्रमाणे मला ५ ते ७ सोमाली शिलिंग पगार देत असत. माझी आई 'उन्सी' ऊर्फ अगरबत्त्या घरी बनवून त्याना विकत असे. मी त्या दिवसासाठी टोमॅटो, पीठ, तेल विकत घेण्यासाठी बाजारात जाई तेव्हा आई मला २ शिलिंग देत असे. आम्ही काळी पडलेली केळी आणि सडणाऱ्या पंथाला आलेले टोमॅटो घेत असू. आम्ही प्राण्यांची

आतडी विकत घेत असू – घरंदाज सोमाली त्यांना शिवतही नसत. आम्ही ती साफ करून, उकडून कापून लिंबाबरोबर खात असू.

विकसनशील देशात हे नेहमीचं आहे. भारतात दुकानदार एका जेवणासाठी दोन चमचे लाल तिखट, मीठ आणि कपभर तेल विकतात. मुसलमानांच्या जेवणात मांस हा महत्त्वाचा घटक असे; पण गरिबांना ते परवडत नसलं तर ते प्राण्यांच्या रक्तापासून रस्सा बनवून त्यांच्या मुलांना प्रथिनं मिळतील, अशी तजवीज करत असत.

युद्धापूर्वी एक-दोन वर्षं मी वेगळ्या वंशाच्या एका मुलाच्या प्रेमात पडले. मी सोळा वर्षांची होते व तो होता विशीचा. मी त्याला 'अहमद' नाव देते. मी त्याला एका दुकानात भेटले. मला संकोच वाटल्यामुळे मी कुठे राहते ते मी त्याला सांगितले नाही. जिथे आम्ही प्रथम भेटलो त्या भागात तो घुटमळत राही. अशा तऱ्हेने आम्ही पुन्हा भेटलो. आम्हाला मुलांबरोबर बाहेर जाण्याची परवानगी नव्हती. तुम्ही वयात आल्यावर तुम्ही घरातच राहून फासालीटी घालून घरकाम करावं, अशी रीत होती. आम्ही हातात हात घेतले नाहीत. त्यानं एकदा माझ्या खांद्याभोवती हातांचा विळखा घालायचा प्रयत्न केला; पण कुणी पाहील या भीतीनं मी थरथर कापू लागले. जरी आमच्या घरापासून समुद्रकिनारा पाच मिनिटांच्या अंतरावर होता, तरी आम्ही तिथं गेलो नाही; कारण लोकांना आम्ही दिसलो असतो आणि सारी प्रणयी जोडपी तिथं जात असत. आम्ही हॉस्पिटलच्या आवारात भेटत असू. तेथे पाठीमागे, रुग्णांना नातेवाइकांबरोबर बसता येईल, अशी मोठी बाग होती. आम्ही त्या बागेत बसून गप्पा मारत असू. बस्स तेवढंच. आम्ही साधं चुंबनही घेतलं नाही; पण मी म्हणू शकते की मी प्रेमात पडले होते.

माझा भाऊ माझ्याबरोबर सर्वत्र जात असे, त्याच्यामुळे आम्ही पकडले गेलो. एके दिवशी मी त्याला म्हटलं मी हॉस्पिटलला जातेय आणि तू माझ्याबरोबर यायचं नाहीस. माझा मूर्खपणा! मी हॉस्पिटलचा उल्लेख केला. माझा भाऊ माझ्या पाठोपाठ आला आणि त्यानं माझ्या आईला सांगितलं. त्या दिवशी मी खूप उशिरा घरी परत आले. माझ्या आईनं माझ्यावर चप्पल फेकून मारली. का ते ती सांगेना. काही दिवसांनी मी म्हटलं मी पुन्हा हॉस्पिटलला जातेय आणि तिनं विचारलं की तू कोणाला भेटणार आहेस? ती म्हणाली, 'मला माहीत आहे, तू त्या मुलाला भेटणार आहेस.' मला इतकी लाज वाटली... तिनं मला त्याला घरी घेऊन यायला सांगितलं. माझ्या आईला पाहून त्याला काय वाटेल या विचारानं मला लाज वाटली. पण मी म्हटलं, 'काहीही वाटो! ही माझी आई आहे आणि त्यात बदल होणार

नाहीय.'

माझ्या आईला तो आवडला. तिनं आम्हाला सरबत दिलं. पुढे तो माझ्या बाबांनाही भेटला. माझ्या आईवडिलांनी आमच्या विवाहाला परवानगी दिली असती; पण तो खूपच धार्मिक वंशाचा होता – रीर हमार वंशाचा. आणि त्याला ते अवघड गेलं असतं. पण युद्ध सुरू झाल्यावर आमची ताटातूटच झाली. विश्वास बसणार नाही, पण मी पुढे त्याला लंडनमध्ये भेटले. मी साऊथहॉलच्या रस्त्यावर SBS च्या मीनाबरोबर चालले होते आणि कुणीतरी मला माझ्या नावानं हाक मारली. मी विचार केला, 'हे कोण असू शकेल? मला तर इथं कोणीच ओळखत नाही.' तो अहमद होता. मी उत्तेजित होऊन उड्या मारू लागले. त्यानं मला त्याच्या आयुष्याबद्दल सांगितलं आणि मी त्याला माझ्या! त्याचा विवाह होऊन त्याला पाच मुलं आहेत. यावर मला कधीतरी पुस्तक लिहायचं आहे. आम्ही मैत्रीचे संबंध ठेवून आहोत.

डिसेंबर १९९० च्या सुरुवातीला एका रविवारी युद्धाला तोंड फुटलं. युसुफ कुटुंबाचा दिवसभराचा नोकर रजेवर असताना मी अधूनमधून त्यांच्याकडे कामाला जात असे. माझ्या घरापासून पायी दहा-पंधरा मिनिटांच्या अंतरावर प्रवेशद्वार असलेला त्यांचा मोठा बंगला होता. दोन गाड्या होत्या. वृद्ध जोडप्याला मोठ्या दोन मुली आणि एक मुलगा होता. मुलींची लग्नं झालेली होती आणि मुलगा दाहिर त्यांच्याजवळ राहत असे. मोठी मुलगी फरिदा होती. तिला तीन मुलं होती. तिचा नवरा अगदी शांत स्वभावाचा होता. धाकटी हमीदा विधवा होती. तिला दोन मुलं होती. दाहिरची पत्नी आजारानं वारली होती. त्यामुळे त्याची दोन मुलं त्याची आईच वाढवत होती. वृद्ध स्त्री अगदी अबोल होती. ती येऊन मला विचारत असे की माझ्या कामाचे किती पैसे द्यायचे; आणि ते देऊन टाकत असे. मी ते पैसे माझ्या आईला द्यायची. कधीकधी ती मला त्यातले थोडेसे पैसे देत असे व त्यातून मी शांपूसारख्या गोष्टी विकत आणायची. साधारणत: आम्ही भांड्यांच्या साबणानंच केस धूत असू.

त्या रविवारी दुपारी जोराची बंदुकीची धुमश्चक्री सुरू झाली. धडाडधूम धडाडधूम! हे सारं कशासाठी चाललंय याची मला अजिबात कल्पना नव्हती, कारण मी वर्तमानपत्र वाचत नसे आणि राजकारणात मला गम्य नव्हतं. माझे वडील मात्र बी.बी.सी.च्या सोमाली बातम्या ऐकत असत. त्यासाठी त्यांनी रेडिओ विकत घेतला होता.

अध्यक्ष सियाद बारी जानेवारी १९९१ मध्ये पळून गेले. ते दारूदच्या उपवंशातले होते. ऐदीद, जे त्यांच्या जागी आले, ते हाविये वंशाचे होते. ज्यांच्याकडे फरिया काम करत असे, ते युसुफ कुटुंबसुद्धा हाविये वंशाचे होते. बरीचशी लढाई दारूद आणि हाविये वंशीयांमध्येच झाली.

सुरुवातीला १९८८ साली उत्तर सोमालियात संघर्षाला सुरुवात झाली. तेथे इसाक वंशीय राहातात. त्यांच्यात सुशिक्षित तरुण होते. ते अध्यक्ष सियाद बारींच्या विरोधात उभे राहिले, कारण साऱ्या नोकऱ्या बारीच्या वंशाच्या लोकांनाच मिळत असत. हे तरुण बारीच्या वीस वर्षांच्या हुकूमशाहीत बोकाळलेल्या लाचलुचपतीला कंटाळले होते. बारीनी उत्तरेवर बाँबवर्षाव सुरू करून त्याच्या विरोधकांना ठार मारायला सुरुवात केली. दक्षिणेच्या इतर वंशांच्या टोळ्यांना ठाऊक होतं की उत्तरेचा समाचार घेऊन झाला की बारी त्यांच्यावर मोर्चा वळवेल. ऐदिद त्या वेळेस इथिओपियात होता. त्यानं अध्यक्षाविरुद्ध आपल्या हाविये वंशीयांची कुमक एकत्र करायला सुरुवात केली. त्यामुळे अध्यक्षांचं लक्ष हाविये वंशीयांकडे वळलं. आमचे शेजारी रात्री आपली दारं कुलूपबंद करू लागले. घरातले वडील घरी राहात नसत; कारण अध्यक्षांनी कुटुंबातील पुरुषांची धरपकड सुरू केली होती. काहीतरी घडणार याची आम्हाला जाणीव होती; पण ते इतक्या अचानक आणि भीषणपणे घडेल, याचा कुणालाच अंदाज नव्हता.

त्या रविवारी मी सारी सफाई आणि धुणंपाणी नेहमीप्रमाणं केलं. रेडिओवर लढाईबद्दल काहीच बातमी नव्हती आणि मी कामात असल्यामुळे मला रेडिओ ऐकताही येत नव्हता आणि संध्याकाळी सहापर्यंत टी.व्ही. सुरू होत नसे. माझं काम आटपल्यावर वृद्ध स्त्रीनं मला माझे पैसे दिले; पण ती म्हणाली, मी घरी जाणं फार धोक्याचं आहे. काय करावं ते मला कळेना. पाठीमागच्या बाजूला नोकरांसाठी दोन खोल्या होत्या. मी तेथे गेले, पण मला झोप येईना. मी घराबाहेर प्रथमच राहात होते. मी गृहीत धरलं की लढाई एक दिवसात संपेल; पण दुसऱ्या दिवशी सकाळी धडाडधूम आवाज सुरूच होते. परिस्थिती आणखीच वाईट होती, कारण लोकांनी आपापल्या चीजवस्तू एकत्र करून पळ काढायला सुरुवात केली होती. घरातला वृद्ध माणूस आणि त्याचा तरुण मुलगा दोघेही लष्करात महत्त्वाच्या आसामी होत्या; पण तेही त्या दिवशी कामावर गेले नाहीत, कारण त्यांनाही धोका होता. लोक म्हणाले की जोरानं बंदुकींच्या फैरी झडत होत्या. अस्त्रांमुळे इमारतींना भगदाडं पडत होती आणि घरं उद्ध्वस्त होत होती. मी पुन्हा म्हणाले, 'मला जायला हवं' आणि पुन्हा ती म्हणाली 'परिस्थिती निवळेपर्यंत इथंच रहा.' पूर्ण दिवस जोराची धुमश्चक्री चालू होती. त्यामुळे मी स्वयंपाक व घरकामाला लागले. इतर लोक देवाला आळवत होते. भीती तुम्हाला धार्मिक बनवते!

बंदुकीच्या फैरी दुसऱ्या रात्रीही झडतच राहिल्या. हे कुटुंब म्हणालं की अफगोला त्यांचं शेत आणि दुसरं घर आहे, तिथे ते हलणार आहेत. मी त्यांना मला माझ्या घरी सोडायला सांगितलं. ते म्हणाले, "तिथे तुझे घरचे असणं शक्य नाही. कारण

सर्वजण पळून जात आहेत.''

काय करावं ते मला कळेना. ते म्हणाले, ''हा थोड्या दिवसांचाच प्रश्न आहे. परिस्थिती निवळली की आम्ही परत येऊ.'' त्या वेळेस कुणालाच कल्पना नव्हती की ही यादवी पंधरा वर्षं चालू राहील आणि ती अजूनही चालूच आहे!

आम्हाला शेतावर जायला व्हॅनची गरज होती. आम्हाला लष्कराच्या बराकींपर्यंत पायी जावं लागलं; तिथं साऱ्या व्हॅन्स लावलेल्या होत्या. साधारणत: पायी जायला पंधरा मिनिटं पुरतात; पण आम्हाला खूप जास्त वेळ लागला; कारण मी कपड्यांची मोठी गोणी वाहून नेत होते आणि ते पैसे घेऊन येत होते. एवढंच नाही, तर बंदुकींच्या फैरी अगदी जवळ आल्यासारख्या वाटल्या, तर आम्हाला थांबून लपून राहावं लागे. आत्तापर्यंत काळोख पडला होता. रात्रीचे नऊ वाजले होते आणि सहालाच अंधार पडतो. मला मी एका प्रेतावर अडखळून पडल्याचं आठवतंय. भयाण अनुभव होता तो! त्या प्रेताचे डोळे अजून उघडेच होते. ते थिजून थंडगार पडलं होतं. मला अजून तो चेहरा स्वप्नात दिसतो आणि ते उघडे डोळे आठवून मी जागी होते. आम्हाला अध्यक्षांच्या बंगल्याला वळसा घालून त्या मागच्या बराकींपर्यंत पोहोचावं लागलं. ह्या घराभोवतीच सारी लढाई सुरू होती. खूप लोक मरून पडले होते, पण ते लष्करी गणवेशात नव्हते. म्हणून मला वाटतंय की ते सरकारवर चढाई करू बघणारे लोक असावेत. जसजशी रात्र चढत गेली तसतशी लढाई अधिक घनघोर होऊ लागली; कारण त्यांना वाटलं की सर्वसाधारण जनता घरात आहे आणि रस्त्यावर फिरणारे शत्रू आहेत. जी घरं उद्‌ध्वस्त केली जात होती, त्यातल्या दगडविटा सर्वत्र पसरल्या होत्या. सारा गदळ-कचरा माजला होता आणि पडू नये म्हणून आम्हाला काळजी घ्यावी लागत होती. मुलं रडत होती. आमच्यासारखीच मुलं-बाळं असलेली इतर कुटुंबंही होती. तीसुद्धा पळून चालली होती. जरी ते त्या वेळेस निर्वासितांवर हल्ले चढवत नव्हते, तरीही आम्ही मुलांना गप्प ठेवण्याचा प्रयत्न करीत होतो.

आम्ही स्टेशनपाशी आलो. तेव्हा तेथे मला खूप गर्दी दिसली. लोक 'मी आधी, मी आधी' असं ओरडत होते. मला माझ्या कुटुंबीयांची मोठी काळजी वाटू लागली. त्यांच्यापाशी दूर जायला मोटार नव्हती किंवा दुसरीकडे आणखी घरही नव्हतं, आणि 'बर आइल' हे आमचं खेडं चालत जायला फारच दूर होतं. मला आमच्या झोपडीकडे धावत जायचा मोह झाला होता; पण मला वाटलं मी वाटेत मारली जाईन म्हणून मी तो नाद सोडला. व्हॅन लष्कराच्या होत्या आणि फक्त लष्कराच्या लोकांनाच ते त्या वापरू देत होते. ती खूप मोठी व्हॅन होती आणि आम्ही सर्व काही त्यात ठेवलं. आम्ही आत उड्या मारल्या. सर्व स्त्रिया, मुलं आणि दोन बंदुकधारी तरुण – ते नातेवाइकांपैकी होते आणि आम्हाला संरक्षण देण्यासाठी आमच्याबरोबर

निघाले होते – सात मुलं, मी धरून चार स्त्रिया आणि पाच पुरुष असे आम्ही एकूण सोळाजण होतो. दाहिर व त्याचे वडील पुढे ड्रायव्हरपाशी बसले होते. बाकी सर्वजण मागे बसलो होतो. आम्हाला केसांवर वारा जाणवत होता. आम्ही इतके काळजीत होतो की हवामानाकडे आमचं लक्षच नव्हतं. आम्हाला पोहोचायला चाळीसएक मिनिटं लागली. रस्ते पळून निघालेल्या लोकांनी भरले होते. सर्वत्र रडणं आणि गोंधळ चालू होता.

पोहोचल्यावर आम्ही व्हॅनमधल्या गोष्टी आत नेल्या आणि स्थिरस्थावर झालो. एका मजल्यावर आठ खोल्या असलेलं, कुटुंबाच्या मालकीच्या शेतांच्या मधोमध बांधलेलं ते प्रशस्त घर होतं, शेताकडे बघणारे शेतकरी गाजरं, रताळी यांसारख्या भाज्या आणि पपया, आंब्यासारखी फळं आणि मका ह्या कुटुंबासाठी घेऊन येत. त्यांना जे खपत नसे, ते कुटुंबीय विकून टाकत. माझ्याकडून त्यांची तशी अपेक्षा असणार म्हणून मी स्वयंपाक व साफसफाई करत असे. एकदोन दिवसांनी मी कुटुंबातल्या वृद्धेकडे गेले आणि तिला म्हणाले, की मला परत जाऊन माझ्या कुटुंबीयांना शोधायचंय. ती म्हणाली, 'मी माझ्या मुलाला पाठवून मोगाडिशुमध्ये काय चाललंय याचा तपास करते.' त्यांच्या नात्याचे इतर लोक येऊन परिस्थितीबद्दल चर्चा करत असत. रेडिओवर घोषणा झाली की सर्व वंशाचे लोक एका सभेसाठी एकत्र जमत आहेत; पण त्या सभेत खूप लोक मरण पावले. वीस एक दिवसांनी बातमी आली की अध्यक्ष सियाद बारी केनियात पळून गेले आहेत आणि नवं सरकार स्थापन होणार आहे. दाहिरनं बातमी आणली की लोक मोगाडिशुला परतू लागले आहेत आणि आता शांतता होणार आहे. मला आशा वाटू लागली. मला परत जाता येईल म्हणून मी देवाचे आभार मानू लागले.

पण हाविये वंशाचे उपवंशीय ऐदीद आणि अलि मेहदींच्या नेतृत्वाखाली त्यांची सेना सत्तेसाठी झगडतच होती आणि त्यांचे अनुयायी मोगडिशूच्या रस्त्यांवर एकमेकांना ठार मारत होते. माझे मालक लोक ऐदिद वंशाचे होते. ह्याच लोकांच्या लढ्यामुळं सियाद बारीचं सरकार कोसळलं होतं, बारीच्या जागी यायला एकच असा उत्तराधिकारी नव्हता; पण ऐदिद सर्व लढवय्यांमध्ये सर्वांत अधिक बलाढ्य होता. सोमालियातील यादवीतल्या सर्वांत कडव्या लढाया त्याच्यामुळं घडल्या होत्या. तो सर्व सकंटांचं मूळ असल्यामुळे अमेरिकींनी १९९२ मध्ये त्याला हटवण्याचा निष्फळ प्रयत्न केला. तुम्ही 'ब्लॅक हॉक डाऊन' हा चित्रपट पाहिलात, तर तुम्हाला सर्व काही लक्षात येईल. ऐदिद १९९५ साली अल्पकाळासाठी अध्यक्ष बनेपर्यंत चार वर्षं तेथे सरकारच अस्तित्वात नव्हतं. तो १९९६ साली मारला गेला. सर्वांना वाटतं की हे अमेरिकेचं कृत्य आहे. सध्याचा अध्यक्ष अब्दुल्लाही युसुफ दारूदच्या उपवंशातील आहे. लोकांना वेगवेगळ्या वंशाचे लोक उच्चारांवरून व कपड्यांवरून

ओळखू येतात. लोकांना कोणत्या वंशाचे लोक कुठे राहतात हे ठाऊक असतं. ते तिथं जाऊन त्यांना मारून टाकतात.

घनघोर लढाईचे पंधरा दिवस रेडिओ किंवा दूरचित्रवाणी चालू नव्हती. फक्त बी.बी.सी.च्या बातम्या येत असत; पण त्यांचे पत्रकार मोगाडिशुत नसल्यामुळे त्या बातम्या सविस्तर नसत. ज्या लोकांना ते परवडत होतं, त्यांनी देश सोडून इतरत्र जायला सुरुवात केली. अमेरिकेच्या हस्तक्षेपाच्या सुमाराला या कुटुंबीयांनी मला वाईट वागवायला सुरुवात केली. त्यांनी माझा पगार बंद केला. ते म्हणाले, 'तुझा पगार आम्ही सांभाळून ठेवू. कारण तू कुठेही जाणार नाहीस.' कल्पना अशी होती की मी जाताना ते माझा पगार माझ्यापाशी देतील. मला काय पगार देणार याबद्दल ते काहीच बोलले नाहीत. मला त्यांच्यापाशी राहू देऊन ते माझ्यावर मोठे उपकार करताहेत असा त्यांचा आविर्भाव होता. घरामागची लहानशी खोली त्यांनी मला दिली. मी चौदा, कधीकधी जास्तही लोकांसाठी स्वयंपाक व सफाई करत होते. त्यांच्याच वंशातले लष्करातले लोक – नातेवाईक, मित्र – कुटुंबाचं रक्षण करत होते. त्यांना भूक लागली की ते माझ्या खोलीत येत व कधीकधी रात्री खूप उशिरासुद्धा जेवण मागत. बहिणी म्हणत, 'ती नोकराणी कुठं आहे?' मला चहा बनवायला रोजच्यापेक्षा थोडा जास्त वेळ लागला की त्या टोमणे मारत. त्या मला मारून माझ्यावर ओरडत.

रोजचा माझा दिवस पहाटे सहाला सुरू होई; मुलं जागी झाली की! आणि तो रात्री १०-११ ला संपे. मुलांना अंघोळ घालणं माझं एक काम होतं. सुरुवातीला ते मदत करत. मी सोडून कुठे जाऊ शकत नाही, हे एकदा कळल्यावर त्यांचं वागणं बदललं. मुलं फार लहान होती. सर्वांत मोठं बारा वर्षांचं होतं. ते कायम त्याची आई फरिदा हिच्यापाशी असे. ती माझ्याशी फार वाईट वागे. मी कोणती गोष्ट नीट बनवली नाही किंवा मुलांचं दूध जास्त गरम केलं तर ती मला थप्पड लगावे. ती म्हणे जास्त गरम केल्यानं सारी प्रथिनं जळून गेलीत आणि ते दूध माझ्या अंगावर ओते. एके दिवशी कोशिंबिरीत लिंबू पिळलं म्हणून तिनं मला थोबाडीत मारली. ती स्वयंपाकघरात गेली आणि तिनं पुन्हा स्वत: बनवली. मी काहीच करू शकले नाही. तेव्हा मला जाणवलं की मी कमजोर आहे, स्वत:चं रक्षण करू शकत नाही. ते मला टोमणे मारण्यासाठी म्हणत की आइल लोकांची कत्तल होणार आहे. वृद्धा म्हणे की बंदुकीच्या गोळ्यांनी मारलं जाण्याएवढीही आमची लायकी नाही. आम्हाला सुऱ्यांनीच ठार मारायला हवं! जर स्त्रिया अशा वागत होत्या, तर पुरुष कसे वागत असतील याची कल्पनाच केलेली बरी!

मी बहुतकरून उरलंसुरलं खाई, मी कुटुंबासाठी भात, कोंबडी, बकऱ्याचं मटण, चपाती आणि शेवया बनवत असे. जेव्हा मी स्वयंपाक करायला सुरुवात

केली, तेव्हा भात किंवा मटण कसं शिजवायचं ते मला ठाऊक नव्हतं, कारण या गोष्टी आम्हाला परवडत नसत. हमीदा, दुसरी मुलगी, सर्वांना जेवण वाढे व माझ्यासाठी काहीही शिल्लक ठेवत नसे. जेव्हा उष्टी ताटं परत येत, तेव्हा त्यात उरलेलं मी खाई. आमच्या देशात काय प्रथा आहे ते तुम्हाला ठाऊक असेलच. सर्वांत उत्कृष्ट जेवण पुरुषांना, मग मुलांना, मग स्त्रियांना. कधीकधी मी मुलांबरोबर जेवत असे. मला कबूल करायला लाज वाटते, की त्यांना भरवताना मी त्यांच्यातलं खाई, कारण दिवसभराच्या कामानं भुकेजलेली असे! आता मी भुकेली असले तरी मी निग्रह करू शकते. माझी भूक मी नियंत्रणात ठेवू शकते. देव मला काय जे देईल ते स्वीकारायला मी शिकले आहे. माझ्या भुकेचा सामना करायला मी उपास करी; पण तो उपास सोडायलादेखील माझ्यापाशी अन्न नसे. मी फार अशक्त झाले.

मी धीट होते; पण पळून जायचा विचार केल्यावर माझ्या मनात येई की मी फक्त एक अबला आहे. लोक माझ्यावर बलात्कार करतील किंवा मला ठार मारतील. मी माणूस म्हणून श्रेष्ठ असेन; पण आइल टोळीचा घटक म्हणून मी कस्पटासमान होते. माझ्यापाशी हत्यारं नव्हती. माझं रक्षण करायला माझ्या बाजूला माझे वडील नव्हते. मी देवावर श्रद्धा ठेवू लागले. दिवसागणिक माझी स्थिती आणखी वाईट बनत होती. दाहिर मोगाडिशूला वारंवार जात असे. कधीकधी सलग दोन-तीन दिवस कधीकधी फक्त अर्धाच दिवस. नव्या सरकारात जागा मिळेल अशी त्याला आशा वाटत होती. तो लष्करात होता. ही सर्व मोठी कुटुंबं शस्त्रसाठा बाळगून होती. यू.एन.नं पाठवलेलं धान्य बंदरात आलं की लष्कर त्याचा ताबा घेई आणि ते घाऊक विक्रेत्यांना विकून टाके. त्यामुळे गरिबांपर्यंत ते कधीच पोचत नसे. सरकारच अस्तित्वात नसल्यामुळे हे लष्करातले लोकच विमानतळ आणि बंदरं राखीत. दाहिर एका टोळीप्रमुखासाठी काम करे. या सर्व टोळीप्रमुखांची स्वत:ची सेना असे. १९९१च्या अखेरीस जेव्हा हविये वंशीयांमध्ये यादवी माजली तेव्हा दाहिर आणि त्याचे सैनिक मोगाडिशुहून खूप गडबड करत आनंदात येत, रणभूमीवरून परतणाऱ्या विजयवीरांसारखे! ते दरवाजे धडाधदा बंद करत, माझं जेवण कुठंय? म्हणून जोरात आरडाओरडा करत आणि त्यांच्या बंदुकी इथंतिथं फेकत. दाहिरचे वडील आता अपंग झाले होते. त्यांच्याजवळ अंगणात बसून तो त्यांना काय काय घडलं ते सांगत असे. जरी मला कुणी सर्व बातमी सांगितली नव्हती तरी मला वाटतं की त्यांची कार प्रतिस्पर्धी सैनिकांच्या वेढ्यात सापडून झालेल्या बंदुकींच्या फैरींमध्ये त्यांच्या पायाला इजा झाली होती. दाहिरचे त्याच्या आईशी मतभेद होते; कारण ती त्यांना लढाई थांबवा असं सांगे. तो तिचा छोटुकला लेक होता. या वेळेपर्यंत मी अफगो येथे येऊन जवळजवळ वर्ष झालं होतं.

या सुमारास दाहिर माझ्याशी गोडव्यानं वागू लागला. तो स्मित करे. माझ्याकडे

बघे. मला काही कळत नव्हतं. मी मूर्ख होते! एकदा त्यानं मागच्या दोन खोल्यांत झोपणाऱ्या त्याच्या सैनिकांसाठी मला चहा बनवायला सांगितला. ते सैनिक पुरुष चघळतात ते कडवट चवीचं पान, कात खात होते. ते उत्तेजक आहे व त्यानं थकवा किंवा भुकेची भावना नाहीशी होते. तो स्वयंपाकघरात आला आणि म्हणाला की तो चहाची किटली बाहेर नेईल. मग तो आला आणि माझ्या दरवाज्या ठोठावून म्हणाला, 'दूध संपलंय.' दूध स्वयंपाकघरात होतं. तो ते स्वत: घेऊ शकला असता. त्याऐवजी मला स्वयंपाकघरात जाऊन दूध आणावं लागलं. मी माझ्या खोलीत परत आले, तेव्हा तिथं तो होता. तो मला कुरवाळू लागला. त्यानं त्याच्या हातानं माझं तोंड दाबून धरलं आणि मी त्याला चावले! त्यानं माझे केस खेचून माझ्या थोबाडीत मारली. त्यानं मला पलंगावर फेकलं आणि म्हणाला, 'काहीही गडबड करू नकोस. केलीस तर पस्तावशील.' आणि त्यानं माझ्यावर बलात्कार केला.

तेव्हा मी सारी उमेद हरले. मी मेले तर बरं असं मला वाटू लागलं. मी देवाला आळवू लागले की दाहिर मरून जावा आणि परत येऊ नये;. पण तो येतच राहिला. तो आठवड्यातून दोनतीनदा येई. त्यानं माझ्या आयुष्यातली सर्वांत चांगली वर्षं नासवली. सुरुवातीला ते सर्व फार भयानक होतं. मला मोठ्यांदा किंचाळावसं वाटे. माझ्यावर काय प्रसंग ओढावला याचं अधिक वर्णन मला करायला लावू नका- म्हणजे त्या कटू आठवणी मला पुन्हा जगाव्या लागणार नाहीत. जणू कोणी प्राणी सर्व वेळ तुमचा देह कुरतडतो आहे असं मला वाटे. तेच जनावर त्याच जागी पुन्हा कुरतडणार आहे, हे तुम्हाला ठाऊक असतं आणि होणारी वेदना असह्य असते! ती संपतच नाही! मला वाटे मी पुरुष असते तर बरं, म्हणजे मला योनिमार्गच नसता! मला रक्तस्राव होत होता आणि त्याबद्दल मी कुणापाशी काहीही बोलू शकत नव्हते. दु:खात सुख एवढंच की सुरुवातीला त्याचं लवकरच आटपे. कदाचित माझा योनिमार्ग घट्ट असल्यामुळे असेल. वेदना झालेली पुरुषांना आवडते. म्हणूनच मला वाटतं पश्चिमेकडल्या देशात लोकांना गुदाचा संभोग हवा असतो. देवकृपेनं त्याला तो नको होता. दु:खात सुख मानण्याजोगं एवढंच! कार्यभाग आटोपल्यावर तो त्याच्या खोलीत निघून जाई. पुढे पुढे तो खूप वेळ घेऊ लागला. मग तर फारच वाईट परिस्थिती आली, कारण तो थांबतच नसे!

मला गर्भधारणा झाली नाही. कदाचित माझ्यात काही त्रुटी असेल. त्यांनी इमिग्रेशन कचेरीत मला हा प्रश्न केला. तू या माणसाबरोबर इतका काळ राहिलीस आणि तुला कधीच दिवस गेले नाहीत? कदाचित त्याला माझ्यापासून मूल नको असेल. तो अत्युत्कटतेच्या स्रावापूर्वीच बाहेर निघत असे. आणि त्यात कधी अपघात झाला नाही. तो येऊन गेल्यावर मी वरखाली उड्या मारी, पोट घट्ट बांधून ठेवी - सावधगिरी म्हणून. मी याबद्दल कुणाजवळच बोलले नाही. मला दिवस गेले

असते तर त्यांनी मला ठारच केलं असतं. मी काम करू शकले नसते तर माझा उपयोग तो काय?

माझ्यावर बलात्कार झाल्यावर मला वाटू लागलं की मी एक अडथळा तर पार केलाय. आता फारतर मी मारली जाईन. मला वाटत असे की माझ्यासाठी सर्वांत चांगलं प्राक्तन म्हणजे मी एखाद्या शेतकऱ्याशी लग्न करून मरेपर्यंत याच कुटुंबासाठी काम करत राहणार. मी वेगळ्या वंशाची असल्यामुळे शेतकऱ्यानंदेखील माझ्याशी लग्न केलं नसतं. जरी ते म्हणत की मी सुंदर दिसते, माझे डोळे सुरेख आहेत! या स्तुतीनं मला जगायचं बळ दिलं.

मग १९९५ मध्ये सारंच बदललं, ऐदिद मेला! लोकांना आशा वाटली की परिस्थिती सुधारेल; पण हे कुटुंब मात्र अफगोमध्येच राहिलं. एक दिवस म्हाताऱ्यानं मला रडताना पाहिलं. मला कसं वागवलं जातंय याची त्याला काहीच कल्पना नव्हती. तो खोलीत असताना मला त्याची खोली साफ करायचीही परवानगी नव्हती. फक्त तो हॉस्पिटलला गेल्यावर मी ती साफ करत असे. त्याची बायकोच त्याचं जेवण घेऊन त्याच्या खोलीत जाई. त्यानं मला काही पैसे दिले आणि सांगितलं, 'दुकानात जा आणि स्वत:साठी नवा फ्रॉक वगैरे काहीतरी छानसं आण.' त्यानं मला दुसऱ्या दिवशी सुटी घ्यायला सांगितलं. मला जाणवलं की हीच मला खरी संधी आहे. माझ्यापाशीसुद्धा थोडे पैसे होते. मला मिळालेले पैसे मी वाचवत होते आणि मी जवळजवळ ३०,००० शिलिंग जमा केले होते. मी कबूल करते की मी त्यांचे पैसे चोरतही असे. त्यांनी मला देणं होतं तेवढे नाही. मला इकडेतिकडे पैसे पडलेले दिसले तर ते मी उचलत असे. माझ्या ब्रेसिअरमध्ये मी ते लपवत असे. माझ्या कातडीवर अजून त्या व्रणांच्या खुणा आहेत, कारण नोटांना बोचरी कड असे आणि मी काम करीत असताना त्या माझ्या कातडीत रुतत. मी त्या नोटा इतर कुणाच्या नजरेस पडतील, या भीतीनं माझ्या खोलीतही ठेवू शकत नसे. मी तेथून निसटून जायच्या प्रयत्नात असताना त्या पैशांची किंमत कमी होतेय, याची चिंता मला सतत जाळत असे. दोन हजार शिलिंग देऊन आता फक्त साखरेचा पुडा मिळत असे. तीस हजार शिलिंग मला फक्त मोगाडिशुपर्यंत पोचवायला पुरे पडले असते. मी घरातल्या वृद्धेला सांगितले की मी अफगोच्या बाजारात माझ्यासाठी काहीतरी विकत आणायला जाते आहे. तिनं हरकत घेतली नाही आणि मला काळजीपूर्वक जायला सांगितले.

त्या दिवशी मी निघून गेले. मी वाळूच्या रस्त्यावर चालत राहिले. माझं काळीज धडधडत होतं. मी बावीस वर्षांची होते. मी माझ्या आईला पाच वर्षांत भेटले नव्हते. मी फक्त नेसत्या कपड्यांत, झिजलेल्या चपलांमध्ये माझे पैसे घेऊन निघाले होते. माझं डोकं फासालीटी आणि गर्बासारनं आच्छादलेलं होतं. मी डिरॅक घातला होता. युद्धाच्या वेळेस भारी कपडे वापरणं शहाणपणाचं नव्हतं. तुम्ही श्रीमंत आहात असं

समजून इतरांनी तुम्हाला लुटलं असतं. मला याची कल्पना नव्हती. सारं काही बदललं होतं. मी मोठ्या रस्त्यापर्यंत आले आणि या कुटुंबाच्या ओळखीची एक स्त्री मला भेटली. मी घातलेला डिरॅक तिनंच मला दिला होता. मला तिच्यापासून काहीच धोका नव्हता; कारण ते लोक मला वाईट वागवताहेत, हे तिला माहीत होतं. माझ्याशी चांगुलपणानं वागणारी ती पहिलीच व्यक्ती होती. ती धूम्रपान करत असे. मलाही सिगारेट्स देऊ करत असे आणि तिचे जुने कपडे मला वापरायला देत असे.

मी प्रथम तिला सांगितलं की त्या कुटुंबानं मला माझ्या आईचा शोध घेण्यासाठी थोडे पैसे दिले आहेत. तिला माझी दया आली आणि तिनं मला मोगाडिशुपर्यंत पोचायला मदत देऊ केली. ती म्हणाली, 'आपण छोटी कार आणि ड्रायव्हर भाड्यानं घेऊ शकतो.' मी तिला म्हटलं, 'माझ्याजवळ फक्त ७००० शिलिंग आहेत.' कारण मला माझे सारे पैसे खर्चायचे नव्हते. तिच्या ओळखीच्या ड्रायव्हरपाशी ती घासाघीस करून किंमत ठरवायला गेली. त्याला ती कात (उत्तेजक कडवट पानं) विकत असे. कात विकून तिचा उदरनिर्वाह चाले. तिचा घटस्फोट झाला होता व तिला मुलं नव्हती. म्हणून ती अगदी स्वतंत्र होती. जाताना मी रडू लागले आणि मग तिला मी सांगितले की त्या कुटुंबाच्या तावडीतून मी पळून निघाले आहे. माझ्या कुटुंबीयांचा मी आमच्या झोपडीच्या मागच्या निर्वासितांच्या छावणीत शोध घ्यावा, असं तिनं मला सुचवलं. ही छावणी मोठ्या युनिव्हर्सिटीत होती. युनिव्हर्सिटी विद्यार्थ्यांसाठी आता बंद केली गेली होती. जेव्हा लोक लढाईपासून दूर पळून गेले होते, तेव्हा त्यांची घरं लुटली गेली होती. ते परत आल्यावर त्यांना आपल्या घरात इतर लोक, बरेचदा अतिरेकीसुद्धा राहात असलेले दिसत. अतिरेकी जबरदस्तीनं इतरांची घरं बळकावत व हे माझं आहे असं सांगत.

युनायटेड सोमाली कॉंग्रेस (USC) हविये वंशीयांचा राजनैतिक संघ मोगाडिशूवर सत्ता गाजवत होता. आम्ही शहराबाहेरच्या तपासठाण्यापाशी पोचल्यावर तेथील लष्करी अधिकाऱ्यानं मोगाडिशुत प्रवेश करण्यासाठी आमच्यापाशी पैसे मागितले. आत शिरल्यावर आम्ही दोघी आमच्या वेगवेगळ्या वाटेनं गेलो. ड्रायव्हरने मला के.एम. ४ या भागात सोडलं अणि मी मोदिनाच्या दिशेने पायी जाऊ लागले. माझ्या घराकडे! प्रत्येक गोष्ट वेगळी दिसत होती. घरं लुटलेली आणि रिकामी होती. घरांना दारं-खिडक्यांचा पत्ताच नव्हता. प्रत्येक इमारत बंदुकींच्या फैरींना बळी पडलेली होती. बायका पूर्वी घरात घालत तसे 'बाटी' नावाचे सुती कपडे घालून बाहेर दिसत होत्या. मी पूर्वी राहात होते तिथं कसं जायचं याची मला चौकशी करावी लागली. मी गोंधळून गेले होते. तेथे पोचले तर माझ्या ओळखीचं कुणीही तिथं नव्हतं. पूर्वीच्या ओळखीच्यांपैकी फक्त एक माणूस तिथं अजून राहात होता. इतर लोक म्हणाले की तो बाजारात गेला आहे आणि संध्याकाळी परत येईल. पूर्वी जिथे

आमची झोपडी होती ती जागा आता केवळ मोकळं मैदान होती. त्यावर काहीही शिल्लक नव्हतं.

मला अतिशय वाईट वाटलं. माझे कुटुंबीय जिवंत आहेत की नाहीत, याचा मला काहीच अंदाज येईना. मला क्षेपणास्त्रांची आठवण आली. त्यांचा मारा चुकवायला पूर्णच्या पूर्ण कुटुंबं जमिनीवर कशी लोळण घेत, ते आठवलं. समजा, एक क्षेपणास्त्र आमच्या झोपडीवर आदळलं तर सारं कुटुंबच्या कुटुंब सकाळी मृतावस्थेत सापडलं असतं. जेव्हा मला दिसलं की आमची झोपडीसुद्धा शिल्लक नाही, तेव्हा मला क्षणभर विसावून बसण्याचीही आठवण राहिली नाही. मी ठरवलं की निर्वासितांच्या छावणीत मला कुणी भेटलं नाही तर संध्याकाळी परत इथं येऊन त्या जुन्या ओळखीच्या माणसाला शोधून चौकशी करायची. त्या रात्री कुठेतरी राहायचीसुद्धा मला सोय करायची होती.

निर्वासितांची छावणी दोनतीन मजल्यांच्या अनेक मोठाल्या युनिव्हर्सिटीच्या इमारतीमधे पसरली होती. त्यामुळे प्रत्येक कुटुंबागणिक एक छोटी खोली मिळणं शक्य होतं. सुरुवातीला लष्करातले लोक मोठाल्या प्रासादात रहात आणि निर्वासितांच्या छावण्यांकडे त्यांचं लक्ष नसे. जेव्हा युद्ध बरेच दिवस चालूच राहिलं तेव्हा त्यांनी खोल्यांसाठी भाडं घ्यायला सुरुवात केली.

मी इथं माझा शोध सुरू केला. मी लोकांना थांबवून ते इथे किती वर्षं आहेत हे माझ्या आईच्या चौकशी करण्यापूर्वी विचारू लागले. साधारणत: तुम्ही तुमच्या वंशाचं नाव सांगून चौकशी करता; पण ही छावणी हाविये वंशीय चालवत होते म्हणून मी माझ्या वंशाबाबत मौनच पाळलं. कारण त्याचा उलटा परिणाम झाला असता. तिथं तीन मोठाल्या इमारती होत्या. एकीला तीन मजले होते, दुसऱ्या दोन दुमजली होत्या. मोठ्या इमारतीत प्रत्येक मजल्यावर वीस खोल्या होत्या. इतर दोन इमारतींमध्ये प्रत्येक मजल्यावर पंधराएक खोल्या होत्या. मी लढाईपूर्वी इकडे आले नव्हते; पण माझ्या आईनं मला सांगितलं होतं की इकडे सुंदर बाग आहे. मी पाहिलं तेव्हा त्यात अजिबात फुलं नव्हती. सर्वत्र विष्ठा पसरलेली होती. रिकाम्या खोल्यांत सुद्धा विष्ठा होती. तेव्हा संडास नव्हते. रात्री लोक बाहेर जात व कार्यभाग आटपत असत. एखाद्या खोलीत एखादा मृत माणूसही सापडे. लोक मृतांना सगळीकडे पुरून टाकत होते. बागेतही थडगी उभी राहिली होती. पुरलेल्या जागी लोक खुणेचा एखादा दगड ठेवत.

मी चालता चालता रडत होते. मला वाटत होतं की मला माझी आई कधीच सापडणार नाही. लोक 'बर' नावाचा तळलेला पाव आणि चहा विकत होते. मला चहा विकणारी एक बाई दिसली. छोटासा मुलगा तिच्या पायांना बिलगून आई, आई, आई म्हणून रडत होता. तिच्या हातात तान्ही मुलगी होती. तिनं हिजाब पांघरला

होता. तिचा जेहरा सुरकुतलेला होता. मग ती हसली. ती हसली नसती तर मी तिला ओळखलं नसतं. ती माझी आई होती. विश्वास बसत नव्हता! ती चाळिशीच्या आतल्या वयाचीच होती, तरी ती इतकी म्हातारी दिसत होती. ती अतिशय थकलेली वाटत होती. आम्ही एकमेकींना मिठी घातली आणि रडू लागलो. तिनं तिच्या मैत्रिणीला आपली चहाची किटली विक्रीसाठी सांभाळायला दिली. म्हणजे मागच्या बाजूच्या तिच्या खोलीत जाऊन आम्हाला बोलता आलं असतं. थोडा वेळ आम्ही नुसतंच बसून एकमेकींकडे बघत राहिलो. काय घडलं ते एकमेकींना सांगू लागलो. मी तिच्या वंशनावानं तिची चौकशी केली नाही ना, असं तिनं मला विचारलं, कारण तिनं तिचं नाव बदललं होतं आणि रहानवेन वंशाचं नाव घेतलं होतं. एका दृष्टीनं हे खरंच होतं, कारण रहानवेन वंशीयांनी आइल लोकांना आपल्यात सामावून घेतलं होतं. ज्या मुलांना मी ओळखलं नव्हतं, ते माझे सर्वांत लहान भाऊ-बहीण होते. युद्ध सुरू झाल्यानंतर त्यांचा जन्म झाला होता.

मी तिला इतरांबद्दल विचारलं. तिला सारं कुजबुजतच सांगावं लागलं; कारण ते तिला इतरांच्या कानावर पडायला नको होत. त्यांनी सुरुवातीला महिनाभर हॉस्पिटलमध्ये आश्रय घेतला, कारण तेव्हा जोराची लढाई सुरू होती. त्यानंतर ते घरी परतले. अतिरेकी त्यांच्या वाटेला गेले नाहीत. त्यांना झोपड्यांत रहाणाऱ्या माणसांमध्ये गम्य नव्हतं, कारण त्यांच्याजवळ लुटण्याजोगं काहीच नसे! तरीही त्यांनी झोपडीतून होतं नव्हतं ते लुटून नेलं होतं. झोपडी अजूनही उभी होती, त्याला भोकं पडली होती तरीही. ही झाली १९९२ ची गोष्ट.

शिकार करणं आता शक्यच नव्हतं. माझी आई म्हणाली की बंदुकींच्या आवाजामुळे प्राणी जंगलात आतपर्यंत पळून गेले होते. माझे वडील काही लष्करी माणसांसाठी नोकरी करू लागले; पण ते बाबांना पगारच देईनात. त्यांना वाटे की प्राणी मारून आणि शिजवून बाबांनी बराच पैसा केला आहे. बाबा म्हणाले की ते अधिक काळ त्यांच्यासाठी काम करू शकणार नाहीत, कारण त्यांना त्यांच्या मुलांचं पोट भरायचं आहे. एके रात्री दोन माणसं त्यांना शोधत आली. त्यांनी माझ्या आईवर आणि भावंडांवर बंदुकी रोखून त्यांना जमिनीवर झोपून रहायला सांगितलं. माझे बाबा त्या माणसांशी वाद घालत होते. असे करू नका म्हणून ओरडत होते. त्यांनी एका माणसाच्या हातातील बंदुकीला आपल्या दोन्ही हातांनी घट्ट धरून त्यांच्यावर नेम धरण्यापासून रोखत होते. दुसऱ्याला वाटलं की माझे बाबा त्याच्या मित्रावर हल्ला करताहेत आणि त्यानं बाबांवर गोळी झाडली. ते जमिनीवर कोसळले आणि मुलं रडू लागली. काय करावं ते आईला सुचेना. कुणीही शेजारी मदतीला आले नाहीत. अशा वेळेस सर्वजण आपापल्या झोपड्यांमध्ये चुपचाप बसत. बाबांच्या पोटात गोळी लागली होती आणि रक्तस्त्राव होत होता. दुसरे दिवशी सकाळी शेजाऱ्यांनी

लहान मुलांना सांभाळलं आणि माझी आई आणि सर्वांत मोठी दोन – तेरा आणि चौदा वयाची मुलं बाबांना स्ट्रेचरवरून हॉस्पिटलमध्ये घेऊन गेली. जरी खूप रक्त गेलं होतं तरी ते अजून जिवंत होते. त्यांना ओळखणारा एक डॉक्टर तेथे होता आणि त्यानं मदत केली. त्यानं जखम साफ केली; पण सरतेशेवटी दुसऱ्या रात्री ते धनुर्वातानं मरण पावले. ते साल होतं १९९४.

तेव्हा माझ्या बहिणीचं लग्न झालेलं होतं. ऐकायला विचित्र वाटेल की माझ्याआधीच तिला उजवून टाकली. लढाईच्या दिवसांत मुली सुरक्षित रहाव्या म्हणून त्यांना रजोदर्शन झालं – कधीकधी ते नवव्या वर्षीसुद्धा येई – की त्यांचं लग्न करून टाकत. कारण कुटुंब त्यांचा सांभाळ करू शकत नसे. तरुण मुलगा जवळपास असला, तर त्याच्या आईवडिलांशी बोलून लग्न ठरवलं जाई. लग्नानंतर तिच्यावर बलात्कार झाला, तरी ते इतकं वाईट नाही, कारण आता ती त्या कुटुंबाची घटक असे. मुली विवाहित असाव्या, बलात्काराचा कलंक लागल्यामुळे त्यांना विवाहाशिवाय राहण्याची वेळ येऊ नये, म्हणून हा उपाय होता. त्यांना वाटे ते मुलीची सुरक्षितता साधत आहेत. त्या बहिणीचा नवरासुद्धा माझ्या आईबरोबर हॉस्पिटलला गेला. तो आमच्या वंशाच्या, आमच्या शेजाऱ्यांचा चौदा-पंधरा वर्षांचा मुलगा होता. मुलं एकत्र खेळत असत. चौदाच्या वयाला तुम्ही मोठे समजले जाता, जबाबदारी उचलू लागता. माझ्या वडिलांच्या मृत्यूपूर्वी काही महिने त्यांचा विवाह झाला होता.

माझी बहीण, तिचा नवरा आणि माझ्या भावानं लहान भावंडांना 'बर आइल'ला, आमच्या मूळ गावाला न्यायचं ठरवलं. त्यांना आशा होती की तिथले नातेवाईक अमक्याअमक्याची मुलं असं ऐकून त्यांना ओळखतील. खेड्यातले लोक मोठ्या मनाचे असतात. तेथे शेतंही भरपूर आहेत. तिथे काम मिळेल अशीही त्यांना आशा वाटत होती. माझ्या बहीण-भावांना अशीही काळजी वाटत होती की माझ्या वडिलांना मारणारे पुन्हा येऊन इतर सर्वांना मारून टाकतील. ते खेड्यापर्यंत ५० ते ७० किलोमीटर पायीच गेले असणार. माझ्या आईनं त्यांना पुढे जायला सांगितलं; कारण तिला माझ्या वडिलांचं दफन करायचं होतं. डॉक्टर व शेजाऱ्यांनी तिला दफनासाठी पैशांची मदत केली. लढाईच्या काळात थडग्याची जागा विकत घेणं फार महाग असतं; कारण इतके लोक मरण पावत असतात. जमीन खोदणाऱ्यांना पैसे द्यावे लागतात. देह झाकायला पांढरा कपडा विकत घ्यावा लागतो. लढाईमुळे हे पांढरं कापडही खूप महागलं होतं. साधारणत: गाय विकत घेऊन मर्तिकासाठी आलेल्यांना तिचं मांस शिजवून खाऊ घालतात. आमच्याजवळ पैसेच नव्हते. शेजाऱ्यांनी मदत केली तरी एक छोटं बकरं घेणंच आम्हाला शक्य झालं. माझी आई आणि सर्वांत छोटी दोघं मागे राहिली. आमच्या खेड्यातून एक स्त्री परत आली तेव्हा आईला इतरांची बातमी कळली. मोठे मुलगे काम करून लहानांचं पोट भरायचा

प्रयत्न करत होते. ते 'मुदुल' नावाच्या घरात रहात होते. ते आमच्या झोपडीहून मोठं होतं.

माझ्या वडिलांच्या मृत्यूनंतर दोन लहानग्यांचं पालनपोषण माझ्या आईला कठीण पडू लागलं. ती बाजारात टोमॅटो, लिंबं, संत्री विके. मी आले त्या के.एम.४च्या तपासठाण्यावरून ती मोठ्या पोत्यानं विकत घेई. तो माल अफगोहून येत असे. आमच्या मालकाच्या शेतावरनं तर नसेल? इतका काळ आमचा असा अप्रत्यक्ष संबंध होता? मोठं पोतं तिला उचलत नसे म्हणून ती ते दोन पिशव्यांमध्ये अर्धं अर्धं विभागून भरे. मुलांना शेजारी ठेवून तिला दोन खेपा करून त्या पिशव्या आणाव्या लागत. पुन्हा लढाईची धुमश्चक्री उसळल्यावर ती आमची झोपडी सोडून निर्वासितांच्या छावणीत हलली. लोक घरातून शेतखान्यात जाईपर्यंत बंदुकींच्या फैरींमध्ये सापडून मरत. तिला बंदुकींच्या फैरीत सापडायची इच्छा नव्हती. छावणीच्या विटांच्या भिंती बंदुकीच्या गोळ्यांपासून तरी सुरक्षित ठेवत असत. छावणीत आल्यावर ती अशक्त झाली. मुलांना घेऊन भाजीच्या पिशव्या उचलणं तिला शक्य होत नव्हतं. म्हणून तिनं चहा आणि बर – तळलेला पाव – विकायला सुरुवात केली. युनिव्हर्सिटीच्या इमारतीत तिच्यापाशी ४ × ४ फुटाची छोटी खोली आणि बुर्जिको म्हणजे मातीची शेगडी होती. त्यात तुम्ही पेटवलेला कोळसा, किटली थर्मास आणि कप ठेवायचे. मला माझ्या आईचं खरोखरच कौतुक वाटतं. ती मोठी कष्टाळू होती. ती एका जागी बसून रडगाणं गाणारी नव्हती. माझी आई म्हणाली की जाल तिथं लष्करी लोकांनी ठाणी उभी केली आहेत. तुम्ही त्यांच्या वंशाचे असाल किंवा त्यांना ओळखत असाल तर ठीकच, नाहीतर पलीकडे जायला त्यांना पैसे मोजावे लागतात. त्यातली काही चौदा वर्षांची बंदूकधारी मुलंही आहेत. ते चाचपडून तुमच्यापाशी पैसे आहेत का ते शोधतात. किंवा तुम्ही स्त्री असलात तरीही तुम्हाला कपडे काढून दाखवायला सांगतात. ते तुम्हाला ठार मारायची धमकी देतात. तुम्हाला आळवणी करून हात जोडावे लागतात– मला जाऊ द्या हो. माझ्यापाशी पुरेसे पैसे नाहीत.

मी आणि माझी आई सहा दिवस एकत्र होतो. कधीकधी आम्ही रात्रभर बोलत असू. माझ्याजवळ जितके पैसे होते ते मी तिला दिले आणि आम्ही योजना आखू लागलो. आपण बर् आइलला जावं का? ती त्याच्या विरोधात होती; कारण तिथे पैसे मिळवणं सोपं नव्हतं. ती म्हणाली, तिनं पुरेशी पुंजी जमा केली तरच ती तेथे जाईल. तिला आशा वाटत होती की परिस्थिती बदलेल. नवं सरकार अधिक चांगलं असेल. मी तिला दाहिरबद्दल सांगितलं तेव्हा ती सारा दिवस रडली. तिचा त्यावर विश्वासच बसेना! तिनंसुद्धा त्या कुटुंबासाठी काम केलं होतं आणि तिला नेहमी वाटत आलं होतं की दाहिर हा शांत-सज्जन माणूस आहे. मी तिला विचारलं की

मी नैरोबीला जाण्याबद्दल तिचं काय मत आहे? ती म्हणाली, 'तिथं तुला मदत करणारं कुणी नाही. तुझी माझी एकदा चुकामूक झालीय, तसं मला पुन्हा व्हायला नकोय.'

सहाव्या रात्री आम्हाला गोंगाट ऐकू आला. बंदूकधारी माणसं लांबलचक पॅसेजमधून चालत होती. आम्ही आमचं सारं काम आटोपलं होतं, जेवलो होतो, मुलं झोपली होती आणि आम्ही गप्पा मारत होतो. मी बाहेर पाहिलं, मला चार माणसं दिसली. दाहिर आणि इतर तिघेजण होते. सुरुवातीला मला तो दिसला नाही; कारण बाहेर चांगलाच काळोख होता. वीज नव्हती, पण बऱ्याच खोल्यांमध्ये कंदील होते. त्यांचा थोडा उजेड पॅसेजपर्यंत पडत होता. इतर माणसं पुढे होती आणि त्यांचे चेहरे भीतिप्रद होते. माझ्या आईच्या खोलीशेजारी तिच्या मैत्रिणीची खोली होती. मैत्रीण एकटीच होती आणि कधीकधी ती पुरुषांबरोबर बाहेर जात असे, म्हणून खोली रिकामी होती. मी आईला म्हणाले की काहीही झालं तरी मी परत येऊन तिला भेटेन आणि मी पटकन त्या रिकाम्या खोलीत शिरले. माझी आई सुरक्षित रहावी म्हणून मला तिच्यापासून दूर जाणं भाग होतं. मी आईला खूण करून ती होती तेथेच थांबायला सांगितलं. मला ती दाहिरच्या नजरेला पडायला नको होती. कारण त्यानं तिला ओळखलं असतं आणि तिला इजा केली असती. मी धोक्याच्या परिस्थितीत असताना मला मदत करता न येणं माझ्या आईला सहन करावं लागलं, कारण माझ्या लहानग्या भावंडांचाही विचार करणं तिला भाग होतं. काही लोक (दाहिरच्या) माणसांना त्यांना काय पाहिजे असं विचारत असलेले मला ऐकू येत होतं; पण ती माणसं सांगत नव्हती. माझं काळीज धडधडत होतं.

खोल्यांना दरवाजे नव्हते; फक्त कापडं टांगलेली होती; पण एकानं मला खोलीत शिरताना बघितलं होतं. त्यानं आवाज दिला, 'इकडे ये! कोण आहे तुझ्याबरोबर?' मी उत्तर दिलं, 'कुणीच नाही.' त्यानं मला घट्ट धरून खेचत खोलीत जोरात ढकललं. त्या माणसांनी मला ओळखलं होतं, कारण मी त्यांच्यासाठी स्वयंपाक करत असे. त्यानंतर दाहिर आत आला आणि त्यानं विचारलं, 'तू पळून का गेलीस?' त्यानं मला घट्ट पकडलं. मी म्हणाले, 'मला माझ्या गोष्टी घेऊ देत, मी तुझ्याबरोबर येते.' पण त्याला वाटलं की मी पळून जायच्या प्रयत्नात आहे. म्हणून त्यानं मला मागे खेचलं. मी माझ्या आईचा निरोप घेण्याची धडपड करत होते. एका माणसानं बंदुकीच्या दस्त्यानं माझ्या डोक्यावर जोराचा प्रहार केला. माझं डोकं ठणकू लागलं. मग त्यानं माझ्या पायावर लाथ मारली. ती लाथ इतकी जोरात होती की मला चालणं दुरापास्त झालं. त्यांनी मला जीपकडे खेचून नेलं आणि जीपमध्ये मागच्या बाजूला खाली बसवलं. दाहिर ड्रायव्हरपाशी पुढे 'कात'चं पान चघळत बसला. माझ्या डोक्याला टेंगूळ आलं होतं. घरी परत जाताना माझ्या

डोक्यात विचारांची गर्दी झाली होती. माझ्या वडिलांचा मृत्यू, माझ्या आईपासून अचानक ताटातूट, मला कुठं शोधायचं ते दाहिरला लक्षात येणं. कदाचित या कुटुंबाच्या ओळखीच्या त्या स्त्रीकडून त्याला हा सुगावा लागला असावा. मला बरं वाटत होतं की माझ्या आईला निदान माझा ठावठिकाणा लागला होता. पुढल्या वेळेस पळून जाणं सोपं झालं असतं.

त्या दिवसापासून त्या वृद्धेनं माझ्याशी बोलणं सोडलं. माझ्या कुटुंबीयांच्या शोधासाठी जाऊन मी तिचा विश्वासघात केला, असं तिला वाटत असणार. ते किती क्रूर होते; मी कुणाला त्याच्या इच्छेविरुद्ध असं डांबून घालू शकले नसते. ते माझ्याशी अधिक चांगले वागले असते तर मी परत आले असते आणि त्यांच्याकडे काम करण्यासाठी माझ्या आईलासुद्धा सोबत घेऊन आले असते. त्या मुली पहिल्यापेक्षा अधिक अत्याचारी झाल्या होत्या. दाहिर म्हणाला, 'तू पुन्हा कधीही असं करू नकोस.' आता तर मला पूर्वीप्रमाणे शेतावर जाऊन भाज्याही घेऊन यायची परवानगी नव्हती. माझ्याशी कुणीही बोलत नसे. अगदी शेतावरले लोकसुद्धा! त्यांना वाटत असे की ते अडचणीत सापडतील.

मी परत आल्यावर तिसऱ्या रात्री दाहिर पुन्हा माझ्या खोलीत आला. मी आता धीट झाले होते. माझी चेतना दुणावली होती. माझ्या कुटुंबीयांची बातमी मला लागली होती. पूर्वी मी एक शब्दही बोलत नसे. मला काही आशाच उरली नव्हती. मी फक्त रडत बसे. आता मी त्याच्याशी बोलू लागले. मी म्हणत असे, 'तू अगदी घृणास्पद आहेस. तू चांगला मुसलमान नाहीस. तू लोकांना लुबाडून त्यावर जगतोस.' तो म्हणे, 'हा व्यवहार आहे. तुम्ही लोकांना गोष्टी विकता व त्यासाठी पैसे घेता. त्यात काही वावगं नाही.' मी म्हणत असे, 'तू नरकात पिचशील. या साऱ्याला मी जबाबदार नाही. तूच आहेस. तू असं वागण्याऐवजी कुणाशी लग्न का करत नाहीस?'

१९९५ च्या सप्टेंबर महिन्यात दाहिर मला एका धर्मगुरूकडे घेऊन गेला. मला वाटतं कुटुंबातील आणखी कुणाला तरी आमच्याबद्दल कळलं होतं. तो कुटुंबप्रमुख असल्यामुळं कोणीही त्याला प्रश्न विचारले नाहीत. मला वाटतं त्याच्या बहिणीनं आम्हाला बघितलं. ती मला 'शर्मुटो' म्हणजे वेश्या म्हणू लागली. तिला वाटलं की मी तिच्या भावाला भुरळ घातली होती आणि मी त्याला दूर ठेवायला हवं होतं. माणसाला बलात्कार करण्यापासून तुम्ही कसं थोपवणार? कदाचित ती त्याच्याशी काहीतरी बोलली. मला ठाऊक नाही; पण एके रात्री नऊ वाजता त्यानं मला बाती आणि गर्बासार देऊन तयार व्हायला सांगितलं. आम्ही कुठे चाललो आहोत ते तो मला सांगेना. माझी खात्री पटली की तो मला ठार मारणार. साधारणपणे तुम्हाला मारून टाकण्यापूर्वी ते तुम्हाला नवे कपडे देतात, तुम्हाला

कुठेतरी नेतात आणि 'शहादा' म्हणायला सांगतात. शहादा म्हणजे, 'अल्लाखेरीज दुसरा देव नाही आणि मोहोम्मद त्याचा दूत आहे.' सौदी अरेबियात कुणाला ठार मारण्यापूर्वी ते त्यांना 'शहादा' म्हणायला लावतात. सर्वजण झोपले होते. आम्ही घरातून चालत जात असताना मुलांपैकी एक रडत असलेलं माझ्या कानावर पडलं. फक्त घराचे रखवालदार जागे होते, रेडिओ ऐकत होते. मी दाहिरला पुन्हापुन्हा विचारत होते की आम्ही कुठे चाललो आहोत. तो गाडी चालवत होता आणि उत्तर देत नव्हता. दाहिरनं वीसएक मिनिटं गाडी चालवली. माझ्यापाशी घड्याळ नव्हतं. मी फरिदाच्या खोलीत जाऊन घड्याळ बघत असे. माझ्यापाशी कॅलेंडर नव्हतं आणि काळाचा हिशेब ठेवणं फार कठीण होतं.

आम्ही एका जागी पोचलो, तिथं एक माणूस मांडी घालून बसला होता. त्याच्याजवळ आणखी एक माणूस बसला होता. त्यांनी मला पाठीमागे बसायला सांगितलं. तो अरबी भाषेत बोलत होता. मला थोडं अरबी येत असलं तरी तो काय बोलतोय हे मला कळलं नाही. ते कुराण नव्हतं. 'मेहेर'च्या वेळेस – वधूवरांच्या शपथविधीच्या वेळेस – काय बोलाल तसं ते वाटत होतं; पण माझं लग्न झालेलं नव्हतं म्हणून मला अंदाज नव्हता. दाहिरनं त्या वृद्धाशी हस्तांदोलन केलं आणि म्हणाला, 'हीच ती स्त्री.' आणि त्या सर्वांनी माझ्याकडं बघितलं. मला अंगठी दिली नव्हती. हा माणूस खरा 'इमाम' किंवा 'शेख' नव्हता. हे सारं धार्मिक विधिवत झालेलं नव्हतं. खरं तर तुम्ही मुलीला विचारता की तिची विवाहाला संमती आहे का, मी बहुदा 'हो' म्हटलं असतं; पण त्यांनी हा प्रश्न विचारलाच नाही. तुम्ही वधूला विचारायचं असतं की तिचं वय काय, ती या माणसाला नावानं ओळखते का आणि तिचा हुंडा किती?

आम्ही परत आल्यावर तो मला म्हणाला, 'आता तू माझी पत्नी आहेस.' परवानगीची जरूर नाही. आता हा बलात्कार कायद्यानं संमत झाला होता. आता मी म्हणू शकत नव्हते की तो चांगला मुस्लीम नाही. त्याच्या देवाच्या परवानगीनं तो हवं तसं वागायला मुक्त होता. मी अजून त्याची नोकर होते. मी अजून माझ्या जुन्या खोलीत झोपत होते. मी त्याच्या खोलीत हलले नव्हते. त्याच्या बहिणी मला मारहाण करत ते त्याला ठाऊक होते. तो म्हणे, 'त्यांना राग येईल असं वागू नकोस,' किंवा म्हणे की तो त्यांच्याशी बोलेल; पण तो कधीच त्यांच्याशी बोलला नाही. मला कुटुंबीय नव्हते. रीतसर विवाह होण्याची शक्यता नव्हती. माझं आयुष्य निवडायचं स्वातंत्र्य नव्हतं. मला माझ्या मित्राची आठवण येई आणि रडू फुटे. ही लढाई सुरू झाली नसती तर माझं आयुष्य किती वेगळं झालं असतं. माझं माझ्या प्रेमाच्या माणसाशी लग्न झालं असतं. मला जगावंसं वाटत नव्हतं; पण मला मरायचीही इच्छा नव्हती.

दाहिर घरी असला की दररोज रात्री माझ्या खोलीत येई. कधीकधी मी झोपलेली असताना माझा स्कर्ट उचलून तो समागम करी. मी काहीच घडलं नाही असं ढोंग करत पडून राही. कधीकधी मी प्रतिकार करी; पण तो मला घट्ट धरून ठेवे. सुरुवातीला मी न्हाणीघरात जाऊन मला स्वच्छ करून येई. त्यानंतर त्याच्या बहिणी मला बघतील या भीतीनं मी तेही बंद केलं. त्या आता माझ्या खोलीपाशी येऊन मला मुलांसाठी दूध गरम करून द्यायला सांगत नसत. मी त्याला म्हणत असे की त्याच्या वडिलांना जर याचा पत्ता लागला तर मी ठार मारली जाईन; कारण मी त्यांच्या कुळाला काळिमा लावत होते. त्याचे कुटुंबीय म्हणतील की विवाह करण्याजोग्या इतक्या मुली आहेत. तो माझ्याशी का संबंध ठेवतो आहे? एका आइल वंशीय मुलीशी? मला वाटतं त्याला लग्नबंधनाचं जोखड नको होतं. या संबंधात त्याला हवं तेव्हा समागमाचं सुख मिळवता येई आणि कुणाचीच तक्रार नव्हती. बायकोची त्याला काळजी घ्यावी लागली असती. कदाचित ती त्याच्या मुलांशी दुष्टाव्यानं वागली असती. त्याच्या मुलांना माझा लळा होता. त्याचा छोटा मुलगा मी माझ्या मांडीवर घेतला तरच कुराण वाचत असे. कुराण शिकवणारे गुरुजी आले की तो रडू लागे.

परिस्थिती आणखी वाईट होत होती. शेजारी सोडून चालले होते. काहीजण युरोपला निघून गेले. दाहिरला निघून जायची इच्छा नव्हती; पण आमच्या संबंधांचा वावगेपणा त्याच्यावर दडपण आणत होता. त्याच्या बहिणींनी लष्करातल्या लोकांना माझ्याबद्दल सांगितलं असतं, तर त्यांनी मला ठार मारलं असतं. जरी दाहिर त्या टोळीत सर्वांत बलाढ्य होता, तरी ते त्याच्याहून वयानं मोठे होते आणि आमच्या समाजात वय लोकांना बलिष्ठ बनवतं. त्यांनी त्याला पटवलं असतं की तो जे करत होता ते अयोग्य होतं. आणि त्यांच्या हाती बंदुका आणि तोंडात 'कात' असला की काहीही घडू शकलं असतं. कधीतरी २००० साली तो मला म्हणाला, 'तुला निघून जायचं असलं तर मी तुला मदत करतो. तुझी जायची तयारी आहे?' मी विचारलं, 'मी तुला कुठे जायला हवी आहे?' आणि त्यानं उत्तर दिलं, 'युरोपला, माझ्यापाशी थोडा पैसा आहे. मी त्यासाठी पैसे देऊ शकतो.' तो पुढे म्हणाला, 'माझ्यापासून पळून जायचा किंवा तुझ्या नातेवाइकांना शोधायचा विचारही करू नकोस.' तो म्हणाला की मी त्याच्या मुलांना तेथे नेण्यासाठी हालचाल करावी. मी अधिकाऱ्यांना सांगावं की मी त्याची पत्नी आहे. मग तो त्याच्या मुलांबरोबर युरोपला येईल आणि त्यांना माझ्याजवळ सोडेल. मी त्यांची भावंडांप्रमाणे काळजी घेत होते आणि तिथे त्यांना भविष्य असेल. त्यांच्या आत्यांना त्यांच्याकडे बघायला वेळ नव्हता. त्याच्या परिस्थितीत तो ते करू शकत नव्हता. मी त्याला सांगितलं की मी त्याच्या मुलांना युरोपला नेण्यासाठी कागदोपत्री अर्ज करीन. मी कधीच बंडखोरपणे वागले नव्हते.

मी त्याच्याबद्दल कुणापाशी तक्रारही केली नव्हती. कदाचित त्याला वाटलं असेल की माझ्यावर विश्वास ठेवायला हरकत नाही. तो मला म्हणाला की मला केनियात न्यायला तो एका दलालाला पैसे देईल. तो म्हणाला, 'काही अडचण आली तर परत निघून ये.'

माझी अजिबात अपेक्षा नसताना तो समय आला. मी या तुरुंगात अकरा वर्षं काढली. मग एके दिवशी तो त्याच्या बहिणींना म्हणाला की मी त्याच्यासाठी काहीतरी विकत घ्यायला बाहेर चालले आहे. त्यानं मला सांगितलं की अफगोच्या बाजारात ह्या अमुक दुकानात जाऊन हादिजाला भेट. हे सारं अचानक घडलं. मी माझ्याबरोबर काहीच नेलं नाही. मी पँट व वर झगा चढवला. माझ्यापाशी पैसेही नव्हते, कारण मी त्याला पळून जायला नको होते. मी ते दुकान शोधलं आणि तिला सांगितलं की दाहिरनं मला पाठवलं आहे. ती म्हणाली, पहाटेपूर्वी थोडा वेळ आपण निघू. मी कपडे बदलायच्या फंदात पडले नाही. मी तशीच आडवी झाले; पण मला झोप येईना. मी भविष्याचा विचार करत होते. ती मध्यरात्री माझ्या खोलीत आली. मी उठून होते तशी निघाले. मी फळं, केळी आणि साखर घेऊन केनियाला निघालेल्या ट्रकमध्ये चढले. आम्ही पाचजण होतो. ती, मी, आणखी दोन स्त्रिया आणि एक मूल. आम्ही तीन दिवस प्रवास केला. आम्ही दुपारच्या जेवणासाठी थांबत असू. छोट्याशा टपऱ्या असत किंवा माझ्या आईसारखी माणसं अन्नपदार्थ विकत असत. दर वेळेस जेवल्यावर मला उमासे येत कारण मी अतिशय थकून गेले होते. आम्ही रात्री ट्रकजवळ जमिनीवरच झोपत असू.

सरहद्दीवर आम्हाला इस्माईल भेटला. तो आमच्यासोबत प्रवास करू लागला. ते सर्वजण स्वाहिली भाषेत बोलत. ती भाषा मला समजत नसे. केनियात प्रवेश करणं अवघड गेलं नाही. सरहद्दीवरच्या सैनिकांची ड्रायव्हरांशी ओळख होती. त्यांनी त्यांना आमचे कागदपत्र दाखवले. केनियातील सैनिक ज्या तऱ्हेने बोलतात आणि त्यांची बंदूक धरतात त्यानं फार भीती वाटते. मला सैनिकांची नेहमीच भीती वाटे. आम्ही सरहद्दीवरल्या गावातल्या लहान पथिकाश्रमात गेलो. तेथे खूप सोमाली होते. आम्ही पोचल्याच्या दुसऱ्या दिवशी हादीजा मला दुकानात घेऊन गेली आणि तिने माझ्यासाठी कपडे आणि बूट विकत घेतले. ती म्हणाली, इथे इतकं सुरक्षित वातावरण नाही आणि मी हॉटेलमध्येच राहिलेलं बरं. ती म्हणाली की कधीकधी केनियाचे सैनिक हॉटेलमध्ये येऊन कागदपत्रं मागतात. त्यांना लाच द्यावी लागते, नाहीतर ते तुम्हाला तुरुंगात नेऊन इजा करतात. ती फारच चांगली स्त्री होती. ती दुसरे दिवशी सकाळी परत गेली.

इस्माईल आणि मी नैरोबीला गेलो. तिथे त्याने एका छोट्या हॉटेलमध्ये भाड्यानं खोली घेतली होती. आम्ही तेथे दोन महिने राहिलो. तो म्हणाला की मला

काहीही हवं असेल तर मी त्याला सांगावं आणि तो ते मला आणून देईल. मला खालच्या दुकानांमध्ये जाऊन जेवण विकत आणण्याची परवानगी होती. ते मी हॉटेलच्या खोलीत घेऊन येत असे. इस्माईल मला पैसे देत असे. कधीकधी तो मला सोमाली रेस्टॉरंटमध्ये घेऊन जात असे. त्यानं माझ्याशी कधीही गैरवर्तन केलं नाही. तो रीतीनं वागणारा धंदेवाईक होता. त्याची एक गोष्ट मला आवडत नसे; तो कधीही काही सांगत नसे. तो फक्त म्हणे, 'काळजी करू नकोस.' जर मी त्याला विचारलं की आम्ही केव्हा प्रवास करणार, तर तो म्हणे, 'तू लवकरच निघशील.' ते ज्यांना पोचवत असतात त्या लोकांशी ते बोलत नाहीत; कारण त्यांना अधिक माहिती असणं धोक्याचं असतं.

अमेरिकेला जाण्यासाठी अर्ज केलेल्या काही सोमाली मुली मला भेटल्या. मुलींनी मला सांगितलं की युरोपला जाण्यासाठी लोक खूप पैसे भरत. त्यांच्या चुलतभावानं हॉलंडला जाण्यासाठी ४००० डॉलर भरले होते. त्या वेळेस प्रथमच मला या गोष्टी कळल्या. एकदा मुलींनी एक मेजवानी केली. ती रात्री नवाला संपली आणि आम्ही अजून गप्पागोष्टी करत होतो. त्याच वेळेस बूट घातलेल्या बंदूकधारी केनियाच्या सैनिकांनी आमचा दरवाजा ठोठावला. काही लोकांनी खिडकीतून उड्या मारायचा प्रयत्न केला; कारण त्यांना ठाऊक होतं की सैनिक पैशांची मागणी करणार. ते कागदपत्र मागत होते. मी लपून बसले, कारण माझ्याजवळ काहीच कागदपत्रं नव्हती. एक शिपाई खोलीच्या मध्यभागी आला आणि त्यानं मुलींना घाबरवून पैसे उकळले. तो म्हणाला की त्याला त्या ऐकत होत्या, तो रेडिओ हवा आहे. त्यांनी त्याला तोही दिला. हे फारच धक्कादायक होतं. त्यांचे शिपाई सोमालींशी फार वाईट वागतात.

इस्माईलला मी सांगितलं की माझ्याजवळ पुरेसे कपडे नाहीत. मग त्यानं माझ्यासाठी स्कर्ट आणि पँट विकत आणल्या. मग आम्हाला इंग्लंडला विमानानं जायची संधी मिळाली. तो म्हणाला की मी लढाईपासून पळून चालले आहे असं सांगून युरोपात मला आसरा मिळू शकेल; पण पुढे मला लक्षात आलं त्याप्रमाणे हे पुरेसं नव्हतं. आश्रय मिळायला तुम्ही छळापासून वाचायला पळून येत असलं पाहिजे म्हणूनच त्यांनी माझा अर्ज नाकारला. तुम्ही अल्पसंख्याकांपैकी असणं पुरेसं नाही. इस्माईलनं माझ्यासाठी नकली पासपोर्ट बनवला होता. त्यावरला फोटो माझ्यासारखा थोडासाच वाटत होता. मी तो एकदाच पाहिला. हा पासपोर्ट केनियाचा असावा; कारण तो निळ्या रंगाचा होता. सोमाली पासपोर्ट हिरवे असतात; पण त्याच्यापाशीच सारे कागदपत्र असत.

ज्या दिवशी आम्ही प्रवास करणार होतो, त्याच दिवशी त्यानं मला मी ज्या पद्धतीनं माझं डोकं झाकत असे त्यात बदल करून पासपोर्टमधल्या व्यक्तीसारखं

दिसायला सांगितलं. आम्ही रात्री टॅक्सीनं एअरपोर्टला गेलो. वाटेत प्रत्येक शिपायानं आम्हाला पैशांची मागणी करत त्रास दिला. आम्ही केनियन एअरलाइन्सच्या विमानानं रोमला पोचलो. लोकांनी मला माझ्या इटलीतील मुक्कामाबद्दल मौन पाळायचा सल्ला दिला. कारण (ब्रिटिश) गृहखात्यानं मला विचारलं असतं की पहिल्या सुरक्षित देशात तू आश्रयासाठी अर्ज का केला नाहीस? तू ब्रिटनला पोचायच्या प्रयत्नात का होतीस? ब्रिटन निवडायचं लोकांचं एक कारण असतं की त्यांना ती भाषा येत असते. केनियात तुम्ही आश्रय मागू शकत नाही. आणि नाहीतरी मला केनिया, खासकरून ते शिपाई आवडले नव्हतेच. त्यापेक्षा मी माझ्या देशात परत जाणं पसंत केलं असतं.

आम्ही रोममध्ये इस्माईलच्या ओळखीच्या सोमाली स्त्रीच्या घरी राहिलो. ती फारच छान बाई होती. तिच्याकडे कपडे धुवायचं मशीन होतं. तिनं मला विचारलं की मी तुझे कपडे धुवून देऊ का आणि मी म्हटलं, 'नको, मी माझे कपडे स्वत:च धुवून टाकीन.' मग तिनं मला कपडे धुवायचं मशीन कसं वापरायचं ते दाखवलं. मला वाटलं होतं की मशीनमधून आलेले कपडे पिळावे लागतील; पण मशीनमधून ते पिळूनच बाहेर आले. सगळीकडे छान आणि स्वच्छ होतं. आम्ही दूध विकत आणायला बाहेर पडलो तेव्हा रस्त्यावर चालायला भीती वाटत नव्हती. अशी शांतता पाहिली की आश्वस्त वाटतं. खूप दिवसांनंतर मी शांत झोपले. भीतीपासून मुक्तता कशी वाटते हे वर्णन करायला माझ्यापाशी शब्द नाहीत. माझं दार ठोठावत कोण उभं राहील या काळजीत मी इतका काळ घालवला होता, माझं भाग्य की मला वेड लागलं नाही! मी थरथर कापत कधीकधी पेले खाली पाडत असे. मी आता तशी नाही. इंग्लंडमध्ये माझ्या हातून पेले फुटलेले मला आठवत नाहीत. अन्न मुबलक होतं. पण माझी इतकी प्रदीर्घ काळ उपासमार झालेली होती, की दिवसाकाठी एकापेक्षा जास्त वेळा खाल्लं की मला उमळून येई.

हो! अशा गोष्टी होत्या की ज्या मी कधीच पाहिल्या नव्हत्या... विमानतळावरचे फिरते जिने आणि लिफ्ट; कॉफी बनवणारी मशीन. मला प्रश्न विचारायची भीती वाटे; कारण मला माझं अज्ञान दाखवायचं नव्हतं; पण इस्माईलनं मला सांगितलं की वर-खाली जायला तुम्ही लिफ्ट वापरू शकता. मग आम्ही आगगाडीनं मिलानला गेलो. मी आधी कधीच आगगाडीनं प्रवास केला नव्हता. इस्माईल म्हणाला की त्याचे पैसे मिलानमध्ये आहेत, ते त्याला घ्यायचे आहेत. मला मिलानमध्ये एक केंद्र चालवणारे सोमाली लोक भेटले. तुम्ही कोण आहात, कोणत्या वंशाचे आहात याची कुणालाही फिकीर नव्हती. ही फार छान गोष्ट होती. इथून आम्ही बेल्जियमला गेलो. दोनदा थांबून आम्ही गाड्या बदलल्या. आम्ही पहाटे चारला निघालो आणि दुसऱ्या दिवशी संध्याकाळी बेल्जियमला पोचलो. मला वाटतं, वाटेत आम्ही स्वित्झर्लंड आणि

फ्रान्स ओलांडलं. आतासारखी मला तेव्हा जास्त माहिती नव्हती. देशांतराचे कागदपत्रं तपासणारे अधिकारी गाडीत येऊन आमचे कागदपत्रं तपासत. मी इस्माईलची पत्नी किंवा मुलगी म्हणून चालले होते. नक्की कोण ते मला खात्री नाही. पासपोर्ट बेल्जियमला राहणाऱ्या सईदा नावाच्या सोमाली स्त्रीचा होता. मला वाटतं ती माझ्यासाठी ब्रिटनचा व्हिसा (प्रवेशपरवाना) मिळवणार होती, त्यामुळे आम्ही ब्रिटनला परस्पर जाऊ शकलो नाही. बहुदा इस्माईलनं तिला तिचा पासपोर्ट वापरू दिल्याबद्दल पैसे दिले असावेत. कधीकधी ते पासपोर्ट चोरून घेतात, त्यातला फोटो काढून तुमचा तिथं चिकटवतात; पण आता विमानतळावरची मशीन हे ओळखून काढतात.

आम्ही ब्रुसेल्समध्ये सईदाबरोबर राहिलो. आम्ही स्टेशनपासून टॅक्सी घेऊन ब्रुसेल्सच्या मध्यवर्ती भागातून गेलो. फारच सुरेख होतं सारं. सर्वत्र फुलं आणि दिवे होते. मला तिथेच राहाण्याची इच्छा होती; पण इस्माईल म्हणाला की त्यानं मला इंग्लंडला पोचवायचं कबूल केलं आहे. मला कधीतरी ब्रुसेल्सला जायला फार आवडेल. साऱ्या दु:खानंतर तो एक आनंदाचा काळ होता. आता माझ्या मनातला कडवटपणा निघून गेला होता. जरी त्याच्या बलात्कारानं मी माझं मोलाचं कौमार्य गमावलं होतं, तरी मी दाहिरला मनोमन माफ करून टाकलं. कौमार्य गमावण्याचं दु:ख मला कायम जाळत राहील. स्त्रीसाठी प्रथम कौमार्यभंग होतं तो क्षण फार महत्त्वाचा असतो. मी लहान होते आणि २००० सालाबद्दल विचार करत असे, तेव्हा मी कल्पना करीत असे की मी तेव्हा आई झाले असेन. मला पदोन्नतीची महत्त्वाकांक्षा नव्हती; पण शिक्षिका किंवा सुईण म्हणून काम करायची कल्पना मला आवडत असे. ह्याच कामांची माझी कायम इच्छा होती. माझ्या आईला माझ्या लहान बहिणीला जन्म देताना पाहून मी भारावून गेले होते.

आम्ही हीथ्रो विमानतळावर सकाळी लवकरच पोचलो. इस्माईलनं आमचे पासपोर्ट दाखवले आणि काही अडचण न येता आम्हाला प्रवेश मिळाला. आम्ही बसने हन्स्लॉमधील एका रिकाम्या घरी पोचलो आणि रात्री तेथे राहिलो. सकाळी तो मला म्हणाला, की तो मला साऊथहॉलमधील एका सोमाली केंद्रावर नेईल. इस्माईल म्हणाला, 'हीच जागा आहे, जिथं मी तुला आणून सोडायचं कबूल केलं होतं. तू स्वतंत्र देशात आहेस. तू आश्रय मागू शकतेस. तुला तो पोलीस अधिकारी दिसतोय. त्याच्यापाशी जा आणि सांग की तू आश्रय मागते आहेस. तू मला कुठे पाहिलंस तर मला ओळख दाखवू नकोस. मीही तुला ओळख दाखवणार नाही. मी तुझ्याशी बोलणारदेखील नाही. त्यानं मला जवळजवळ १०० डॉलर दिले. तो म्हणाला, 'हे तुझे पैसे आहेत. ते वापर आणि मजेत रहा.' मला सोमालियातून इथे पोचायला तीनहून जास्त महिने लागले होते. एकदा इंग्लंडला येऊन पोचल्यावर

मला दाहिरबद्दल विचारही करायचा नव्हता. मी त्याला कधीच फोन केला नाही.

इंग्लंडमध्ये गृहखात्यानं आश्रयाचा अर्ज स्वीकारल्यानंतर माणूस कायदेशीरपणे निर्वासित (रेफ्यूजी) म्हणून गणला जातो. जेव्हा माणसानं आश्रयासाठी अर्ज केलेला असतो आणि निर्णयाच्या प्रतिक्षेत असतो, तेव्हा त्याला 'असायलम सीकर' अथवा 'आश्रय मागणारा' असं म्हटलं जातं, अशा आश्रय मागणाऱ्याचे बोटांचे ठसे घेतले जातात, त्याचा फोटो काढला जातो आणि त्याला ARC ऊर्फ ॲप्लिकेशन रजिस्ट्रेशन कार्ड (अर्जाचं नोंदणी कार्ड) दिलं जातं. हे आय.एन.डी. ऊर्फ इमिग्रेशन ॲन्ड नॅशनॅलिटी डायरेक्टरेटकडून दिलं जातं. EEC– युरोपिअन इकॉनॉमिक कम्युनिटी खेरीज इतर आश्रयासाठीच्या सर्व अर्जदारांना पहिल्या अर्जानंतर एका छोट्याशा चाचणी मुलाखतीनंतर ते दिलं जातं. त्यानंतर (त्वरित प्रक्रियेत त्यांना थांबवलं गेलं नाही तर) त्यांना मोठ्या मुलाखतीसाठी बोलावलं जातं. तत्पूर्वी त्यांना कधीकधी गुंतागुंतीचा वीस पानी अर्ज इंग्रजीत भरून द्यावा लागतो. एस.ई.एफ. म्हणजेच स्टेटमेंट ऑफ एव्हिडन्स फॉर्म (पुराव्याचा दाखला) भरून द्यावा लागतो; ज्यात आश्रय मागण्यासाठीची कारणं आणि त्याचं समर्थन करणारे पुरावे द्यावे लागतात. इमिग्रेशन ॲन्ड नॅशनॅलिटी डिरेक्टरेटने (IND) लेखी निर्णय दोन महिन्यांत द्यायचा असतो. त्यांच्या निर्णयानंतर त्यावर अपील करता येतं. (वरच्या अधिकाऱ्याकडे खटला नेता येतो.)

आश्रय मागणाऱ्याची पार्श्वभूमी लक्षात घेऊन, त्याची विश्वासार्हता लक्षात घेऊन, त्यांच्या देशातील सद्य राजकीय परिस्थिती आजमावून त्या देशांचा मानवी मूलभूत हक्कांसंबंधीचा पूर्वेतिहास लक्षात घेऊन आणि शक्य असेल तर शारीरिक छळ व अत्याचाराबद्दलचा पुरावा पडताळून (IND) अर्जाबाबत निर्णय घेतं. आश्रय मागणाऱ्याने जर दाखवून दिलं की त्याला वंश, धर्म, नागरिकत्व, विविक्षित सामाजिक गटाचं सभासदत्व किंवा राजकीय मत या मुद्यांवरून छळ वाट्याला येण्याची साधार भीती असल्यास त्याला निर्वासिताचा दर्जा दिला जातो... १९५१ चं यू.एन. कन्व्हेन्शन ऑन रेफ्यूजीज ऊर्फ जिनिव्हा कन्व्हेन्शनच्या नियमांनुसार.

परंतु ऑगस्ट २००५ पासून निर्वासितांना अमर्यादित काळासाठी राहाण्याची परवानगी दिली जात नाही. त्यांना मर्यादित काळासाठीच – सुरुवातीला पाच वर्षांसाठी राहाण्याची परवानगी दिली जाते. पाच वर्षांनंतर त्यांचा अर्ज पुनर्विचारासाठी घेतला जातो आणि त्यांच्या मूळ देशाची परिस्थिती बदलून आता त्यांचा छळ होण्याची शक्यता नाहीशी झाली आहे का, याचा आढावा घेण्यात येतो. या टप्प्यावर निर्वासित परत पाठवला जाण्याची शक्यता असते. निर्वासित दर्जाच्या माणसांना कुटुंबीयांना भेटायचा; कल्याणनिधी, घर व आरोग्यभत्ता मिळवायचा व

काम करायचा पूर्ण अधिकार असतो. आश्रय मागणाऱ्यांना त्यांच्या अर्जाची सुनावणी होईपर्यंत पैसे घेऊन किंवा बिनपगारी काम करायचा हक्क नसतो. सरकारनं अर्ज भरभर हलावेत म्हणून उपाय योजले असले तरीसुद्धा या प्रक्रियेला बारा महिन्यांपर्यंत वेळ सहज लागू शकतो.

जर आश्रयासाठीचा अर्ज सुरुवातीला नाकारला गेला असला, तर अर्जदाराला बहुदा फेरविचाराची विनंती (अपील) करायचा हक्क असतो. जरी अर्जदार जिनिव्हा कन्व्हेन्शनच्या नियमात बसत नसले, तरी त्यांना ह्युमॅनिटेरियन प्रोटेक्शन (मानवतेच्या निकषाखाली संरक्षण) किंवा डिस्क्रीशनरी लीव्ह (तारतम्यावर आधारित परवानगी) मिळू शकते. जेव्हा गृहमंत्रालयाला वाटतं की मृत्यू, छळ किंवा इतर माणुसकीशून्य किंवा मानहानिकारक वर्तणूक मिळण्याचा खराखुरा धोका आहे आणि हा जिनिव्हा कन्व्हेन्शनच्या काटेकोर नियमात बसत नसला तरी १९५० च्या ECHR (युरोपिअन कन्व्हेन्शन ऑन ह्यूमन राइट्स) अखत्यारित बसण्याजोगा आहे तेव्हा ह्युमॅनिटेरिया प्रोटेक्शन (मानवतेच्या निकषाखाली संरक्षण) दिलं जातं.

ज्यांना निर्वासितांचा दर्जा किंवा ह्युमॅनिटेरियन प्रोटेक्शन मिळण्याजोगे नसते; पण ज्यांना हलवणंही शक्य नसतं अशांना गृहमंत्रालय डिस्क्रीशनरी लीव्ह (तारतम्यावर आधारित परवानगी) देऊ शकतं. अशी परिस्थिती उद्‌भवू शकते, कारण कधी गंभीर वैद्यकीय कारण असतं; ज्यामुळे प्रवास किंवा त्यांना परत पाठवणं प्रकृतीला धोक्याचं ठरतं किंवा त्यांना परत पाठवल्यामुळे कुटुंबासमवेत राहणं अशासारख्या मूलभूत मानवी अधिकाराची पायमल्ली होणार असते. डिस्क्रीशनरी लीव्ह साधारणत: तीन वर्षांच्या काळासाठी दिली जाते. ह्युमॅनिटेरियन प्रोटेक्शन किंवा डिस्क्रीशनरी लीव्ह मिळालेल्या लोकांना रेफ्यूजी दर्जाच्या लोकांसारखेच फायद्यांवर हक्क असतात. डिस्क्रीशनरी लीव्हवर असलेल्यांना इनडेफिनिट लीव्ह टू रिमेन (अमर्यादित काळासाठी राहाण्याची परवानगी) साठी सहा वर्षांनंतर अर्ज करता येतो; पण त्यांचे अर्ज तीन व सहा वर्षं अशा दोन्ही टप्प्यांवर विचारात घेतले जातात.

बहुतेक सर्व वेळा जो माणूस (मुलं नसलेला) आश्रयमागणी प्रक्रियेच्या शेवटच्या टप्प्यावर पोचला आहे आणि ज्याला अपील करायचा आणखी हक्क नाही, त्याचा आश्रयाचा अर्ज शेवटी नाकारला गेल्यानंतर त्याला मिळणारं आर्थिक सहाय्य एकवीस दिवसांनी बंद केलं जातं. आश्रयाचा अर्ज नाकारला गेलेले लोक जर दाखवू शकले की ते त्यांना इंग्लंडहून परत पाठवण्याच्या प्रक्रियेत सहकार्य देत आहेत, ते इंग्लंड सोडायला असमर्थ आहेत, त्यांचं अपील हायकोर्टात सुनावणीसाठी अडकलेलं आहे किंवा त्यांनी आश्रयासाठी नवीन अर्ज केलेला आहे, तर त्यांना गृहमंत्रालयाकडून मूलभूत मदत मिळू शकते.

इस्माईलनं मला 'हवाला' चलनपेढीवर नेलं. इथून सोमाली लोक पैसे आमच्या देशात पाठवतात. तिथं माणसांची गर्दी होती. तो म्हणाला, 'इथं बस, कदाचित तुला ओळखीचं कुणीतरी भेटेल.' मी रडू लागले. तुम्ही जेव्हा एखाद्या जागी नवे असता तेव्हा तुम्हाला मदतीची जरुरी असते. कुठे झोपायचं, कुठं काम शोधायचं, नवं आयुष्य कसं सुरू करायचं, याची काळजी माझ्याच डोक्यावर येऊन पडेल अशी मला कल्पना नव्हती. मला स्वयंपाक येत होता. मी मुलं सांभाळू शकत होते, घर साफ करू शकत होते. कष्टांची माझी तयारी होती. माझ्यापाशी जरुरीच्या वस्तूंची छोटीशी बॅग होती आणि इटलीतल्या त्या स्त्रीनं मला दिलेला वॉकमन होता.

सरतेशेवटी मी 'हवाला'मध्ये काम करणाऱ्या माणसाला विचारलं की मी ज्यांच्यासाठी काम करत होते त्या हाविये कुटुंबापैकी कुणाला तो ओळखत होता का? त्यानं मला विचारलं की मी इथं नव्यानंच आले आहे का आणि इतर कुणाला मी ओळखते का? मी नकार दिला. मग लैला नावाची स्त्री आली. ती घरी पैसे पाठवत होती. ती माझ्यासमोर बसली. तिनं तिथं काम करणाऱ्या माणसाला खुणेनं विचारलं की मला कसली अडचण आहे? त्यानं माझी तिच्याशी ओळख करून दिली. मी तिला सांगितलं की एका माणसानं मला इथं आणून सोडलं. ती म्हणाली, 'ते नेहमीच असं करतात; पण तुझे नातेवाईक इथं नसले तर तुला कठीण जाणार आहे.' लैला मला तिच्या हन्स्लॉच्या फ्लॅटवर घेऊन गेली. तिचा घटस्फोट झाला होता आणि ती एकटीच राहात होती. तिचा व्यवसाय होता. ती घाऊक दरानं कपडे, केसांसाठीच्या गोष्टी, मेंदी वगैरे दुबईहून आणून मोठ्या दुकानांना विकत असे. तिच्या घराच्या खालीच एक सोमाली दुकान होतं. ती म्हणाली, त्याचा मालक, एल्मी, मला आश्रयासाठी अर्ज करायला मदत करण्यासाठी वकील शोधून देईल. माझ्यापाशी काहीच कागदपत्रं नव्हती. इस्माईलनं पासपोर्ट परत नेला होता. मी तिच्यासाठी घरकाम व स्वयंपाक करू लागले.

एल्मीच्या एका मैत्रिणीनं मला हन्स्लॉमधल्या एका भारतीय वकिलाकडे नेलं. तिनं माझ्यासाठी दुभाष्याचं काम केलं. मला वाटतं तिचं इंग्रजी फारसं चांगलं नव्हतं. तिनं वकिलाला जे सांगितलं ते मी तिला जे सांगितलं त्याहून वेगळं होतं. उदाहरणार्थ, माझ्या निवेदनात त्यांनी लिहिलं की चुकार गोळी लागून माझे वडील वारले. वस्तुत: त्यांना शोधून काढून टिपून मारण्यात आलं होतं. आता माझं इंग्रजी सुधारल्यामुळे मला चुका कळताहेत. त्यानं खूपच फरक पडला. तिनं मला सल्ला दिला की मी बलात्काराबद्दल मौन पाळावं; कारण नाहीतर माझं नाव काळं होईल. पण खरं पाहता त्यानं माझ्या अर्जासाठी फायदा झाला असता. वकिलानं मला काहीच समजावून सांगितलं नाही. त्याच्या बायकोनं माझं निवेदन हातानं लिहून घेतलं आणि मला दुसऱ्या दिवशी बोलावलं. तोवर ते टाईप झालं असतं आणि

आम्ही दोघींनी ते एकत्र बसून तपासलं असतं. हे निवेदन गृहखात्याकडे पाठवलं गेलं. मला आश्रयाचा अर्ज करायला एक आठवडा लागला. मी १५ जुलै २००२ ला आले आणि २२ तारखेला आश्रयाचा अर्ज केला. मला सांगण्यात आलं की मी फार वेळ लावला आहे; पण सर्व जुळवून आणायला वकील शोधणं, निवेदन बनवणं तेवढा वेळ लागलाच. मी नशीबवान होते की मला इतकं लगेच मदत करणारं कुणीतरी भेटलं! आश्रय मागतानाचा माझा मुख्य मुद्दा होता की मी युद्धापासून बचावासाठी पळून आले होते, स्त्री म्हणून माझ्यावर बलात्कार होण्याची खूप शक्यता होती आणि अल्पसंख्याक जमातींपैकी असल्यामुळे माझं हित जपणारं कुणीही नव्हतं.

एल्मीनं क्रॉयडन येथील पासपोर्ट ऑफिसला जाण्यासाठी मला सोबत पाहून दिली. एक वृद्ध जोडपं पुढल्या सोमवारी त्यांच्या व्हिसा नूतनीकरणासाठी तिथं जाणार होतं. ते म्हणाले, रांगेत पुढला नंबर लावण्यासाठी पहाटे चारलाच निघतील. क्रॉयडनला त्यांनी आमच्या बोटांचे ठसे व डोळ्यांचे फोटो घेतले व मला ही सर्व माहिती असलेलं ARC कार्ड (ॲप्लिकेशन रजिस्ट्रेशन कार्ड) दिलं. माझं काम संध्याकाळी पाच वाजता पुरं झालं. मी बाहेर येईपर्यंत ते जोडपं निघून गेलं होतं. मी एल्मीला फोन केला आणि त्यानं मला कुठं जायचं, तिकीट ऑफिसमध्ये काय सांगायचं याच्या सर्व सूचना दिल्या. मी सारं लिहून घेतलं. तो म्हणाला, 'हन्स्लॉला पोचलीस की तुला नेण्यासाठी मी किंवा लैला येईपर्यंत वाट बघ.' मला पुरा रस्ता नीट आठवत नाही; पण मला वाटतं मला व्हिक्टोरियाला गाडी बदलावी लागली. हे सारं खूप अवघड होतं. फोनचा थांबा हासुद्धा मला नवाच अनुभव होता. तुम्ही बोलत असताना आणखी नाणी टाकत जाणं! मी हन्स्लॉला पोचल्यावर एल्मीनं मी सुखरूप पोचलेली पाहून टाळ्या वाजवल्या. 'माझा विश्वासच बसत नाही!' तो म्हणाला.

लैलानं मला सल्ला दिला की मी घरासाठी मदतीची मागणी करू नये; कारणं आश्रय शोधणाऱ्यांना NASS नॅशनल असायलम सपोर्ट सर्व्हिस (आश्रयार्थींचं मदत केंद्र) वर्णद्वेष असलेल्या, देशाच्या वेगवेगळ्या भागांत पाठवते. तिथे मला इतर सोमाली कदाचित भेटणार नाहीत व मी आश्रयार्थी असल्यामुळं मला कामही मिळणार नाही. कुणीतरी मला इजा करेल, या सततच्या दडपणाखाली पुन्हा जगायची माझी इच्छा नव्हती. लैला म्हणाली, 'तुला स्टे (राहाण्याची परवानगी) मिळेपर्यंत तू माझ्याजवळ राहू शकतेस.' मला लैलाजवळ सुरक्षित वाटत होतं. बलात्काराबद्दल न बोलण्याची तिनं मला सूचना केली.

मी लैलाजवळ राहायला लागल्यावर साधारण दहा दिवसांनी मला सरकारी मदत, साधारण आठवड्याला ३७ पौंड, मिळू लागली. लैलाला दुकानातून काहीही

हवं असेल तेव्हा ती ते विकत आणायला मला पाठवत असे. माझे सारे पैसे मी खर्चून टाकी. मी दररोज ५ ते ६ पौंड किराण्यावर खर्चू लागले. फ्रीजमध्ये काही अन्न नसलं तर मी खालच्या दुकानातून एखादं केळं विकत घेई किंवा डब्यातली कडधान्यं खाई. लैलापाशी घराची एकच किल्ली होती आणि ती बहुदा लैलाच घेऊन जाई. हेतू हा की मी खालच्या दुकानाहून आणखी दूर कुठे जाऊ शकू नये. मला थोडे पैसे वाचवायची इच्छा होती; कारण माझं भविष्य काय, मला ठाऊक नव्हतं. मी जर माझ्या आईला आठवड्याला ५ पौंड पाठवू शकले असते, तर ती त्यावर मुलांसह काहीही काम न करता जगू शकली असती. तिला फक्त एका दिवसाचं अन्न मिळेल एवढीच कमाई होत होती; पण तुम्हाला पीठ, तांदूळ, कोळसा, तेल जास्त प्रमाणात विकत घेण्यासाठी थोडे पैसे वाचवावे लागतात.

लैलापाशी सहा आठवडे राहिल्यानंतर तिनं माझी अमीनाशी ओळख करून दिली. अमीना सात महिन्यांची गर्भवती होती. लैलानं मला तिच्याजवळ राहून तिला स्वयंपाक व बाजारहाटासाठी मदत करायला सांगितलं. अमीनाचं लग्न झालेलं होतं; पण तिच्या नवऱ्याचं दुसऱ्याच एका स्त्रीबरोबर विवाहबाह्य संबंध असल्यामुळे ती एकटीच राहात होती. लैलाला माझा कंटाळा आला होता हे उघडच होतं. कदाचित तिला वाटलं असेल की अमीनाला मदतीची अधिक जरूर आहे, मला ठाऊक नाही. लैलानं मला सांगितलं की पत्रव्यवहारासाठी मी तिचा पत्ता वापरावा. मी तो आजमितीपर्यंत वापरते आहे. इतरांप्रमाणं तिनं मला वाईट वागवलं नाही. मी अमीनासोबत राहू लागले. माझे पैसे आले की तीसुद्धा म्हणे, चल आपण बाजारहाट करू. मी तिच्यापाशी वर्षभर राहिले व इंग्रजी शिकण्यासाठी कॉलेजात दाखल झाले. कॉलेजनं माझी अर्धी फी भरली. उरलेली अर्धी मी मला मिळणाऱ्या भत्त्यातून खर्च केली. मला कॉलेजात चार दिवस १० ते ४ जायचं असे, अमीनाच्या मुलाचा जन्म झाल्यावर मी त्याला सकाळी सांभाळत असे. कारण ती लवकर उठत नसे. कॉलेजसाठी निघण्यापूर्वी मी त्याला तिच्याजवळ देत असे. कॉलेजमधून परत आल्यावर मी सारं घरकाम करत असे; पण आठवड्यातून निदान एकदा किंवा दोनदा मी कॉलेजला जाऊ शकत नसे; कारण ती म्हणत असे, मी बाजारात जातेय, तू बाळाकडे बघशील? आणि ती सहा तासांनी परत येत असे. जरी ती दिलगिरी दाखवत असे तरी तिनं ते पुन्हा पुन्हा करायचं थांबवलं नाही. तिला सगळे मळके कपडे एकत्र करून जमिनीवर फेकायची सवय होती. मग ती मोठ्या उर्मटपणे ते मला धुवायला सांगे, मी काहीही बोलू शकत नसे.

एकदा मी चार आठवडे मदतभत्ता मिळवू शकले नाही, कारण सारी यंत्रणा बदलण्यात आली होती व नवी यंत्रणा कशी चालते ते मला समजलं नव्हतं. मी कॉलेजात खाऊ शकत नसे, कारण प्रत्येक गोष्ट खूप महाग असे. प्रत्येक जेवणावर

दोन पौंड खर्चायची माझी तयारी नसे. म्हणून मी घरातून एखादं केळं घेऊन जाई. बरेचदा घरी परत आल्यावर घरात काहीही अन्न शिल्लक नसे. विशेषत: अमीनाचा नवऱ्याशी समझोता झाल्यावर! जेव्हा जेव्हा अमीनाला राग येई, तेव्हा तेव्हा ती नवऱ्यापाशी घटस्फोट मागे आणि तो तीन वेळा 'तलाक, तलाक, तलाक,' म्हणत असे. त्याचा अर्थ मी तुला घटस्फोट दिला. हे इमाम (धर्मगुरू) च्या समोर करायची गरज नसे. ह्या माणसाला दुसऱ्या एका स्त्रीपासूनही मूल झालेलं होतं. या देशात दोन बायका परवडण्यासाठी माणसाला श्रीमंत असावं लागत नाही. त्यांनी काम केलं नाही तर ते सरकारी मदतीवर जगतात. ते दोघं एकत्र आले की तो म्हणे, 'रजातू.' याचा अर्थ मी तुझा पुन्हा स्वीकार करतोय. तो जेव्हा तिथे असे, तेव्हा ती मला दुसरीकडे कुठेतरी जाऊन राहायला सांगत असे. मला ते फारच संकटाचं वाटे; कारण मी कुणालाच ओळखत नव्हते.

उन्हाळ्यात मी रात्री ११ वाजेपर्यंत रस्त्यांवर भटकत राही. तोवर खूप थंडी पडे. कधीकधी अमीनाच्या इमारतीत तळमजल्यावर गॅस व विजेचे मीटर असलेल्या छोट्याशा खोलीतच मी झोपत असे. लोक पुठ्ठ्याची खोकी इथेतिथे फेकत. ती चपटी करून त्यावर बसून मी तास-दोन तास डुलकी घ्यायचा प्रयत्न करी. ही जागा बेघर माणसं कधीकधी वापरत. ती त्या रात्री तिथं येतील की काय या धास्तीनं मला झोप येत नसे. कचऱ्याचे डबे या खोलीच्या बाहेरच ठेवलेले होते. त्यामुळे अधूनमधून त्यांची दुर्गंधी आत येई. कधीकधी मी तिच्या प्रवेशद्वारापाशीच्या बोळकांडीत बसून राही. जर तिचा नवरा उशिरा परत आला तर तीनचार तासांनी तो मला आत घेई. एकदा मी शेजारच्या पबच्या बागेतल्या बाकड्यावरच झोपले. मी त्याला झोपणं म्हणणार नाही; कारण कुणीतरी मला त्रास देईल, याची मला कायम भीती लागून राही. दुसरे एके वेळी मी सारी रात्र भटकत राहिले. शेवटी मला वैताग आला आणि अमीना वापरत असलेल्या टॅक्सीच्या ऑफिसात जाऊन मी तिथल्या माणसापाशी आतल्या सोफ्यावर बसायची परवानगी मागितली. जरी त्यानं मला ओळखलं तरी तो उर्मटपणे म्हणाला, 'चालती हो! तुला माझी माझ्या मालकाकडून तासडंपट्टी व्हायला हवीय का?' मी सकाळपर्यंत अमीनाच्या दाराबाहेर, ती कचरा टाकायला बाहेर येईपर्यंत, बसून राहिले. मग ती माफी मागत असे. मी दार ठोठावलेलं ऐकलं नाही किंवा तू फोन का नाही केलास, असे म्हणत असे. वस्तुत: ती बरेचदा फोनचा प्लग काढून ठेवत असे.

अमीनाचा नवरा दुकानदार होता. तो संध्याकाळी घरी येण्यापूर्वी अमीना मला सारं काम उरकायला लावे– जमीन धुणं, इस्त्री करणं, बिछाने घालणं. मी जेवण बनवलंय, हे तिला नवऱ्याला कळू द्यायचं नसे. म्हणून तो येण्यापूर्वी मला स्वयंपाकही करून ठेवावा लागे. ती तो त्याला वाढत असे. मी ४॥ ते ९ काम करत

असे. कधीकधी मला प्रार्थनेलाही वेळ मिळत नसे. स्वयंपाकघर व बैठकीची खोली एकत्र होती. त्यामुळे तो बैठकीच्या खोलीत असताना मला स्वयंपाकघरातही बसता येत नसे. कधीकधी तो मध्यरात्रीपर्यंत टी.व्ही. बघत बसे आणि तो झोपायला निघून जायची वाट पहात मी अगदी थकून जाई. काही उरलं असेल तर मला खायला मिळे. प्रथा अशी आहे की पुरुषाआधी स्त्रीनं जेवायचं नाही. तिचा नवरा घरी असला की ती मला नुसता 'हिजाब' नाही तर पूर्ण 'गर्बासार'नं माझा देह झाकून घ्यायला सांगे.

मला गृहखात्यानं क्रॉयडनला मोठ्या मुलाखतीसाठी येण्याची तारीख कळवली. या वेळेस मी एकटी गेले. त्यांनी मला प्रवासासाठी तिकीट पाठवलं होतं. मला वाटलं की मुलाखत ठीक पार पडलीय; पण सप्टेंबर २००२ मध्ये त्यांनी माझा आश्रयासाठीचा अर्ज फेटाळून लावला. मला अजून आशा वाटत होती, कारण त्यांच्या निर्णयानंतर मला अपील करता येईल असं त्यांनी मला सांगितलं. वकील म्हणाला की माझी बाजू फार कच्ची आहे. शेजाऱ्यानं मला सल्ला दिला की मी त्यांना बलात्काराबद्दल सांगायला हवं होतं. वकील म्हणाला की मी हे त्याला सुरुवातीलाच सांगायला हवं होतं. आता सरकारला वाटेल की मी खोटं बोलतेय. मी म्हणाले की मला लाज वाटली आणि दुभाष्याचं काम करणारीनं मला त्याबद्दल न बोलायचा सल्ला दिला होता. मला वाटलं की ती या देशात माझ्यापेक्षा अधिक काळ असल्यामुळं ती म्हणते तेच बरोबर असणार. वकील म्हणाला की माझ्या मूळ अर्जावरच तो माझी बाजू जोरानं लढवून धरेल. तो म्हणाला, की मी सोमालियाची आहे, यावर गृहखात्याचा विश्वास नाही. म्हणून अपिलासाठी मला माझ्या देशात ओळखणारे लोक मला शोधले पाहिजेत. मी सोमालियावरच्या सर्व प्रश्नांना बरोबर उत्तरं दिली होती. मी जर सोमाली नसते, तर ते मला शक्य झालं नसतं, नाही का? आणि त्यांच्या सोमाली दुभाष्यानं त्यांना नक्कीच सांगितलं असणार की मी सोमाली आहे!

मुलाखतीच्या वेळेला फरियाला सोमालीलँडची राजधानी कोणती, हे विचारलं गेलं. सोमालीलँडनं सोमालियापासून स्वत:ला १९९१ साली स्वतंत्र घोषित केलं होतं. त्या वेळेस ती दाहिरच्या कुटुंबीयांच्या कैदेत होती आणि बातम्या तिच्या कानावर पडत नसत आणि कॅलेंडर दिसतही नसे. ती म्हणाली, राजधानी हरगैसा किंवा बुराओपैकी एक आहे. (हरगैसा हे बरोबर उत्तर आहे.) तिला पंटलँड या सोमालियाच्याच स्वायजभागाची राजधानी माहिती नव्हती. जनरल ऐदीदला काय झालं, त्याच्या मृत्यूनंतर कोण सत्तेवर आलं, रीर हमार कोण आहेत, सोमालियाच्या मुख्य नद्या कोणत्या, मोगाडिशूची प्रमुख रुग्णालयं कोणती, याची उत्तरं ती देऊ

शकली. तिचा अर्ज नाकारणारं पत्र म्हणतं, 'गृहमंत्रींचं (सेक्रेटरी ऑफ स्टेट) तुम्ही सोमाली आहात या तुमच्या दाव्याबाबत समाधान झालेलं नाही, कारण तुमचं सोमालियाबद्दलचं ज्ञान पुरेसं नाही.

लैला आणि इतरजण मी सोमाली असल्याची ग्वाही देऊ शकत नव्हते; कारण वकील म्हणाले की कोर्टाला एकेकट्या व्यक्तीचं मत ग्राह्य नसतं. त्यांना संस्थेकडून ग्वाही हवी असते. मी आमच्या समाज-केंद्रावर गेले आणि तेथील अली ह्या व्यवस्थापकाला भेटले. त्यानं मला पत्र लिहून दिलं. त्यानं मला इतर ठिकाणांहूनही पत्रं गोळा करायला सांगितली. मला ओळखणारे दोन तरुण मला भेटले. एकाला मी हॅमरास्मिथ आणि फुलहॅमच्या समाजकेंद्रात भेटले होते. तो आमच्या देशात असताना माझ्याकडून मांस विकत घेत असे. त्यानं त्या सेंटरच्या व्यवस्थापिकेला पत्र लिहायची विनंती केली; पण ती उर्मटपणे वागली आणि तयार झाली नाही. ती रीर हमार वंशाची होती. तिनं आम्हाला तीन तास ताटकळत उभं करून ठेवलं. मी आइल वंशाची आहे हे एकदा कळलं, की लोक मला टाळतात. मला इतका संताप आला की मी घरी निघून गेले. दोन दिवसांनंतर त्याला तिच्याकडून पत्र लिहून घेण्यात यश आलं आणि त्यानं माझ्याबरोबर कोर्टात यायची तयारी दाखवली. दुसरा तरुण मला बसस्टॉपवर भेटला. त्याचे कुटुंबीय आमच्याकडून ससे आणि गरुड विकत घेत असत. तो म्हणाला, तुझं हसणं मला आठवतंय. तू खरंच खूप मोठी झाली आहेस. त्यानं मला चहा देऊ केला. मेरेहान मुलगा आणि आईल वंशाची मुलगी! सोमालियात तो माझ्या वाऱ्यालाही उभा राहिला नसता. मी त्याला विचारलं की तो माझ्याबरोबर कोर्टात येईल का? त्यानं हो म्हटलं. वकील म्हणाले, 'आता तू सोमाली आहेस हे त्यांना नाकारता येणार नाही!'

पण अर्ज नाकारला जाण्याचं मुख्य कारण होतं की फरियाच्या वकिलांनी जिनिव्हा कन्व्हेन्शनच्या अटीत बसण्याजोगं छळाच्या भीतीचं साधार कारण नीट मांडलं नव्हतं. गृहमंत्र्यांना वाटतंय की तुमच्या सरकारातून तुम्हाला संरक्षण मिळू न शकण्याचं कारण छळाची साधार भीती नसून सोमालियाच्या काही भागांमध्ये सध्या असलेले अराजक हे आहे. सोमालियातली युद्धाची परिस्थिती मान्य करूनही पत्र पुढे म्हणतं, 'सेक्रेटरी ऑफ स्टेट (गृहमंत्री) यांचं मत आहे की लढाई आणि अस्थिरता सार्वत्रिक होती. सोमालियातील समाजाच्या सर्व स्तरांना यात सापडण्याचा धोका होता आणि आइल वंशीयांसाठी ही परिस्थिती सर्व समाजापेक्षा वेगळी नव्हती .....'

आम्ही जानेवारी २००३ साली निर्णयावर अपील केलं. एल्मी माझ्यासोबत वकिलांकडे आला. वकील म्हणाले, की बॅरिस्टरसाठी २५० पौंड भरावे लागतील. मी विचारलं, 'मी खटला पुन्हा हरले तर काय होईल?' त्यानं उत्तर दिलं की त्याला ७०० पौंडाहून जास्त पैसे लागतील. मी काळजीत पडले. माझ्यापाशी २५० पौंड देखील नव्हते. कारण माझ्याच भत्त्याच्या पैशातून मी अमीनासाठी बाजारहाट करत होते. मी एल्मीला विचारलं की तो वकिलांना पैसे देईल का, मी त्याचे पैसे दर आठवड्याच्या भत्त्यातून फेडेन. तो कबूल झाला. मी अमीनाला विचारलं की मी तिला आठवड्याला २० पौंड देऊन १५ पौंड वकिलासाठी वाचवू का? मला कॉलेजला जायला, बसपास घ्यायलादेखील पैसे हवे होते. शिक्षण मला महत्त्वाचं वाटत होतं. मी अमीनाला म्हणाले, 'तू म्हणशील ते सारं काही मी करीन; पण मला कॉलेजला जायचं आहे.' तिनं होकार दिला. तिला पुन्हा दिवस गेले होते. तिचं बाळ फक्त तीन महिन्यांचं होतं आणि माझ्याशिवाय तिचं धकलं नसतं. ती बाळाला अंगावर पाजत नसल्यामुळे ते माझ्यापाशीच झोपे. मीच त्याला न्हाऊ घाली. त्याच्या आईपेक्षा त्याला माझाच जास्त लळा होता. कधीकधी ती म्हणत असे, 'तुला ठाऊक आहे का? माझ्या बाळाला वाटतं तूच त्याची आई आहेस!'

अपिलाच्या सुनावणीच्या वेळेस माझ्या एका साक्षीदाराला कोर्टात प्रश्न विचारला गेला की त्यानं मला शेवटचं पाहिलं तेव्हा मी किती वर्षांची होते?

तो म्हणाला, 'ती खूप उंच होती. म्हणून मला ती अठराची असावी असं वाटतं.' खरंतर मी तेव्हा चौदा वर्षांची होते. न्यायाधीशांची समजूत झाली की तो खोटं बोलतो आहे. दुसऱ्या तरुणाच्या साक्षीच्या वेळेसही गैरसमज झाला. जेव्हा न्यायाधीशानं त्याला विचारलं की ते आमच्याकडून काय विकत घेत असत. तेव्हा त्यानं उत्तर दिलं 'हत्ती.' खरं त्याला म्हणायचं होतं, 'हस्तिदंत.' न्यायाधीश म्हणाले, 'हत्तीचं मांस कुणीही खात नाही.' न्यायाधीशांनी अर्ज फेटाळून लावला. त्यांनी अपिलाची परवानगीसुद्धा नाकारली आणि मला काम करायची परवानगी दिली गेली नाही.

ह्या सुनावणीच्या निर्णयाचा बराचसा भाग विश्वासार्हतेच्या मुद्यांशी निगडित आहे. फरियाच्या कहाणीतले काही भाग पुरेशा सखोल वृत्तांताविना आणि अनुवादात काही अर्थ गमावल्यामुळे अविश्वसनीय का वाटले असतील, हे सहज समजण्याजोगं आहे. न्यायाधीश म्हणाले, 'मोगाडिशूपासून इतक्या जवळ असे प्राणी सापडत होते. याबाबत मला शंका आहे.' खरोखरच हा सहज खातरजमा करून घेण्याजोगा मुद्दा होता. तिच्या एका दिवसाच्या रजेत ती आईला इतक्या सहज शोधू शकली, हे त्यांना अतर्क्य वाटलं. जेव्हा निराश्रित लोक फरियाच्या कुटुंबीयांइतके गरीब

असतात, तेव्हा त्यांना फार दूरवर पळून जाणं परवडत नाही. त्यांच्या झोपडपट्टीपासून युनिव्हर्सिटी सर्वांत जवळची छावणी होती आणि आईचा शोध घेण्यासाठी फरिया आधी तिथंच जाणार, हे उघड होतं. दाहिरनं तिला इतक्या सहज कसं शोधून काढलं, हे न्यायाधीशांना जाणायचं होतं. त्यांचा विश्वास बसत नव्हता की फरियाला आईला लपवायला वेळ मिळाला, पण ती स्वत: लपू शकली नाही. त्या निर्णयात एक गोष्ट पूर्ण चुकीची लिहिली गेली होती की, सर्वांत धाकट्या दोन भावंडांखेरीज फरियाची इतर सर्व भावंडं वडिलांबरोबर मारली गेली. फरियानं असं कधीही म्हटलं नव्हतं.

पुरेशा इतर माहितीच्या अभावामुळे दाहिरचा फरियाशी गुपचूप झालेला विवाह न्यायाधीशांना गोंधळात का टाकून गेला, हे आपण जाणू शकतो. ते निर्णयात म्हणतात, 'जी स्त्री कुटुंबाची गुलाम होती आणि जिच्या आईला तो किंवा त्याचे कुटुंबीय ठार मारायला तयार होते, अशा स्त्रीशी अविवाह्य शरीरसंबंध ठेवता यावेत म्हणून ह्या कुटुंबातील हा मुलगा तिच्याशी विधिवत विवाह करेल, हे मला अतर्क्य वाटतं.'

दाहिरनं फरियाला परदेशात चुपचाप पोचण्यासाठी खूपसा पैसा खर्च केला, हा मुद्दासुद्धा न्यायाधीशांना विवाद्य वाटत होता. 'फिर्यादीचं म्हणणं आहे की हा माणूस वर सांगितल्याप्रमाणे तिच्याशी वागला आणि त्यानंच तिच्यासाठी इतका खर्च केला, हे मला संभवनीय वाटत नाही. तो तिला तिच्या आईकडे परत पाठवू शकला असता.' फरियाचं म्हणणं आहे की ती त्याच्या मुलांच्या भविष्याचा विमा होती, यापलीकडे दाहिरनं तिला पळून जायला का मदत केली असावी, यावर तिच्यापाशी उत्तर नाही; पण तसं खरोखरच घडलं. बरेचदा सत्य आपल्या हातून घसरून निसटून जातं. प्रत्येक पैसेवाली आसामी युरोपात पळून चालली होती आणि त्याचा दाहिरवर परिणाम झाला असावा, असं तिला वाटतंय. त्या घटकेला तो स्वत: निघून जायला असमर्थ होता कारण त्याचे वडील आजारी होते आणि पूर्ण कुटुंबाची त्याच्यावर जबाबदारी होती. न्यायाधीशांनी सोमालियावरचा CIPU (कंट्री इन्फर्मेशन ॲण्ड पॉलिसी युनिट) रिपोर्ट २००२ यातून अवतरण देऊन विवाद केला की फरियाला मानवी मूलभूत अधिकार किंवा सुरक्षिततेबाबत मोगाडिशूमध्ये चिंतेचं कारण नव्हतं, कारण परिस्थिती सुधारली होती. गृहखात्याच्या अखत्यारीतलं CIPU वेगवेगळ्या देशांवरील अहवाल देतं त्याचा उपयोग न्यायाधीश व देशांतरकचेरीतले अधिकारी आश्रयार्थींची निवेदनं पडताळून पाहण्यासाठी करतात. एका विशिष्ट मताला टेकू देण्यासाठी मूळ माहितीवरून अर्धवट व दिशाभूल करणारी अवतरणं देण्यावरून ह्या CIPU अहवालांवर खूप टीका झाली आहे. फरियासारख्या लोकांसाठी दुर्दैवाची गोष्ट अशी आहे की IND (immigration & nationality directorate)

आणि न्यायासनं त्यांच्यावरच खूप भर देतात.

वकील म्हणाले की न्यायाधीशांनी त्यांच्या निर्णयावर अपील करायची त्यांना परवानगीदेखील दिली नाही. त्यांनी माझा अर्ज आश्रयाच्या मुद्यांवरून मूलभूत मानवाधिकारांवरून पूर्णपणे फेटाळून लावला. मला अतिशय निराधार वाटलं. मी आतून इतकी मिटून गेले होते की मी फक्त हो किंवा नाही इतकंच बोलू शकत होते. मला वाटतं, लोकांना माझ्या आतली खळबळ जाणवेल व ते समजतील. तुम्हाला रीतीरिवाज, प्रतिष्ठा आणि स्त्रियांची कशी परीक्षा होते, याबद्दल समजावून सांगावं लागतं. न्यायाधीश माझ्या आईच्या 'घराबद्दल' बोलत होते. ते अस्तित्वातच नव्हतं. ती युद्धपरिस्थिती होती. त्यांना पटवण्यासाठी पुरेसं मी सांगितलं नव्हतं. वकिलानंही समजवण्याचं काम नीटपणे केलं नाही, असं मला वाटलं.

शेवटचा घाला होता– वकिलानं मला पत्र लिहून कळवलं की तो पुन्हा अपील करेल, पण मी कोसोव्होला परत का जाऊ शकत नाही, हे मी त्याला सांगावं! तेव्हा मला खरोखरच जाणवलं की तो किती कुचकामाचा होता. त्याला माझ्या देशाचं नावही लक्षात नव्हतं. साक्ष देणाऱ्या माणसानं मला वकील बदलायला मदत केली. तो म्हणाला, 'न्यायाधीशाला तू आवडली नाहीस, ते फक्त त्याचं मत होतं.' नवा वकील म्हणाला की अपील करण्याची नव्यानं परवानगी मागण्यापलीकडे तो फारसं काही करू शकणार नाही.

एप्रिल २००३ मध्ये माझी सरकारी मदत थांबली. गृहखात्यानं मला पत्र पाठवलं की मी देश सोडून जायलाच पाहिजे. काय करावं ते मला कळेना. मला वाटत होतं, मी सुरक्षित ठिकाणी आले आहे. मी एल्मीला सांगितलं की वकिलाचे पैसे परत फेडायला माझ्यापाशी पैसा नाही. तो म्हणाला, 'तुला पैसे मिळाले की ते परत फेड.' अमीना मला जेवण देईनाशी झाली. तिला माहीत होतं की मी कुठंही जाऊ शकत नव्हते. अजूनही मी सारं काम करत होते. मी जमिनीवर पडलेल्या नाण्यांच्या शोधात असे. कधीकधी मी लैलाकडे जाऊन पैसे मागत असे. ती मला १० पौंड देई आणि म्हणे मी तिच्यासाठी काहीतरी करायला पाहिजे. ती ज्या दुकानांना माल पुरवे, तेथे मी तो नेऊन देई. मी कायम भुकेलेली असल्यामुळे माझी शुद्ध हरपू लागली होती. मी अशक्त झाले होते आणि मला घेऱ्या येत असत. मला अंधारात दिसत नसे आणि मला सतत उलटीची भावना होई; पण काहीही पडत नसे कारण माझं पोट रिकामं असे. जेव्हा डॉक्टरनं माझी तपासणी केली तेव्हा ते म्हणाले, मी ॲनिमिक झाले आहे. मला रक्ताभाव झाला आहे आणि मी खूप खायला हवं. मी खाद्यपदार्थांच्या दुकानात जाऊन अन्न चोरू लागले. मी दूध किंवा दही उचलून तेथेच उघडून पिऊन टाकत असे. मला माहीत नव्हतं की छुप्या कॅमेऱ्यानं

मला टिपलं असतं. डॉक्टरांनी मला निराश मन:स्थितीसाठी आणि जळजळीसाठी गोळ्या दिल्या.

मला राहाण्याची परवानगी मिळेल या आशेवर मी होते. मला भविष्यात अंधारच दिसत होता. मला वाटत होतं की चालत्या मोटारीपुढे उडी ठोकण्याखेरीज माझ्यापुढे दुसरा काहीएक मार्ग नाही. डॉक्टरकडून अमीनाच्या घराकडे जाताना हन्स्लॉमध्ये एक ए ४ बरोबरचा चौराहा आहे. तिथं मोटारी खूपच वेगानं येतात. दिवे हिरवे झाले होते. मला माझ्या दिशेनं मोटारी जोरात येताना दिसत होत्या. मी रस्त्यावर पाऊल ठेवलं; पण मी घसरले आणि फूटपाथच्या बाजूला पडले. त्या पडण्यामुळं तो क्षण गेला. मी फूटपाथवर बसले आणि रडू लागले. हळूहळू मी शांत झाले आणि अमीनाच्या घराकडे गेले. संध्याकाळी साऱ्या झोपेच्या गोळ्यांचा साठा माझ्या तळहातावर घेऊन मी माझ्या खोलीत बसले. मला एका झटक्यात त्या साऱ्या कशा गिळाव्या, हा प्रश्न पडला होता. मी त्या एकेक करून गिळू लागले. त्या सर्व गिळून होण्यापूर्वीच त्यांचा अंमल चढू लागेल, याची मला काळजी पडली होती. तसं झालं असतं तर त्यांनी मला हॉस्पिटलमध्ये नेऊन माझं पोट धुवून काढलं असतं. मरण्याऐवजी माझ्यावर दुसराच काहीतरी प्रसंग ओढवला असता. त्या विचारानं मी आणखी गोळ्या घेणं थांबवलं. दुसऱ्या एका वेळी स्टेन्समधील चौकापाशी मी दिवे हिरवे असतानाच रस्ता ओलांडू लागले. मी पहाटे लवकर उठले होते. अमीनाच्या मुलांचं आवरलं होतं आणि तिच्यासाठी काहीतरी विकत आणायला निघाले होते. मला आठवतंय, ती वसंत ऋतूतील वाऱ्याची सकाळ होती. माझं मन सुन्न झालं होतं. दिवे लाल झाले. मी रस्ता ओलांडला आणि दुकानांकडे गेले. साउथहॉल ब्लॅक सिस्टर्समधील समुपदेशकांशी अनेक महिने संवाद केल्यानंतर माझी आत्मघाताची इच्छा नाहीशी झाली.

दरम्यान मला जगण्यासाठी पैशाची आवश्यकता होती. कॉलेजपर्यंत पोचणं सुद्धा महागाचं होतं. मी सकाळी जी बस पकडत असे, त्याच्या ड्रायव्हरबरोबर माझी मैत्री झाली होती. कधीकधी बसमध्ये इतर कुणीही नसे आणि आम्ही बोलत असू. तो इंजिनाच्या गोंगाटावर आवाज चढवून ओरडून विचारी, 'तू इथं कॉलेजला जातेस का?' कधीकधी मी त्यांच्यापासून जवळच बसत असे. तो हास्यविनोद करी आणि माझं लग्न झालंय का, असं विचारत असे. मी जेव्हा त्याला सांगितलं की माझं अपील फेटाळलं गेलं आहे आणि मला काही सरकारी मदत मिळत नाहीये, तेव्हा त्यानं मला बस आणि ट्यूबवर फुकट प्रवास करायचा वर्षाचा पास मिळवून देण्याचं कबूल केलं. त्याला बायकोसाठी पास मिळाला असता. त्याचं लग्न झालेलं नसल्यामुळं त्यानं तो मला दिला असता. एक-दोन महिन्यांनंतर त्यानं माझा फोन नंबर मागितला. मी नकार दिला. कारण हे सारं कुठे पोचणार ते मला माहीत होतं.

एक दिवस तो मला हन्स्लॉच्या बाजारात भेटला. त्यानं मला त्याच्याबरोबर चहा घ्यायला बोलावलं. मी जाऊ शकले नाही, कारण मला घाईनं घरी परत जायचं होतं. वेळ ठरवून भेटण्यासाठी त्यानं माझा नंबर मागितला. माझ्यापाशी अमीनाचा एक खूप जुना मोबाइल फोन होता. ती मला दहा पौंड देऊन त्याचं कार्ड घेऊन देत असे. कारण मला ताब्यात ठेवायला मी कुठे आहे हे तिला नेहमी माहीत असायला हवं असे. ती फोन करून मी घरी केव्हा येणार ते विचारीत असे किंवा वाटेतून काहीतरी विकत आणायला सांगत असे. तो माझ्या घरापर्यंत मला सोडायला आला. ते मला आवडलं नाही. एके दिवशी त्यानं फोन करून विचारलं, 'उद्या मी तुला भेटू शकेन का?' मी अमीनाला विचारलं की मी तासभर बाहेर जाऊ का? तो माझ्या कॉलेजपाशी येऊन मला घरी घेऊन जाणार होता. तो म्हणाला, 'मी ब्रिटिश पासपोर्ट असणाऱ्या कुणाशीतरी लग्न करायला हवं.' पुन्हा एकदा तो बोलता बोलता म्हणाला, की तो ब्रिटनचा नागरिक आहे व त्याच्यापाशी भरपूर पैसे आहेत. पण त्याचं वागणं सभ्य नव्हतं. गाडी चालवताना तो त्याचा हात माझ्या मांडीवर ठेवत असे. तो जर विवाहाबद्दल सूतोवाच करत असता तर तो असं वागला नसता. मला वाटतं मी त्याला वश व्हावं म्हणून तो मला हे सारं सांगत होता. एकदा त्यानं चिकन आणि चिप्स विकत आणले आणि आम्ही ते कारमध्ये बसून खाल्ले. मग तो मला म्हणाला की तो कुठे राहातो ते त्याला मला दाखवायचंय. पुढे काय घडणार ते मला दिसू लागलं.

पैसे मागणं अवघड होतं. घरात शिरण्यापूर्वी मी त्याला विचारलं, 'तू मला काही पैसे देणार आहेस का?' त्यानं विचारलं, 'तुला पैसे कशासाठी पाहिजेत?' मी म्हणाले की मला खरेदी करायची आहे. मी असं पूर्वी कधीही केलं नव्हतं. त्यानं मला वीस पौंड दिले. आम्ही वर त्याच्या फ्लॅटमध्ये गेलो. त्यानं मला आधी आत जायला सांगितलं. तो मला पाठीमागून स्पर्श करत माझ्यापाठोपाठ आत शिरला. तो म्हणाला, तो इतर काही लोकांबरोबर या फ्लॅटमध्ये राहतो; पण आत कुणीच नव्हतं. त्यानं मला त्याची खोली दाखवली. मी आत गेले नाही. मला मी फ्लॅटचा दरवाजा उघडलेला आठवतोय. मला तो बंद नको होता. त्यानं मला स्पर्श करत घाणेरड्या गोष्टी बोलायला सुरुवात केली. माझ्यानं त्यांचा पुनरुच्चार करवत नाहीये. तो पलंगावर झोपला आणि त्यानं पँटची बटणं काढायला सुरुवात केली. मी म्हणाले, 'नको! नको! नको!' त्यानं भिंतीवर बुक्क्या मारत ओरडायला सुरुवात केली, 'तू पैसे घेतलेस. मला वाटलं तू तयार आहेस.' मला पैसेही परत द्यायचे नव्हते आणि काही करायचंही नव्हतं. मी तेथून काढता पाय घेतला. तो माझ्यापाठोपाठ आला. जिन्यावर त्यानं माझी चुंबनं घेऊन माझ्या छातीला स्पर्श करायला सुरुवात केली. मी त्याला थांबवलं नाही. तो म्हणाला, 'तू मला फसवलंस.' मी उत्तर दिलं, 'तू

मला स्पर्श केलास.' मला धास्ती वाटत होती की तो मला ठोसा लगावेल. मी कुठे रहाते ते त्याला माहीत होतं. तो अमीनाला सांगू शकला असता.

रात्रीची वेळ होती, मी पळायला सुरुवात केली. मला वाटलं मला रस्ता माहीत आहे; पण मला रस्ता माहीत नव्हता. माझं काळीज धडधडत होतं. हा माणूस माझ्यापाठोपाठ आला. त्यानं मला विचारलं की मला रस्ता माहीत आहे ना. मी उत्तर दिलं, हो. तो म्हणाला की तो मला नेऊन सोडेल; पण मला त्याच्या कारमध्ये शिरायचं नव्हतं. कार चालवणाऱ्याशी तुम्ही कसे दोन हात करणार? तो म्हणाला की त्याला मला पुन्हा भेटायची इच्छा आहे. मी खूप चालले. मग मी कुठे आहे ते माझ्या लक्षात आलं आणि मी बस पकडली. घरी येऊन मी रडू लागले. त्या वीस पौंडांनी मला खूपच मनस्ताप दिला. तो मला फोन करून विचारू लागला की मी त्याच्या पैशांची परतफेड इतर मार्गांनी करणार आहे का? त्यानं मला पुन्हा पैसे देऊ केले. मी पुरुषांबरोबर बाहेर जाऊ लागले ते सर्व सोमाली होते. मी त्यांचे पैसे घेई व काहीही परतफेड करत नसे. किती वेळा हे झालं याची गणतीच नाही. असं वागणं धोक्याचं होतं. काहींनी माझ्यावर जबरदस्ती करायचा प्रयत्न केला; पण मी कुणालाही समागम करू दिला नाही. मला पोट भरायचं होतं. तो माझा गुन्हा नव्हता. आयुष्यातील घटनांपैकी ही एक अशी आहे की जी पुसली जावी असं तुम्हाला वाटतं. याबाबत मला बोलायला आवडत नाही. हो, एल्मीही त्यांपैकी एक होता. आपण म्हणू या की त्याचा माझ्यावर लोभ होता आणि तो मला पैसे देत गेला. या लोकांना भेटण्यानं दाहिरबरोबरच्या दुःखदायक दिवसांची मला आठवण झाली. फक्त एकाच दृष्टीनं हे थोडं सोपं होतं, माझं कौमार्य गमावण्याचा आता धोका नव्हता.

कॉलेजमध्ये रीर हमीर वंशीय मुलीशी माझी दोस्ती झाली होती. जेव्हा अमीनाला मी घरात नको असे, तेव्हा मी कधीकधी तिच्या घरी राही. माझ्या मैत्रिणीनं मला स्वतःची जागा शोधायचा सल्ला दिला. तिनं मला SBS (साऊथहॉल ब्लॅक सिस्टर्स) बद्दल माहिती दिली. तिनं सांगितलं की ते निराश्रितांना मदत करतात. मी त्यांचा दरवाजा ठोठावला. मी रडत होते. मला अमीनाकडे परत जायचं नव्हतं. SBSनं सांगितलं की मी घर मिळवायला पात्र नव्हते. मला खरोखरच सर्वांचा संताप आला. तुला जगायचा हक्क नाही असं म्हणण्यासारखंच हे झालं. तुम्ही काम करू शकत नाही. तुम्हाला कुणी नातेवाईक नाहीत. खरोखर तुम्ही रस्त्यावर मरू शकता. मी हॉलंड किंवा इतर युरोपमधल्या देशात जायचा किंवा कुठल्यातरी वकिलातीत आश्रय शोधायचासुद्धा विचार केला. ब्रिटननं माझा अर्ज नाकारला आहे. तुम्ही कृपा करून मला मदत करा, असं म्हणता मीना – SBSची एक कार्यकर्ती – कधीकधी दहा पौंड देई किंवा सफरचंद किंवा उरलेलं अन्न देई. एकदा तिनं मला सहा आठवड्यांसाठी साठ पौंड दिले. मी थेट एल्मीकडे गेले आणि त्याला तीस पौंड

परत केले. मला त्याचं कर्ज फेडायचं होतं, कारण त्याला हवं तसं घडलं नव्हतं आणि तो त्याच्या पैशांची मागणी करू लागला होता.

SBS म्हणजेच साऊथहॉल ब्लॅक सिस्टर्स. १९७९ साली घरातील अत्याचारांमधून सुटून निघालेल्या स्थानिक महिलांसाठी सल्ला, प्रसार आणि मोहीम करणारी संघटना म्हणून संस्थापित केली गेली, पण ही संघटना फक्त याच मुद्यांवर कार्यरत नव्हती. निराश्रय कल्याण, समुपदेशन व देशांतराशी संलग्न प्रश्न वगैरे मुद्यांवरही ही संस्था महत्त्वपूर्ण कार्य करते आहे. मानसिकदृष्ट्या असंतुलित महिलांना ही संघटना समुपदेशन पुरवते आणि त्यातील सर्वाधिक दुर्बलांसाठी दिवसभराच्या सहली, छोट्या सुट्ट्या अशी आधार देणारी कार्यं आयोजित करते.

कॉलेजशिक्षण संपवताक्षणीच मला अमीनाच्या मैत्रिणीमुळे साऊथहॉलमधील एका दुकानात नोकरी मिळाली. त्या दुकानाच्या मालकिणीचा माझ्याबद्दल चांगला ग्रह झाला आणि मी तिच्या दुकानात काम करीन. का, असं तिनं मला विचारलं. मी तिला माझ्या परिस्थितीबद्दल सांगितलं, पडद्यांची कापड, कपडे, मुलांचे बूट व इतर अनेक गोष्टींची विक्री करत असे. ती इतरांना पगार देई त्याच्या निम्म्यानं मला पगार देऊ लागली. आठवड्याला ५० पौंड आणि तिचा आठवडा पाच दिवसांचा नव्हता. आठ दिवसांचा होता! मी सोळा दिवस काम केल्यावर तिनं मला १०० पौंड दिले. तिनं माझ्या आठवड्याच्या बस पासचेही पैसे दिले. या पैशांवर निर्वाह करणं शक्य नव्हतं. हन्स्लॉहून साउथहॉलला पोचायला मला दोन बस घ्याव्या लागतं. तिनं मला ९ ते ९।।च्या दरम्यान दुकान उघडायला सांगितलं होतं; पण कधीकधी मला दुकान उघडायला दहा वाजत. कामाला जाण्यापूर्वी मला सकाळचा नाश्ता बनवावा लागे. अमीनाच्या मुलाला तयार करावं लागे, कपडे धुवावे लागत आणि माझी खोली साफ करावी लागे.

दुबईला माल विकत आणायला जाण्यापूर्वी तीन दिवस मालकिणीनं मला काम शिकवलं. ती म्हणाली, 'माझा तुझ्यावर विश्वास आहे. तू गिऱ्हाइकांशी चांगलं वागतेस.' मी सारा पैसा काउंटरखाली ठेवत असे. प्रत्येक रात्री मला किती पैसे आले व मी किती खर्च केले, याचा हिशोब लिहून ठेवावा लागे. ती मला म्हणाली, की मी दिवसाकाठी दोन पौंडापर्यंत जेवणावर खर्च करायला हरकत नाही. मी ब्रेड आणि सॅलड्स किंवा सामोसे विकत घेत असे. ती परत आल्यावर मी आणखी एक आठवडा काम केलं, मग तिनं माझं काम थांबवलं. त्या शेवटच्या आठवड्याचा पगार मला आजमितीपर्यंत मिळालेला नाही. दुकानात काम करणं कठीण असतं; कारण गिऱ्हाइकं एक गोष्ट दाखवायला सांगतात. मग दुसरी. तुम्ही अनेक गोष्टी

काढता आणि त्या तुम्हाला नीटपणे जागेवर ठेवाव्या लागतात. मी घरी पोचेपर्यंत माझ्या पायांची वाट लागत असे!

ह्या दुकानात मला मेदिना नावाची अमीनाची मैत्रीण भेटली. तिनं माझ्या परिस्थितीची चौकशी केली. मी तिला सांगितलं की अमीनाचा नवरा केव्हा घरी येणार आणि ती रात्र मला बाहेर केव्हा काढावी लागणार, याचा मला कधीही अंदाज नसे. तिनं मला तिच्यापाशी राहाण्याचं आमंत्रण दिलं. ती म्हणाली, 'मी एकटीच राहाते. मला तुझी सोबत होईल.' मी अमीनाचं घर सोडून जाताना तिला सांगितलं की तिला जरूर पडेल तेव्हा तिनं मला अवश्य बोलवावं. तिला राग आला. ती म्हणाली, 'लोक भयंकर असू शकतात. तू मला सोडून का जाते आहेस? तू क्रॉयडनमध्ये कशी काय राहू शकशील? कधीकधी तुझ्यापाशी बससाठीही पैसे नसतात.' पण अमीना माझ्याशी फार चांगली वागली नव्हती. तिची लहर लागेल तेव्हा ती मला घरी येऊ नकोस म्हणून सांगे. जर कुणी तुम्हाला म्हटलं की आज रात्री घरी येऊ नकोस, तर तुम्ही काय करायचं?

मेदिनासुद्धा माझ्याशी वाईटच वागली. ती मैत्रिणींमध्ये तिचा भाव वाढवायला चुटक्या वाजवून मला फर्मानं सोडत नाचवत असे. मी दुकानात नोकरी करत असतानाच तिच्याजवळ राहू लागले होते. मी दुकान ७ वाजता बंद केलं तरी मी रात्री ९-१० वाजेपर्यंत घरी पोचत नसे. मालकिणीनं मला दुकान रात्री ९ वाजता बंद करायला सांगितलं होतं, कारण उन्हाळ्यात साऊथहॉलला लोकांची खूप गर्दी असते. पण मी तिला सांगितलं की मी खूप दूर राहते. मला वाटतं म्हणूनच तिनं मला नोकरीवरून काढून टाकलं. मी किती उशिरा घरी येते अशी मेदिना कुरकुर करत असे. दिवसभर करायला काही उद्योग नसल्यानं ती कंटाळलेली असे. तिच्या पाठदुखीमुळे तिला अपंगांसाठीचा भत्ता मिळत असे. सोमालियात शिपायांनी तिच्यावर बलात्काराचा प्रयत्न केला होता. त्यांनी तिला मार देऊन कारमधून फेकून दिलं होतं आणि तिचे पाय मोडले होते. हाडं नीट जुळून आली नव्हती आणि तिला नीट चालता येत नव्हतं. ती सकाळी ११ वाजेपर्यंत बिछान्याबाहेर निघत नसे. कधीकधी ती तिच्या काकूकडे क्लॅपहॅमला जात असे, पण ती मला फोन करून ते सांगत नसे. माझ्यापाशी फ्लॅटच्या किल्ल्या नव्हत्या. ती म्हणत असे की माझ्यासाठी ती किल्ल्या बनवून घेईल; पण तिनं कधीच बनवून घेतल्या नाहीत. तुम्ही कुणाकडे बळजबरीनं किल्ली मागू शकत नाही. मी क्रॉयडनला पोचल्यावर फोन बूथवरून तिला फोन लावत असे, कारण मोबाइल वापरणं मला परवडत नसे. मग ती मला तिच्या काकूकडे यायला सांगे. मला दोन बस घेऊन तिथं जावं लागे. तिथं मला झोप लागे. सकाळी दुकानात पोचल्यावर मी झिंगल्यासारखी चालत असे. कधीकधी मला बसमध्येच झोप लागे आणि जागी झाल्यावर मी कुठं आहे, ते मला समजत नसे.

मी बेघर होते. जेव्हा मी बेघर लोकांना पाहाते तेव्हा मला जाणीव होते की तेसुद्धा माझ्यासारख्याच परिस्थितीत आहेत. तुम्हाला काय होणार ते तुम्हाला ठाऊक नसतं. तुम्हाला त्याची पर्वाही नसते आणि तुम्हाला फक्त मरण हवंसं वाटतं.

माझी नोकरी सुटल्यावर मी आणि मेदिना दिवसभर एकत्रच असायचो. मी तिच्या काकूकडे जाऊन तिच्या लेकीच्या लग्नासाठी मदत करत असे. ती काकू नेहमी म्हणते की मी तिला केलेली मदत ती कधीच विसरणार नाही. तो वेळ छान गेला. प्रत्येकाचं लक्ष लग्नाकडे होतं. काही काळ मला माझ्या परिस्थितीचा विसर पडला. ती मुलगी नशीबवान होती की तिची आई तिची काळजी घेत होती. दोन आठवडे आम्ही खूपच काम केलं. धुणं, पुसणं, सारं नीट आवरून ठेवणं, जवळजवळ महिनाभर तयारी चालली होती. मेदिना तिच्या सर्व मित्रमैत्रिणी आणि नातेवाइकांना सांगत असे की मी आश्रय याचक होते. सामान्यत: मी ते मनावर घेत नसे; पण कधीकधी मला रडू फुटे आणि मनात येई की हे सारं केव्हा संपेल! इतर सर्वजण सामान्य आयुष्य जगत होते. मला एक वृद्ध स्त्री आठवते. तिनं मला ७० पौंड दिले. ते घ्यायची मला खूप लाज वाटत होती. तिनं ते मेदिनाजवळ दिले आणि माझ्यासाठी काहीतरी विकत आणायला सांगितलं.

त्या उन्हाळ्यात साऊथहॉल ब्लॅक सिस्टर्सनं मला आणि इतर काही बायकांना चार दिवस एडिंबराला नेलं. त्यानं माझी निराश मन:स्थिती थोडी बदलली. आम्ही मालिश आणि वाफेचं स्नान (सॉना) घेतलं. मी आयुष्यात प्रथमच सॉना घेत होते आणि प्रथमच पोहायचा पोशाख घातला होता. आम्ही एडिंबराचा किल्ला बघायला गेलो. ते चाराहून जास्त दिवस असायला हवं होतं; पण तुमचं म्हणणं ऐकून घ्यायला नेहमीच कुणीतरी असे, त्याची खूप मदत झाली. सप्टेंबरमध्ये मीनानं माझा वकील बदलला. कारण आधीचा वकील काहीही करत नव्हता. नव्या वकिलाला मी सारं काही सांगितलं. ती म्हणाली, तिला नव्यानं पुरावे लागतील. म्हणजे ती गृहखात्याकडे नव्यानं अर्ज करू शकेल.

मी मेदिनात राहणाऱ्या हलिमा नावाच्या माझ्या आईच्या मैत्रिणीला आईबद्दल चौकशी करण्यासाठी दर दोन आठवड्यांनी फोन करत असे. त्या युद्धापूर्वीपासूनच्या मैत्रिणी होत्या आणि तिची आर्थिक स्थिती आमच्याहून खूप चांगली होती. माझ्या आईनं मला सांगितलं होतं की काही वाईट घडलं तर मी हलिमाला सांगावं आणि आमची ताटातूट झाली. आई तिचे जास्तीचे पैसे हलिमाजवळ ठेवायला देत असे कारण निर्वासितांच्या छावणीत ते चोरीला गेले असते. हलिमानं मला सांगितलं की माझी आई बेपत्ता झाली होती. दाहिर आणि काही शिपाई मला शोधत छावणीवर पोचले होते. मला वाटतं, दाहिरला इतरांना शंका येऊ द्यायची नव्हती की त्यानंच मला पळून जायला मदत केली होती. शिपायांनी माझ्या आईला माझा ठावठिकाणा

विचारला. एकजण बंदूक रोखून तिला लाथा हाणत होता आणि म्हणत होता की, तिनं सांगितलं नाही तर तो तिला ठार मारेल. दाहिर तिला वाचवू बघत होता. तो असा प्रयत्न करत असताना अचानक गोळी सुटली आणि दाहिर जखमी झाला. एका शिपायानं दुसऱ्याच्या थोबाडीत देऊन म्हटलं, 'मूर्खा! बघ तू काय केलंस ते!' त्यांनी माझ्या आईला आणि भावंडांना कारमध्ये कोंबलं आणि ते निघून गेले. त्यांचं काय झालं ते कुणालाच ठाऊक नाही. मी ब्रिटिश रेडक्रॉसला त्यांना शोधायची विनंती केली. ते काही करू शकले नाहीत. मला माझ्या आईची सारखी आठवण येते. वकीलबाई म्हणाल्या की मी आता म्हणू शकते की मला आता कुणीही नातेवाईक नाहीत. त्यामुळे गृहखात्यानं मला परत पाठवू नये.

लंडन लॉ सेंटर आता फरियाचा खटला लढवतंय. त्यांनी गृहखात्याला, तिला अपवाद म्हणून तूर्त इथे राहण्याची परवानगी द्यायची विनंती केली आहे. त्यांनी तिच्या निराश मन:स्थितीचा (डिप्रेशन) वैद्यकीय पुरावा जोडून व सोमालियात एकटी स्त्री म्हणून राहाताना तिला ज्या संकटांचा सामना करावा लागेल या दोहोंमुळे तिच्या मूलभूत मानवी अधिकारांना धक्का बसेल असं म्हटलं आहे. ते पत्र म्हणतं, 'माझ्या अशिलाला त्रिशंकू परिस्थितीत सोडणं बेकायदेशीर आहे. कारण ती सोमालियातही परत जाऊ शकत नाही आणि इंग्लंडमध्येही कायदेशीररीत्या राहू शकत नाही.' हे पत्र फेब्रुवारी २००४ साली लिहिलं गेलं. फरियाला गृहखात्याकडून आजमितीपर्यंत उत्तर आलेलं नाही.

वकीलबाईंनी मला सांगितलं की मला पत्राचं उत्तर येईपर्यंत ते मला परत पाठवू शकत नाहीत. मला महिन्यातून एकदा जाऊन देशांतर करणाऱ्यांच्या नोंद केंद्रावर जाऊन सही करून यावं लागतं. सुरुवातीला मला जावंसं वाटत नसे. मी ऐकलं होतं की कधीकधी लोक तिथं जातात आणि परतच येत नाहीत. तीन वेळा मी तीनचार दिवस उशिरा गेले. प्रत्येक वेळेस तिथल्या महिला हवालदारानं मला प्रश्न केला की मी दिल्या तारखेला का आले नाही. मी सांगितलं, मी आजारी होते. ती मला म्हणाली, मी डॉक्टरचं पत्र आणलं पाहिजे. तिसऱ्या खेपेस मी म्हणाले की मी विसरले. ती म्हणाली की हे असंच चालू राहिलं तर ती मला दर आठवड्याला यायला लावेल. मी तिला म्हणाले की हे चालायला खूप दूर आहे आणि बसचं भाडं मला परवडत नाही. ती म्हणाली, तो तिचा प्रश्न नाही. त्यानंतर मी वेळेवर जाऊ लागले. मला अजून भीती आहे की ते मला थांबवून घेतील आणि परत पाठवतील; पण वकीलबाई म्हणाल्या की आधी तिला सांगितल्याशिवाय त्यांना तसं करता येणार नाही. त्यांना माहीत आहे की मी इथे राहाते. म्हणजे मी काही भूमिगत नाही.

मला वाटतं मी अर्ज नाकारला गेलेली आश्रयार्थी आहे, बेकायदेशीर देशांतरित नाही!

मेदिनाकडे माझं फार बरं चाललेलं नव्हतं. जेव्हा अमीनानं सप्टेंबर २००३ मध्ये मला रडत रडत फोन केला की तिचं तिच्या नवऱ्याशी भांडण झालं आहे, तेव्हा मी तिच्याकडे पुन्हा राहू लागले. त्यांचा घटस्फोट झाला होता. तो त्याचं मूल बघायलासुद्धा येत नव्हता. तिचं दुसरं मूल ऑक्टोबर महिन्यात जन्मलं. मी सारा ऑक्टोबर महिना तिच्याजवळ राहिले. मग अमीना दुकानांपासून खूपच दूरच्या एका फ्लॅटमध्ये हलली. मिठासारखी साधी गोष्ट विकत आणायलादेखील तिला दहा मिनिटं चालावं लागे. तिला बाजार करायला कारची खरोखरच गरज होती. म्हणून तिनं नवऱ्याबरोबर समझोता केला. मला प्रश्न पडला, 'आता मी काय करावं?' ज्या वृद्धेनं मेदिनापाशी माझ्यासाठी ७० पौंड दिले होते, तिच्याशी माझं छान जमत असे. जेव्हा जेव्हा मला वाटे की अमीनाला नवऱ्याबरोबर एकटीला राहायचंय, तेव्हा मी त्या वृद्धेकडे जात असे. ती माझ्यासाठी जेवण बनवीत असे. तिला इंग्रजी बोलता येत नसे, म्हणून मी तिला मदत करत असे. ती आदल्या दिवशी मला फोन करून तिच्याबरोबर हाउसिंग ऑफिस आणि इतर ठिकाणी सोबत यायला बोलावे. ती मला थोडे पैसे देत असे. सुरुवातीला मी घेत नसे; पण ती बळजबरीनं मला घ्यायला लावे. ती म्हणे की मी तिची मुलगी सूद हिच्याबरोबर राहावं. तेथे काही महिने मी आळीपाळीनं मेदिना, अमीना आणि सूदपाशी राहिले.

सरतेशेवटी ऑगस्ट २००४ मध्ये मी सूदच्या घरी हलले. सूद तिच्या आईशी फार चांगली वागते. तिच्या आईला मला मदत करायची इच्छा होती आणि सूदनं त्या इच्छेला मान दिला. सूद वैभवात वाढली आहे आणि इतरांप्रमाणेच तिचीही मी खूप काम करावं अशीच अपेक्षा होती. कधीकधी आम्ही तिच्या आईच्या घराशेजारच्या इंटरनेट कॅफेमध्ये जाऊन ते चालवणाऱ्या अब्दीशी गप्पा करत असू. तो दुकानात एकटाच असतो आणि जेवण आणायला बाहेर जाऊ शकत नाही, हे कळल्यावर सूदची आई त्याच्यासाठी जेवण बनवू लागली. एक दिवस अब्दी म्हणाला की त्याला आम्हाला जेवायला बाहेर न्यायचं आहे. त्यानंतर त्यानं मला एकटीला जेवायला नेलं. त्याच्या दुकानात इतक्या सुंदर स्त्रिया येत, की त्याला माझ्यात गम्य असेल असं मला अजिबात वाटलं नव्हतं. सुरुवातीला मला त्याच्यात रस नव्हता. तो माझ्या पहिल्या मित्रासारखा देखणा नव्हता. तो खूप उंच आणि खूपच काळा आहे; पण तो फार सुस्वभावी आहे. तुम्ही त्याला काहीही सांगा, तो ते सारं पोटात ठेवेल. तो तुम्हाला नेहमीच चांगला सल्ला देईल. त्याचा जन्म १९६८ साली झाला होता; पण तो त्याच्या वयापेक्षा खूप परिपक्व वाटतो. तो उदार मतवादी आहे आणि मी हिजाब वापरलेला त्याला आवडत नाही.

जरी तो रीर हमार वंशाचा आहे तरी त्याला माझ्या वंशाचा तिरस्कार नाही. तो

लोकांची त्यांच्या वंशावरून पारख करत नाही. तो माणसात माणुसकी शोधतो. मला वाटत असे की मला कुणीही भेटलं तरी वंशाचा मुद्दा निघेल. तो माझ्याशी माणूस म्हणून बोलला. त्याच्या सहवासात मला सुरक्षित वाटतं. तुम्ही सौदा करताना तुमचं पारडं जड असतं. तुम्ही एकट्या असता तेव्हा प्रत्येकाला वाटतं की तो तुमचा गैरफायदा घेऊ शकेल. तो एकटाच असा आहे की ज्यानं माझा गैरफायदा घेतलेला नाही. तो माझ्याशी अगदी सरळपणे वागला. त्यानं मला सांगितलं की त्याची बायको त्याला सोडून गेली आहे. त्यांचं जमलं नाही. हो! त्यानं मला मागणी घालावी, अशी माझी अपेक्षा नव्हतीच.

मला अब्दी वर्षाच्या सुरुवातीला भेटला आणि सप्टेंबर २००४ च्या अखेरीस आम्ही विवाह केला. एका संध्याकाळी, SBS मध्ये दिवस घालवल्यानंतर अब्दी मला म्हणाला की त्याला माझ्याशी विवाह करायची इच्छा आहे. त्यानं विचारलं, 'तुझं काय म्हणणं आहे?' मी म्हणाले, 'ठीक आहे.' त्यानं मला कपडे विकत घ्यायला काही पैसे दिले. त्याच्या स्नेह्यांनी मला प्रसाधनगृहात नेऊन माझे हात मेंदीनं रंगवले. दोन दिवसातच आमचा विवाह झाला. मी मोजक्याच लोकांना आमंत्रण दिलं होतं. अब्दीचे सर्व मित्र आले. एक दिवस मी खूप आनंदात होते. माझा विधिवत विवाहसोहळा झाला होता. खरं तर मला तो नको होता. मला कायदेशीररीत्या लग्न करून रीतसर कागदपत्रं व राहण्याचा परवाना हवा होता. त्यानं तसं का केलं नाही हे मला ठाऊक नाही. कदाचित तो त्या दुसऱ्या स्त्रीशी अजून विवाहबंधनात असेल. कदाचित तो माझा गैरफायदा घेत असेल. तसं असू नये अशी माझी इच्छा आहे. दुसरी एक अडचण आहे. मी माझ्या पासपोर्टशिवाय त्याच्याशी कायदेशीरपणे विवाह करू शकत नाही. स्कॉटलंडमध्ये एक जागा आहे, जिथं तुम्ही पासपोर्टशिवाय विवाहबद्ध होऊ शकता. तिथं आम्हाला जावं लागेल. आम्ही अजून एकत्र राहात नसल्यामुळे तो आणखी कुणाला भेटतो आहे का हे मला ठाऊक नाही, पण तो इतर पुरुषांबरोबर एका लहानशा खोलीत राहात असताना त्याच्याबरोबर तेथे हलायची माझी तयारी नाही. स्वयंपाकघरात जा – परकी माणसं. टॉयलेटमध्ये जा – परकी माणसं.

सूदनं मला विचारलं की माझं लग्न झालं आहे तरी मी त्याच्याजवळ का राहात नाही? तिला आता भाडं हवं होतं. मी नेहमी SBSला जात असे. त्यामुळे तिची समजूत झाली की मला नोकरी आहे. माझ्या नवऱ्यानं तिला विचारलं की तिला किती भाडं हवं आहे? तिनं सांगितलं '५० पौंड' तिची आई तिला माझ्याकडून भाडं घेऊ देईना. सूदला वाटलं की मी तिच्या आईपाशी तक्रार केली आहे. मी तिला समजावून सांगितलं, मला SBSमध्ये काही पैसे मिळत नाहीत. मी तिथे माझ्या निराश मन:स्थितीसाठी (डिप्रेशन) समुपदेशन घ्यायला जाते. मी ते दोनहून जास्त

वर्षं घेत आहे. म्हणूनच मी आता तुझ्याशी बोलू शकतेय. यापूर्वी कुणी मला माझ्या भूतकाळाबाबत विचारलं, तर मी फक्त गप्प राही व रडत असे. अजूनही मला भूतकाळाचं दु:ख टोचतं. अजून अशी वेळ आलेली नाही की मी माझी कर्मकहाणी इतके वेळा सांगितलीय की ते आता फक्त शब्द आहेत. त्या शब्दांना अजून अर्थ आहे. मी SBS मध्ये मदतगटात जाते आणि कॉम्प्युटर वापरायला शिकते. अब्दीचं मला उत्तेजन आहे कारण त्याला शिक्षण महत्त्वाचं वाटतं. पैसा तुम्हाला अधिक हुशार बनवत नाही. आश्रय परवाना नाकारली गेलेली असल्यामुळे मला शिकायची परवानगी नाही. मीनानं SBS मध्ये इंग्रजीचे वर्ग घेतले व मी तिथे चार महिने इंग्रजी शिकले; पण सप्टेंबर २००५ मध्ये मी कॉलेजला जाण्याचा मार्ग शोधून काढला. सूदचा एक मित्र एक छोटं, समाजासाठीचं कॉलेज चालवतो. ते विद्यार्थ्यांना जीवशास्त्र, रसायनशास्त्र, पदार्थविज्ञानशास्त्र आणि गणित शिकण्यासाठी मदत करतात. मी त्याला सांगितलं की मला नर्स बनायचंय. मी तेथे नाव घातलेलं नाही, पण मी वर्गात ऐकायला जाऊन बसते. ५ वाजता वर्ग संपला की मी काही मुलांना कुराण आणि सोमाली लिपी ७ वाजेपर्यंत शिकवते. अशा रीतीनं मी ऋणाची परतफेड करते.

अब्दीनं स्वत:च्या जागेत हलायला इतके दिवस लावले की मी त्याच्याकडे जाऊन त्याला विचारलं की आम्ही एकत्र राहू शकत नसलो तर आमच्या विवाहाला अर्थ काय? त्याची कमाई काय ते मला ठाऊक नाही. मी त्याला विचारत नाही आणि तो मला सांगत नाही. मला वाटतं तो आठवड्याला २०० पौंड मिळवतो. त्या दुकानात त्यानं इतकी वर्षं काम केलं आहे, की मला वाटतं, त्यात त्याचा हिस्सा आहे. तो नुसता पगार नाही. तो फोनची कार्डं घाऊक विकूनही काही पैसे मिळवतो. तो मला आठवड्याला २० ते ५० पौंड देतो. मला किती खरेदी करायचीय त्याप्रमाणे. आता त्यानं शेपर्ड्स बुशमध्ये एका शयनगृहाची सदनिका घेतली आहे. माझं कॉलेज क्लॅपहॅममध्ये आहे. ते जूनमध्ये संपलं की मी शेपर्ड्स बुशला राहू लागेन.

मला वाटत असे की युरोपमध्ये आयुष्य अधिक चांगलं असेल. मला वाटे की ते इथं माणसांना विकसित होण्यासाठी उत्तेजन देतील; पण मला वाटतं सर्वत्र हिणकस वृत्ती आहे. सर्वत्र स्वार्थी लोक आहेत; जे तुम्ही मृत्युमुखी पडत असलात तरीही तुम्हाला मदत करणार नाहीत. प्रत्येकाचं नशीब लिहिलं गेलं आहे. मी फार दुर्दैवी आहे. तुम्हाला प्रश्न पडेल की मी धार्मिक का आहे? कारण धर्मानं माझं नशीब उजळलेलं नाही; पण प्रार्थना मला दुर्दैवाशी झगडायला व तरून जायला मदत करते. सोमालियात एक म्हण आहे की कोंबडं विष्ठा खातं; पण त्याला आपली चोच साफ कशी ठेवायची त्याची अक्कल असते. मला आशा आहे की परिस्थिती

सुधारेल. SBS समुपदेशक, अब्दी आणि वृद्धेचे कुटुंबीय यांच्या पाठिंब्यानं मला हुरूप येतो आणि कदाचित एक दिवस मला कायदेशीरपणे राहाण्याचा परवानाही मिळेल! आम्हाला मूल हवं आहे. सुईण बनायचं माझं स्वप्न आहे. कोण जाणे! कदाचित तेही सत्यात उतरेल!

फरिया नूर २००६ च्या उन्हाळ्यात तिच्या पतीसमवेत राहू लागली. तिनं SBS च्या सल्ल्यानुसार पुन्हा वकील बदलला आहे. नवीन वकील म्हणते की ती फारसं काही करू शकणार नाही, कारण फरियाचा अर्ज आधीच गृहखात्याकडे गेलेला आहे. ती आणखी जास्तीची माहिती पाठवणार आहे. SBS चं शिफारसपत्र, ज्या गैरसमजांवर कोर्टानं आधीचा निर्णय दिला, ते गैरसमज दूर करण्यासाठीचं निवेदनपत्र, अल्पसंख्याक वंशीयांच्या सोमालियातील परिस्थितीबाबतचा तज्ज्ञांचा अहवाल आणि फरियाच्या समुपदेशकाचा अहवाल. वकिलांना वाटतंय की तिच्या नवऱ्यानं आपले कागदपत्र जोडून तिच्याशी विवाहाचा इरादा कळवला तर तिच्या खटल्यासाठी मदत होईल. तो म्हणतो की त्याला त्याच्या बायकोला घटस्फोट देता येणार नाही; कारण त्यामुळं ती उघडी पडेल. ती त्याच्या कुटुंबातलीच आहे, बहुदा चुलत बहीण आणि घटस्फोटाविरुद्ध त्याच्यावर कुटुंबीयांचं खूप दडपण आहे. तो तिच्या या देशात राहाण्याबद्दलच्या अर्जासाठी मदत देत नसल्यामुळे फरियाला फसवलं गेल्यासारखं वाटतंय. तो तिला सांगतो की सर्व काही सुरळीत होईल व तिला चिंतेचं कारण नाही. त्यानं दिलेल्या आसऱ्याबद्दल फरिया कृतज्ञ आहे, पण तिला शिक्षण किंवा काम करता येत नाही. त्यामुळे तिला कोंडीत सापडल्यासारखं वाटतं. ती म्हणते, घरी रिकामं बसून खात राहणं तिला कणाकणानं मारतंय. तिला असं आयुष्य नकोय. ती फार निराश झालेली आहे. ती आयर्लंडसारख्या दुसऱ्या इंग्रजी भाषिक देशात जाऊन ही सारी प्रक्रिया पुन्हा सुरू करायचा गंभीरपणे विचार करते आहे.

नताशा बुलोव्हा : सुटण्याच्या प्रयत्नात

शहराच्या पोलिसांनी जून २००४ मध्ये सड्‌बरी, लंडन येथील मसाज पार्लरवर धाड घातली तेव्हा नताशाची सुटका झाली; पण ती त्या अनुभवाबद्दल 'मी पकडली गेले' असं म्हणते. त्या वेळेस ती फक्त सतरा वर्षांची कोवळी मुलगी होती आणि तिनं लैंगिक गुलामीत सात महिने कंठले होते.

आम्ही एप्रिल २००६ मध्ये प्रथमच ब्रिटिश लायब्ररीत भेटलो. ती चाळीस मिनिटं उशिरा पोचली. विशीच्या तरुणाईची वेळेबाबतची बेपर्वाई आमच्या साऱ्या भेटींना उशीर लावत असे. ती स्वत:ला 'नताशा' म्हणवून घेते. हे उपरोधिक वाटतं; कारण पूर्वयुरोपातील लैंगिक गुलाम स्त्रियांसाठी हे नाव एक समानार्थी शब्द बनला आहे – मग त्यांची कोणतीही राष्ट्रीयता असो! व्हिक्टर मालारेक, त्याचं पुस्तक – 'The Natashas : New Global Sex Trade' एका युक्रेनच्या स्त्रीचं म्हणणं उद्‌धृत करतो. ती स्त्री कडवटपणे म्हणते, 'सारे पुरुष तिला 'नताशा' म्हणून संबोधत; ह्या लैंगिक प्रतिमेमुळे एका फटक्यात तिला माणसातून उठल्यासारखं व अस्मिता गमावल्यासारखं वाटे!' आता एकोणीस वर्षांची असली तरी नताशा गुबगुबीत, टवटवीत शाळकरी मुलगीच वाटते. आखुड काळ्या केसात सोनेरी रेघा काढलेली. पोलिसांनी तिला पकडल्या दिवसापासून तिला ओळखणारी रशियन अनुवादिका, इलेना, म्हणते की ती सडसडीत होती आणि तिचे लांब केस पोनीटेलमध्ये बांधलेले असताना ती आतापेक्षाही बालिश दिसत असे. नताशा लाजरं-बुजरं स्मित करते आणि एकाच वेळेस हरवल्यासारखी आणि कचाट्यात सापडल्यासारखी दिसते. ती नजरेत नजर मिळवत नाही – क्वचित क्षणभरच

मिळवते – ती म्हणते वेश्या म्हणून काम करताना तिनं ही सवय लावून घेतली. तिला गिऱ्हाइकांचा इतका तिटकारा वाटे की ती त्यांच्याकडे दृष्टीही टाकत नसे आणि आता ती कुणाच्या नजरेला नजर मिळवू शकत नाही.

आम्ही धूम्रपानासाठी अनेकदा सुटी घेतो. तिला वाक्यं बोलता येत नाहीत. ती एक एक शब्द बोलते. तिच्या बालपणाविषयीच्या साधारणशा प्रश्नाला तिच्याकडून एक रिता कटाक्ष उत्तर म्हणून मिळतो. सरतेशेवटी ती उत्तरादाखल मला एक प्रश्नच विचारते की मला नेमकी काय माहिती हवी आहे? जेव्हा मी तिला 'लहान असताना कुठे राहात होतीस त्याचं वर्णन कर' असं सांगते, तेव्हा हा प्रश्न मला छोट्या छोट्या उपप्रश्नांनी तोडून विचारावा लागतो. उदा. तो फ्लॅट होता की बंगला होता, कोणत्या मजल्यावर, किती शयनगृहं, कशा तऱ्हेचा परिसर? मी जेवढं विचारीन तेवढंच मला उत्तर मिळत असे; जणू काही तिला भीती वाटत होती की मी तिला गोत्यात आणणार! हे काम कठीण होतं. मी तिला विचारलं की साधारणत: ती बोलकी मुलगी आहे का, तर ती उत्तर देते, 'हो. पण मला माझ्या भावना बोलून दाखवायला आवडत नाहीत आणि काही गोष्टी अशा घडल्या आहेत की ज्याबाबत विचार करणं मी टाळते.' मुलाखत सुरू होऊन तीन तास झाल्यानंतर ती हळूच सांगते की तिची आजी – वडिलांची आई – त्यांच्याजवळ राहात असे. यापूर्वी तिच्या कुटुंबीयांबद्दल सविस्तर बोलून झाल्यानंतर ही माहिती बाहेर पडते. जरी ती मुलाखतीसाठी आनंदानं तयार झाली, तरी मला वाटतं की मी खोदून खोदून चौकशी केली नाही तर बरीचशी माहिती वर येणारच नाही. कदाचित सद्यस्थितीशी मुकाबला करायची ही तिची रीत असेल.

सोविएत युनियनच्या १९९१ मधल्या शकलांनंतर जी प्रचंड बेकारीची लाट उसळली, त्याचा नताशा एक बळी आहे. समाजवादाचा अंत, लोकशाहीचा आरंभ आणि मागणी-पुरवठा तत्त्वावरील अर्थकारण जरी पाश्चिमात्य जगानं नावाजलं आणि सोव्हिएत जनतेनं गृहीत धरलं, तरी त्यातून निराशा, भूक, गुन्हे आणि लाचखोरी निर्माण झाली. नव्वदच्या दशकाच्या मध्याला बायकांच्या नोकऱ्या कठोरपणे व अधिक प्रमाणात कमी केल्या गेल्या. जरी परिस्थिती सुधारली असली तरी, त्यामुळे फक्त तेव्हाचं असंतुलन सरळ झालं आहे.

आर्थिक परिस्थिती आणि नोकऱ्यांची भीषण कमतरता यांच्या परिणामस्वरूपी बायकांना कधीकधी आमूलाग्र वेगळी पावलं उचलावी लागतात. उदाहरणार्थ तेथे मोठ्या प्रमाणात उच्चशिक्षित रशियन स्त्रिया आहेत. त्यांना वेबसाइट्‌सवर 'लायक पत्नी' म्हणून स्वत:ची अमेरिकन किंवा युरेपियन लोकांपुढे जाहिरात करावी लागते. रशियातील जवळजवळ प्रत्येक वेबसाइट रशियन वधूंची जाहिरात देत असते. जेव्हा मी नताशाचं गाव, समारा शोधलं तेव्हा पहिल्याच क्लिकनंतर रात्रीसाठी खोल्यांबरोबरच

रशियन वधूंची जाहिरात आली. खानावळीच्या मालकांचं म्हणणं आहे की ते चांगुलपणापोटी अशा वधूंच्या जाहिराती देतात, कारण राहायला येणाऱ्यांपैकी खूप जणांना रशियन बायकांशी संपर्क साधायचा असतो. तिशीतल्या आकर्षक स्त्रियांचे फोटो – कधीकधी उत्तान फोटो – दिलेले असतात. या सर्व स्त्रियांना खानावळवाले स्वत: ओळखत असतात. या स्त्रियांना पत्र लिहिण्यासाठी पुरुषांना आमंत्रण दिलं जातं आणि ग्वाही दिली जाते की त्यांची पत्रं योग्य ठिकाणी पोचवली जातील. फक्त भाषांतर करून हवं असेल तरच या कामासाठी पैसे मोजावे लागतात, पण जवळजवळ सर्व स्त्रिया इंग्रजी बोलू शकतात.

जर सुशिक्षित स्त्रिया अशा प्रकारे निसटून जाऊ बघतात, तर खालावलेल्या आर्थिक परिस्थितीत आणि प्रवासावरील निर्बंध शिथिल झालेले असताना भाबड्या आणि काही कौशल्य अंगी नसलेल्या नताशासारख्या तरुण मुली लठ्ठ पगारावर परदेशात वेट्रेस किंवा नर्तिका म्हणून आयुष्य कंठायला मिळेल या दलालांच्या आश्वासनांना बळी पडतात, यात काहीच आश्चर्य नाही.

मी ५ नोव्हेंबर २००३ साली घर सोडलं. मी बरोबर फारसं घेतलं नाही, कारण सर्वजण घरी होते आणि त्यांना शंका आली असती. फक्त एका छोट्याशा बॅगमध्ये अंतर्वस्त्र आणि टूथब्रश. मला वाटलं स्पेनला पोचल्यावर मला वस्तू विकत घेता येतील. तरीसुद्धा माझ्या आजीनं मला थांबवलं आणि मी घरातून काय घेऊन चालले आहे असं विचारलं. तिनं बॅग उघडायचा प्रयत्न केला. मी म्हटलं, 'देवा रे, तिनं ती उघडली तर सारंच संपलं!' ती दरवाजापाशीच उभी होती म्हणून मी तिला बाजूला ढकलून पळून गेले. माझी मैत्रीण मरीना मला न्यायला माझ्या घरापाशी आली. मॉस्कोला जाणारी गाडी लवकरच – सात वाजता सुटणार होती. आमच्या दोन मैत्रिणी स्टेशनवर आमचा निरोप घ्यायला आल्या होत्या.

आम्ही दुसऱ्या दिवशी, पंधरा तासांच्या प्रवासानंतर मॉस्कोला पोचलो. आमच्या दोघींपैकी कुणीच रात्रभर झोपलं नाही. आम्ही काहीच खाल्लं-प्यायलं नाही कारण आमच्यापाशी पैसे नव्हते. आम्हाला उशीदेखील मिळू शकली नाही. कारण त्यासाठी पैसे मोजावे लागतात. बसून तुम्ही झोप घेऊ शकत नाही आणि गाडी खच्चून भरली होती. नशिबानं आम्ही दिवसा झोप घेतलेली होती. मी माझ्या आईचा निरोप घेतला नव्हता म्हणून मला वाईट वाटत होतं. मी ठरवलं की शक्य तेवढ्या लवकर तिला फोन करायचा; कारण मी दोन दिवस बेपत्ता झाले असते तर तिनं काळजी केली असती. यापूर्वीही मी घर सोडून पळून गेले होते; पण मला कुठे शोधायचं ते तिला नेहमी कळत असे. आजूबाजूची काही खेडी सोडून मी समाराच्या बाहेर कधीच गेले नव्हते. मला वाटलं होतं की समारापुढे मॉस्को मला भीतिदायक वाटेल; पण तसं

झालं नाही. ते जसं आहे तसं मी स्वीकारलं.

ओल्गा आम्हाला स्टेशनवर भेटली आणि तिनं तिच्या कारनं आम्हाला हॉटेलवर नेलं. तिनं हॉटेलचे पैसे भरले. ते छान, स्वच्छ हॉटेल होतं. मी पोचल्याबरोबर लगेचच आईला फोन केला. ती रडत होती पण मी रडत नव्हते. मला सुटकेचा आनंद वाटत होता. त्या महिन्यात मी तिला आणखी दोन वेळा फोन केला. मी तिला सांगितलं की मी मॉस्कोमध्ये काही मैत्रिणींबरोबर काही वेळ राहाणार आहे. तिला माझा पत्ता हवा होता; पण ती मला म्हणाली होती की माझ्या शोधात ती पोलिसांकडे गेली होती म्हणून मी तिला तो सांगितला नाही. मी अजून अज्ञान वयाची असल्यामुळे पोलिसांनी माझ्या पलायनाची गंभीरपणे दखल घेतली असती. माझ्या आईनं मला विचारलं की, मी तिला जाते आहे म्हणून का सांगितलं नाही. मी म्हणाले, 'मी तुला सांगितलं असतं, तर तू मला जाऊ दिलं नसतंस.' हे मान्य करण्याखेरीज तिच्यापाशी इलाजच नव्हता.

ओल्गानं आम्हाला फ्रान्सच्या वकिलातीत दोन दिवसांत नेण्याचं कबूल केलं. आम्हाला हे चमत्कारिक वाटलं; कारण आम्ही स्पेनला जाणार होतो; पण ती म्हणाली, आमचा शेंगेन व्हिसा आम्ही कुठूनही घेऊ शकत होतो आणि फ्रेंच व्हिसा घेणं सोपं होतं. त्यानंतर आम्ही युरोपात कुठेही जाऊ शकलो असतो. दरम्यान तिनं आम्हाला खर्चायला १५०० रुबल दिले! जरी आमच्यासाठी ही बरीच मोठी रक्कम होती तरी मला शंका आली नाही. कारण मला वाटलं की त्यांच्यासाठी ही छोटी गोष्ट आहे आणि आम्ही काम सुरू केल्यावर आम्हाला ती परत करावी लागणार आहे. आम्ही क्रेमलिन बघायला गेलो, जेवलो, मद्य घेतलं. आम्ही मोठाल्या क्यूबन सिगार विकत घेतल्या आणि हॉटेलात बसून त्या ओढल्या. आम्हाला वाटलं आम्ही किती स्थिरचित्त आहोत! फ्रेंच वकिलातीत त्यांनी आम्हाला विचारलं की आम्हाला फ्रेंच बोलता येतं का? मी हो म्हणाले, कारण मी शाळेत ते थोडंसं शिकले होते. मी फ्रेंच असल्याप्रमाणे ती बाई माझ्याशी खूप भरभर बोलू लागली. अर्थातच ते मला समजलं नाही. आम्हाला फ्रेंच भाषा बोलता येत नसताना आम्हाला फ्रान्सला का जायचं आहे असं तिनं विचारलं. आम्हाला पढवलं होतं त्याप्रमाणे आम्ही उत्तर दिलं की आम्ही सुटीसाठी चाललो आहोत. ओल्गानं आमच्याजवळ काही कागदपत्रं दिली होती, त्यात कोणत्यातरी गावात आमच्या नावे हॉटेलात आरक्षण केलेलं दाखवलं होतं. आम्ही म्हणालो की आम्ही दोन आठवड्यांसाठी जात आहोत. ही गोष्टही चमत्कारिक होती. आम्ही फक्त दोन आठवड्यांसाठीचा व्हिसा मागत होतो. ओल्गा म्हणाली की आम्ही तिथे पोचल्यावर तो वाढवून घेऊ शकतो. निर्णयासाठी आम्हाला दोन तास थांबावं लागलं. आमचा व्हिसा नाकारण्यात आला. ओल्गा म्हणाली की आम्हाला रशिया सहा महिने सोडता येणार नाही; कारण आमच्या

पासपोर्टवर व्हिसा नाकारल्याचा शिक्का उठवला गेला होता. हे ऐकून आम्हाला फार वाईट वाटलं. आम्हाला महिनाभर थांबावं लागणार होतं. त्या काळात ओल्गा तो शिक्का काढून टाकणार होती. त्यासाठी तिला आणखी खर्च आला असता.

ती म्हणाली, 'वकिलातीत परत जाऊन काही निष्पन्न होणार नव्हतं.' कारण आम्ही अगदी कुचकामाच्या होतो. त्यानंतर तिनं आम्हाला सर्जीच्या हाती सोपवलं आणि ती समाराला निघून गेली. ती म्हणाली, 'आमची काळजी घ्यायला आम्हाला सर्व वेळ बालवाडी शिक्षिकेची काही गरज नव्हती.'

पुढला महिना सर्जीनं आमची काळजी घेतली. त्यानं मॉस्कोच्या मध्यवर्ती भागात एका दोन खोल्यांच्या फ्लॅटवर आम्हाला नेलं. तिथे आणखी चार मुली होत्या मी आणि मरीना जमिनीवर झोपलो. त्या पलंगावर झोपल्या. कारण त्या तिथं आमच्या आधी आल्या होत्या. आम्हा दोघींसाठी एक उशी आणि एकच छोटी जुनी गादी होती. त्या आम्हाला सतत सांगत असत, 'काळजी करू नका. हे सारं फक्त तात्पुरतं आहे. हे तुमचा व्हिसा नाकारला गेल्यामुळे आहे. सारं काही ठीक होईल.' आम्ही त्यावर विश्वास ठेवत होतो. आमची नावनोंदणी झालेली नसल्यामुळे आम्हाला बाहेर जायला बंदी होती. रशियात आमच्याकडे प्रॉपिस्का पद्धत असते. तुम्ही जिथे राहाता त्या गावात तुमचं नाव नोंदावं लागतं आणि तुम्ही दुसऱ्या गावाला गेलात तर तुम्हाला प्रॉपिस्का मिळवावं लागतं.

प्रॉपिस्का हा सरकारनं दिलेला परवाना असतो. तो प्रॉपिस्का-धारकाचं राहाण्याचं ठिकण नोंदवतो. हा झारशाहीचा अवशेष आहे – 'राज्याअंतर्गत परवाना'चा. एकोणिसाव्या शतकाच्या अखेरीस शहरांची वाढ नियंत्रणात ठेवायला, साम्राज्यात जनतेच्या स्थलांतरावर निर्बंध ठेवायला याचा उपयोग केला गेला. शेतकऱ्यांच्या हालचालींवरले निर्बंध १९०६ मध्ये उठवले गेले आणि अंतर्गत परवान्यांची संपूर्ण प्रथा १९१७ च्या क्रांतीनंतर बंद केली गेली; परंतु १९३२ साली सोव्हिएत सरकारनं झारचं अनुकरण करून अंतर्गत परवान्यांची प्रथा पुन्हा सुरू केली.

सोव्हिएत कायद्यात अंतर्गत परवाने सोळाव्या वर्षी दिले जात. दर पाच वर्षांनी त्यांचं नूतनीकरण केलं जाई. प्रॉपिस्का किंवा राहाण्याच्या परवान्याचा आता शिक्का मारला जाई. कायदेशीर परवानगीखेरीज राहाण्याचं गाव बदलता येत नसे आणि नोंद न करण्याला दंड किंवा तुरुंगवासाची सजा होती. कायदेशीर प्रॉपिस्काची नोकरी करण्यासाठी, विवाह करण्यासाठी, शिक्षण मिळवण्यासाठी किंवा समाजकार्यासाठी आवश्यकता असे. देशात प्रवास करताना पासपोर्ट व प्रॉपिस्का दाखवावा लागे किंवा अधिकारी किंवा नोकरी देणाऱ्यांनी मागितला तरी दाखवावा लागे.

मॉस्कोसारख्या शहरात प्रॉपिस्का मिळवणं अधिक कठीण असे. पूर्वी गुन्हा

केलेल्यांना, राजकीय मतभेद असणाऱ्यांना आणि रोमानी जिप्सींना प्रॉपिस्का सरसकट नाकारला जात असे. हे कागदपत्रं मिळवणं इतकं दुरापास्त असल्यामुळं आणि कधीकधी ते विनाकारण काढून घेतले जात असल्याकारणानं लाचलुचपत आणि खोटे विवाह हे कायद्यातून पळवाटा शोधायचे नेहमीचे मार्ग झाले होते. सोव्हिएत युनियन १९९१ मध्ये कोसळल्यावर प्रॉपिस्का कायद्यानुसार रद्दबातल केलं गेलं. तरीही मॉस्को हा रशियातील एक भाग आहे जिथे ते अजून प्रचलित आहे.

ते म्हणाले की अधिकाऱ्यांनी आम्हाला पाहिलं तर खूप दंड भरावा लागेल किंवा आम्हाला कैद केलं जाईल. जर बेकायदेशीर माणसापाशी पोलीस पोचला, तर तो लाच मागू शकतो. रशियन पोलिसांना हा वरकड कमाईचा एक मार्ग आहे. मला समारात कधीही थांबवलं गेलं नव्हतं, जरी माझी तिथं नोंदणी झाली होती तरीही! कारण असं आहे की समाराला येण्याची कुणालाच इच्छा नसते; पण प्रत्येकाला मॉस्कोला जायचं असतं.

सर्जी आमच्यासाठी सिगारेट आणि जेवण दररोज आणत असे. मुली स्वयंपाक करत. कधीकधी आम्ही त्यांच्याबरोबर जेवत असू. आमची मैत्री झाली होती. त्यासुद्धा व्हिसाची वाट पाहात होत्या. दोघीजणी माद्रिदला निघाल्या होत्या. एक फ्रान्सला चालली होती आणि एक व्यावसायिक नर्तिका समजत होती की ती लंडनमध्ये नाचणार आहे. एकीला शास्त्रोक्त मालीश करता येत होतं आणि दोघीजणी आमच्याप्रमाणेच स्पेनमध्ये वेट्रेस म्हणून निघाल्या होत्या. त्या महिन्यात टेलिव्हिजन नसता तर आम्हाला वेडच लागलं असतं. आम्हाला अतिशय कंटाळा आला होता. आम्ही बाहेर गेलो आणि नशिबानं पकडल्या गेलो नाही. सर्जीला कळलं नाही. आम्हाला माहीत होतं की तो सकाळी लवकर किंवा रात्री उशिरा येत असे. आम्ही पूर्ण नोव्हेंबर महिना तिथे काढला. डिसेंबरच्या सुरुवातीला सर्जीनं मला वेगळ्या खोलीत नेलं. त्यानं मला सांगितलं की मला आधी जावं लागेल, कारण माझा व्हिसा आला होता; पण मरीनाचा आला नव्हता. मला तिच्यासाठी थांबायची इच्छा होती. स्पेनचा व्हिसा फक्त एक आठवड्याच्या मुदतीचा होता. म्हणून मला जावं लागलं, पण मरीना पाच दिवसांनंतर माझ्यापाशी येणार होती.

त्यानं मला प्रथम का निवडलं, ते मला माहीत नाही. मरीना माझ्याहून उंच व सडपातळ आहे. ती मॉडेलसारखी दिसते. मरीना म्हणाली, की मी गेले तर तिला फार वाईट वाटेल. मला जायचं नव्हतं. मी म्हणाले, आपण पाच दिवसांत भेटूच आणि सारं पहिल्यासारखं होईल! सरतेशेवटी ती शांत झाली आणि तिनं मला निरोप दिला. सकाळी कार आली आणि मला बस स्टेशनवर घेऊन गेली. ते वाटेत एका गल्लीच्या टोकाला थांबले व त्यांनी मी जाण्यासाठी माझ्या आईवडिलांची परवानगी

घेतली असं सांगितलं. त्यांना कायद्यानुसार आणखी पत्राची आवश्यकता होती की नाही ते मला ठाऊक नाही. मला आठवतंय की मी विनोद केला की त्यांना हवं असेल ते त्यांना किती चटकन मिळवता येतं! सर्जीनं मला १०० रुबल दिले आणि फ्रँकफर्टला जाणाऱ्या बसमध्ये बसवलं. तिथं जॉर्जी मला भेटणार होता आणि मला स्पेनला नेणार होता. तो म्हणाला, मी एक दिवसात पोचेन; पण मला दोन दिवस लागले. माझ्यापाशी पुस्तकदेखील नव्हतं.

फ्रँकफर्टला मला भेटायला कुणीच आलं नाही. मला वाटलं मला वेड लागणार. मी पाच-सहा तास थांबल्यावर जॉर्जी उगवला. तो उर्मट आणि दांडगट होता. तो ग्रीक होता आणि वेगळ्या ढंगानं रशियन बोलत होता. तो काळा होता. त्याचे केस काळेभोर होते. तो फार प्रचंड नव्हता; पण मजबूत होता. त्याच्या बाकदार नाकामुळे तो जॉर्जियाचा असावा असं वाटे. मला कारमध्ये झोप लागली. मी जागी झाले तेव्हा मी ब्रुसेल्सची पाटी वाचली. मी त्याला विचारलं की आम्ही ब्रुसेल्सला का निघालो आहोत? मला भूगोल येत होता. शाळेत मला त्यात विशेष गुण मिळाले होते. तो म्हणाला, जो माणूस बार्सिलोनामध्ये तुला भेटणार होता, त्याची आता तुला घ्यायची तयारी नाही. मी त्याला विचारलं की त्याच्या म्हणण्याचा अर्थ काय? कोण मला ब्रुसेल्समध्ये भेटणार आहे? तो म्हणाला, जो तुझा दलाल असणार आहे तो!

काऽऽय??? मी जवळजवळ कारबाहेर उडी टाकायच्या बेतात होते. मी कबूल झाले ते ह्यासाठी नव्हे! तो म्हणाला, 'तू कशाला कबूल झालीस हे कुणीही तुला विचारत नाहीय.' मी त्याला म्हणाले की मी असं काम करणार नाही. मी पळून जायचा विचार करत होते. त्यानंतर कारमध्ये संपूर्ण शांतता होती. त्याला राग येईल असं वागायचं नाही असं मी ठरवलं, कारच्या रस्त्यावर मी फारसं काही करू शकत नव्हते. मला वाटलं, पोचल्यावर मी पळून जाऊ शकेन. नक्कीच ते मला कैदेत ठेवणार नाहीत. मी कुठे पळून जाऊ शकेन याचा मी विचार करू लागले. ते किती अशक्य होतं! माझ्यापाशी पैसेच नव्हते. माझी आई मला सांगत असे की मी नेहमी पळून जायला बघत असे. मी अगदी लहान असतानासुद्धा बालवाडीतून पळून गेले होते. ज्या बालवाडीत माझी आई काम करत असे तेथूनच! मी कुंपणावर चढले आणि पळून गेले. आजूबाजूला भटकताना मी पाच मिनिटातच सापडले. मी पुन्हा बालवाडीतून पळायचा प्रयत्न केला नाही पण शाळेत तेराव्या वर्षानंतर अनेक वेळा मी पळ काढला. एकदा हिवाळ्यात स्लेजवर (बर्फाची घसरगाडी) बसण्यासाठी मी पळून गेले. मी डोकं दुखतंय अशी थाप मारली. माझी आई मला तेव्हा रागावली; पण तिनं मला मारलं नाही. ती माझ्यावर ओरडलीदेखील नाही. मला नाही वाटत तिला ओरडता येत होतं. त्यानंतर तिनं मला आठवडाभर बाहेर सोडलं नाही. अर्थात

ती स्वत:च कामाला जात असल्यामुळे याची अंमलबजावणी करायला ती घरी नसे.

फक्त माझी आईच एक अशी व्यक्ती आहे, जिच्याशी माझे चांगले संबंध आहेत. ती नेहमी माझ्याशी बोलत असे आणि मला मदत करत असे. नेहमी चौकशी करत असे की मला कशाची जरूर आहे का! तरीसुद्धा मी माझं मन तिच्यापाशी मोकळं करत नसे. मी फक्त माझी जिवलग मैत्रीण मार्शा हिला विश्वासात घेत असे. माझ्या मोबाइलवर माझ्या आईचा फोटो आहे. ती उंच नाही. माझ्यासारखीच चांगली गुबगुबीत आहे. तिचे केस आखूड आणि कुरळे आहेत. माझे वडीलदेखील उंच नाहीत. बिअर पिऊन त्यांचं पोट भरपूर सुटलं आहे आणि आता तर त्यांना जवळजवळ पूर्ण टक्कल पडलं आहे. ते बेचाळीस वर्षांचे आणि माझी आई चाळीस वर्षांची आहे. माझ्या थोरल्या बहिणीचं – स्वेटाचं – कसं वर्णन करायचं ते मला समजत नाहीय. आमचं अजिबात पटत नाही.

मी घरातून पळून जात असे कारण माझे वडील दारू पीत, आक्रस्ताळेपणा करत आणि मला झोडपून काढत. मी जाऊन माझ्या मैत्रिणींपाशी राहात असे. माझी जिवलग मैत्रीण मार्शा आठव्या मजल्यावर राहात असे. आम्ही बारा मजली इमारतीच्या पहिल्या मजल्यावरच्या दोन बाल्कनी असलेल्या साध्यासुध्या फ्लॅटमध्ये राहात होतो. एक बाल्कनी स्वयंपाकघराला लागून होती. दुसरी माझ्या आईवडिलांच्या शयनगृहाला जोडून होता. एका बाल्कनीतून माझी शाळा व दुकानं दिसत आणि स्वयंपाकघराच्या बाल्कनीतून जंगल दृष्टीस पडे.

माझे वडील माझ्या आईशीदेखील हिंसकपणे वागत पण काहीतरी कारणामुळे ते माझ्या बहिणीला-स्वेटाला-बोटदेखील लावत नसत. ते सतत माझ्या आईशी बखेडा करत. मी नेहमी चुकीच्या वेळेस तिथे असे. कधीकधी मलादेखील खरचटे. कधीकधी ते दारू पिऊन तर्र होत. त्या नशेच्या गर्तेतून ते आठवड्यानंतर जागे होत. माझी आई मला निरोप धाडे की आता परत येण्यात धोका नाही. माझ्या जिवलग मैत्रिणीच्या आईवडिलांना याची कल्पना होती. ते मला राहू देत. मला कळत नाही की माझे वडील नोकरीत कसे टिकून राहू शकले. माझे वडील एका कारखान्यात धातूचे पत्रे कापायचं काम करत. कधी ते कामावर जात, कधी जात नसत.

इलेना – अनुवादिका – यानंतर मध्येच म्हणाली की रशियात झिंगून कामावर जाणं सर्रास रूढ आहे. ती म्हणते, ते चालवून घेतलं जातं, कारण नाहीतर त्यांना सर्वच कामगारांना काढून टाकावं लागेल. दारूला रूढ शब्द आहे 'हिरवा सर्प.' कष्टाची कामं करणारे बहुतांश लोक दारूच्या आहारी गेलेले असतात. सोव्हिएत शकलानंतर हा प्रश्न आणखी गंभीर झाला आहे. अलीकडला अहवाल नमूद करतो की १९९१ ते २००० दरम्यान रोजचं दारू पिण्याचं पुरुषांचं प्रमाण चौपट झालं

आहे आणि याच कालावधीत दारूमुळे ओढवणारी दुखणी ५०% नी वाढली आहेत. रशियातलं दारू पिण्याचं प्रमाण जगात सर्वाधिक आहे. 'डेली टेलिग्राफ'च्या माहितीनुसार वर्षाला माणशी २४ पॉइंट (१ पॉइंट = द्रवाचे १६ औंस) शुद्ध अल्कोहोल (रशियात) प्यायला जातो. माणशी मध्ये पुरुष, बायका, मुलं सर्व आली. दरवर्षी २७,००० रशियन दारूच्या विषबाधेनं मरतात. दारूच्या इतर दुष्परिणामांनी ओढवणारी मरणं वेगळीच. रशियाची लोकसंख्या झपाट्यानं घटत असताना रशियाला इतकी कामाला लायक माणसं गमावणं परवडण्याजोगं नाही.

माझ्या वडिलांना जणू झटकेच येत असत. ते पिऊन घरी येत आणि त्यांना कुणावर तरी राग काढायचा असे. शुद्धीवर असताना ते माझ्यापाशी कधीही माझ्या अभ्यासाची किंवा इतर चौकशी करत नसत; पण ते झिंगलेले असले की ते मला म्हणत, मी डफ्फर विद्यार्थिनी आहे आणि ते मला बडवून काढत. मी मोठी झाल्यावर आईला वाचवू पाही आणि मलासुद्धा फटके बसत. ते ज्या तऱ्हेनं तिला शिवीगाळ करत ते माझ्यानं बघवत नसे; ते फारच भयंकर होतं. मला सूड उगवायचा होता. माझे मित्र जमवून त्यांना बडवून काढायचं होतं. माझ्या ओळखीचे, माझ्याहून मोठे, सतरा-अठरा वयाचे मुलगे होते. ते चांगले थोराड होते. मला वाटे ते बाबांचा खरपूस समाचार घेऊ शकतील. अर्थात तसं कधी घडलं नाही.

एकदा आमच्या फ्लॅटमधून काही पैसे चोरीला गेले. कसे व कोणी चोरले, ते मला माहीत नाही. त्या दिवशी माझे कोणी मित्र घरी आले नव्हते आणि मी ते चोरले नव्हते. मी सकाळी झोपेतच होते. ते माझ्या खोलीत शिरले तेव्हा ते शुद्धीवर होते. त्यांनी माझं पांघरूण जमिनीवर भिरकावलं, मला जमिनीवर फेकलं आणि ते मला लाथा घालू लागले. मी ओरडत होते, 'काय चाललंय?' त्यांनी किंचाळून प्रत्युत्तराचा प्रश्न केला, 'कुठे लपवलेस तू पैसे?' त्यांना वाटत होतं की मला पळून जायचंय म्हणून मी पैसे लपवले आहेत. त्यांनी मला खूप जोरानं मारलं. माझी बरगडी मोडली आणि माझ्या प्लीहेला इजा झाली. माझं नाक मोडलं नव्हतं; पण ते इतकं सुजलं की ते प्रचंड दिसत होतं. माझा ओठ फाटला होता. मला तीन ते चार दिवस हॉस्पिटलमध्ये राहावं लागलं. मी डॉक्टरना सांगितलं की माझी माझ्या मैत्रिणीशी मारामारी झाली. मी सत्य सांगितलं असतं तर आणखी त्रास झाला असता. मला पोलिसात तक्रार द्यायची होती; पण आईनं ती देऊ दिली नाही. माझी बहीण मला भेटायला आली नाही. का आली नाही ते मला कळत नाही.

मी बारा वर्षांची असताना एकदा हॉलमध्ये टी.व्ही. बघत होते आणि ते स्वयंपाकघरात भांडत होते. त्यांनी मुठीनं माझ्या आईला ठोसा लगावताना मी पाहिला. मला खूपच धक्का बसला. मी स्वयंपाकघरात जाऊन किंचाळू लागले,

'तिला सोडा...' त्यांनी मला बाजूला ढकललं. आणि आईला मारहाण चालूच ठेवली. मी आजीपाशी गेले आणि तिला त्यांना आवरायला सांगितलं. ती मला म्हणाली, 'तू मधेमधे लुडबूड करू नकोस.' मी माझ्या आईशी यावर नंतर बोलले. ती त्याबद्दल बोलायला तयार नव्हती. तिला खरचटत असे, पण तिचं हाड कधी मोडलं नाही. ते तिला चेहऱ्यावर प्रहार करत नसत. म्हणून ती कामावर जाऊ शकत असे. मी माझ्या जवळच्या मैत्रिणीपाशी याबद्दल बोलत असे; पण ती कामावरच्या तिच्या मैत्रिणींना याबद्दल सांगत असावी असं मला वाटत नाही. जेव्हा मी अलीकडे तिच्याशी फोनवर बोलले, तेव्हा ती म्हणाली, ते आता सुधारले आहेत. अर्थात मी दूर असताना काळजी करत बसू नये म्हणून ती असं नुसतं खोटंच सांगत असण्याची शक्यता आहे. मी तिला विचारलं की तिला इथे यायला आवडेल का? ती म्हणाली, तिथला लिप्ताळा सोडून येणं तिला जमण्याजोगं नाही. माझ्या बहिणीला आता बाळ झालं आहे आणि आईला वाटतंय की ती जरी तिच्या नवऱ्याबरोबर आणि सासूसासऱ्यांबरोबर राहात असली तरी आईशिवाय तिचं धकणार नाही.

माझ्या मनात भावनांच्या उर्मी उसळतात; पण त्यांना शब्दरूप देणं मला जमत नाही. मला नेहमीच वाटत असे की असं कुटुंब असूनही मी सर्वसामान्य मुलगी आहे. कधीकधी मी स्वत:ला कुचकामी समजत असे. कधीकधी मला वाटे माझीच चूक आहे. आणि माझ्या डोक्यात सतत विचार असे की मी काय केलं की माझा आणि आईचा असा छळ थांबेल. जेव्हा मला परिस्थिती सुधारता येत नसे, तेव्हा मला हतबल वाटे. तो फ्लॅट वडिलांचा होता आणि आम्हाला इतर कुठे जाता येणं शक्य नव्हतं. स्वत:च्या पायावर उभं राहण्याएवढी आमची कमाईही नव्हती आणि आई दुसरीकडे जायला तयार होणं शक्यही नव्हतंच. शाळेत कधीकधी इतर लोक मला चिडवत. वडील त्या भागात झिंगून फिरत असत, आरडाओरडा करत आणि किंचाळत! सर्वांना ठाऊक होतं की ते माझे वडील आहेत. मला ते फार लाजिरवाणं वाटे.

मला नेहमीच रशिया सोडून जावं असं वाटे. वयाच्या दहाव्या-बाराव्या वर्षापासूनच मला अमेरिकेला जायची इच्छा होती. का हे मला ठाऊक नाही. कदाचित सिनेमांमुळे असू शकेल. मी अननुभवी आणि वेडपट होते. तेथे सर्व प्रेमळ, सुंदर, छान वातावरण वाटे. मला गोजिरवाण्या, लाळ गाळणाऱ्या कुत्र्यावरला 'बीथावेन' सिनेमा प्रिय होता. त्या सिनेमात वर्णन केलेलं कुटुंब मला आवडे. माझं कुटुंब आणि ते कुटुंब यात जमीन-अस्मानाचा फरक होता. सिनेमात ते सर्वजण मिळून गोष्टी करत. त्यांच्यात प्रेम होतं. माझ्या वाट्याला हा चक्करछाप बाप आला होता. माझी बहीण माझ्याशी बोलत नसे. ती कायम दुर्मुखलेली असे. मला वाटतं मी तिला आवडत नव्हते. ती मला म्हणत असे, 'तू माझी बहीण नाहीस.' मी तिला विचारत असे की

ती असं का म्हणत असे. ती सतरा वर्षांची असताना मी तिची माझ्या मित्रांपैकी एकाशी ओळख करून दिली आणि तिनं त्याच्याशीच लग्न केलं! मला खूप राग आला. त्यांची ओळख करून दिल्यावर आम्ही जास्त जास्त इतरांत मिसळू लागलो. तो माझा मित्र होता; पण मला अजूनही वाटत होतं की मी तिला आवडत नाही आणि त्यामुळे मी आणि माझ्या मित्रामध्ये चमत्कारिक नातं होऊन बसलं. चार महिन्यांनी मला कळलं की तिला दिवस गेले आहेत आणि त्याला तिच्याशी लग्न करायचं नव्हतं. हरामखोर! कुमारी मातांचा लोक तिरस्कार करत नाहीत, पण तिला एकटीला मूल वाढवणं अवघड गेलं असतं. माझ्या आईनं तिला मदत केली असती. तो लग्नाला कबूल होईपर्यंत मी त्याला धारेवर धरलं! मी लग्नाला गेले. बाळाचा जन्म झाला तेव्हा ती अठरा वर्षांची होती. मला वाटतं ती सुखात आहे, पण तिला माझ्याबद्दल कृतज्ञता वाटते असं मला वाटत नाही. बाळाचा जन्म झाल्यावर ती मला त्याच्या जवळपासही फिरकू देत नसे. ती मला म्हणत असे, 'तू तिला उचललंस तर खाली पाडशील.' तिचा माझ्यावर विश्वास नव्हता.

आम्ही अगदी गरीब होतो. रशियात खूप लोक गरीब आहेत. माझे वडील सारा पगार दारूत उधळून टाकत. ते माझ्या आईला छदामही देत नसत. एवढंच नव्हे तर ते तिचे पैसेही घेत असत. जर दोन पगार आमच्या घरात येत असते, तर आमची परिस्थिती बरी राहिली असती. कधीकधी आमच्यापाशी जेवणासाठीदेखील पैसे नसत. मी माझ्या मैत्रिणीच्या घरी जेवत असे. एकदा माझी आई तीन दिवस उसने पैसे मिळवायच्या प्रयत्नात होती आणि कुणीही तिला उसने पैसे दिले नाहीत. रशियन संस्कृती वेगळी आहे. त्यांना पैसे उसने द्यायला आवडत नाहीत. कदाचित त्यांना वाटत असेल की हे पैसेसुद्धा वडिलांच्या दारूपायीच खर्च होऊन जातील. आम्ही खूपदा मैद्याच्या शेवयाच खात असू. क्वचितच आम्हाला ताजं मांस खाता येई. आम्ही कसलं तरी सूप आणि डब्यातलं गोमांस खात असू. आम्ही कधीच ताज्या भाज्या व सॅलड्स विकत आणल्या नाहीत. कधीकधी उन्हाळ्यात आम्हाला सरकारी भत्त्यातून भाज्या मिळत. माझी आजी, शहराबाहेरच्या भत्त्याच्या वाटपावर काम करत असे. उन्हाळ्यात ती तेथे छोट्याशा लाकडी झोपडीत राही. ती सत्तरीची असूनही तुडतुडीत होती. कधीमधी ती स्वयंपाक करी; पण तिनं कधीही सफाई केली नाही. दिवसा ती घरी नसे कारण ती बाजारात काम करी. ती हिवाळ्यात चॉकलेट विके व उन्हाळ्यात भाज्या व सूयफुलाचं बी विके. ती न विकली गेलेली चॉकलेटं घरी आणे; पण तिनं ती मला कधीही दिली नाहीत. ती म्हणे की हा धंदा आहे. संध्याकाळी ती घरी येई, टी.व्ही.वर गोड गोड सिनेमा पाही आणि झोपून जाई.

माझ्या आजीला माझ्या वडिलांच्या हाणामारीबद्दल काय वाटत असे, याची मला कल्पना नाही. ती मधे लुडबूड करत नसे. आमचे संबंध प्रेमाचे नव्हते. तिला

नेहमी वाटे की मी फार खोडकर आहे. पण जेव्हा बाबा मला मारू बघत असत तेव्हा ती मला वाचवायचा प्रयत्न करी. ती माझ्या आईचा तिरस्कार करत असे. ती त्याबद्दल माझ्यापाशी काहीही बोलत नसे. मी सोळा वर्षांची असताना ती मला एकदा म्हणाली, 'तुला वाटते तेवढी तुझी आई काही चांगली नाही! तुझ्या वडिलांशी लग्न करण्यापूर्वीच तिला मूल झालेलं होतं. म्हणूनच मला त्याने तिच्याशी लग्न करावं अशी अजिबात इच्छा नव्हती.' स्वेटा माझी सख्खी बहीण नाही, हे ऐकून मला धक्काच बसला! मग मला स्वेटाचा जन्मदाखला सापडला. त्यावरून कळलं की तिचा जन्म वेगळ्याच शहरात झालेला आहे आणि तिच्या पित्याचं नाव वेगळंच आहे. कदाचित मला वडील आहेत आणि तिला नाहीत म्हणून ती माझा हेवा करत असेल. तरीही माझे वडील माझ्याहून तिच्याशी अधिक चांगले वागत. स्वेटाच्या जन्माच्या वेळेस माझी आई एकोणीस वर्षांची होती. मला माझ्या आईपाशी तिच्या पूर्वायुष्यातील संबंधांबद्दल चौकशी करायचा फार संकोच वाटत असे. मी घर सोडलं तेव्हा फक्त सतरा वर्षांची होते.

मी बालवाडीत असल्यापासून मी माझ्या आजीच्या खोलीतच राहात असे. माझी आजी शिपायासारखी जोराने घोरत असे. आमच्यापाशी दोन शयनगृहं होती. सुरुवातीपासूनच माझी बहीण माझ्या आईवडिलांच्या खोलीत राही. मग ती माझ्या आजीच्या खोलीत आली आणि माझी रवानगी हॉलमध्ये झाली. चौदा वर्षांची असल्यापासून मी हॉलमधल्या सोफ्यावर झोपत असे. मला माझ्या आईवडिलांना विचारायची इच्छा आहे की त्यांची मुलगी नसूनही माझी बहीण त्यांच्या खोलीत झोपे आणि मी नाही! मी पाच वर्षांची असतानाच हाकलली गेले. माझी संमती कोणीच घेतली नाही.

मी चौदाव्या वर्षी धूम्रपान करू लागले. मला शाळेतली नव्या वर्षाची मेजवानी आठवते; मी खरोखरीच झिंगले होते. आम्हाला दारू आणायची परवानगी नव्हती; पण आम्ही मोठी जिन व टॉनिकची बाटली विकत घेतली आणि शिक्षकांपासून चोरून ती प्यायलो. मला खूप, खूपच चढली. सर्वजण मला हसत होते आणि म्हणत होते की मी माझ्या वडिलांवर गेले आहे. मला उलटी झाली नाही. पण मी सरळ रेषेत चालू शकत नव्हते. तुम्ही दारू घेतली की आयुष्य रंगीन वाटतं, तुम्ही आनंदी असता; पण मला वडिलांसारखं पिण्याची इच्छा नाही. माझे मित्रमैत्रिणी सर्वसाधारणत: सिगरेट आणि दारू विकत आणत. त्यांचे आईवडील माझ्या वडिलांसारखे दारूवर पैसे उधळत नसत, म्हणून त्यांच्यापाशी अधिक पैसे असत. मला हातखर्चाला पैसे दिले जात नसत; पण कधीकधी फुटबॉल बघण्यासाठी थोडेसे रुबल दिले जात. मला फुटबॉल अतिशय प्रिय होता. आमची स्वत:ची फुटबॉल टीम होती. ती मोठ्या लीगमध्ये खेळत असे.

माझी आई नेहमी म्हणत असे की माझ्या आयुष्याचं काय करायचं हा माझा निर्णय आहे. ती मला इतरांवर इतका भाबडा विश्वास ठेवू नये म्हणून सावध करी. तिला काळजी वाटे की माझे मित्र-मैत्रिणी मला वाईट मार्गानं नेतील. ती म्हणत असे, तू दारू घेऊ लागलीस तर त्याचं व्यसन लागेल आणि तू तुझ्या वडिलांसारखी होशील; पण पिण्यापासून मला काळजी नव्हती. मी फक्त इतरांबरोबर घेत असे. मला अमली पदार्थ देऊ केले गेले होते; पण मी ते सतत नाकारले. आईला माझ्याबाबत काही महत्त्वाकांक्षा नव्हत्या. पण माझी स्वत:ची खूप स्वप्नं होती. मला उत्तम स्वयंपाक करायला शिकायचं होतं. मला अजूनही स्वयंपाक येत नाही, पण मला शिकण्याची इच्छा आहे. आता आतापर्यंत मला वकील व्हायचं होतं. मला कायदा का आवडतो मला माहीत नाही. वादविवादात जिंकायला मला आवडतं असं मला वाटतं. अर्थात, त्यासाठी खूपच वाचावं लागेल, ते मला नको वाटतं. मी आयुष्यात फक्त वीस पुस्तकं वाचली आहेत. मी लहान असताना मला वाचन आवडत असे. आता मला टी.व्ही. बरा वाटतो. मला चांगले पैसे कमवायचे आहेत. माझी स्वप्नं इतरांसारखीच आहेत. मला वेगळे वडील असावेत असं माझं एक स्वप्न होतं. मला वाटे मी इतकी दुर्दैवी का आहे, की हा माणूस माझा बाप आहे? ही गोष्ट झाली मी दहा वर्षांची असतानाची. मी चौदा वर्षांची झाल्यावर स्वप्न बघत असे की माझे आईवडील घटस्फोट घेतील.

मला पहिला मित्र चौदाव्या वर्षी मिळाला. आम्ही दोन आठवडेच एकत्र फिरलो; पण मी माझं कौमार्य त्याच्यामुळं गमावलं. आम्ही एकाच शाळेत शिकत होतो. तो माझ्याहून एक वर्षानं मोठा होता. त्याचा चेहरा सशासारखा गोंडस होता. तो मला डिस्कोमध्ये खेचून नेत असे. मी नृत्य करायला शिकलेली नसल्यामुळे मला नाचण्यात आनंद वाटत नाही. आम्ही बागेत किंवा त्याच्या घरी जात असू. मी त्याला भेटणं थांबवलं. कारण मला त्याचा कंटाळा आला. तो कंटाळवाणा प्राणी होता. त्यानंतर मला कुणाबरोबर भटकायची इच्छा नव्हती. वर्षानंतर मी पंधराची असताना एक मुलगा आमच्याजवळ राहायला आला. आम्ही महिनाभर एकत्र फिरलो. मग मला त्याचाही कंटाळा आला. मला कोणीतरी रिझवेल असा मित्र हवा होता. कुणीतरी आकर्षक दिसणारा – देखण्या मित्रामुळे तुमच्या स्नेह्यांमध्ये तुमची प्रतिष्ठा वाढते! त्यानंतर मला व्हॅलेरिटी नावाचा वीस वर्षांचा मुलगा भेटला. मी अजून आमच्या शेजाऱ्याबरोबर फिरत होते. मी त्याच्याबरोबर चार महिने फिरले. मला वाटतं मी त्याच्या प्रेमात पडले होते. पण त्याला लष्करात भरती व्हावं लागलं. रशियात दोन वर्षांची लष्करी सेवा सक्तीची आहे.

आम्ही एकमेकांना पत्र लिहीत असू. मी तो परत येण्याची वाट बघत असे. पण मग तो दूर असताना मीच रशिया सोडून गेले. मी गेले आहे हे त्याला ठाऊक नव्हतं.

जेव्हा तो परत आला तेव्हा माझ्या घरी गुलाबांचा मोठा गुच्छ आणि शॅंपेनची बाटली घेऊन आला. माझ्या बहिणीनं दरवाजा उघडून सांगितलं की मी मॉस्कोला गेले आहे. मी तिला तसंच सांगितलं होतं. हे ऐकल्यावर त्यानं फुलं आणि शॅंपेन फेकून दिली. तो फार देखणा नव्हता; पण तो फार उपयोगी पडणारा आणि प्रेमळ होता. आम्ही दोघंही नेहमी हास्यविनोद करायचो. त्यामुळे तो मला कंटाळवाणा वाटला नाही.

बारा वर्षांची होण्यापूर्वी मला शाळेत नेहमीच उत्तम गुण मिळत असत. त्यानंतर मी जेमतेम पास होऊ लागले. याचा माझ्या वडिलांशी संबंध होता. मी सदैव धास्तावलेली असे. माझ्या वार्षिक परीक्षेसाठी मी चार विषय घेतले होते, बीजगणित, रशियन, फ्रेंच आणि मला आठवू दे – हो, भूगोल. पहिले दोन सक्तीचे होते, दुसरे दोन ऐच्छिक होते. मी रशियन आणि फ्रेंचमध्ये खूप वरचे गुण मिळवले. बीजगणित जेमतेम सुटलं आणि भूगोलात विशेष गुण मिळवले. घरची परिस्थिती पाहाता माझ्या मते मी खूपच चांगलं केलं. मी बचावून निघणाऱ्या जातीची असणार नाही का? हे सारं सोपं नव्हतं. मला वाटतं माझ्या सुरुवातीच्या आयुष्यानं मला चिडखोर बनवलं आहे. मला, दहा वेळा सांगूनही डोक्यात प्रकाश न पडणारे मंद लोक संताप आणतात. मी खूप काळजीसुद्धा करते. कधीकधी त्यामुळे मला झोप येत नाही. छोट्या छोट्या गोष्टींमुळे मी चिडते. मला सकाळी खूप लवकर कुणी फोन केला तर मी वाकडं तोंड करते. हो! मी वाकडतोंडीच आहे!

मी माझी मैत्रिण मरीना हिच्याबरोबर रशिया सोडला. आम्ही आठ वर्षांच्या असल्यापासून मैत्रिणी होतो. आम्ही पंधरा पुरी केली तेव्हा आम्ही अतूट मैत्रिणी झालो होतो. ती माझी सर्वांत जवळची मैत्रीण नसली तरीही! मार्शाला माझ्या आणि मरीनाच्या मैत्रीचा मत्सर वाटू लागला. आणि आमची त्याबद्दल भांडणं होऊ लागली. मार्शा म्हणे, 'मरीना, मूर्ख आहे.' माझ्या कुटुंबीयांनादेखील मरीना आवडत नसे. त्यांना वाटे तिची संगत वाईट आहे. ती खूप उत्तान कपडे करते, तिचे स्कर्ट खूप आखूड आणि ब्लाउज फार झिरझिरीत असतात. परदेशात नोकरी मिळवण्याची कल्पना तिची होती. तिला नेहमी धाडस प्रिय असे. आम्ही कधीकधी गिर्यारोहणाला जात असू. एकदा तर खरोखर डोंगरमाथ्याच्या कड्याला जवळ काहीही सामग्री नसताना आम्ही लटकत होतो. तिच्या साहसप्रेमाची मला भुरळ पडे. मला ते जाणवे, कारण माझ्या ठायीही ते आहे, फक्त कमी मात्रेत! 'चल जाऊ या!' असं म्हणणारी तीच पहिली असे.

मला आठवतंय, वसंत ऋतूत व्होल्गा नदीवरला बर्फ वितळू लागला होता. आम्ही नदीवरच्या बर्फावर चालायचं ठरवलं. आम्ही मध्यावर गेल्यावर बर्फाचा थर फुटला आणि माझा पाय गुडघ्यापर्यंत पाण्यात बुडाला. बाहेर गोठवणारी थंडी, खाली गोठवणारं पाणी! लगेचच मी पूर्ण भिजले. कसंबसं आम्ही बस पकडून घरी

पोचलो. हिवाळ्यात -२० अंश सेंटिग्रेड इतकं तपमान खाली जाई. मरीना माझ्याहून वर्षानं मोठी होती, म्हणून माझ्याआधी शाळा संपवून ती कॉलेजला गेली. मी शाळा टिकवून धरली, पण एकदा मी महिनाभर गेले नाही. प्रथमच मला फ्लू झाला. मग मी उगीचंच टाळाटाळ करीत राहिले. माझा आजारी असल्याचा दाखला हरवला आणि मला शाळेतून काढून टाकण्यात आलं. शाळा दुपारी १ ते संध्याकाळी ६ पर्यंत असे. सकाळी मी झोपून राहात असे. माझ्या आईला मदत करत नसे. त्याचं मला आता दुःख होतं.

मरीनाचा कॉलेजचा अभ्यासक्रम संपल्यावर आम्ही सहा महिने नोकरीच्या शोधात काढले. तीसुद्धा गरीब कुटुंबातली होती. तिची आई वारली होती आणि ती आमच्या घरापासून पाच मिनिटांच्या अंतरावर तिचे वडील, बहीण व आजीबरोबर राहात होती. मला नोकरी मिळवायची होती. म्हणजे मी खोली भाड्यानं घेऊन वडिलांपासून दूर राहू शकले असते; पण ट्रक धुण्याखेरीज आम्हाला कोणतंच काम मिळेना. सकाळपासून संध्याकाळी खूप वेळपर्यंत काम करावं लागे. शरीरातला प्रत्येक स्नायू ठणकू लागे. दिवसाला ६० रुबल मिळत, म्हणजे १ पौंड. हवे तेवढे दिवस आम्ही काम करू शकत होतो. आम्ही आठवड्याला पाच दिवस काम केलं असतं, तर महिन्याला १२०० रुबल मिळाले असते; पण सर्वांत स्वस्त एक बेडरूमच्या फ्लॅटला १००० रुबल महिना पडत. तेव्हा हे शक्य नव्हतं. ते काम आम्ही आठवडाभर करून सोडून दिलं.

'समारा वीकली' म्हणून घरात फुकट टाकलं जाणारं एक वर्तमानपत्र होतं, त्यात आम्हाला एक जाहिरात दिसली. जाहिराती सर्वसाधारणपणे ड्रायव्हिंग लायसेन्स धारकांसाठीच असत, आमच्याजोग्या नसत. मग मरीनाला ही जाहिरात दिसली. त्यात लिहिलं होतं परदेशात काम करा. खूप देशांची नावं दिली होती. आशिया खंडातील थायलंडसारख्या देशांची नावं यादीत पाहून मला आश्चर्य वाटलं. तिनं फोन करून एका बाईशी बोलणं केलं. त्या बाईनं आम्हाला दुसऱ्या दिवशी भेटायला बोलावलं. आम्हाला ठराविक वेळ दिलेली नव्हती, फक्त ऑफिस ५ वाजता बंद होण्यापूर्वी बोलावलं होतं. आम्हाला आमच्या सुदैवावर विश्वास बसेना. आम्हाला वाटलं आमच्या हातात दुसरं काम नाहीच आहे, तर जाऊन बघावं काय होतं ते!

उन्हाळ्याचे दिवस होते. आम्ही जीन्स आणि टी-शर्ट घातले होते . आम्ही जामानिमा करायच्या फंदात पडलो नाही, कारण नोकरी मिळण्याची शक्यता वाटली नव्हती. सार्वजनिक वाहनं स्वस्त पडतात म्हणून आम्ही ट्रॉली-बसनं गावाच्या मध्यवर्ती भागात गेलो, तिथे त्यांची कचेरी होती. आम्हाला अर्धा तास लागला. जिथे मोटारीसुद्धा शिरू शकणार नाहीत अशा एका छोट्याशा रस्त्यावर ती कचेरी होती. ती पहिल्या मजल्यावर होती. लहान, अस्वच्छ आणि वाटेत एक पायरी मोडलेली!

ते पाहून वाटत होतं की तिथे परदेशात नव्हे, तर मोटारी धुवायची नोकरी मिळेल. चाळिशीची ही स्त्री, ओल्गा, चांगली होती. तिनं आम्हाला विचारलं, आम्हाला काय काय करता येतं? आम्ही तिला सांगितलं की आमचं फारसं शिक्षण झालेलं नाही. ती म्हणाली, वेट्रेस किंवा दुकानातली विक्रेती म्हणून काम करायला फारसं शिक्षण लागत नाही. स्पेनमध्ये वेट्रेस म्हणून नोकरी मिळू शकत होती. मला भाषेचा प्रश्न वाटत होता. पण ती त्याबद्दल काहीच बोलली नाही. मला काही संशय आला नाही.

आम्ही विचारलं की आम्हाला किती खर्च येईल? आम्हाला माहीत होतं की तिकीट आणि व्हिसाला पैसे लागणार. ती म्हणाली, 'तुम्ही फार लहान आहात. तुमच्यापाशी पैसे नाहीत, त्याची काळजी करू नका. तुम्ही काम सुरू केलं की फेडायला लागा.' आमची मुलाखत अर्धा तास चालली. आम्ही काही कागद, बहुदा अर्ज भरला. आम्ही विचारलं की आम्हाला किती पैसे मिळतील. तिनं जो आकडा सांगितला तो सरासरी रशियन पगाराच्या दुप्पटतिप्पट होता. तरीही आम्ही विश्वास ठेवला नाही. मी अज्ञान होते. रशियातून बाहेर जायचा परवाना मिळवायला मला माझ्या आईवडिलांची परवानगी लागली असती. मी ती कशी मिळवू शकेन, हे मला माहीत नव्हतं. आम्ही तिला सांगितलं की आम्ही नंतर तिला फोन करू आणि आम्ही तिथून निघालो.

मला फारशी इच्छा नव्हती; पण आम्ही बाहेर पडल्यावर मरीना त्याबद्दल माझं मन वळवू लागली. ती खूपच उत्तेजित झाली होती. ती म्हणाली, 'हीच आपली संधी आहे.' आम्ही पुन्हा संध्याकाळी भेटलो आणि खूप चर्चा केली. सरतेशेवटी मी कबूल झाले कारण ती म्हणाली की आपल्याला आवडलं नाही तर आपण केव्हाही परत येऊ शकतो! खरोखरच! मला थोडी जरी कल्पना असती! आम्ही ओल्गाला फोन केला. तिनं आम्हाला काही कागदपत्रं आणायला सांगितली. मरीनापेक्षा मला जास्त कागदपत्रे न्यायचे होते; कारण मी मायनर (अज्ञान) होते. मला माझ्या आईचा पासपोर्ट आकाराचा फोटो, तिनं आणि बालवाडीच्या संचालिकेनं, तिला तिथं नोकरी असल्याबद्दल सही केलेलं पत्र न्यायचं होतं. मी आईला काय सांगणार होते? मी एक थाप मारली आणि तिनं त्यावर विश्वास ठेवला. हे अजूनही खरं वाटत नाही, की मला व्हॅलेरिटीबरोबर बल्गेरियाला एक आठवड्याच्या सुट्टीवर जायचं आहे आणि मला बाहेर जायचा परवाना मिळवायचा आहे. मी जावं अशी तिची इच्छा नव्हती; पण दोन आठवडे दु:खी चेहऱ्यानं वावरून आणि खाणं सोडून मी तिचं मन वळवलं.

ओल्गा सतत आम्हाला फोन करत होती. माझ्या आईला संशय आला नाही; कारण खूप लोक सतत मला फोन करत असत. गमतीची गोष्ट म्हणजे पहिल्या पासूनच ओल्गा आमचा संपूर्ण फोटो मागत होती. आम्ही तिला विचारलं की आम्ही

वेट्रेसचं काम करणार आहोत, मग आमचे फोटो कशासाठी पाहिजेत? ती म्हणाली त्यांना देखण्या वेट्रेस हव्या आहेत. जाड्या किंवा कुरूप नकोत! आम्ही किती मूर्ख होतो!!! तिनं आमचे पासपोर्टचेसुद्धा फोटो काढवले आणि आमच्या कागदपत्रांचे आणि फोटोंचे पैसे भरले. फोटोंसाठी तिनं आम्हाला ५० रुबल्स दिले. तीन महिन्यांच्या कालावधीत आम्ही अनेक वेळा वेगवेगळ्या गोष्टींसाठी पैसे मागायला तिच्या ऑफिसात गेलो. आम्हाला तिथं इतर कोणीही दिसत नसे. कधीकधी एक स्त्री तिला मदत करताना दिसे. एकदा सायप्रसला बांधकामाचं काम करायला जाणारा एक माणूस आम्हाला दिसला. कदाचित ही खरोखरचीच नोकरी देणारी कचेरी आहे अशी आमची खात्री पटावी म्हणून हा देखावा असावा. मी हव्या त्या साऱ्या सह्या मिळवल्या; पण अर्ज ठिकाणी लावणं कठीण होतं. ओल्गानं आमच्या वतीनं अर्ज केले. तिनं नोव्हेंबरमध्ये आम्हाला बोलावून सांगितलं की पासपोर्ट तयार आहेत. तिनं दोन दिवसांत मॉस्कोला जाण्याची तिकिटं काढायला आमच्यापाशी पैसे दिले. आम्ही साऱ्या मित्रमैत्रिणींचा निरोप घ्यायला मोठी रात्रभराची पार्टी दिली. आम्ही आठजण कॅफेत जाऊन प्यायलो! आम्ही त्यांना सांगितलं की आम्ही परदेशात नोकरी घेत आहोत. माझी खात्री होती की त्यापैकी कुणीही माझ्या आईला सांगणार नाही.

मी सांगायला हवं होतं, मग मला त्या रस्त्यावर भीतिदायक आयुष्याला सामोरं जायची वेळ आली नसती. आम्ही तीन तास प्रवास केला. आम्ही ब्रुसेल्सला पोचलो. गाडी लावून एका रमणीय रस्त्यावरून चालू लागलो. इतकं सुंदर काही मी समारा किंवा मॉस्कोमध्ये पाहिलं नव्हतं. आम्ही मॅकडॉनल्डमध्ये गेलो. जॉर्जी दोन माणसांकडे गेला आणि मला न समजणाऱ्या भाषेत त्यांच्याशी बोलू लागला. मला त्यानं वेगळ्या टेबलापाशी बसायला सांगितलं. दहा मिनिटांनी त्यानं मला त्यांच्या टेबलापाशी बोलावलं आणि माझी पॉलीशी ओळख करून दिली. त्याला रशियन बोलता येत नव्हतं. थोडंसं फ्रेंच येत होतं म्हणून आम्हाला खाणाखुणांनी बोलावं लागत होतं. जॉर्जी म्हणाला की पॉली माझा दलाल असणार होता. पॉली ठेंगणा आणि लठ्ठ होता. त्याचे केस बारीक कापलेले होते, जवळजवळ पूर्ण टक्कल होतं आणि तो कुरूपसा होता. तो चाळिशीचा वाटत होता. त्याच्याबरोबर एक तरुण माणूस होता. ते आपसात बराच वेळ बोलत होते. जॉर्जी म्हणाला, ते ठरवत होते की कोण माझा दलाल होणार. सरतेशेवटी पॉलीनं मला निवडलं. दलाल काय करतो ते मला माहीत नव्हतं. जॉर्जी म्हणाला, 'तू पॉलीचं ऐक आणि पळून जायचा प्रयत्न करू नकोस. तुझ्याबद्दल मला सर्व काही माहीत आहे आणि तुला कसं शोधायचं ते मला ठाऊक आहे. मी तुझ्या आईला शोधून तिला ठार करीन. तू मला सापडलीस तर मी तुला ठार नाही करणार, पण तुझे डोळे फोडून तुला अपंग

करीन.' अर्थातच माझा डोळा बाहेर काढलेला मला नको होता! म्हणून मी पॉलीबरोबर गेले. तो फोर्ड एस्कॉर्ट चालवत होता.

त्याचा दोन खोल्यांचा फ्लॅट बऱ्यापैकी वस्तीत होता. घर छान होतं आणि निदान आतून तरी स्वच्छ होतं. त्यात एकच मोठा पलंग होता. मला ते बरं वाटलं नाही, पण नशिबानं तो बाहेर गेला. मी बसमध्ये फारशी झोपले नव्हते म्हणून अगदी थकून गेले होते. म्हणून मी झोपून गेले. तो परत आल्यावर मध्यरात्री मला जाग आली, तेव्हा त्यानं माझ्यावर बलात्कार केला. त्याचं वर्णन करणं फार दु:खद आहे. मी झोपेत होते आणि तो माझ्यावर चाल करून आला. मी निसटायची धडपड केली; पण मला कळलं की त्यात काही अर्थ नाही, कारण मी कुठेही जाऊ शकत नव्हते. मग मी वास्तवाचा निमूट स्वीकार केला आणि गप्प राहिले. नशिबानं त्यानं मला मारहाण केली नाही. माझं नशीब की मी कुमारिका नव्हते! असते तर त्याचा भयंकर धक्का बसला असता. तो प्रौढ आणि कुरूप होता. मला वाटलं की आयुष्याचा अंत जवळ येऊन ठेपला आहे. पण नंतर माझ्या पुढ्यात जे वाढून ठेवलं होतं त्यामानानं हे काहीच नाही.

दुसऱ्या दिवशी त्यानं मला सांगितलं की मला काम सुरू करायचं आहे. त्यानं मला ॲव्हेन्यू लुई नावाच्या मोठ्या रस्त्यावर नेलं. मला वाटतं, ब्रुसेल्सच्या अगदी मध्यवर्ती ठिकाणी तो आहे. रस्त्याच्या मधोमध ट्रॅमचे रूळ होते. समोरच्या बाजूला मोठाल्या इमारती होत्या. मला गोठवणाऱ्या थंडीत उभं राहावं लागलं. भयानक होतं ते! काय करायचं आणि काय बोलायचं ते त्यानं मला पढवलं. कार थांबली तर काय किंमत ते तुम्ही सांगायचं. पॉलीनं एका पेपरवर फ्रेंचमध्ये लिहून दिलं : ५० युरो गाडीत असलं तर आणि १०० युरो हॉटेलमध्ये असेल तर. शिवाय हॉटेलचा खर्च गिऱ्हाइकाचा. माझ्या गिऱ्हाइकांपैकी चाळीस टक्के हॉटेलात जाणं पसंत करीत. हॉटेलात किंवा झाडीत कारनं जायचा वेळ अर्ध्या तासात गणला जाई. कधीकधी गाडी चालवतानाच गिऱ्हाईक तुम्हाला स्पर्श करू लागे. अर्ध्या तासात ते फक्त एकदा समागम करू शकत. हॉटेलमध्ये त्याहून जास्त वेळा असू शके. तेव्हासुद्धा क्वचितच ते दुसऱ्यांदा मागणी करत. मला पैसे सुरुवातीलाच घ्यावे लागत. माझ्या बहुतांश गिऱ्हाइकांना मी पूर्णपणे नग्नावस्थेत हवी असे. साधारणपणे सारं आटोपल्यावर आम्ही दोघे कपडे करत असू आणि गिऱ्हाईक मला कारनं माझ्या नेहमीच्या जागी सोडून येत असे.

ॲव्हेन्यू लुई हा ब्रुसेल्समधला पॅलेस द जस्टिसपासून बोईस द ला कॅम्बर ह्या झाडीच्या रस्त्याकडे जाणारा सुंदर असा रस्ता आहे. त्यावर गुची व अर्मानीसारखी, उंची पोषाखांची दुकानं आहेत, हॉटेल आणि बार आहेत. हा सर्वांना ठाऊक

असलेला 'रेडलाईट'चा भाग आहे. पूर्वयुरोपातील दलालांनी बेल्जिअमच्या वेश्याव्यवसायाबद्दलच्या उदार दृष्टिकोनाचा पुरेपूर फायदा उठवला आहे. या व्यवसायावरल्या नियंत्रणाची कोणतीही सुसूत्र व्यवस्था नाही. २००२ साली अंदाजे तीस हजार वेश्या बेल्जिअममध्ये काम करत होत्या, IOM (इंटरनॅशनल ऑर्गनायझेशन फॉर मायग्रेशन), आंतरराष्ट्रीय स्थलांतर संस्थेच्या प्रवक्त्याच्या म्हणण्याप्रमाणे, 'युरोपीय युनियनच्या घटक राष्ट्रांपैकी बेल्जिअम हे दलालांच्या सावजाचं सर्वांत मोठं नियुक्त स्थान आहे. वेश्यांच्या हालचालींसाठी सर्वांत जास्त वापरलं जाणारं ते प्रमुख मध्यवर्ती केंद्र आहे. वेश्याव्यवसाय नशिबी आलेल्या तरुण स्त्रिया एकवीस ते तिशीमधल्या वयाच्या किंवा अठराच्या खालच्या कोवळ्या मुली असतात.'

बेल्जिअममध्ये वेश्याव्यवसाय करणं हा गुन्हा नाही, पण दुसऱ्याचा गैरफायदा घेणं हा अनैतिक आणि कायद्यानुसार शिक्षापात्र गुन्हा आहे. शिक्षा पंधरा वर्षांपर्यंत मिळू शकते. कायद्याच्या तरतुदीत अलीकडे सुधारणा करून वेश्यांची पिळवणूक हा छळाचा प्रकार ठरवून तो आणखी कठोर शिक्षापात्र गुन्हा ठरवला गेला. न्यूयॉर्क येथील इंटरनॅशनल कन्व्हेन्शन (आंतरराष्ट्रीय अधिनियम), जे माणसांची ने-आण व पिळवणूक यांविरुद्ध लढा देत होते, ते १९६५ मध्ये कायद्यानं स्वीकृत झाले आणि १९९४ मध्ये आणखी एक कायदा वेश्याव्यवसाय ओळखून नियंत्रित करण्यासाठी मंजूर झाला. दलाली करणं, वेश्याव्यवसायासाठी कुणाला कुठे तरी नेणं किंवा कुठून तरी आणणं, तसंच अशा कृती करणं; ज्यामुळे अज्ञान व्यक्ती गुन्हे किंवा वेश्याव्यवसायाकडे वळतील, हे सर्व बेकायदा गणलं गेलं. वेश्यांना स्थलांतरित करणं हा सर्वांत गंभीर गुन्हा आहे.

माझा पहिला अनुभव होता तीस वर्षांचा फ्रेंच माणूस. सर्वस्वी अनोळखी माणसापुढं कपडे उतरवणं मला फार विचित्र वाटत होतं. त्यानंतर त्याची सवयच झाली; मुख्यत्वेकरून जेव्हा मी सारा दिवस नुसत्या अंतर्वस्त्रावर वावरू लागले तेव्हा तर जास्तच! आम्हाला त्याच्या कारमध्ये समागम करावा लागला. मी काय करणं अपेक्षित होतं ते मला जाम कळेना. त्यानं मला एका जंगलात नेलं. मी खूप घाबरून गेले होते. मी त्याच्यापाशी आधीच पैसे मागितले. त्यानं ते मला दिले. मग आम्ही कारच्या मागच्या सीटवर गेलो आणि ते सारं सुरू झालं. मी कंडोम आणले होते व त्यानं एक वापरलं, मला अनेकदा माणसं भेटली की ज्यांना कंडोम वापरायचं नसे. मी ऐकत नसे. कशासाठी? मला जिवंत राहायचं होतं. मला त्यांचे रोग नको होते.

त्या पहिल्या दिवशी आणखी काय झालं ते मला आठवत नाही. मी जणू एक भीषण स्वप्न पाहते आहे, असं मला वाटत होतं, मी 'मी' नव्हतेच. माझ्या

स्मरणातून खूपशा गोष्टी पुसल्या गेल्या आहेत.

हो, एक सांगायला विसरलेच, मुखमैथुनासाठी मी ३० युरो लावत असे. प्रत्येकाची तक्रार होती की हे फार महाग होतं. ते म्हणत, फार फार तर १५ युरो किंवा २० युरो; पण मी ऐकत नसे. नसेल पटत तर सोडा! मुखमैथुनासाठी येणाऱ्यांपाशी फारसा पैसा नसे. ते कारखान्यात काम करणारे किंवा मजूर असत. मुखमैथुनाला वेळ कमी लागे, पण ते काही सोपं नसे! मी त्यासाठीदेखील कंडोम वापरी. कधीकधी मुखमैथुनाला अर्धा अर्धा तास लागे. त्यानं माझं तोंड दुखू लागे.

मला मोबाइल फोन दिलेला होता. मला तो प्रथमच मिळाला होता आणि कसा वापरायचा ते मला शिकायचं होतं. मी गिऱ्हाइकांबरोबर जाताना मला पॉलीला SMS करावा लागे, की मी चालले आहे व किती वेळासाठी चालले आहे. म्हणजे मला किती पैसे मिळाले याचा तो हिशोब ठेवू शके. कधीकधी पॉली दिवसाअखेरीस पैसे घेई. कधीकधी प्रत्येक गिऱ्हाइकानंतर घेई. तो फोनचे पैसे भरत राही. मी एकदा आईला फोन केला. मला फार वेळ बोलता आलं नाही; कारण पैसे चटकन संपले. पॉलीला तो नंबर दिसला आणि तो भडकला. मला त्याचे काही शब्द कळले आणि त्यानं चिडून खूप हातवारे केले. मी म्हणाले, की मी माझ्या आईला फोन केला कारण मला तिची खूप आठवण होतेय. त्यानं विचारलं की मी त्याला का सांगितलं नाही. पुढल्या वेळेस फोन केला तर मी त्याच्यासमोर करायला हवा. मला त्याचा मुद्दा लक्षात आला नाही; कारण त्याला रशियन येत नव्हतं.

समागम सोडून इतर काहीही करायला मी नकार देत असे. दलालानं इतर काही मागितलंही नाही. तो तसा अबोल होता. मी पैसे मिळवते का नाही याच्याशीच त्याला मतलब होता. पॉलीनं माझी एका बल्गेरियाच्या मुलीशी ओळख करून दिली. त्याचा मित्र तिचा दलाल होता. त्यानं मला सांगितलं की ती इथे काही काळ काम करत होती आणि मला काही शंका असल्या तर तिची मदत होईल. आमची मैत्री नव्हती. आम्ही फक्त शेजारी शेजारी काम करत असू आणि कधीकधी ती माझ्यावर पाळत ठेवी. ते मुलींमधल्या मैत्रीला उत्तेजन देत नाहीत. खरं तर बरेचदा इतर मुली माझा छळ करत. मला वाटतं रस्त्यावर फारच वेश्या होत्या. असंही असू शकेल की मी उभी असे तो भाग त्यांना आवडत होता. मी त्यांच्याहून खूप कोवळीही दिसत असे, त्या बहुतांशी पंचवीस-तिशीच्या होत्या. खूपशी गिऱ्हाइकं माझ्याकडेच येत कारण त्यांना वयानं लहान मुली आवडतात. दोनतीन मुली माझ्यापाशी येऊन मला निघून जायला सांगत. मी पॉलीला फोन लावत असे. तो त्यांच्याशी बोले, मग त्या निघून जात. त्या रस्त्यावर किती वेश्या होत्या, मला खात्री नाही. कदाचित शंभरएक असतील. तो मोठा रस्ता होता आणि रस्त्याच्या दोन्ही बाजूंना वेश्या असत. मला रस्त्याच्या सुरुवातीच्या त्याच जागी दर संध्याकाळी सोडलं जाई. मी

बरेचदा काळोखात मागे उभी राही. कमी गिऱ्हाइकं तेवढं माझ्यासाठी बरं! मला काही ते पैसे मिळणार नव्हतेच. आणि पुरेसे पैसे कमावले नाहीत तर दलाल माझ्यावर चिडत नसे. जेव्हा माझी समजूत होती की मी देणं असलेले पैसे फेडून परत जाऊ शकेन, तेव्हाही मी जास्त धडपड करत नसे, पॉली सतत तिथून चकरा मारत असला तरीदेखील!

पहिल्या आठवड्यात मी माझ्या स्वत:च्या कपड्यातच काम केलं. मग आम्ही खरेदीला गेलो आणि त्यानं माझ्यासाठी आखूड स्कर्ट विकत घेतला. मला ज्याचा तिटकारा होता तो मस्कारा आणि लिपस्टिक लावण्याचीही मला सक्ती केली गेली. कधीकधी पुरुष माझं चुंबन घेण्याचा किंवा प्रेम दाखवण्याचा प्रयत्न करीत. कुणाचाही मुका घ्यायचा नाही असं मला सांगण्यात आलं होतं. त्यांनी प्रयत्न केला तरी मी त्यांना थांबवत असे. मला वाटे की, मी किती मूर्ख होते? माझ्या वडिलांच्या घरात राहणं याच्याहून बरं होतं! कसं पळून जायचं याचा मी सतत विचार करत असे. जिवंत राहाणं ही एक न संपणारी कसरत होती. त्यांचा काही अपराध नसला तरी मी सर्व गिऱ्हाइकांचा तिरस्कार करी. काही ठीक असत, काही अत्याचारी असत. कधीकधी पुरुष माझ्या नेहमीच्या जागी मला कारनं परत सोडत नसत आणि मला कारपार्किंगपासून किंवा झाडीपासून पायी परत यावं लागे. बहुतेक वेळा जर मला असं सोडून दिलं गेलं तर पॉली मला न्यायला येई.

मला एक पोर्तुगीज माणूस आठवतोय. तो जवळजवळ दररोज येत असे. तो पस्तिशीचा होता. काळसर, छोटी दाढी आणि पिंगट डोळे असलेला सर्वसाधारण चणीचा. त्याला थोडं थोडं फ्रेंच व इंग्रजी बोलता येई. मलाही या दोन्हींचं मिश्रण बोलता येई. मला वाक्य बनवता येत नसे, मी फक्त काही शब्द बोलू शकत असे. तो मला पोहायच्या तलावावर किंवा दुकानांमध्ये यायला सांगे. त्याला नाही कसं म्हणावं ते मला समजत नसे. तो खूप चांगला होता. मी त्याच्याबरोबर पळून जायचा विचार केला होता. मग मला शंका आली की हा सापळा तर नाही? पण मला वाटतं रशियन भाषा येणारा कुणीतरी त्यांनी वापरला असता. मला आठवतंय की एक माणूस फार दुर्गंधीयुक्त होता. नशिबानं तो एकदाच आला.

मी तीन ते सहा पुरुषांना दर रात्री, आठवड्यातून साती रात्री भेटत असे. मी रात्री ९ ते पहाटे ३ पर्यंत काम करी. पॉली मला घरी नेत असे. तो माझ्यावर दर रात्री बलात्कार करी. मी दुपारी जागी होत असे. तो मला झोपू देत असे. मी सारा दिवस घरात राही. मी सफाई करी आणि पॉली स्वयंपाक करी. तो सॅलड, मांस, मैद्याच्या शेवया वगैरे बनवे. खास काही नाही. तो गायब होई. मग परत येऊन मला कामावर नेई. मी काम करीत असे त्याखेरीज तो मला कुठेही एकटीला सोडत नसे. त्यानं नव्या वर्षाच्या आदल्या रात्री मला सुट्टी दिली. आम्ही ॲमस्टरडॅममधल्या एका

रेस्टॉरंटमध्ये गेलो आणि मग चौकात थांबलो. त्या एकाच वेळेस मला मद्य घ्यायची परवानगी दिली गेली. एक पेला वाईन. मी सारी संध्याकाळ बल्गेरियन मुलीशी गप्पा मारल्या. ती तिच्या मित्राबरोबर आली होती. तोच तिचा दलाल होता. ती मुलगी म्हणाली की पैसे कमवायचा हा चांगला मार्ग आहे. मी तिला म्हटलं की यातून मला काहीच पैसे मिळत नाहीत. ती म्हणाली, 'तुला वाट पहावी लागेल.' तिला तिचा आल्बेनियाचा मित्र बल्गेरियात भेटला आणि त्यांनी या मार्गांनी पैसे मिळवायचं ठरवलं. मी तिला जेव्हा सांगितलं की मला फसवून आणलं गेलंय तेव्हा तिनं 'हो, हो' करून विषय बदलला. कदाचित तिला भीती वाटली असेल की ते दोघं हे ऐकतील आणि तिचा मित्र यावरून तिच्याशी नंतर भांडण करेल, किंवा कदाचित तीसुद्धा अशीच फसवून आणली गेली असेल.

एका बाजूला मला आशा वाटत होती की मी पोलिसांना सापडेन. दुसरीकडून मला काळजीही वाटत होती की मी काहीतरी वाईट करतेय आणि मला तुरुंगात डांबलं जाईल. एकदा त्यांनी मला पोलीस स्टेशनवर नेलं. एकदा मी नेहमीप्रमाणे रस्त्यावर उभी असताना एक माणूस माझ्यापाशी आला आणि किती पैसे हे विचारू लागला. मी त्याला सांगितलं. आम्ही कारमध्ये जाण्यापूर्वी त्यानं मला सांगितलं की तो पोलीस आहे. त्या गाडीत आणखी तिघेजण होते. पोलीसस्टेशनवर त्यांनी मला विचारलं की मी काय करत होते. मी फारसं काही बोलू शकले नाही. त्यांनी मला विचारलं की माझी मीच काम करीत होते की आणखी कुणासाठी करीत होते? मला पढवलं गेलं होतं की पकडली गेले तर माझी मीच काम करतेय, असं सांगायचं. बेल्जियममध्ये वेश्याव्यवसाय बेकायदेशीर गणला जात नाही; पण ते जबरदस्तीनं आणल्या गेलेल्या मुलींच्या तपासावर असावेत. त्यांनी मला पोलीस चौकीवर तीस मिनिटं बसवून ठेवलं. मला त्यांनी सोडलं तेव्हा मला खूपच आश्चर्य वाटलं. मला वाटतं ते आणखी काहीच करू शकत नव्हते. मला विचार पडला होता की मी त्यांना सत्य सांगायला हवं होतं का? मला धास्ती होती की मला ते रशियाला परत पाठवून देतील आणि तिथे हे दलाल मला शोधून काढून मारून टाकतील. मी कुठेच लपू शकले नसते. मला घरीच जावं लागलं असतं. शिवाय जॉर्जीनं माझ्या परदेश प्रवासाची सोय केली होती, त्यामुळे मी त्याला बरेच पैसे देणं लागत होते. त्याने माझ्यावर पैसे खर्च केले असल्यामुळे मी नक्कीच संकटात सापडले असते. कारण तो मला शोधत आला असता. माझी समजूत होती की जॉर्जी हा मुख्य दलाल होता.

जॉर्जीनं मरीनाला ग्रीसला नेलं आणि मला ब्रुसेल्सला आणलं. जॉर्जी पॉलीकडे त्याचे पैसे वसूल करायला आलेला असताना मला त्याच्याकडून मरीनाची बातमी कळली. जॉर्जीनं मला सांगितलं की त्याच्या ग्रीसच्या प्रत्येक फेरीच्या वेळेस तो मरीनाला भेटत असे. त्याच्या म्हणण्याप्रमाणे ती त्याच्या गिऱ्हाइकांवर किंचाळत

असे. त्यानं मला विचारलं की माझी मैत्रीण एवढी मूर्खासारखं का वागते? मला ते मौजेचं वाटलं. ती त्यांच्यावर ओरडते ही वस्तुस्थिती मला आवडली, पण मला तो खटाटोप निरर्थक वाटला. कारण सरतेशेवती त्याचा तिलाच त्रास झाला असता. ती अथेन्सच्या रस्त्यावर उभी असताना साध्या वेषातील पोलिसांनी तिला पकडलं. ती महिनाभर तुरुंगात होती. मग तिला त्यांनी रशियाला परत पाठवलं. ती समारात आहे. मी तिच्याशी नंतर त्याबाबत बोलायचा प्रयत्न केला; पण तिला त्याबद्दल बोलायची इच्छा नव्हती. ती एका मित्राबरोबर राहाते आहे. तिचा एक गर्भपात झाला. बिचारी! माझ्या मैत्रिणींनी मला सांगितलं की तिच्या डोक्यावर थोडा परिणाम झाला आहे. मरीनानं मार्शाला सांगितलं की ती आणि मी एकाच वेळेस बाहेर पडलो. मी मित्राबरोबर इंग्लंडला गेले आणि ती परत आली. कारण तिला परदेशात राहायचं नव्हतं. जॉर्जी म्हणाला की मरीना सापडली तर ते तिला ठार करतील, कारण तिनं त्यांच्याविरुद्ध ग्रीसमध्ये साक्ष दिली आणि एका माणसाला तुरुंगात जावं लागलं.

पॉली मला म्हणाला की मी त्याला ३००० युरो देणं लागत होते. जॉर्जीला २००० युरो तिकीट, व्हिसा व इतर प्रवासखर्चाचे हवे होते. त्यानं आमच्या प्रवासावर १००० युरोपेक्षा जास्त खर्च केलेला नसणार. मॉस्कोच्या फ्लॅटला फार पैसे पडले नसणार, कारण त्यात खूप लोक राहात होते. २००० युरो ही मला विकत घेण्याची किंमत असणार; पण त्यानं ते कबूल केलं नसतं. आणि मला आणखी १००० युरो पॉलीला देणं होतं. तो म्हणाला, 'मी ते त्याला देणं लागत होते. प्रत्येक रात्री मी किती कमावते त्याचा मी हिशोब ठेवत होते. १०० युरो ते ३०० युरोच्या मध्ये मी रोज कमवत होते. कर्ज फेडायला पंधरा दिवस पुरायला हवे होते. मी पुन्हा विकली जाण्यापूर्वी मला वाटू लागलं होतं की माझं कर्ज फिटलं असणार. मग मी विचार केला की मी थांबून थोडं कमावून घ्यावं, म्हणजे मला माझं नवं आयुष्य सुरू करता येईल. मी जेव्हा पॉलीला सांगितलं की त्यानं मला पैसे द्यायला सुरुवात करावी, तेव्हा तो मला म्हणाला की मी त्याला आणखी १००० युरो देणं लागते. कारण त्यानं आधीच माझ्या जेवणावर, सिगरेटींवर व कपड्यांवर खूप खर्च केला आहे. मला वाटतं दर वेळेस मी त्याच्याकडे पगार मागितल्यावर त्यानं मला हेच सांगितलं असतं.

मी धंदा चालू केल्यावर दोन महिन्यांनी माझी एका माणसाशी जोराची झटपट झाली. त्यानं माझी पर्स लांबवायचा प्रयत्न केला. खूप रात्र झाली होती. तो त्या रात्रीचं तिसरं गिऱ्हाईक होता. त्यानं चष्मा लावला होता. तो चाळिशीचा, एखाद्या प्रोफेसरसारखा दिसत होता. त्यानं जे काय केलं ते तो करेल अशी मला अजिबात शंका आली नसती. त्याचे केस लांब होते, पण पोनीटेल बांधण्याएवढे लांब नव्हते. त्यानं मला झाडीत नेलं. मी त्याच्यापाशी ५० युरो मागितले. कारनं जायला दहा

मिनिटं लागली. त्यानं झाडीत रस्त्यावर गाडी थांबवली नाही; तो रस्ता सोडून जंगलात शिरला. तो दडपणाखाली वाटत होता. मला ते विचित्र वाटलं. त्यानं मला हात लावला नाही. मी नेहमीचं भाषण सुरू केलं की त्यानं मला प्रथम पैसे दिले पाहिजेत. तो किंचाळू लागला. तो कशाबद्दल किंचाळतोय ते मला कळलं नाही, पण माझ्या लक्षात आलं की तो मला पैसे देणार नाही, उलट माझेच पैसे घेणार. आम्ही थांबल्यावर तो बसून राहिला आणि त्यानं माझ्याकडे बघितलं. त्यानं माझी पर्स खेचली. मी माझी पर्स परत खेचू लागले, कारण मला पॉलीला फोन करायचा होता. त्या पर्समध्ये माझी सारी रात्रीची कमाई १५० युरो होती. त्यानं सुरी बाहेर काढली मी घाबरले. ती स्वयंपाकाच्या सुरीसारखी होती. फार मोठी नव्हती. त्यानं ती कुठून बाहेर काढली ते मला आठवत नाही; त्यानं ती माझ्या चेहेऱ्यापाशी आणली आणि म्हणाला की तो मला पैसे देणार नाही, पण त्याला जे हवं ते मला करावं लागेल.

आम्ही बराच वेळ गप्प राहातो : नताशा म्हणते पुढलं तिला आठवत नाहीय. तिला सिगरेट ओढायची गरज आहे.

मला वाटलं की त्याच्याशी वाद घालणं व्यर्थ आहे. कारण त्याच्या डोळ्यांत वेडाची झाक होती. तो ओरडत होता की मी घाणेरडी आहे आणि त्यानं दोन कंडोम चढवले. त्यानं गाडीच्या पुढल्या भागातून मला मागल्या सीटवर फेकलं. तो ते कसं करू शकला ते मला समजत नाही. मला आठवतंय की मला दुखापत झाली, मला आठवत नाहीय की तो गाडीतून बाहेर पडून मागच्या बाजूला आला का? मला धक्का बसला होता. त्यानं आपली पँट खाली खेचली. हलकटानं माझी निकर फाडली आणि माझ्यावर चढला. समागमाच्या वेळेस तो मला मारत होता, मी तिथे पडून रडत होते. मी हात लांबवून पुढच्या सीटवरची माझी पर्स घेण्याचा प्रयत्न केला. तो माझा मूर्खपणा होता. त्याचा समागम चाललेला असताना मला पॉलीला फोन करायचा होता. मला ठाऊक होतं की ते शक्य नाही, तरी मी तसा प्रयत्न केला. नशिबानं त्याच्या लक्षात आलं नाही. मागचे दरवाजे उघडे होते. साधारणत: दरवाजे बंद असत. गिऱ्हाईक बसून असे व मी त्यांच्यावर चढत असे. त्यानं मला मारलं, माझी बॅग घेतली, त्यातून पैसे काढले आणि बॅग कारच्या खिडकीतून फेकून दिली. निदान त्यानं फोन घेतला नाही. त्यानं मला कारमधून उघडीच बाहेर फेकली आणि माझे कपडे चिखलात टाकले, मी उठले, माझे कपडे उचलले. कपडे चढवू लागले आणि बॅग उचलून पॉलीला फोन लावला. काय झालं ते मला नीट सांगता येईना. त्यानं मला सांगितलं की मी हमरस्त्यानं चालून खुणेच्या ठिकाणी थांबावं. मी

जंगलातून बाहेर पडून हमरस्त्यावर यायचा प्रयत्न केला, म्हणजे मी कुठे आहे ते मला कळलं असतं. मला रस्त्याला लागायला पाच मिनिटं लागली; पण खुणेच्या ठिकाणी पोचायला मला थोडं अंतर चालावं लागलं. मी पॉलीला फोन केला, त्यानं मला तिथंच थांबायला सांगितलं. तो चाळीस मिनिटांनी पोचला. मी रस्त्याच्या कडेला नुसती बसून राहिले. बाजूनं कार धावत होत्या, मी पर्वा केली नाही. कुणीही थांबलं नाही.

मी पॉलीला काय घडलं ते सांगितलं आणि म्हटलं मी अशा परिस्थितीत काम करू शकणार नाही. मला जिवंत राहायचंय. मी बेफाम झाले होते. मी रडत होते. मिनिटभर थांबत होते. मग पुन्हा रडतच होते, त्यानं मला शांत व्हायला सांगितलं, मला 'चूप बस' असं म्हटलं नाही. दलाल असूनही तो कधीच माझ्याशी वाईट वागला नाही. त्याच्याबरोबर असताना एका वेगळ्याच प्रकारची सुरक्षितता मला जाणवे. जेव्हा मी त्याला म्हटलं की मला घरी जायचंय, तेव्हा तो म्हणाला, 'मी तुला घरी सोडू शकणार नाही, पण तू दुसऱ्या देशात जाऊन वेगळ्या परिस्थितीत काम करू शकतेस.' तो म्हणाला की मी स्पेन, फ्रान्स, इटली किंवा इंग्लंडला जाऊ शकेन. मला जर फ्लॅटमध्ये राहून धंदा करायचा असेल तर त्यासाठी इंग्लंड चांगलं. तुम्हाला कुणी पळवू शकलं नसतं आणि फ्लॅटमध्ये इतरही वेश्या सोबत असत्या. तो त्याच्या आल्बेनियाच्या मित्रांशी माझी ओळख करून देणार होता.

झाडीतल्या त्या घटनेनंतर मी काम करायचं बंद केलं. एका आठवड्यानं फेब्रुवारीच्या सुरुवातीला किंवा जानेवारीअखेरीला त्यानं मला आल्बेनियाच्या माणसाला, निकी डिमिट्रोव्हला विकलं. तो माझा इंग्लंडमधला दलाल असणार होता. आम्ही लगेचच निघालो. मी माझ्याबरोबर काहीही घेतलं नाही. मी अनेकदा काहीही न घेता हलले आहे. माझ्यासाठी सर्वांत महत्त्वाची गोष्ट असते, सुटून निघणं. मी गोष्टी मागे सोडू शकते, कारण मला वाटतं की काहीतरी घडेल. कारमध्ये तो मला इंग्लंडबद्दल सांगू लागला. आम्ही फ्रेंच व इंग्रजीचं मिश्रण करून बोलत होतो. मी माझी गिऱ्हाइकं व पॉलीकडून बेल्जियममध्ये इंग्रजी शिकले. तुम्हाला कल्पना येईल की हे मजेचं आहे! तो अगदी नीट वागला. ऑस्टेंडला पोचायला आम्हाला दोन तास लागले. त्याच्या मित्राच्या घरी आम्ही एकाच पलंगावर झोपलो; पण त्यानं मला बोटही लावलं नाही. मला बरं वाटलं.

मला त्याचं रूप आवडलं. तो पॉलीहून तरुण होता. त्याचा चेहरा मोठा होता, केस आखूड कापलेले होते आणि तो चांगला लठ्ठ होता. याहून अधिक बारकाईनं मला त्याचं वर्णन करता येत नाही. सकाळी आम्ही एका हॉटेलात गेलो व आणखी दोन रात्री तेथे राहिलो. निघायचा मार्ग सापडेपर्यंत आम्हाला थांबायचं होतं. आम्ही एकाच खोलीत राहिलो; पण पुन्हा त्यानं मला स्पर्शही केला नाही. आम्ही समुद्रकिनाऱ्यावर

फिरायला गेलो. मला वाटलं, किती छान! दिवस असेपर्यंत आम्ही अर्धा तास कारनं फिरलो. गावातल्या शेतापाशी थांबलो. त्यानं मला सांगितलं की मला इंग्लंडला एका ट्रकमधून जायचंय आणि मला त्याचा एक मित्र भेटेल, तो मला इंग्लंडला येऊन भेटेपर्यंत मी गेना बरोबर (उच्चार आहे ग्यानोर) राहावं. तेथे खूप ट्रक थांबलेले होते. माझा ट्रक माझ्या प्रतिक्षेत होता. त्या ट्रकमध्ये काय सामान होतं ते मला माहीत नाही. कारण मी इतर गोष्टींमध्ये गुंतलेली होते. मी पुढच्या बाजूला ड्रायव्हर व त्याच्या सोबत्याबरोबर बसले. ते एकमेकांशी इंग्रजीत बोलत होते. मी त्यांच्याशी बोलले नाही.

मला वाटतं, माझ्या व्हिसाची मुदत संपली होती आणि मी तिथे बेकायदेशीरपणे राहात होते; पण मला नक्की माहीत नाही. पॉलीनं कदाचित माझा पासपोर्ट डिमिट्रॉव्हला दिला असेल. मला वाटतं ते माझ्यासाठी खोटा पासपोर्ट वापरत होते. ड्रायव्हरजवळ सर्वांची कागदपत्रे होती व आम्ही सरहद्दीवर थांबलो असताना तोच प्रवेशपरवाने तपासणाऱ्यांशी बोलला. आम्ही खूप वेळ प्रवास केला. आम्ही फ्रान्समध्ये बोटीवर चढलो. बोटीचा प्रवास तासभर चालला. आम्ही डोव्हरला उतरलो, असं मला वाटतं आणि तिथून लंडनला गेलो. डोव्हरला प्रवेशाबाबत काही अडचण आली नाही. आम्ही लंडनपाशी कुठेतरी थांबून ग्यानोरची वाट बघत थांबलो. तो आल्बेनियाचा होता, पण रशियन बोलत असे. कारण त्याची बायको, कात्या, रशियन होती. अंधार पडला होता. आम्ही त्याच्या फ्लॅटवर गेलो. तो म्हणाला की मला भेटून त्याला खूप बरं वाटलं आणि सर्व काही ठीक होणार आहे. त्याला जंगलात घडलेली घटना कळली होती. माझी कात्याशी जवळजवळ लगेचच गट्टी जमली. ती म्हणाली, 'तू तर लहान मुलीसारखी दिसतेस.' तिनं माझ्यासाठी जेवण बनवलं. ती वीस ते तीस दरम्यानची होती. तिला मुलं नव्हती. ती एका पार्लरमध्ये वेश्या म्हणून काम करत असे. तिचा नवराच तिचा दलाल होता. जेव्हा मी तिला विचारलं की तिचा नवरा तिला वेश्याव्यवसाय कसा करू देतो, तेव्हा ती म्हणाली की त्याचं तरीसुद्धा तिच्यावर प्रेम आहे आणि तिलाच हे काम करायचं आहे. तिनं ते सहा वर्षं केलं होतं. तिच्यापाशी आणखी काही कसब नव्हतं.

आणखी दोन दिवसांनी निकी आला. त्यानं मला एका फोटो स्टुडिओत नेलं. त्यांनी फोटो काढण्यापूर्वी माझी भरपूर रंगरंगोटी केली. पहिल्या फोटोंसाठी मी नग्न नव्हते. त्यानं मला परिचारिकेचा गणवेष किंवा उत्तान निकर असले कपडे घालायला दिले. मला आठवतंय, की मी ज्या प्रकारे फोटोंसाठी उभी राहात होते, ते निकीला आवडत नव्हतं. तो म्हणत होता की मी मादक दिसत नव्हते, दमलेली दिसत होते; पण आम्ही सकाळी खूपच लवकर, ११ वाजता गेलो होतो! हवेच्या फवाऱ्यानं सारखे केलेले ते फोटो आता पोलिसांच्या ताब्यात आहेत. निकीनं ते लंडनमधील

'सर्वांत तरुण *मार्गदर्शिका*' म्हणून वेबसाईटवर जाहिरात देताना वापरले. आमचा कोर्टात खटला चालू असतानाच मला याबद्दल कळलं. तो फोटोंचं काय करणार ते मला ठाऊक नव्हतं. ग्यानोरनं मला समजावून सांगितलं की फोटो वेबसाईटवर दिले जातील आणि कुणाला माझं रूप आवडलं तर ते एजन्सीला फोन करतील. एजन्सी निकीला फोन करेल आणि जर कुणा गिऱ्हाइकाला मला भेटायचं असेल तर निकी मला फोन करेल. निकी मला बेजवॉटरमधल्या एका फ्लॅटवर सकाळी ११ ते मध्यरात्रीपर्यंत काम करण्यासाठी नेऊ लागला. त्या फ्लॅटमधल्या सर्व मुलींची धंद्यासाठी वेबसाईटवरच भिस्त होती. वर्तमानपत्रातील जाहिराती आणि निशागृहातली आणि नृत्यगृहातली कार्डं पाहून गिऱ्हाइकं येत असत. आम्ही त्या जोडप्याबरोबर काही आठवडे राहिलो. तो माझा 'तात्पुरता घरचा' फ्लॅट होता. रोज रात्री झोपायला मी तेथे जात असे.

निकीनं लंडनमध्ये माझ्यावर बलात्कार केला. त्यानं ब्रुसेल्समध्ये काहीही का केलं नाही, ते मला ठाऊक नाही. ग्यानोरच्या फ्लॅटमध्ये आमचे एकावरले एक पलंग होते. प्रथम ते घडलं ते दिवसा, दुसरं जोडपं हॉलमध्ये असताना! मी शयनगृहात कपडे बदलत होते. तो आत आला, त्याच्यामागे त्यानं दरवाजा बंद केला आणि तो सलगी करू लागला. मी त्याला ढकललं. कशी माझी शामत झाली, मला माहीत नाही. त्यानं माझा गळा पकडला आणि मला जवळजवळ गुदमरवून टाकलं. मला अजूनही ते आठवतंय. तो म्हणाला, 'मी सांगेन ते तुला करावंच लागेल, नाहीतर मी तुला मारून टाकीन.' मी त्याच्याबद्दल बोलायलाच हवं की आपण विषय बदलूयात? *(आम्ही ठरवलं की तिला जेव्हा या विषयावर बोलता येणं अधिक शक्य वाटेल, तेव्हा पुन्हा यावर बोलायचं.)*

फ्लॅटमध्ये माझ्याकडे रोज दोन गिऱ्हाइकं येत. मला ते ठीक वाटे. तेथे दोन लिथुआनियाच्या मुली होत्या. त्या तिथंच राहात व काम करत. त्या म्हणत, त्यांना हे काम करायची इच्छा आहे. कदाचित असं बोला म्हणून त्यांना सांगण्यात आलं असेल. एका मुलीनं यापूर्वी इंग्लंडमध्ये काम केलेलं होतं. ती घरी परत गेली, काही अडचणीत सापडली आणि तिनं परत यायचं ठरवलं. तिच्यापाशी बनावट स्पॅनिश पासपोर्ट होता. त्या वेळेस लिथुआनिया युरेपिअन युनियनचा भाग नव्हतं. आम्ही आमच्या भूतकाळाबद्दल आणि आमच्या देशात काय घडतंय त्याबद्दल बोलायचो, हसायचो आणि विनोद करायचो. आम्ही गप्पा मारत टी.व्ही. बघायचो. मला विनोदी सिनेमे आवडत. त्यांचा अर्थ कळला नाही तरी मी तो अंदाजानं ओळखायचा प्रयत्न करी. मी प्रामुख्यानं संगीताचे कार्यक्रम पाहात असे. मला संगीत अतिशय प्रिय आहे. मी लहान असताना सात वर्षं पिआनो शिकत होते. मी रशियन पॉप संगीत व मोत्झार्ट वाजवत असे; पण रशियन संगीतकार मला आवडत नसत. काही काळानं

माझ्या लक्षात आलं की त्या मुलींना मी आवडत नव्हते. एकदा निकी माझ्यावर किंचाळून ओरडत असताना तो म्हणाला की त्यांना मी तिथं काम करायला नको होतं. तो कदाचित माझ्या आत्मविश्वासाला सुरुंग लावायच्या प्रयत्नात असेल.

निकी नेहमीच आरडाओरड करत असे, कारण मला पुरेशी गिऱ्हाइकं मिळत नसत. त्याला वाटे की तो माझा दोष आहे; मी त्यांच्याशी चांगली वागत नसल्यामुळे माझ्याकडे ते काम पुन्हा येत नाहीत. मी नीट काम करत नव्हते; कारण मला ते आवडत नव्हतं. मला वाटतं, स्त्री जर उत्सुक असली तर गिऱ्हाइकाला जास्त सुख मिळेल. पैशाची पुरेपूर वसुली होईल, नाही का? समागमाच्या वेळेस पुढाकार घ्यायचा की निष्क्रिय राहायचं हे गिऱ्हाईक बघून ठरवावं लागे. जर मी गिऱ्हाइकाच्या वर झोपावं अशी त्याची मागणी असली तर ते कठीण पडे; पण मला काय पसंतीचा हक्क होता? मी आठवड्याच्या सातही रात्री, माझी मासिक पाळी असतानादेखील, काम करी. जेव्हा मी निकीला म्हटलं की पाळी असताना मला काम करायचं नाही, तेव्हा तो माझ्यावर ओरडला. पॉली निदान तेव्हा तरी मला रजा देत असे.

तो दोन शयनगृहं असलेला फ्लॅट होता. तेथे मी तीन महिने काम केलं. आमची सर्वांची गिऱ्हाइकं एकाच वेळेस येत नसत. या मुली निकीच्या मित्रांच्या ताब्यात होत्या. मला वाटतं, दलाल त्या फ्लॅटचा खर्च वाटून घेत असत. मला आठवत नाही, आम्ही गिऱ्हाइकांकडून किती घेत होतो! मला वाटतं ताशी १२० पौंड असावेत. त्यात सर्वसाधारण समागम व मुखमैथुन दोन्हीचा समावेश होता. मी पैसे घेऊन नंतर निकीला देत असे. गिऱ्हाइकं कशी होती ते मला काहीही आठवत नाही. माझ्यापाशी फार कमी कपडे होते. कात्यानं मला थोडे दिले होते. तिनं मला दोन जीन्स विकत घेऊन दिल्या. निकी माझ्या कपड्यांबाबत फार फिकीर करत नसे, कारण मी माझ्या गिऱ्हाइकांपुढे फक्त निकर घालून जायचं असे. त्यानं मला दोन लाल रंगाच्या निकर घेऊन दिल्या. आम्ही तिघीजणी आमच्या उंची निकरवर हॉलमध्ये बसत असू नशिबानं फ्लॅट चांगला उबदार असे! जेव्हा माझं गिऱ्हाईक येत असे, तेव्हा मी त्याला बेडरूममध्ये घेऊन जाई. कधीकधी निकी मला फोन करत असे तेव्हाच दुसऱ्या दोन मुलींचा दलाल त्यांना फोन करी आम्ही तिघीही घंटा वाजली की दारापाशी आमच्या अंतर्वस्त्रांवर जात असू. एक-दोन वेळा याच वेळेस आमचे शेजारी समोरून गेले आणि डोळे विस्फारून पाहू लागले. आम्हाला गिऱ्हाइकाला विचारावं लागे की तो कोणाकडे आला आहे? माझं टोपणनाव होतं डॉमिनिक. गिऱ्हाईक आम्ह सर्वांकडे निरखून बघे आणि कोण पाहिजे ते पसंत करत असे.

दोन आठवडे ग्यानोर आणि कात्याबरोबर राहिल्यानंतर मी आणि निकी हॉलवेमधील फ्लॅटवर हललो. मी कामावर असे, नाहीतर घरी असे. तो बाहेर जाऊन जेवून येई.

मी स्वत:साठी जेवण बनवायचा प्रयत्न करी. स्पघेटी, मॅकरोनी आणि सॉसेस. तो मला कधीकधी वाणसामान आणायला घेऊन जाई; पण निकी म्हणाला की मी तेथे अधिक वेळ काम करणार नव्हते; कारण मी पुरेसे पैसे मिळवत नव्हते आणि पुरेशी गिऱ्हाइकं येत नव्हती.

(अगदी तोंडी हिशोब केला तरी कळेल की ती त्याला आठवड्याला सतराशे पौंड मिळवून देत होती. तिनं आठवड्याचे सातही दिवस, रात्रीगणिक दोनच गिऱ्हाइकं मिळवली तरी सुद्धा.) पण निकीला एजन्सीचे पैसे द्यावे लागत. आम्ही राहात होतो त्या आणि कामाच्या फ्लॅटचं भाडं द्यावं लागे. त्यामुळे सर्व वजा जाता त्याच्यापाशी फारसे उरत नसावेत.

तो वर्तमानपत्रातल्या मसाज-पार्लरमध्ये काम करण्यासाठी मुली शोधणाऱ्या जाहिराती धुंडाळू लागला. आम्हाला आठवडाभर काही दिसलं नाही. त्यानं फोनवर मी काय बोलायचं ते मला पढवून ठेवलं होतं, 'सांग की तू एकोणीस वर्षांची आहेस *(मी सतरा वर्षांची होते).'* विचारल्या प्रश्नांचीच फक्त उत्तरं दे.' पण हे कठीण जात होतं कारण माझं इंग्रजी कच्चं होतं. आमची फार प्रगती होत नव्हती. ते म्हणत की त्यांना इंग्रजी बोलणाऱ्या मुली पाहिजेत आम्ही एका मसाज-पार्लरवर गेलो. एका रशियन स्त्रीनं माझी मुलाखत घेतली. ती पाच ते दहा मिनिटं चालली. तिनं मला माझ्या कामाच्या अनुभवाबद्दल विचारलं. मी तिला फ्लॅटबद्दल सांगितलं, ती म्हणाली की ती मला फोननं कळवेल; पण तिनं कधीच कळवलं नाही. नशिबानं मला गिरकी वगैरे घेऊन दाखवावी लागली नाही. निकी बाहेर माझी वाट बघत थांबला होता.

एके दिवशी तो म्हणाला, की त्याला योग्य असं काहीतरी सापडलं आहे. त्याला हेडनमधल्या 'पॅरेडाइज' नावाच्या मसाज पार्लरमध्ये स्वागतिकेचं काम करणारी एक लाटव्हियाची स्त्री माहीत होती. ती रशियन बोलत असे. तिनं लगेच ओळखलं की मी रशियन आहे आणि माझ्याशी ती रशियनमध्ये बोलू लागली. तिनं मला मुलाखतीसाठी बोलावलं. दुसऱ्या दिवशी माझी मालकाशी वीस मिनिटांची मुलाखत झाली. तो भारतीय माणूस होता. डेव्हिड नावाचा कॅथलिक पंथाचा! ते संभाषण खेळीमेळीचं झालं. मला आठवतंय की मी एकोणीसची आहे हे सांगितल्यावर त्याचा विश्वास बसला नव्हता. त्याला वाटलं होतं की मी पंधराची दिसते.

स्वागतकक्षातल्या स्त्रीनं म्हटलं की तो मला नोकरी देणार आहे; कारण त्याला कामाला मुली पाहिजे आहेत. मला किती मिळतील ते मी विचारलं नाही; कारण मला त्याची पर्वा नव्हती. मला वाटतं मला किती मिळतील ते निकीला माहीत असणार; कारण त्यानं माझ्याजवळ पैशांबाबत विचारलं नाही. डेव्हिडनं किमतीचा तक्ता समजावून सांगितला. त्या यादीत खराखुरा मसाज होता. अर्थात तो मला देता

येत नव्हता. त्यात मसाज अधिक आणखी काहीतरी असं सर्वांत स्वस्त होतं. मसाज अधिक मुखमैथुन; मग होतं मसाज आणि अर्धा तास समागम, एक तास समागम, दोन तास समागम, त्यावर किमतीची सूट असे. त्यांना मसाज हवा असला तर तो मी देऊ लागले. त्यात माझी प्रगती होत होती. आतला प्रकाश छान वाटे. ती जागा अंधार असून चांगली वाटे. मोठा पलंग तेथे होता. प्रत्येक गिऱ्हाईक गेल्यावर आम्हाला पलंगपोस बदलावा लागे. तेथे दोन खोल्या व एक हॉल होता. प्रत्येक खोली ७ फुटांची होती.

सर्वसाधारणपणे तेथे चार मुली काम करीत, पण कधीकधी आम्ही दोघीच असायचो. पद्धत अशी होती की गिऱ्हाईक बेडरूममध्ये जाई, मुली फक्त निकरमध्ये व उंच टाचेच्या बुटांमध्ये एकापाठोपाठ एक आत जाऊन त्याचं स्वागत करीत. मग स्वागतिका त्याला भेटायला किमतींची यादी घेऊन जात असे. ती त्याला माहिती समजावून सांगे, तो मुलगी पसंत करे आणि तो स्वागतिकेपाशी पैसे देई. मग ती निवडलेल्या मुलीपाशी कंडोम देई आणि मामला सुरू होई. माझं तिथलं नाव होतं 'नताशा.' तो भारतीय मालक म्हणे की मी सर्वांत आवडती होते. मी त्याला सर्वांत जास्त पैसे मिळवून देत होते. माझ्याशिवाय त्यानं काय केलं असतं ते माहीत नाही असं तो म्हणे. माझा बांधा तेव्हा फारच छान होता, चेहरा गोंडस आणि केस सोनेरी होते. आता मी लठ्ठ झाले आहे. माझ्याकडे कमीतकमी तीन गिऱ्हाइकं येत. एकदा तर आठ आली होती. तो फार थकवणारा दिवस होता. सकाळी अकरा ते रात्री दहा! बरेच लोक अर्ध्या तासासाठी आले होते, काही एक तासासाठी, दोघे दोन तासांसाठी आणि एक तर तीन तासांसाठी!

एक म्हातारा इंग्रज मजा करायला येई. मला वाटतं अशा काही खूप जागा नसणार, जिथे निकर घालून बसलेल्या मुलीशी तुम्ही गप्पा मारू शकाल. कधीकधी मी त्यानं सांगितलं तर 'ब्रा'शिवायही बसत असे. तो पन्नास वर्षांचा होता. तोवर तो काय बोलतोय ते कळण्याइतकं मला इंग्रजी येऊ लागलं होतं. त्याला माझ्या आयुष्याबाबत जाणून घ्यायचं असे आणि त्याला मला त्याच्या आयुष्याबद्दल सांगायचं असे. त्याला सवलतीचा दर दिला जात असे की नाही ते मला आठवत नाही. भारतीय मालक त्या गिऱ्हाइकाचे अर्धे पैसे स्वत:च घेई. कारण त्याच्या म्हणण्याप्रमाणे त्यानं ते माझ्यासाठी शोधलं होतं. मला नाही वाटत की मी आवडती असूनही निकीला फार प्राप्ती होत होती. तो म्हणे की त्यानं माझ्यासाठी ३००० पौंड मोजले आहेत आणि मी ते फेडायला हवेत. निदान पॉलीसारखी त्यानं थापेबाजी तरी केली नाही की ते पैसे माझ्यावर खर्चासाठी लागले होते. मला मसाज पार्लरच्या मालकाला तीस टक्के दिल्यावर दररोज जवळजवळ ८० ते १६० पौंड मिळत. मी बेजवॉटर फ्लॅटमध्ये कमवत असे, त्याहून हे पैसे कमी होते. हे अर्थकारण न

समजणारं होतं. कदाचित निकीचं इतर दलालांशी भांडण झालं असेल. किंवा यात त्याला इतर खर्च कमी येत असतील.

डेव्हिड चांगला होता. मला वाटतं त्याला काहीतरी शंका आली असावी. मी माझे पैसे कशावर खर्च करते, असं तो विचारत असे. तो सरळ सरळ प्रश्न करत नसे; पण तो ध्वनित करत असे की मी अज्ञान वयाची होते. तिथलं वातावरण खेळीमेळीचं होतं. तेथे खूप रशियन मुली होत्या. दिवसभर तुमच्या सर्वसाधारण पद्धतीनेच गप्पागोष्टी होत. त्या हलकटाबरोबर घरी बसण्यापेक्षा हे कितीतरी चांगलं वाटे. इतर मुलीही पळवून आणल्या गेल्या होत्या की काय, हे मला माहीत नाही. कदाचित त्या विद्यार्थी म्हणूनच्या परवान्यावर आलेल्या असतील. मसाज शिकायला! आम्ही अशा गोष्टींबाबत बोलत नव्हतो, कारण माझा त्यांच्यावर विश्वास नव्हता. जर निकी त्या लाटव्हियाच्या मुलीला ओळखत होता तर त्याला इतर मुलीही माहीत असायची शक्यता होती. गिऱ्हाइकं प्रामुख्यानं इंग्लिश, कधीकधी चिनी व कधी भारतीय असत. डेव्हिडचे मित्र येत असत. ते मद्य घेत आणि मग त्यांना माझ्याबरोबर वेळ घालवायचा असे. फुकट! मी तेथे चार महिने काम केलं. नाही! हा हिशोब जुळत नाही! मी बेजवॉटरमध्ये तीनहून कमी महिने होते. मी हेंडनला एप्रिलमध्ये जाऊ लागले आणि जूनच्या सुरुवातीला आमच्यावर धाड पडली. म्हणजे इंग्लंडमध्ये एकूण पाच महिने झाले!

(मी विचारलं की आम्ही आता निकीबद्दल बोलू शकतो का?)

मी त्याचा तिटकारा करते आणि त्याची आठवण काढायला मला आवडत नाही, पण आपण बोलू; तो मला कुत्र्यापेक्षासुद्धा वाईट वागवत असे. तो मला सारं काम करायला लावे. तो मला घर साफ करायला लावे, त्याचे कपडे धुवायला लावे; पण तरीही नेहमी तो असंतुष्ट असे! मी जे काही कमावत होते ते कधीच पुरेसे नसे. तो म्हणे मी फार लहान आणि फार मूर्ख आहे. एकदा मी त्याला विचारलं, 'मी इतकी लहान आहे तर तू मला घरी का जाऊ देत नाहीस?' ओ! ही फारच मोठी चूक झाली. त्यानं त्याबद्दल मला चांगलीच अद्दल घडवली. त्यानं माझं थोबाड फोडलं. त्यानं मला इतकं जोरानं मारलं की माझ्या डोळ्यांपुढे काजवे चमकले. नशिबानं मी बेडरूममध्ये होते. मी पलंगावर पडले. मग माझा नरकवास सुरू झाला. मला खरचटलेलं असल्यामुळं मी कामावर जाऊ शकत नव्हते आणि मी कामावर जाऊ शकत नव्हते म्हणून मला सारा वेळ त्याच्याबरोबर राहावं लागलं आणि ते भयानक होतं; हे मी बेजवॉटरला असताना आणि हेंडनला असताना घडलं. हेंडनला असताना हे ठीक होतं; कारण मी इतरांशी बोलू शकत होते. अत्याचारी हिंसक वागण्याबाबत नाही, पण इतर तरी. मला पाठीवर खरचटलेलं असे. एकदा त्यानं

माझा कान फाडला. त्यानं मला मारलं आणि कशानं तरी माझी कानातली कुडी माझा कान फाडून बाहेर आली. एकदा माझा पूर्ण चेहरा काळा-निळा झाला. मी एका मारहाण करणाऱ्यापासून पळून गेले आणि दुसऱ्या देशात दुसऱ्याच्या तावडीत सापडले. मला वाटतं तेच माझं प्राक्तन होतं.

मी त्याला खूष ठेवायला मला शक्य होतं ते सर्व काही करी; पण मी काहीही केलं तरी फरक पडत नसे. मला वाटे की तो वेडसर असावा आणि कशाचाही फायदा होणार नाही. मी त्याला सांगू शकत नव्हते की ज्या देहापासून त्याला पैसा कमवायचा होता, त्यालाच इजा पोचवणं हा त्याचा बेअक्कलपणा होता! मी असं सांगितलं असतं तर त्यानं परिस्थिती आणखी बिघडली असती. जर त्यानं किती वेळा माझा गळा दाबला हे आपण मोजलं नाही, तर त्यानं मला प्रथम मारलं आम्ही ग्यानोर व कात्याजवळ राहात असताना जेव्हा एका गिऱ्हाइकानं माझ्याबद्दल बेजवॉटरमध्ये तक्रार केली तेव्हा! गिऱ्हाइकानं सांगितलं की मी विचित्रासारखी वागले. हवं ते त्याला माझ्याकडून काहीच मिळालं नाही. मी इतरांशी वागे तशीच त्याच्याशी वागले होते. आम्ही एकच भाषा बोलत असल्यामुळे त्यानं ग्यानोरला मला समजावून सांगायची विनंती केली. ग्यानोर मला म्हणाला की, गिऱ्हाइकाला हवं असेल तसं मी त्याच्याशी वागायला पाहिजे. मी गिऱ्हाइकांशी पुढाकार घेऊन कधीच वागत नसे. मी त्यांना हवं ते करू देई. कदाचित म्हणूनच त्यांनी तक्रार केली आणि निकी भडकला. मला माहीत नाही.

ब्रुसेल्समध्ये ते कुणापाशीच तक्रार करू शकत नसत; कारण आमची सारी पद्धतच वेगळी होती. निकी म्हणे, 'तू तुझ्या चुकांचं समर्थन करतेस त्याचा मला संताप येतो.' तो मला मारू लागला. ग्यानोरनं त्याला थोपवण्याचा प्रयत्न केला. तो म्हणाला, 'तिला असं मारण्यात काहीच फायदा नाही. कारण ती कामावर जाऊ शकणार नाही.' तो मला नेहमीच मारत असे; पण फार जोरात मारत नसे. संपूर्ण कालावधीत त्यानं चार वेळा फार जोरानं मारलं जेव्हा माझं अंग खरचटून ठणकत होतं. मी चपराकी मोजत नाही. कारण त्या रोजच्याच होत्या. एकदा मी कात्याकडे ज्या तऱ्हेनं पाहिलं ते त्याला आवडलं नाही, म्हणून त्यानं मला चपराक दिली. मग ग्यानोरनं मला चपराक दिली. निकी अनेक दिवस दररोज माझ्यावर बलात्कार करत होता. कधीकधी तो मला त्याच्यावर तासभर मुखमैथुन करायला लावे. तो टी.व्ही बघत असे. माझं तोंड दुखू लागे. मी त्याला मान देत नाही अशी त्याला सततची शंका असे. आणि ते खरं आहे. मी त्याचा तिरस्कार करत असे. सुरुवातीला निकी मला कामावर सोडे व परत न्यायला येई; पण माझ्या कामाच्या शेवटल्या दोन आठवड्यांत माझी मीच सबवे वापरू लागले. त्याला खात्री होती की मी पळून जाऊ शकणार नाही, कारण मी कुणालाच ओळखत नव्हते, ती भाषा बोलत नव्हते आणि

माझ्याजवळ पैसे नव्हते.

ज्या दिवशी आमच्यावर धाड पडली, त्या दिवशी मी कामावर होते २००४चा जून महिना होता. मला आठवतंय, आमच्याकडे कोणीही गिऱ्हाइकं आलेली नव्हती. फोनवर आमच्याकडे खूप विचारणा झाली, पण प्रत्यक्षात कुणीही आलं नाही. मी मसाज पार्लरच्या सड्बरी शाखेत होते. तिथली स्वागतिका भारतीय होती. मी तिथे मे अखेरीला हलले होते; दोन्ही पार्लर डेव्हिडचेच होते. तो काळजी घेई की त्याच मुली दररोज त्याच जागी काम करत नाहीत. एकूण तेथे दहा मुली होत्या. पोलीस दुपारी तीन किंवा चारला आले. साध्या कपड्यातले दोन पुरुष व दोन स्त्रिया होत्या. स्वागतिका आणि मी वरच्या मजल्यावरल्या खोलीत होतो. त्यांनी घंटा वाजवली आणि ती दार उघडायला खाली गेली. तेथे 'इन्टरकॉम'ची सोय नव्हती. त्यांचं संभाषण मला ऐकू येत नव्हतं. त्यातले दोघे मी होते त्या खोलीत आले आणि चौफेर दृष्टी टाकत इकडेतिकडे फिरू लागले. त्यांनी माझी कागदपत्रं बघायला मागितली. माझ्याजवळ माझ्या लिथुआनियाच्या पासपोर्टची फोटोकॉपी होती. निकीपाशी मूळ पासपोर्ट होता. त्यानं मला त्याची कॉपी दिली होती. कारण असा प्रसंग उभा राहू शकेल, याची त्याला कल्पना होती. मला वाटतं माझ्या पासपोर्टमध्ये व्हिसा होता.

(लिथुयानिया १ मे २००४ मध्ये युरोपीय युनियनचा घटक बनलं. त्यामुळे लिथुआनियाची नागरिक म्हणून ती कायदेशीररीत्या तेथे राहू शकत होती.)

पोलीस सौजन्यानं वागले. त्यांनी अजिबात धाकदपटशा केला नाही. त्यांनी माझा मूळ पासपोर्ट कुठं आहे असं विचारलं. मी त्यांना सांगितलं की तो घरी आहे. त्या पासपोर्टप्रमाणे मी तेवीस वर्षांची होते. त्यामुळे त्यांना शंका आली. त्यांनी मला माझं वय विचारलं. मग त्यांनी काही चौकशी केली आणि शोधून काढलं की तो चोरलेला पासपोर्ट आहे. ते म्हणाले, 'चोरलेला पासपोर्ट वापरणारी मी काही पहिलीच स्त्री नाही.' मला खात्री नाही की त्यांना खरोखरीच चौकशीनंतर असं कळलं होतं की ते थापा मारत होते. ते म्हणाले, 'आम्हाला खरी कहाणी सांग.' काय करावं हे मला कळेना, पण मग मी ठरवलं की मी सतरा वर्षांची आहे हे कबूल करायचं. मी हे म्हणताक्षणी ते म्हणाले की आपल्याला पोलीस चौकीवर जावं लागेल.

मला सुटल्यासारखं वाटलं नाही. ही मला निकीच्या तावडीतून सुटण्याची संधी वाटली नाही. ते माझं काय करणार हे मला माहीत नव्हतं.

मला भीती वाटत होती की ते मला कोठडीत टाकतील आणि त्यानंतर ते मला रस्त्यावर हाकलून देतील. ते मला रशियाला परत पाठवतील असा त्या वेळेस माझ्या डोक्यात विचार आला नाही. मला कायदे ठाऊक नव्हते. मला निकीबरोबर राहाण्यापेक्षा परत जाणं जास्त आवडलं असतं. पोलीस त्यांची खूप गट्टी असल्याप्रमाणे

स्वागतिकेबरोबर बोलत होते. ते हास्यविनोद करत होते. तिनंच पोलिसांना बातमी दिली की काय अशी मला शंका आली. अर्थात तसं केल्यानं तिची नोकरी गेली असती, पण मला वाटतं, तिला माझ्याबद्दल वाईट वाटत होतं. आम्ही गप्पागोष्टी करत असू. मी तिला माझी सारी कर्मकहाणी ऐकवली नसली तरी काही भाग सांगितले होते. त्यामुळे माझी परिस्थिती बरी नाही असं तिला वाटू शकलं असेल. मी तिला सांगितलं की मी माझ्यासाठीच काम करत नाहीय. मी कुणाची नावं सांगितली नाहीत. मी तिला सांगितलं की मला मारहाण झाली होती. मग मला वाटलं की डेव्हिडनं पोलिसांना सांगितलं असेल; पण जर मी त्याला सर्वाधिक पैसा मिळवून देणारी मुलगी होते तर तो माझी गठडी कशाला वळेल? त्याला साऱ्यांचीच भीती वाटे, म्हणून त्यानं पोलिसांना बोलावलं असेल, असं मला वाटत नाही.

पोलिसांनी मला तिथे काय करत होते हे विचारलं नाही. मला वाटतं त्यांना अंदाज होता. त्यांना मी सफाई कामगार वाटले नसणार; कारण माझ्या माहितीची कुणीही सफाई कामगार निकर आणि उंच टाचांचे बूट घालून कामाला जात नाही. आणि तिचा वेळ टी.व्ही. बघण्यात घालवत नाही. मी जाऊन कपडे चढवले, माझ्या सर्व गोष्टी बरोबर घेतल्या आणि आम्ही बाह्य खूण नसलेल्या पोलीस कारनं चौकीवर गेलो. स्वागतिका आमच्याबरोबर आली नाही. त्यांनी मला विचारलं की माझी मीच काम करतेय की आणखी कुणासाठी करतेय. मी कारमध्ये त्यांना सांगितलं की माझी मीच काम करतेय. आम्ही चौकीवर पोचल्यावर कितीतरी वेळ ते दुभाष्यांच्या शोधात होते. त्यांनी इंग्रजीत माझी तपासणी घ्यायचं ठरवलं. मी धोका पत्करून त्यांना सारं काही सांगायचं ठरवलं. माझ्या वाईट इंग्रजीत; पण त्यांना माझं सांगणं कळलं. त्यांनी जवळजवळ लगेचच माझा सेलफोन माझ्याजवळून काढून घेतला. निकीनं फोन केला; पण त्यांनी उत्तर दिलं नाही. तो साधारणपणे मला दर तासाला फोन करत असे. त्यानं मला काही वेळा फोन केला आणि मग एस.एम.एस. पाठवला, 'तुला जमेल तेव्हा मला फोन कर. मला काळजी वाटतेय.' ते म्हणाले की ते सकाळपर्यंत दुभाष्या शोधतील. त्यांनी मला जेवण दिलं. जरी ते माझ्याशी चांगलं वागत होते, तरी मला आश्वस्त वाटत नव्हतं. मला वाटत होतं की ही तर नुसती सुरुवात आहे.

त्यानंतर त्यांनी मला एका सार्वजनिक वसतिगृहात किंवा लहान मुलांच्या वसतिगृहात नेलं. त्याचं स्वरूप हॉटेलसारखं होतं. ते तीन किंवा चार मजली होतं आणि तळमजल्यावर खूपच मोठा हॉल होता. तेथे अनेक लोकं व मुलं होती. तेथे एक स्त्री होती. तिला माझ्यावर नजर ठेवायला सांगण्यात आलं होतं. मला वाटतं ती त्या वसतिगृहातच राहात होती. खरं तर माझी इच्छा असती तर मी तेथून पळ काढू शकले असते; पण पळून मी निकीखेरीज आणखी कुठे जाऊ शकणार होते?

मी विचार केला की ही एक रात्र अशी मिळतेय की त्या नरकात जावं न लागता मला चांगली झोप घेता येईल; पण खरं तर त्या रात्री मला झोप आली नाही. मी विचार करत राहिले की यातून चांगलं निष्पन्न होणार की वाईट? सकाळी त्यांनी माझ्यासाठी गाडी पाठवली. मला वाटतं त्यांनी मला समाजकल्याण खात्यात नेलं. तेथे त्यांनी दुभाष्याच्या मदतीनं माझी तपासणी केली. इलेनाच नव्हे, तर पोलीससुद्धा उपस्थित होते. त्याला तीन तास लागले. मी त्यांना संपूर्ण कहाणी ऐकवली. समाजसेवक म्हणाला की मला परत पाठवलं जाण्याची खूपच शक्यता होती. माझा ते तिरस्कार करताहेत असं मला वाटलं. माझ्यासारखे हजारो लोक होते आणि त्यांना त्यांची पर्वा नव्हती. ती स्त्री म्हणाली की त्यांच्याकडे अनेक माणसं येतात आणि ते सर्वांना परत पाठवून देतात; पण पोलिसांना वाटत होतं की मी राहू शकेन. पोलीस व समाजकल्याण खात्यामध्ये दोन तास चर्चा झाली. ते म्हणाले, आम्ही उद्या तुला विमानात बसवून देऊ.

फसवून आणल्या गेलेल्यांना 'बेकायदेशीर स्थलांतरित' असा सरधोपट शिक्का देण्याकडे कल आहे. त्यामुळे काही असुरक्षित, फसवून आणल्या गेलेल्या स्त्रियांना पकडून परत पाठवून देण्यात आलेलं आहे. दडपण आणणाऱ्या संघटनांनी बरंच धरणं धरल्यानंतर अलीअलीकडेच ब्रिटिश सरकारनं कौन्सिल ऑफ युरोप कन्व्हेन्शन ऑन ॲक्शन अगेन्स्ट ट्रॅफिकिंग इन ह्यूमन बीईंग्ज (ECAT) म्हणजेच 'माणसांना फसवून परदेशात नेण्याविरुद्ध मोहिमेच्या युरोपातील ठरावावर' शिक्कामोर्तब केलं आहे, त्यामुळे पळवून आणल्या गेलेल्या स्त्रियांना थोडं संरक्षण मिळू शिकत आहे. हा ठराव तीस दिवसांचा काळ विचारासाठी देतो, ज्या कालावधीत पळवून आणलेल्यांपैकी बचावून निघालेले लोक त्यांच्या सुटकेसाठी आणि त्यांच्या मायदेशात जर त्यांना पळवणाऱ्यांकडून धोका उद्भवत असेल, तर त्यांना तात्पुरतं राहाण्याचा परवाना मिळवण्यासाठी अथवा गुन्ह्याच्या खटल्यात मदतीसाठी पाठिंबा मिळवू शकतात.

माझ्या भावना संमिश्र होत्या. एकीकडे हे सारं संपल्याचा आनंद वाटत होता. मला माझे कुटुंबीय भेटणार म्हणून आनंद होत होता; पण दुसरीकडे मी कुठे राहाते हे माहीत असल्यामुळं ही टोळी मला शोधून काढेल ही धास्तीही वाटत होती. मला घरी परत जायची भीती वाटत होती. मला वाटतं मी रडलेदेखील! मी माझ्या आईला खरं सांगितलं नसतं. मी त्यांना म्हटलं की मला परत जाण्याची इच्छा नाही; पण माझी काय इच्छा आहे त्याबद्दल ते उदासीन होते. मग त्यांनी अधिक चर्चा केली, अधिक वेळ विचार केले आणि ठरवलं की ते मला परत पाठवणार नाहीत. त्यांनी फोन केला आणि त्यांना कळलं की ते कोणत्याही परिस्थितीत मला परत पाठवू

शकणार नाहीतच. कारण माझ्यापाशी पासपोर्ट नाही आणि मी अज्ञान वयाची होते.

ते मला म्हणाले की थोड्या वेळासाठी मी इंग्लंडमध्ये राहू शकते. समाजकल्याण खात्यानं मला दुसऱ्या दिवशी गृहखात्यात नेलं. मला वाटत तेथे एक स्त्री वकीलसुद्धा हजर होती. आम्ही लुनर हाऊसवर *(जेथे IND इमिग्रेशन अॅण्ड नॅशनॅलिटी डायरेक्टरेट आहे) जवळजवळ दिवसभर होतो. त्यांनी माझ्या बोटांचे ठसे घेतले आणि मला ARC (अॅप्लिकेशन रजिस्ट्रेशन कार्ड – हे सर्व आश्रयासाठीच्या अर्जदारांना देण्यात येतं)* दिलं. मला काहीही समजत नव्हतं काय चाललंय आणि त्याचा काय अर्थ आहे! मी या देशात राजकीय आश्रय *(पोलिटिकल असायलम)* मागत आहे, हेदेखील मला समजलेलं नव्हतं. दुभाष्यानं मला काहीही समजावून सांगितलं नाही. तिनं फक्त प्रश्नोत्तरांचं भाषांतर केलं. पुढे कधीतरी काय चाललंय याचा मला बोध झाला. वकिलांनी मला ते सांगितलं. मी तिला महिन्यातून एकदा भेटत असे. तिनं मला सांगितलं की मी आश्रयासाठी अर्ज केला आहे, तो नाकारला जाण्याची शक्यता आहे, मी मला परत पाठवायच्या निर्णयात फेरविचाराची विनंती करणारा अर्ज करू शकते, आणि मला ते दोन-तीन महिन्यांत निर्णय कळवतील; पण निर्णयाला दीड वर्ष लागलं.

त्यांनी मला 'सेव्हन सिस्टर्स'मधील एका घरात नेलं. तिथे मी दोन ते तीन महिने राहिले. तेथे दोन मुली होत्या, एक होती बांगलादेशची आणि दुसरी नायजेरिया किंवा तत्सम कुठली तरी. त्या सोळा आणि सतरा वर्षांच्या होत्या. एक समाजसेविका दररोज किंवा एक दिवसाआड येऊन आम्हाला भेटे आणि सारं काही ठीक आहे, याची खात्री करून घेई. ती फार चांगली होती. मला माझा सरकारी मदतभत्ता मिळू लागला आणि मी कॉलेजात इंग्रजी शिकायला जवळजवळ लगेचच, जूनमध्ये जाऊ लागले. त्या समाजसेविकेच्या मदतीशिवाय मी यांपैकी काहीही करू शकले नसते. मी त्यांना 'सेव्हन सिस्टर्स'मधून दुसरीकडे हलवायची विनंती केला; कारण मला निकी अचानक भेटण्याची भीती वाटत होती. तो हॉलोवे रोडवर राहात होता, ते जवळच होतं. ते म्हणाले, 'माझ्याजोगती दुसरी कोणतीही जागा त्यांच्यापाशी नाही.' समाजकल्याण खात्यानं मला सांगितलं की पोलीस निकीच्या शोधात होते व त्याला कोर्टात खेचणार होते. त्यांनी माझी जबानी देण्यासाठी मला पोलीस चौकीवर नेलं. मी तेथे निदान दहा वेळा गेले. दर वेळेस तासभर लागे. मी पोलिसांना समारातील एजन्सीचं नाव आणि नंबर दिला. काहीतरी कारणानं तो माझ्या लक्षात राहिला होता. त्यांनी ते ऑफिस आता बंद केलं का ते मला माहीत नाही. त्यांनी जेव्हा मला सांगितलं की त्यांनी त्याला जुलैत अटक केली आहे, तेव्हा मला सुटल्यासारखं वाटलं.... मला सिगारेट ओढायची इच्छा झाली.

मी कॉलेजला आठवड्यातून चार दिवस सकाळी ९ ते दुपारी ३ पर्यंत जात

असे. मी परत येऊन संध्याकाळी टी.व्ही. बघत असे. मला कोणी मित्र-मैत्रिणी नव्हत्या. समाजकल्याण खात्यानं माझ्यासाठी एक फोन विकत घेतला. फक्त पोलीस व समाजकल्याण खात्याचे लोक मला फोन करत; पण मी अतिशय आनंदात होते की मला हवं ते मी करू शकत होते, कोणीही मला मारत नव्हतं किंवा माझ्यावर गलिच्छ गोष्टींची सक्ती करत नव्हतं. मी एकटी झोपू शकत होते, त्याचं मला सुख वाटत होतं. कुणीही माझ्यावर बलात्कार करत नव्हतं. मी निकीबरोबर झोपत असे तेव्हा तो मला चिकटून झोपे आणि त्याची किळस वाटे! शीऽ!!

मी त्या मुलींना माझ्या पूर्वपरिस्थितीबद्दल काही सांगितलं नाही. मला कपडे विकत आणण्यासाठी ८० पौंडांचा चेक देण्यात आला. समाजसेविकेनं मला टेस्कोमध्ये नेलं आणि माझ्यासाठी शाम्पू, टूथपेस्ट, टूथब्रशसारख्या गोष्टी विकत आणल्या. दर वेळेस मी काहीही वस्तू उचलली की ती म्हणे, 'ती फार महाग आहे, ही दुसरी कशी वाटते?' मी कॉलेजातल्या एका मुलीशी मैत्री केली. ती लाटव्हियाची होती व रशियन भाषा बोलू शकत होती. मी तिला माझ्या भूतकाळाबद्दल काहीही सांगितलं नाही. सुरुवातीला माझ्या भूतकाळाचं मला ओझं वाटे, पण आता परिस्थिती सुधारली आहे. मला त्याबद्दल मौन पाळणं बरं वाटतं. समजायचं की हे सारं घडलंच नाही! म्हणून हे पुस्तकाचं काम काहीसं अवघड वाटतंय.

मग मला महिन्यानंतर – जुलैमध्ये थॉमस नावाचा मित्र मिळाला. तो सत्तावीस वर्षांचा होता. आम्ही भेटल्यानंतर दोन आठवड्यांनी माझा अठरावा वाढदिवस होता आणि त्यानं त्याच्या पॉटर्स बारमधल्या घरात मोठी पार्टी आयोजित केली. त्यानं त्याच्या खूप मित्रांना आमंत्रण दिलं, मी फक्त एकाच व्यक्तीला बोलावलं. मला खरं तर नव्या कुणाला भेटायचं नव्हतं; पण ते असं घडलं. कॉलेजात मला भेटलेल्या मुलीनं माझी त्याच्याशी ओळख करून दिली. तो श्रीलंकेतील तामिळ ख्रिश्चन होता. आयुष्याला आकार येऊ लागला. माझं त्याच्यावर प्रेम बसलं. माझं इंग्रजी सुधारू लागलं. मी त्यालासुद्धा माझ्या भूतकाळाबद्दल अंधारात ठेवलं. मला इतर रशियन लोकांना माझी कहाणी सांगायची नव्हती; कारण ते मला हसले असते. मी प्रत्येकाला वेगळी कथा सांगते. एका मुलीला मी सांगितलं की माझ्या आईवडिलांनी मला अभ्यासासाठी इथे पाठवलं आणि तिच्यादेखतच दुसऱ्या मुलीला सांगितलं की मी इथे माझ्या मित्राबरोबर आले. पहिली मुलगी म्हणाली, 'जरा थांब, मला वाटलं की तू इथे शिकायला आलीस!' मी कचाट्यातून सुटायला म्हणाले की सुरुवातीला मी इथे मित्राबरोबर आले आहे हे मला कुणाला कळू द्यायचं नव्हतं. मी माझ्या मित्राला सांगितलं की मी इथे शिक्षणासाठी आले. नाही! नाही! मी त्याला काहीतरी अगदीच वेगळं सांगितलं. मी त्याला म्हणाले की मी इथे सुट्टीवर आले आणि मला

इथे इतकं आवडलं की मी गृहखात्याकडे आश्रयासाठी अर्ज केला.

इलेनानं समजावून सांगितलं की रशियन लोकांना ते इथं कसे पोचले याची खरी गोष्ट एकमेकांना सांगायला आवडत नाही. काही लोक बेकायदेशीरपणे येतात आणि काहींची कारणं अशी असतात की ती सांगायला त्यांना लाज वाटते. काही रशियन स्त्रियांना तेथील आयुष्यापेक्षा इतर काहीही बरं वाटत. इंटरनेटवर कुणाला भेटणं किंवा इंग्लंडचा किंवा फ्रान्सचा पासपोर्टधारक असलेला पबमधला कुणी बेवडा! त्यांना जिथं जायची इच्छा आहे तेथे पोचलं की त्या संबंध तोडून टाकतात. तिला नेहमीच अशा स्त्रिया दिसतात, ज्यांनी त्यांच्याहून खूप कमी लायकीच्या इंग्रजाशी विवाह केला आहे आणि कधीकधी त्या घरातल्या अत्याचारांनाही बळी पडलेल्या आहेत.

थॉमसने मला लंडनमधील आयुष्याची ओळख करून दिली. त्यानं सर्व बाबतीत मला मदत केली. डॉक्टर शोधण्यापासून. मी त्याच्याबरोबर राहात नव्हते. अजून 'सेव्हन सिस्टर्स'मध्ये मला स्वत:ची जागा होती; पण त्याच्या घरी मी सलग दोन-तीन दिवसही राहात असे. माझे कपडे मी दोन्हीकडे ठेवले होते. आम्ही दोघेही स्वयंपाक करत नव्हतो. आम्ही बाहेरून जेवण आणत असू. त्याच्यापाशी कायदेशीर परवाना होता. तो आपल्या मालकीची घरं भाड्याने देत असे. आम्ही दुपारी उठत असू. त्याच्याकडे त्याचा धंदा चालवायला व्यवस्थापक आणि इतर लोक होते; पण एक अडचण होती. त्याचे आईवडील वयस्कर होते आणि त्यांना तो त्यांच्या श्रीलंकेतील धंद्याकडे बघण्यासाठी परत यायला हवा होता. ते दररोज त्याला फोन करून परत यायला सांगत. आम्ही वर्षभर एकत्र राहिलो. त्या वर्षाच्या अखेरीस तो महिन्यासाठी श्रीलंकेत गेला. तो परत आल्यावर म्हणाला की त्याला आणखी इथं राहायचं नाहीय त्यानं मला त्याच्याशी विवाह करून श्रीलंकेत यायला सांगितलं. मला जायचं नव्हतं म्हणून आम्ही विभक्त झालो.

समाजकल्याण खात्यानं मला फोन दिल्यापासून मी अधूनमधून माझ्या आईला फोन करू शकत असे. मी अजून तिला काय घडलं हे सांगू शकत नव्हते, पण आम्ही निदान संपर्क ठेवून होतो. आणि तिला माहीत होतं की मी खुशाल आहे. जेव्हा मी माझ्या अठराव्या वाढदिवशी तिला फोन केला तेव्हा तिनं मला सांगितलं, की तिला कुणीतरी धमकी देणारा फोन केला होता. कुणी तरी अतिशय उद्दाम माणसानं तिला फोन केला होता आणि मला देण्यासाठी तिच्यापाशी एक फोन नंबर दिला होता. म्हटलं होतं, 'तुझ्या मुलीला या नंबरावर फोन करायला सांग, नाहीतर आम्ही तुला मारून टाकू!' तिला तो फोन ऐकून इतका धक्का बसला होता की तिनं

आणखी काहीही प्रश्न विचारले नाहीत. जेव्हा तिनं मला विचारलं की हे लोक कोण होते आणि ते का फोन करत होते, तेव्हा मी सांगितलं की मला पैसे उसने घ्यायची वेळ आली आणि मी ते अजून परत फेडलेले नाहीत. तिनं मला ते शक्य तितक्या लवकर फेडून टाकण्याचा सल्ला दिला. मी तो नंबर पोलिसांजवळ दिला. ते म्हणाले की तो बल्गेरियाचा नंबर होता; पण त्यांनी कुणाला फोन केला की नाही ते त्यांनी मला सांगितलं नाही. मला शंका येतेय की तो ग्यानोरचा फोन असावा; कारण मी पकडली जाण्यापूर्वी तो आणि त्याची बायको बल्गेरियाला जाण्याचा विचार करत होते.

कोर्टाचा खटला नोव्हेंबर महिन्यात उभा राहिला *(मी पकडली गेल्यावर सुमारे पाच महिन्यांनी).* मी माझ्या मित्राकडे होते. खटला दोन दिवस चालला. खटला नव्हे, फक्त माझी साक्ष. मित्रानं मी कुठे जातेय ते मला विचारलं नाही. त्या कालावधीत मी माझ्या जागेत राहिले म्हणजे मला कोणत्या अवघड प्रश्नांना उत्तरं द्यायची वेळ आली नसती. मी त्याच्याशी खोटं बोलते आहे याची मला शरम वाटत होती. मला त्याला सांगावंस वाटत होतं. पण तोवर उशीर झाला होता. त्यानं मला विचारलं असतं की मी त्याला पूर्वीच का सांगितलं नाही. तो उदार मतवादी होता. त्यानं माझी अनुकंपा करावी अशी माझी इच्छा नव्हती. हे जाणायला फार कठीण आहे; मला ठाऊक आहे! आमच्या रशियन भाषेत एक म्हण आहे की जितकं तुम्ही कमी जाणता तितकं तुम्ही अधिक शांत झोपता.

मला साऊथवर्कमधल्या कोर्टात न्यायला पोलीस भल्या सकाळीच आले. साक्ष देण्याबाबत मी माझा निर्णय अनेकदा बदलला होता. एक दिवस मला वाटे की मी साक्ष द्यायलाच हवी, नाहीतर निकी सुटून जाईल. दुसऱ्या दिवशी मला वाटे की मला ते करता येणार नाही. मी त्याच्याकडे बघूही शकणार नाही. पोलीस अधिकारी म्हणाली, 'तर मग त्याच्याकडे बघूच नकोस!' मी तिला विचारलं की त्याला किती वर्षांची शिक्षा होईल? तिची खात्री नव्हती. काय घडेल याबद्दल कुणीही मला सांगितलं नाही; पण मी त्यातून बचावून बाहेर पडले. माझी कुणालाही पर्वा नव्हती.

इलेना नताशाला खटल्यापूर्वी दोन दिवस प्रथमच भेटली. ती पोलिसांबरोबर तिच्या घरी फक्त खात्री करून घ्यायला गेली होती की ती साक्ष देण्याच्या परिस्थितीत आहे, तिच्याशी ओळख करून घेण्यासाठी गेली होती आणि खात्री करून घेण्यासाठी गेली होती की तिला इलेनाकरवी साक्ष द्यायला हरकत वाटत नाही.

पोलिसांनी माझ्यावर साक्ष देण्यासाठी सक्ती केली नाही. पोलीस चांगले वागले. ते म्हणाले, 'मला साक्ष न देण्याचा हक्क आहे; पण मी एकच साक्षीदार असल्यामुळे

मी कोर्टात गेले तर बरं. माझ्या साक्षीविना तो सुटून जाईल.' तो तुरुंगात जावा अशी माझी फार इच्छा होती. मी साक्ष दिल्यावर मला आतून इतकं बरं वाटलं! मला सुटल्यासारखं वाटलं. मला नाही वाटत की तो मोठा गुंड होता. तो फक्त फारच दुष्ट आणि डूख धरणारा होता. तो किती बायकांवर नियंत्रण ठेवून होता, ते मला माहीत नाही– कदाचित मी एकटीच असेन. खरं सांगायचं तर मी इतर मुलींचा विचार करत नव्हते. इतके सारे लोक असली कृत्यं करत होते आणि जागतिक स्थितीतला त्याचा वाटा नगण्य होता.

ॲम्नेस्टी इंटरनॅशनलच्या म्हणण्यानुसार बेकायदेशीररीत्या पळवून आणल्या गेलेल्या स्त्रियांनी पोलीस-तपासात सहकार्य दिलं नाही, तर मायदेशी पाठवलं जाण्यात धोका असूनसुद्धा त्यांना त्यांच्या देशात सक्तीनं पाठवण्यात येतं. नताशाच्या बाबतीत असं घडलेलं दिसत नाही. POPPY प्रकल्प हा पळवून बेकायदा आणल्या गेलेल्या स्त्रियांचा परवा परवापर्यंत एकमेव आसरा होता; पण तोही त्यांनी पोलिसांना पुरावा देण्याची तयारी दाखवली नाही तर त्यांना आसरा देऊ शकत नाही. गृहखातं आणि असोसिएशन ऑफ लोकल गव्हर्नमेंट (ALG) यांनी वित्त पुरवलेला POPPY प्रकल्प २००१ साली डेनिस मार्शल, ईव्हज् हाउसिंगचा प्रमुख संचालक, यानं सुरू केला. त्याला पळवून आणून वेश्याव्यवसायाला लावल्या गेलेल्या स्त्रियांना मिळणाऱ्या मदतीमध्ये प्रचंड त्रुटी सापडली होती. ३५ पलंगांची सोय असलेल्या जागेत पुरवठ्यापेक्षा अनेकपटीनं मागणी असते. २००६ साली पोलिसांचं अनुमान होतं की इंग्लंडमध्ये ५००० स्त्रिया धंद्यासाठी पळवून आणल्या गेल्या होत्या. कार्लो नार्बोनी, शहराच्या गुन्हे विभागाचा पोलीस अधिकारी, ज्यानं नताशाच्या सुनावणीच्या वेळेस साक्ष दिली– 'मी अशा मताचा नाही की आणखी आसरा-गृहांची जरूर आहे,' पण डेनिस मार्शलने अंदाज केला की नऊ महिन्यांच्या कालावधीत त्यांना तीस स्त्रियांना परत पाठवून द्यावं लागलं. समाजकल्याण खात्यानं दिलेली आसरागृहं पोलीस वापरतात. पण POPPYनं दिलेल्या सुविधांना सर नाही.

POPPY प्रकल्पांतर्गतच्या महिलांना, त्यांची पोलिसांना पुरावे देण्याची इच्छा आहे की नाही हे ठरवायला, किंवा त्यांना देशात आश्रयासाठी अर्ज करण्याची इच्छा आहे की नाही हे ठरवायला, तीस दिवसांची मुदत असते. या काळात त्यांना पाठवून दिलं जाण्याची धास्ती नसते. सुरक्षित जागेत आणि समाजसेविका, डॉक्टर व समुपदेशन देणारे व कुशल स्त्री कायदेसल्लागार यांच्या मदतीनं या स्त्रियांना त्यांची बाजू मांडण्याची तयारी करता येते आणि मानसिक आघात, निवेदनाला लागलेला विलंब पुराव्यांचा अभाव अशा प्रश्नांची, जे त्यांचे आश्रयाचे अर्ज अविश्वसनीय ठरवून फेटाळले जाण्यासाठी कारणीभूत असतात, उत्तरंही शोधता येतात.

POPPY प्रकल्प आणि असायलम एड यांनी एकत्र लिहिलेल्या अहवालाच्या अनुसार POPPY च्या ८०% सभासदांना अपीलनंतर खटल्याच्या पुनर्विचाराच्या विनंतीनंतर आश्रय किंवा मानवतेच्या निकषांतर्गत आसरा दिला गेला होता. सर्वसाधारण अपिलांपेक्षा हा आकडा सहापटीनं अधिक आहे. पोलीस महिलांना आश्रयाच्या अर्जाबद्दल मदत करायला असमर्थ असतात; कारण त्याचा अर्थ लालूच दाखवणं आणि / किंवा दलालांविरुद्धचा कोर्टातला पुरावा दूषित करण्याचा प्रयत्न असा केला जाऊ शकतो. त्याचप्रमाणे स्थलांतराबाबतची कचेरी (इमिग्रेशन सर्व्हिस) आश्रयाबद्दल माहिती देऊ शकत नाही. कारण त्यांचं एकूण धोरण लोकांना परत पाठवून देण्याचं असतं. अहवालानं स्वतंत्र सल्लागार सुरुवातीपासून उपस्थित असावा अशी मागणी केली आहे, म्हणजे (अर्जदारांना) योग्य माहिती मिळू शकेल.

मी साक्षीदारांच्या सुरक्षित खोलीत बोलावणं यायची वाट बघत असताना दुपारी बारापर्यंत झोपले. मी सारी रात्र अस्वस्थतेमुळे झोपू शकले नव्हते आणि सकाळी माझं डोकं ठणकत होतं. मी दुपारच्या जेवणाच्या वेळेपूर्वी तासभर जबानी द्यायला सुरुवात केली आणि ती दुसऱ्या दिवसाच्या संध्याकाळपर्यंत चालूच होती. मला सड्बरीच्या मसाज पार्लरची स्वागतिका दिसली. ती पुन्हा पोलिसांशी सलगीनं वागत होती. मी साक्षीदार असल्यामुळं मला तिच्याशी बोलायची परवानगी नव्हती. मी ग्यानोरबद्दलसुद्धा पुरावा दिला. मला खटल्याबद्दल फारसं काही आठवत नाही. मला आठवतंय की मी खूप धूम्रपान केलं. मी पॅसेजमध्ये तीन तासांत दहा सिगरेट ओढल्या. तिथंच मला ती स्वागतिका दिसली. माझ्या स्मरणात पक्का बसलेला तो क्षण आहे, जेव्हा निकीला बायको असल्याचं मला कळलं!

इलेनानं पुस्ती जोडली 'आणि मूल' नताशाला ते आठवत नाही. इलेना म्हणते जेव्हा ही बातमी कळली तेव्हा नताशानं आ वासला. जरी इलेना बेकायदा पळवल्या गेलेल्या स्त्रियांच्या अनेक खटल्यांवर दुभाष्याचं काम करत असली, तरी तिला नताशापेक्षा जास्त आठवतंय असं दिसतं. इलेना म्हणते की सरकारी वकिलानं ठरावीक पद्धतीनं तिची कहाणी वदवून घेतली– तुझा जन्म कुठे झाला? तू काय करत होतीस? तू इथे कशी पोचलीस? उलट तपासणी मुख्य तपासणीपेक्षा लवकर आटपली. पुरावा इतका मजबूत होता की त्यांना तिला शब्दात पकडता आलं नाही.

मी त्याच्याकडे बघणं टाळायचा प्रयत्न केला होता; पण जेव्हा मी त्याच्या बायकोबद्दल ऐकलं तेव्हा मी नकळत त्याच्याकडे बघितलं. त्याच्या डोळ्यांत खिजवणारा भाव होता. त्यानं बायको आणि मुलाबद्दलची ती कथा सांगितल्याबद्दल

तो फारच संतुष्ट दिसत होता. अर्थातच त्याला पुरावा द्यावा लागला असता. त्याच्या वकिलानं बायकोचा उल्लेख केला, कारण निकी माझ्याबरोबर राहात नव्हता, हे सिद्ध करायची त्याची खटपट होती. कदाचित त्याला आल्बेनियात बायको असेलही. मी म्हणाले की त्याच्या बायकोबद्दल मला काहीही माहीत नाही आणि तो नेहमी माझ्याबरोबरच असे. त्याचा वकील म्हणाला की त्याच्या खोलीत बायकांचे काहीच कपडे नव्हते. मग पोलिसांनी माझे कपडे आणि नर्सचा गणवेश दाखवला. त्यांनी तो कोर्टात दाखवला. तो विनोदच झाला! पोलिसांनी कपडे दाखवल्यावर त्याचा वकील गप्प झाला. मी साक्ष देताना चुकीनं त्याच्याकडे नजर टाकली. तो अशा तऱ्हेनं हसला की जणू तो म्हणत होता की तुझं काय चाललंय ते चालू दे, तुला यश येणार नाहीय आणि मी बाहेर पडलो की मी येऊन तुला संपवीन. निकीचा बचावाचा प्रयत्न होता की मी स्वेच्छेनं धंदा करत होते आणि तो मला फक्त मदत करत होता. त्यानं माझ्यावर बलात्कार केला किंवा तो माझा दलाल होता, या गोष्टी त्याने नाकारल्या. तो असंही म्हणाला की त्यानं माझ्याकडून काहीही पैसे घेतले नाहीत. त्याच्या हिंसक वागण्याबद्दलही मी पुरावा दिला.

त्याच्या वकिलानं माझ्यावर आरोप केला की मला पळून जायची भरपूर संधी होती. त्यानं मला विचारलं की मला इंग्रजी येतं का? मी म्हणाले 'नाही' तो म्हणाला तुला 'मदत' हा शब्द ठाऊक आहे. 'तू नुसती जाऊन कुणाकडेही मदत मागू शकत होतीस.' मी कोणाला विचारणार होते? रस्त्यावरल्या लोकांना? ते मला कशी मदत देणार होते? तो हा मुद्दा धरून लावू लागला. त्यानं मला विचारलं की मला या देशातल्या पोलिसांचा नंबर माहीत आहे का? मी म्हणाले, 'नाही.' त्यानं मला ब्रुसेल्सचा नकाशा दाखवला. तो मला म्हणाला की मी पोलीस चौकीपासून पाच मिनिटांच्या अंतरावर काम करत होते, 'तू पोलिसांकडे का गेली नाहीस?' मला ठाऊकही नव्हतं की तिथं पोलीसस्टेशन आहे. मला आठवतंय की त्यांनी माझे एजन्सीतील फोटो सर्वांना दाखवल्यावर मला फार शरम वाटली होती. त्यात माझे नग्नावस्थेतले फोटो होते. इलेना म्हणाली की मी अर्भकासारखी दिसत होते.

त्यांनी माझा रशियन पासपोर्ट दाखवला तो क्षण माझ्या पक्का लक्षात आहे. तो पासपोर्ट निकीच्या ताब्यात होता. तो पॉलीपासून पुढे चालत गेला होता. तो माझ्या बाजूचा सर्वांत वजनदार पुरावा होता. तो त्याच्या बचावासाठी काय बोलू शकत होता? माझा पासपोर्ट त्याच्या ताब्यात होता ही वस्तुस्थितीच सांगत होती की तो स्वेच्छेनं मला अडवून धरत होता. तो सर्वांत महत्त्वाचा क्षण होता, असं मला वाटतं. त्यांनी मला पासपोर्टबाबत आधी काहीच सांगितलं नाही, म्हणजे माझा आ वासलेला पंचांच्या नजरेला यावा! पंचांना खरोखरच वाईट वाटलेलं दिसलं. मला आश्चर्य वाटलं की मी बोलत असताना पंचांपैकी एक स्त्रीला रडू फुटलं. त्यानंतर

सारं संपल्यावर त्यांनी मला बोलावून सांगितलं की त्याला सहा वर्षांची कैद झाली आहे.

ऑपरेशन पेंटामीटर, बेकायदेशीर पळवून आणण्याविरुद्धची पोलिसांनी फेब्रुवारी २००६ मध्ये चालू करून चार महिन्यांत मेमध्ये गुंडाळलेली मोहीम अंदाज बांधते की दर वर्षी इंग्लंडमध्ये ५००० स्त्रिया व मुली बेकायदा पळवून आणल्या जातात. लैंगिक शोषणासाठी पळवून आणण्याविरुद्धचा कायदा सर्वप्रथम 'लैंगिक गुन्ह्यांबाबतचा कायदा' म्हणून २००३ साली अमलात आणला गेला, तेव्हापासून खात्याच्या आकडेवारीप्रमाणे सात खटले आणि चौदा शिक्षा झाल्या आहेत. जर पोलिसांचा ५००० स्त्रियांबाबतचा अंदाज खरा असेल तर ह्या महाकाय धंद्याला यानं बारीकसा पोचासुद्धा आलेला नाही.

तो बहुदा तुरुंगातून बाहेर येईल आणि हाच उद्योग सुरू करेल. तो मला शोधतसुद्धा येऊ शकेल. मला वाटतं तो माझ्या आईच्या घरी जाऊन त्यांना काहीतरी भीषण दगाफटका करू शकेल. चार ते पाच वर्षांत मी आईला तेथून हलायला सांगेन. मला तिला कारण द्यावं लागेल. ते काय असेल ते मला माहीत नाही. कदाचित मी तिला सत्य सांगेन. तोवर मी चोवीस वर्षांची होईन आणि सांगू शकेन की हे खूप पूर्वी घडलं आणि मग त्याचा एवढा परिणाम होणार नाही; पण अर्थात तिला माझ्या वडिलांनाही हलण्याबाबत पटवावं लागेल. ते इतकं सोपं नसेल. मला तिला खरं सांगावंसं वाटत नाही. त्याला अनेक कारणं आहेत. ती काळजी करत बसेल की ती माणसं मला अपाय करतील. आमचं नातं बदलू शकेल. कदाचित तिचं माझ्याबद्दल वाईट मत होईल. सरतेशेवटी माझी चूक होती की तिला काहीही न सांगता मी घर सोडलं.

निकी फार तडकू होता. कुठल्याही क्षणी ज्याचा स्फोट असा तो बॉंब होता. कधीतरी मी त्याला न आवडणारा एखादा– अगदी एखादाच शब्द बोलले तरी तो ओरडू आणि किंचाळू लागे. आणि असे हातवारे करी की जणू तो कोणत्याही क्षणी मला मारणार आहे. त्याला मी आदरानं वागवावं अशी अपेक्षा असे. जरी एखाद्या शब्दामुळं त्याला शंका आली की मी अनादरानं बोलते आहे तरी त्याचं लगेच डोकं फिरे आणि त्याचे डोळे! वेडाची झाक असलेले त्याचे डोळे! त्याचा चेहरा लालबुंद होई. तो इतका उग्र दिसे की तो ज्या तऱ्हेने माझ्याकडे पाही, त्यानं मी भेदरून जात असे.

फेब्रुवारी २००५ मध्ये स्थलांतराबाबतच्या मंडळानं माझा आश्रयाचा अर्ज नाकारला. मी खूप वेळ रडले. मी बॅग भरून जाण्याची तयारी करू लागले.

तिचा अर्ज नाकारला गेला. कारण त्यांना वाटलं की जिनिव्हा कन्व्हेन्शच्या अधिनियमात तिचा अर्ज बसत नाही. परत जाण्यात तिला धोका नव्हता. कारण ती रशियाच्या दुसऱ्या भागात जाऊन राहू शकली असती. गृहखात्यानं तिच्या आईला जुलै आणि ऑगस्ट २००४ साली धमकीचे फोन आल्याची नोंद घेतली; पण त्यानंतर काही हालचाल घडली नसल्यामुळे त्यांनी निष्कर्ष काढला की टोळीला तिला रशियात शोधता आलं नाही आणि तिच्या कुटुंबीयांना इजा पोहोचवण्याची त्यांची कुवत नव्हती. त्यांना असाही विश्वास वाटला की रशियन अधिकाऱ्यांकडून संरक्षण दिलं जाईल.

मग मला आठवलं की मी अपील करू शकले आणि मी वकिलांकडे गेले. ती म्हणाली की ती मानवाधिकारी कायद्याच्या मुद्यावर अपील करील. अपिलावरील न्यायाधीशाच्या निर्णयाची प्रत माझ्यापाशी कुठेतरी ठेवलेली आहे. त्या न्यायाधीशानं घेतलेला निर्णय मोठा मनोरंजक आहे. मी ते अपील दोन वेगवेगळ्या कायद्यांच्या जोरावर जिंकले– एक निर्वासितांबाबतचा कायदा आणि दुसरा मानवाधिकार कायदा.

निवाडा करणाऱ्याला नताशा 'पूर्णपणे विश्वासार्ह साक्षीदार' वाटली. तिनं रशियात दुसऱ्या जागी हलण्याबाबतचा मुद्दा त्यानं 'हलण्याचा खर्च, घरांची अविकसित बाजारपेठ आणि अंतर्गत प्रवासावरली नोंदणीची गरज' या मुद्याच्या आधारे नाकारला आणि मान्य केलं मी सोव्हिएत रशियाची शकलं झाल्यामुळे गुंडांच्या टोळ्यांना अमर्याद संधी उपलब्ध झाल्या आहेत. निवाडा करणाऱ्यानं CIPU च्या अहवालावर भिस्त ठेवली. ज्या अहवालात म्हटलं होतं की पोलिसांनी गुंडांशी हातमिळवणी केलेली आहे. नताशाचं अपील जिनिव्हा कन्व्हेन्शनच्या नियमानुसार स्वीकारलं गेलं २००३ मधील उदाहरण घालून देणाऱ्या खटल्याच्या निर्णत स्थलांतराबाबतच्या न्यायाधीशानं युक्तिवाद केला होता की धंद्यासाठी फसवून इंग्लंडमध्ये आणल्या गेलेल्या महिला एका विशिष्ट सामाजिक समुदायात मोडतात आणि त्यामुळे जिनिव्हा कन्व्हेन्शनचे नियम त्यांना लागू होतात. या खटल्याचा निर्णय, अशा स्त्रियांच्या आश्रयाबाबतच्या अनेक खटल्यांचा निवाडा करताना उदहरण म्हणून वापरला जातो. निवाडा करणाऱ्या न्यायाधीशानं असाही निर्णय दिला की, जर नताशाला परत पाठवलं तर ECHR च्या तिसऱ्या कलमाचा भंग होईल; हे कलम कायदा करतं की कुणालाही शारीरिक छळाला, अपमानास्पद किंवा अमानुष वागणुकीला सामोरं जायला लागणार नाही.

मला माझं ILR जुलै २००५ मध्ये मिळालं. पोलिसांकडे माझा पासपोर्ट आहे; पण माझ्यापाशी प्रवासासाठीचे कागदपत्रं आहेत. ते कागदपत्रं म्हणतात की रशिया सोडून मी कोणत्याही देशात प्रवास करू शकते. ज्या कुणाला राहण्याची परवानगी मिळते, त्याला स्वतःच्या देशात परत जायची परवानगी दिली जात नाही. मला तिथं कायमचं राहायचं नाहीये; पण माझ्या घरच्या गावाला आठवडाभर जाऊन राहायला मला आवडेल.

जो निर्वासित ILR मिळवतो त्यांना स्वतःच्या देशात जाता येत नाही किंवा त्यांच्या देशाचा पासपोर्ट वापरता येत नाही, किंवा त्यांच्या वकिलातीच्या सोयी वापरता येत नाहीत. कारण त्याचा अर्थ त्यांचं संरक्षण स्वीकारलं असा केला जातो; जरीही खटला सरकारनं केलेल्या छळाबाबत नसून नताशाच्या खटल्याप्रमाणे बिनसरकारी माध्यमांकडून केल्या गेलेल्या छळाबाबतचा असला, जिथे सरकार संरक्षण द्यायला असमर्थ किंवा अनुत्सुक असतं, तरीही हाच नियम लागू असतो. ती ब्रिटिश नागरिक बनली, तर ती ब्रिटिश पासपोर्टवर प्रवास करू शकेल.

मी या वर्षाच्या सुरुवातीला माझ्या आईला, एका आठवड्यासाठी बार्सिलोनामध्ये भेटले. मी तिला सांगितलं की मला रशियात परत जाता येणार नाही आणि तिनं स्पेनला येणं अधिक स्वस्त होतंच; तरीही तिला खूप दिवस पैसे वाचवून जमा करावे लागले. मी वर्तमानपत्रांनी मला दिलेले पैसे या प्रवासासाठी वापरले.

नताशाची कहाणी 'न्यूज ऑफ द वर्ल्ड' आणि 'ईव्हिनिंग स्टँडर्ड'मध्ये झळकली. खटला कंट्री कोर्टमध्ये चाललेला असताना वेगवेगळ्या वर्तमानपत्रांचे वार्ताहर उपस्थित होते. जेव्हा या खटल्याचा 'इंडिपेंडंट'मध्ये उल्लेख आला. तेव्हा इतर वृत्तपत्रांना वाटलं की ज्या स्त्रीच्या साक्षीमुळं निकीला अटक झाली, तिची मुलाखत छापणं फायद्याचं ठरेल. त्यांनी पोलीस अधिकाऱ्याशी संपर्क साधला. त्यानं इलेनाकरवी नताशाला विचारलं की ती त्यांच्याशी बोलायला तयार आहे का? हे लेख तिच्या धूसर फोटोबरोबर छापले गेले, त्यामुळे तिची ओळख गुप्त राहिली.

मी एका बिगरपरवाना असलेल्या, छोट्याशा, हॅरोमधील वाणसामानाच्या दुकानात गल्ल्यावर गेल्या वर्षी थोडे दिवस काम केलं. मी आठवड्याचे सहा दिवस दिवसाकाठी सहा तास किंवा कधीअधिक तास काम केलं. मला ताशी चार पौंड मिळत. मला आठवड्याला शंभर पौंड मिळत; पण मी काही कर भरत नव्हते. हे सारं लपूनछपून होतं. त्या वेळेस मला सरकारकडून काही मदतभत्ता मिळत नसे.

कारण मी थॉमसबरोबर राहू लागले होते. आणि मला नुकतीच राहाण्याची परवानगी मिळाली होती. मी तेथे सप्टेंबर-ऑक्टोबरमध्ये काम केलं. मग मला हाकलून दिलं गेलं. का ते मला ठाऊक नाही. कदाचित त्यांना माझं काम आवडलं नसेल. तेथील व्यवस्थापक बदलले होते. तेव्हापासून मी नोकरी केलेली नाही.

त्यानंतर मी जॉब सेंटरवर जाऊन माझा सरकारी मदतभत्ता – साधारणपणे आठवड्याला ४५ पौंड – आणू लागले. त्यावरच मी सध्या निर्वाह करते आहे. तो फारच अपुरा आहे, पण मी भागवते. प्रवासाला मला आठवड्याला साडेबारा पौंड खर्च येतो. मी दर आठवड्याला सिगारेटची दोन पाकिटं विकत घेते – प्रत्येकी २.६ पौंड किमतीची. ह्या रशियन सिगारेट आहेत; त्या तुम्हाला रशियन दुकानांमध्ये विकत मिळतात. ही दुकानं सगळीकडे आहेत. एक फिंचली रोडवर आहे, एक वॉल्थॅमस्टोमध्ये आहे. रशियात मला १० ते १५ पौंडाच्या किमतीचे रुबल सरकारी भत्त्यात महिन्याकाठी मिळले असते, पण तुम्हाला जगायला तेथे निदान महिना ८० पौंड लागतात आणि तिथे घरांसाठी काहीही भत्ता मिळत नाही. तिथं खूप बेघर लोक आहेत. मी फारसा स्वयंपाक करत नाही. बाहेरून जेवण बांधून आणून त्यावरच जगते. माझ्याकडे पबमध्ये एखादं पेय घ्यायला पैसे उरतात; पण बरेचदा स्नेहीच मला पेय घेऊन देतात. मी माझ्यासाठी शेवटचे कपडे केव्हा विकत घेतले ते मला आठवतही नाही. थॉमसच माझ्यासाठी कपडे आणत असे.

माझ्या लक्षात आलंय की मी पहिल्यासारखी राहिलेली नाही. गेल्या वर्षी मी जास्त आनंदात होते. कदाचित थॉमसपासून विभक्त झाल्यामुळे असू शकेल. मला आठवतंय, तुम्ही दोन महिन्यांपूर्वी माझी मुलाखत घ्यायला सुरुवात केली तेव्हा मी म्हटलं होतं की मला वकील बनायचंय; पण मला आता पूर्व युरोपातील लोकांसाठी बार चालवायचा आहे. तुमचं काय मत आहे? थॉमसनं मला मदत करायचं कबूल केलं आहे; पण त्यापूर्वी मला व्यवस्थापनाचा पदवीक्रम आणि इंग्रजीचं ESOL दुसऱ्या लेव्हलचं, पूर्ण करायला हवं. तो अजून इथेच आहे. तो अजून म्हणतो की तो श्रीलंकेला जाणार. तो अजून का परत गेला नाही ते मला ठाऊक नाही. तो अजूनही परत जाण्याच्या विचारात असेल तर आम्ही एकत्र राहू शकत नाही.

इलेनाला वाटतंय की नताशा गेल्या वर्षीपेक्षा नरम पडली आहे, ती तिला विचारते की खटल्यामुळे तिला उत्तेजित वाटलं का? नताशाचे डोळे दुःखी दिसतात. इलेनाला वाटतय की दिनक्रमाचा रुक्षपणा तिला उदास बनवतोय.

हे खरं आहे. कदाचित मी अधिक समंजस झाले असेन आणि मला जाणीव झाली असेल की परिस्थिती नेहमीच चांगली असू शकत नाही. जरी गोष्टी सुधारल्या

असल्या तरी मला आशा होती तसं आयुष्य रंगीबेरंगी नाहीये. जर आज मला समारात लहानाची मोठी होणारी छोटी बहीण असती, तर मी तिला सांगितलं असतं 'असल्या कसल्याही फंदात पडू नकोस.' आम्हाला कुणीही कधी शिकवलं नाही की, या जगात सावधगिरीनं वागायचं असतं किंवा कुणीही धोक्याची सूचना केली नाही की ते मुलींना खोट्या थापा मारून घराबाहेर पडायची भुरळ घालतात. घरी परिस्थिती कितीही वाईट असो तुमच्या नातेवाइकांसमवेत असणंच तुमच्यासाठी श्रेयस्कर असतं

सध्या नताशा कायद्याच्या अभ्यासासाठीचा एक प्राथमिक अभ्यासक्रम करतेय. तिला खूप वाचन करावं लागतंय म्हणून तिला ते अवघड पडतंय. तिला हा अभ्यासक्रम यशस्वीरीत्या पूर्ण केला जाण्याच्या अटीवर साऊथ बँक युनिव्हर्सिटीनं प्रवेश दिला आहे. सप्टेंबर २००७ पासून सुरुवात होईल. ती तिच्या आईबरोबर दर आठवड्याला बोलते आणि खूप समाधानात दिसते.

निओमी कॉन्टे : मी म्हणाले, 'ठीक आहे.'

निओमी 'सिएरा लिओन' देशाची आहे. ही अठराव्या शतकातली अॅटलांटिक समुद्रापार पाठवल्या जाणाऱ्या गुलामांची प्रमुख बाजारपेठ होती, हा दुःखद योगायोग आहे. इंग्लंडमध्ये घरकामासाठीचे गुलाम म्हणून आफ्रिकेतून पळवून आणली गेलेली मुलं मला ज्या सहजतेनं शोधता आली, त्यानं हा दुःखद योगायोग अधिकच तीव्र झाला आहे. फक्त एका लंडनच्या भागातील एकेकट्या आलेल्या अज्ञान मुलांच्या समूहातून तीन सिएरा लिओनची मुलं सापडली. या सर्वांच्या कहाण्या इथे नमूद करण्यासारख्या होत्या.

अमेरिकेच्या स्वातंत्र्ययुद्धात ब्रिटिशांच्या बाजूनं लढण्याच्या बदल्यात स्वतंत्र केल्या गेलेल्या ब्लॅक लॉयलिस्ट – काळे राजनिष्ठ – म्हणून ओळखल्या जाणाऱ्या व अमेरिकेतून नोव्हास्कोशियात स्थलांतर केलेल्या पूर्वीच्या १२०० गुलामांसाठी स्वर्गवत आसरा म्हणून 'फ्री टाऊन' या सिएरा लिओनच्या राजधानीची १७९२ साली स्थापना झाली. जे 'काळे राजनिष्ठ' लंडनला आले होते आणि ज्यांचं फारसं बरं चाललं नव्हतं. त्यांनाही गरीब काळ्यांच्या मदतीसाठी स्थापन केलेल्या समितीनं त्यांच्या कार्याचा भाग म्हणून फ्रीटाउनला पाठवून दिलं. हे नव्यानं स्थायिक व्हायला आलेले लोक त्यांच्या पाश्चिमात्य जीवनशैलीमुळे स्थानिक जनतेशी नीट एकजीव होऊ शकले नाहीत. ह्या स्थानिक टोळ्या होत्या टेम्ने, मेण्डे प्रत्येकी लोकसंख्येचा ३०% भाग व उरलेले लिम्बा टोळीचे लोक. इंग्रजी ही अधिकृत भाषा आहे; पण ती फारच थोड्यांना समजते. कारण जवळजवळ सर्व लोक त्यांच्या स्वतःच्या टोळीची भाषा बोलतात. जरी काहींचा अंदाज आहे की आफ्रिकी गुलामांचे वंशज

'क्रायो' हे ५० लाख लोकसंख्येपैकी फक्त १% आहेत, तरी क्रायो भाषा इंग्रजीवर आधारित क्रिओल, खूप लोक बोलतात अणि त्यावरून क्रायोंचा प्रमाणाबाहेरचा पगडा दिसून येतो.

सिएरा लिओन हा बहुधा जगातील सर्वांत दरिद्री देशांपैकी एक देश आहे आणि सर्वांत कमी आयुर्मर्यादा असलेलाही. पुरुषांची आयुर्मर्यादा ४२ व स्त्रीची ४८ वर्षांची आहे. कुठल्याही देशाहून प्रसूतीच्या वेळेसच्या मृत्यू पावणाऱ्यांची इथे सर्वाधिक संख्या आहे. WHO (वर्ल्ड हेल्थ ऑर्गनायझेशन)च्या २००० सालच्या अहवालानुसार १,००,००० जन्मांमागे २००० आया मृत्यू पावतात. इंग्लंडमध्ये १,००,००० मागे हा आकडा ५ आहे. साक्षरतेची टक्केवारी फक्त ३६% आहे. इंग्लंडमध्ये ९९ टक्के लोक साक्षर आहेत.

सिएरा लिओनला मिळालेला शाप आहे की त्यात खूप हिरे सापडतात. १९९१ पासून हिऱ्याच्या खाणींवर ताबा मिळवण्यासाठी पाशवी बंडखोरांची टोळी, RUF (रिव्होल्यूशनरी युनायटेड फ्रंट) ही संघटना व सरकार यांच्यामध्ये लढाई चालू आहे. २००२ साली सरकारनं युद्धबंदी जाहीर केली आणि त्याची अंमलबजावणी करण्यासाठी यू.एन.चे १७,००० सैनिक आणण्यात आले. परिपूर्ण संशोधनानं सिद्ध केलं आहे की जगातील काही सर्वांत मोठ्या हिऱ्यांच्या कंपन्यांनी, ही लढाई, एकही प्रश्न न विचारता 'ब्लड डायमंड' (नैतिकतेचा विधिनिषेध न बाळगता आलेले) विकत घेऊन भडकती ठेवली आहे. बरेचसे हिरे सीमेपलीकडे लायबेरियात गुपचूप पळवून नेण्यात आले. चार्ल्स टेलर, लायबेरियाचा २००३ पर्यंतचा अध्यक्ष, यानं RUF ला पाठिंबा देऊन ह्या हिऱ्यांच्या व्यापाराला मदत केली. जेव्हा ९/११ च्या हल्ल्यानंतर वॉशिंग्टन पोस्टनं सिएरा लिओनचे हिरे आणि अल-कायदा यांच्यातील संबंधाबाबत लेख लिहिल, तेव्हा जगाला 'ब्लड डायमंड'चं संकट जाणवलं. उघड दिसतंय की ओसामा बिन लादेनची अतिरेकी संघटना सिएरा लिओनच्या RUF कडून १९९८ साली हिरे विकत घेऊ लागली, त्याच वर्षी अल-कायदाच्या कार्यकर्त्यांनी केनिया व सुदानमधल्या वकिलाती बॉंबनं उडवून दिल्या. अल-कायदाचे त्या हल्ल्यातले दोन संशयित २००१ साली RUF चं हिऱ्यांचं उत्पादन नजरेखाली ठेवायला सिएरा लिओनमध्ये होते. ९/११ च्या हल्ल्यापूर्वी अल-कायदानं लक्षावधी डॉलर सिएरा लिओना कडून, ज्यांचा थांगपत्ता लागणार नाही असे हिरे विकत घेऊन काळ्याचे पांढरे केले होते. यामुळेच बहुधा त्यांची जगातली १०० दशलक्ष डॉलर किमतीची मालमत्ता अमेरिकेनं व तिच्या दोस्त राष्ट्रांनी ११ सप्टेंबरनंतर गोठवली असूनही त्यांना सतत पैसे मिळत होते. या हिऱ्यांनी सिएरा लिओनच्या लोकांच्या नशिबी फक्त रक्तपात आणि दुःख आणलं. निओमीच्या कहाणीतून जाणवतं त्याप्रमाणं देशाचं भीषण दारिद्र्य त्याच्या नैसर्गिक

संपत्तीमुळं उणावलं नव्हतं. सीमेपलीकडे लायबेरियात सतत जकात चुकवून माल नेण्यामुळे निर्यातीवरच्या करांचं उत्पन्न फारच कमी असतं.

मी निओमीशी प्रथम फोनवर बोलते. तिचा आवाज मंद, थांबत, चिरत येतो. तिची कहाणी हृदयद्रावक आहे. मी तिला प्रथम भेटले तेव्हा मला कुणीतरी छोटीशी, आयुष्याच्या अनुभवानं विझलेली व्यक्ती दिसेल, असं वाटलं होतं. त्या उलट ती एक मग्रूर, उंच, सुंदर काळी स्त्री आहे, गर्भभारानं टपोरलेल्या पोटानंदेखील आकर्षक दिसणारी, तिच्या सोळाच्या वयाहून मोठी वाटणारी.

ती क्रायो व इंग्रजीचं मिश्रण बोलते, पण बदलाच्या उंबरठ्यावरलं. तिची काही वाक्यं अगदी बरोबर येतात, तर काही सवयीच्या वाटेनं जातात. जेव्हा मी तिला तिचा पत्ता विचारते, तेव्हा ती फक्त सांगू शकते की ती बरमॉन्डसीमध्ये राहते; तिला रस्त्याचं नाव ठाऊक नाही. मी तिला जवळजवळ सांगायला निघते की ती आज रात्री घरी परत जाईल, तेव्हा तिच्या रस्त्याच्या सुरुवातीच्या पाटीवर तिला ते नाव लिहिलेलं दिसेल. मग अचानक माझ्या लक्षात येतं की कदाचित तिला लिहितावाचता येत नसेल. मी स्वत:ला थोपवते.

निओमी दुसऱ्या दोन तरुण स्त्रियांबरोबर तिच्या फ्लॅटमध्ये राहाते. जेव्हा पत्रं येतात आणि तिला महत्त्वाचं पत्र येणार असतं, तेव्हा त्या पत्रांपैकी कोणती तिची आहेत, हे तिला समजत नाही आणि जेव्हा दुसऱ्या दोघींपैकी कुणीतरी तिला तिची पत्रं देतं तेव्हा ती पत्रं उघडते; पण तिची समाजसेविका येईपर्यंत ते पत्र कुणाकडून आणि कशाबद्दल आहे, हे तिला समजू शकत नाही. इतर मुलींना तिचं कामकाज माहीत नसल्यामुळं ती त्यांच्यावर पत्रांबाबत विसंबू शकत नाही. ती तिची पत्रं कुणाकडून काय आलंय हे कळेल अशा तऱ्हेने क्रमवार कशी लावू शकते, ह्याचं मला कुतूहल आहे. ती नुकतीच मुळाक्षरं शिकली आहे म्हणून मी तिच्या फ्लॅटमध्ये राहाणाऱ्यांची नावं तिला विचारते. एकीच्या नावाचं पहिलं अक्षर तिच्यासारखंच आहे, पण दुसरं वेगळं आहे. म्हणून मी तिला दुसरं अक्षर बघायला शिकवते. ते 'a' असेल तर ते पत्र तिचंच आहे. तिला या शोधामुळं आनंद वाटतो की आता तिला स्वत:ची पत्रं शोधता येतील. हे छोटं छोटं यश आयुष्यावर ताबा मिळवू पाहणाऱ्या निओमीसाठी खूप मोठे महत्त्वाचे टप्पे आहेत.

हे एकच असं आयुष्य आहे की त्याच्या मालकिणीकडे मी त्यावरील लेखनाबाबतचं मत मागू शकत नाही. जिची ही कहाणी आहे त्या निओमीकडे सर्वांत मूलभूत साधनच उपलब्ध नाही. लेखी भाषा, जे आपल्या जगात आपण सर्वांनी गृहीत धरलं आहे. अर्थातच, मी तिला वाचून दाखवू शकते; पण ती कोणत्याच प्रकारे त्याची खात्री करून घेऊ शकली नाही. तिला त्याची फिकीरही दिसत नाही. सरते शेवटी ते केवळ शब्द आहेत आणि तिच्या जगात अद्याप छापील शब्दांचं अस्तित्व नाही.

मी तिला विचारते की तिला पुस्तकात तिचं स्वतःचंच नाव वापरायचं आहे का. ती म्हणते 'नाही' आणि तिचं टोपणनाव क्षणाच्याही आशंकेशिवाय उच्चारते. स्वतःचं नाव बदलणं तिला इच्छापूर्तीचा मार्ग वाटतो, जणू काही दुसरं नाव तिला जादूनं नव्या आयुष्यात पोचवणार आहे! जेव्हा ती मला तिची कहाणी सांगून संपवते, तेव्हा मला जाणीव होते की ह्या जगात ती किती एकटी आहे. मी तिला विचारते की तिला निनावी का राहायचं आहे?

माझ्यापाशी याचं उत्तर नाही. मला त्याबद्दल काही कल्पना नाही. मी फक्त म्हणते की पुस्तकात मला माझं नाव नकोय. कदाचित मी तुम्हाला माझं नाव दिलं की माझी संकटं पुन्हा डोकं वर काढतील. काय होईल जेव्हा वर्षं उलटतील, आणि एके दिवशी माझं मूल हे पुस्तक विकत घेईल; मग काय होईल? कदाचित माझं मूल जन्माला आल्यावर त्याच्या जन्माबद्दल मी काहीही त्याला सांगणार नाही. कदाचित मी लग्न करीन आणि सहचराला माझ्या भूतकाळाबद्दल काहीही सांगणार नाही. जर कुणाला भविष्यकाळात माझ्या आयुष्याविषयी कळलं तर माझ्या बाळाला त्याची लाज वाटेल. मी अशा परिस्थितीतून जातेय. माझं मूल २ ऑक्टोबरला जन्मेल. मी त्याला रॉय किंवा एमॅन्युअल – येशूचं नाव – ठेवेन.

जेव्हा मी स्कॅनसाठी गेले तेव्हा माझं बाळ हलत होतं. मी तिला विचारलं, 'माझ्या पोटातलं ते बाळ आहे का?' आणि ती म्हणाली 'हो.' माझ्या डोळ्यांत अश्रू उभे राहिले. मी स्कॅनकडे बघत नव्हते. कारण माझ्यानं बाळाकडे बघवत नव्हतं. मी रडले; कारण मला मूल नको होतं. मी ठरवलं होतं की, गर्भपात करून घेईन. मी विचारलं की बाळ किती दिवस आत आहे आणि ती स्त्री म्हणाली 'बावीस आठवडे.' मग मी विचारलं, 'मी गर्भपात करू शकते?' आणि ती म्हणाली, 'नाही. बाळ आता खूप मोठं झालंय. तुला आता ते जन्मालाच घालावं लागेल.' मग मी रडू लागले. मी विचारलं, 'ते काय आहे?' त्यांनी सांगितलं, 'मुलगा.' मग मी म्हणाले, 'ठीक आहे.' ती म्हणाली की डॉक्टर मला तपासणार आहेत, मी म्हणाले, 'नको. मला कुणीही परत तपासायला नकोय.' मग त्यांनी माझ्या हातातून रक्त काढलं आणि सुईण म्हणाली की ते मला महिनाअखेरीस कळवतील. त्यांनी आजवर मला फोन केलेला नाही म्हणजे सर्व ठीक असावं *(एड्स?)* हो!

मरिया – जी माझ्याकडे लक्ष पुरवीत होती – मला म्हणाली की या देशात तुम्हाला मूल नको असेल तर तुम्ही त्यातून सुटका करून घेऊ शकता. 'त्यांनी तुझ्याशी जे केलं, बलात्कार केला, ते योग्य नव्हतं.' मी म्हणाले, 'ठीक आहे.' मग मी म्हणाले, 'माझा धर्म सांगतो की कुणाला मारणं योग्य नाही.' ती मला म्हणाली, की या बाळाचा बाप कोण हे मला माहिती नसलं तरी तो केवळ माझा

निर्णय आहे, मलाच तो निर्णय घ्यावा लागेल, तो इतर कुणी माझ्यासाठी घेऊ शकणार नाही. मी म्हणाले, 'हे सारं ठीक आहे. पण बाळ मोठं झाल्यावर मी त्याला त्याच्या बापाबद्दल काय सांगायचं?' मला निदान माझे वडील माहीत होते. मी त्यांना परत बघणार नाही; पण मला ते माहीत होते.

मी भूतकाळाबाबत विचार न करायचा प्रयत्न करते आहे. मी भूतकाळाचा विचार केला, तर मी माझ्या बाळाचा तिरस्कार करू लागेन. मी त्याच्यावर माया करू बघतेय. मी जर बाळ देऊन टाकलं तर मला कागदावर सही करावी लागेल आणि ते बाळ मला कधीही परत मिळणार नाही. मग मी ठरवलं, 'ठीक आहे, माझ्या आईनं मला त्यागलं नाही,' क्लॉडेट – माझी समाजसेविका म्हणाली, 'बाळाला असं करू नये.' माझ्या बाळंतपणाच्या वेळेस ती माझ्याबरोबर हॉस्पिटलमध्ये येईल. मी जर बाळ देऊन टाकलं, तर मला त्यांनी जसं वागवलं तसंच ते त्याला वागवतील. ते मला नको आहे. मी त्याच्याजवळ राहाणार आहे, दुःख गिळणार आहे आणि म्हणणार आहे हे मूल माझं आहे. मी त्याचं शुभ चिंतते. तो मोठा होईल तेव्हा मी धैर्य एकवटून त्याला काय घडलं तो इतिहास सांगेन. मी आता बाळाबद्दल जास्त विचार करत नाही, कारण ते माझं आहे. मी त्याला घरी नेईन. मी ते बाळ देऊन टाकणार नाही. गेल्या वेळेस माझी समाजसेविका मला म्हणाली, की एके दिवशी मी माझ्या पायावर उभी राहीन. ती म्हणाली की ती नेहमीच माझ्यासोबत नसेल. ती मला विचारते, 'बाळ रडलं तर, तू काय करशील?' मी म्हणते, 'मी बाळाला सांगीन रडू नकोस.' ती म्हणते, 'ही पद्धत नाही. तुला मूल वाढवायचंय, त्याला जेवण भरवायचंय. त्याला थोपटून निजवायचंय. त्याचे लंगोट बदलायचेत.' मी विचारते, 'मी काहीही केलं नसताना बाळ कशाला रडणार आहे?' ती म्हणते, 'तू काळजी घेतली नाहीस, बाळाकडे नीट बघितलं नाहीस, तर या देशात ते तुमच्याकडून मूल काढून घेतात.' मी म्हणते, 'मी प्रयत्न करीन.'

मी मरियाच्या घरी असताना मला कळलं की मला दिवस गेले आहेत. तिनं विचारलं, 'किती महिने झालेत?' मी म्हणाले, 'मला माहीत नाही.' मला पाळी येत असे पण मग ती थांबली. मी प्रथम रस्त्यावर भटकत फिरत असताना मरियाला पाहिलं. मी तिला म्हणाले, मला पैसे दे. तिनं मला विचारलं, तू इथे काय करते आहेस? मी काहीच उत्तर दिलं नाही . ती म्हणाली, 'तू इतकी लहान आहेस. तू रस्त्यावर काय करते आहेस?' मी म्हणाले 'काही नाही. मला पैसे हवे आहेत.' तिनं मला विचारलं की मी कुठून आले. मी म्हणाले 'आफ्रिका.' तिनं विचारलं, 'आफ्रिकेतून कुठून?' मी म्हणाले, 'सिएरा लिओन.' मग मी तेथून काढता पाय घेऊ लागले, कारण ती मला खूपच प्रश्न विचारू लागली. ती म्हणाली, 'माझ्या पाठोपाठ ये.' मी विचारलं, 'आपण कुठे जातोय?' मी थांबले की ती थांबे. मी चालू लागले

की ती चालू लागे. मी विचारलं, 'तुला काय हवंय?' ती म्हणाली, 'तुम्हाला रस्त्यावर भीक मागायची परवानगी नाही.' ती म्हणाली की मी घरात राहून शाळेत गेलं पाहिजे. मी म्हणाले, 'मी शाळेत जात नाही. मी लिहू-वाचू शकत नाही. लोक माझ्यापाशी येऊन *(चांगुलपणाचं)* ढोंग करतात, पण सारेजण दुष्ट आहेत.' ती म्हणाली, 'तू कशाबद्दल बोलते आहेस?' मी म्हणाले, 'मला कुणालाही माझ्या आयुष्याबद्दल सांगायचं नाही. मला एकटीला सोडा.' ती म्हणाली, 'तुला माहीत आहे का, मला तुझ्यासारखी मुलं आहेत?' मी विचारलं, 'तू आई आहेस?' ती म्हणाली 'हो.' मग मी तिच्यापाशी आले. कदाचित या वेळेस सारं ठीक असेल. ती म्हणाली, 'मला तीन मुली आहेत. माझ्याबरोबर ये.' मी म्हणाले, 'अजिबात नाही. मी कुणाच्याही घरी जाणार नाही. कारण तुम्ही त्यांच्या घरी गेलात की ते बदलतात.' तो शुक्रवार होता. ती म्हणाली, 'आता आठवडा संपला. मी काही करू शकणार नाही. सोमवारी मी तुला एका जागी नेईन. रस्त्यावरली *(निराधार)* मुलं शोधून काढायची माझी नोकरी आहे. मी काही तुला माझ्या घरी ठेवणार नाहीय.' मी नशिबावर हवाला ठेवला आणि तिच्याबरोबर गेले.

मग मी तिच्या घरी गेले. तिनं मला कपडे दिले. तिनं मला न्हाणीघर दाखवलं. तिनं मला आंघोळ करायला सांगितलं. मला जेवण दिलं. मग तिनं मला पुन्हा विचारलं, 'तू या देशात कशी आलीस?' मी म्हणाले, 'कुणीतरी मला आणले.' तिनं मला माझ्या पासपोर्टबद्दल विचारलं. मी म्हणाले, 'तो काय असतो?' मी शाळेत गेलेली नाही, म्हणून हे सारं मला माहीत नाही . फक्त ती बाई – फारा मला माझे फोटो काढायला घेऊन गेली होती. मरियानं मला रेफ्यूजी कौन्सिलवर – निराश्रितांच्या संस्थेत सोमवारी नेलं. तिथंच मी आता जाते. शनिवार-रविवार मी तिच्याच घरी राहिले. मी तिच्या मुलांना भेटले. त्यातलं एक माझ्यासारखं उंच आहे. ती खूप चांगली आहेत. ती आई म्हणाली, 'ही निओमी आहे. तिचं या देशात कुणीही नाही, म्हणून ती आपल्याकडे आली आहे.' निराश्रितांच्या संस्थेत, रेफ्यूजी कौन्सिलमध्ये त्यांनी मला विचारलं, मी इथे कशी आले? माझा पासपोर्ट कुठे आहे? मी उत्तर दिलं, 'मला आफ्रिकेतून ज्या स्त्रीनं आणलं तिनं माझ्यापाशी फक्त माझं सामान दिलं. दुसरं काहीही दिलं नाही. मला वाटतं, त्या स्त्रीजवळ दोन पुस्तकं होती. मला कळत नाही. त्याला तुम्ही 'पासपोर्ट' म्हणता का?' या प्रश्नानंतर दुसऱ्या दिवशी मरियानं मला समाजसेविका काम करतात त्या ऑफिसात नेलं.

एकट्या अज्ञान मुलांच्या गटाचा व्यवस्थापक, (जिथं निओमी येऊन पोचली) मोहमद सेसाय मला म्हणाला की तो स्वागतकक्षात त्या दिवशी सकाळी होता आणि त्याला आठवतंय की पेकहॅममधल्या मरियानं तिला कारनं तेथे सोडलं, असं

निओमीनं त्याला सांगितलं; पण तो तिला शोधत बाहेर जाईपर्यंत मरिया नाहीशी झाली होती. जेव्हा तिच्या कारचा व नंबरप्लेटचा छडा लावायला त्यानं व्हिडिओ कॅमेरे तपासले तेव्हा त्याला सांगितलं गेलं की सकाळची लवकरची वेळ होती आणि त्यांनी अजून आत टेप घातली नव्हती. व्यवस्थापक बुचकळ्यात पडला. त्याला आजवर मरिया नावाची कुणी स्त्री भेटली नव्हती, जिचं 'काम' होतं बेघर मुलांना शोधणं! अशी कुणी असती तर त्याला भेटायला हवी होती. असं त्याला वाटतंय, कारण ते दोघं एकाच क्षेत्रात काम करताहेत आणि जर मरिया खरोखरच कायदेशीररीत्या हे काम करत असती तर ती निघून का गेली असती? सर्वसाधारणपणे बेकायदा लोकांना आत आणणाऱ्या लोकांची ही पद्धत असते; अशा बेकायदा लोकांना आणणाऱ्या माणसाला कुणाला तरी देशात बेकायदेशीररीत्या आणण्यासाठी पैसे दिलेले असतात आणि असं माणूस अशा जागी सोडून दिलं जातं, जिथे त्याला मदत मिळू शकेल. पण व्यवस्थापकाला वाटतंय की निओमीच्या अंगी खोटं बोलण्याचं कपट नाही. कदाचित मरिया हा केवळ एक दयाळू जीव असेल; जिला मदत करायची इच्छा झाली पण अटळ लाल फितीच्या आणि प्रश्नोत्तराच्या चक्रात तिला निओमीबरोबर थांबून स्वतःला अडकवून घ्यायचं नव्हतं.

विशेषतः जेथून प्रवेश होतो, अशा ठिकाणच्या स्थानिक प्रशासनाच्या सामाजकल्याण खात्याने १९८९च्या बालक कायद्यान्वये निराधार मुलांचे गट तयार केले. निओमीकडे बघणारा साऊथवर्कचा गट १९९९/२००० मध्ये दुसऱ्या लाटेच्या अंतर्गत स्थापन झाला; कारण हिलिंग्डन, क्रॉयडन, केंट आणि लिव्हरपूलच्या स्थानिक संस्था निराधार बालकांच्या प्रचंड संख्येला सामावून घेऊ शकत नव्हत्या. आता 'आळीपाळीची व्यवस्था' स्थापन झाली आहे आणि गृहखातं मुलांना आळीपाळीनं लंडनच्या आणि दक्षिण-पूर्वेच्या संस्थांकडे पाठवतं. बालक कायद्यान्वये या संस्था त्यांच्या पंखाखालच्या बालकांना दोन प्रकारचं साहाय्य करू शकतात. अधिनियम १७ नुसार मुलांना जेवण व राहण्यासाठी मदत पुरवली जाते आणि याव्यतिरिक्त एक समाजसेविका, इतर गरजा भागताहेत याची नियमित चौकशी आणि वैद्यकीय आणि शैक्षणिक मदत अधिनियम २० अन्वये पुरवली जाते. साऊथवर्कच्या आश्रयाखाली १२० अज्ञान मुलं आहेत आणि त्या सर्वांना अधिनियम २०च्या अनुसार मदत मिळते. इतर स्थानिक संस्थांमध्ये हे नेहमी शक्य होत नाही.

मग मी किती महिन्यांची गरोदर आहे हे ठरवण्यासाठी माझा स्कॅन घेतला गेला. *(मी तिला विचारलं की ती गरोदर आहे हे एप्रिलमध्ये तिला ठाऊक असताना तिला स्कॅन घ्यायला ऑगस्ट का उजाडला?)* स्वयंसेविकेनं मला सांगितलं की सर्व गोष्टी क्रमाप्रमाणे केल्या जातील. मला प्रथम गृहखात्याचं काम संपवावं लागलं.

तोवर मी हॉस्पिटलमध्ये जाऊ शकत नव्हते. मी त्यांना विचारलं, की गृहखातं म्हणजे काय? त्यांनी सांगितलं, 'ते खूप मोठं ऑफिस आहे, त्यांना तू या देशात आहेस हे कळलं पाहिजे आणि तू इथे कशी आलीस हे कळलं पाहिजे. कारण तुला इथे असायची परवानगी नाही. म्हणून तुला तेथे जावं लागेल. मग ते त्यांचा निर्णय देतील.' माझी समाजसेविका माझ्याकडून सारी माहिती गोळा करायचा प्रयत्न करत होती व ती माहिती गृहखात्याकडे न्यायची होती. तिनं मला सांगितलं की तुम्हाला या देशात येण्यासाठी सरकारद्वारे 'असायलम' (आश्रय) मिळवावा लागतो. काही लोक येऊन शिक्षण घेतात, काही लोक येऊन काम करतात. लोक इथे कशासाठी येतात, त्याची यादी ते सांगत होते.

मी गृहखात्याकडे जाण्यापूर्वी एक आठवडा समाजसेविका मूल्यमापन करणार होती. ते काय असतं ते मला ठाऊक नाही, म्हणून मी जाऊन मूल्यमापन केलं. समाजसेविकेनं आठवडाभर मूल्यमापन केलं. त्यांनी माझी उत्तरं एका कागदावर लिहून घेतली आणि तो कागद मी गृहखात्याकडे नेला. रेफ्यूजी कौन्सिल *(निर्वासितांसाठीची समिती)* ची एक स्त्री मला सगळीकडे नेत होती. ती मला नकाशा आणि बसचा नंबर देत असे आणि कागदावर काहीतरी लिहून देत असे. मी कुणालातरी थांबवून मदत मागत असे आणि ते मला 'अमुक ठिकाणी उतर' असं सांगत असत. कधीकधी मी चुकीच्या बाजूला जाणारी गाडी पकडत असे. मी लोकांना कागद दाखवत असे, बोटांनी किती ठिकाणी थांबायचं ते मोजत असे. लोकांना त्याबाबत विचारत असे. आणि चुकत असे. त्यांनी होम ऑफिसमध्ये मला तेच प्रश्न विचारले, तू इथं कशी आलीस?'

मी त्यांना सांगितलं, फारा नावाच्या लेबनानच्या स्त्रीनं मला इथे आणलं . माझ्या देशात युद्ध चाललं होतं. माझ्या 'माकेनी' नावाच्या गावात रात्र झाली होती *(ही उत्तर प्रदेशाची राजधानी आहे.)* मी झोपले होते. मी लोकांचं ओरडणं, बंदुकींचे आवाज आणि काहीतरी पडल्यासारखे आवाज ऐकले, ते गोळ्या झाडत होते आणि ओरडत होते. 'आई ग, माझं बाळ! देवा! माझी मुलगी!.....' लोक वेगवेगळ्या प्रकारे ओरडत होते. ते पत्र्याच्या दरवाज्यावर ठोकत होते. माझे वडील म्हणाले की काहीतरी गडबड चालली आहे. ते लढताहेत. माझ्यासारखी लहान मुलं रडत होती. मी दार उघडून बघू लागले. मग आमची शेजारीण आमच्या दारापाशी आली. ती म्हणाली, 'ते येताहेत!' गोंगाट आणि बंदुकींचे आवाज जवळ जवळ येऊ लागले होते. म्हणून मला पळावं लागलं. माझ्या वडिलांना पळता येईना. ते आजारी होते. त्यांच्याच्यानं उभंही राहावत नव्हतं. त्यांना काय झालं होतं ते मला ठाऊक नाही. आमच्यापाशी हॉस्पिटलसाठी पैसे नव्हते. कदाचित *(हॉस्पिटलमध्ये)* ते त्यांना बरं करू शकले असते. मला वाटतं मी सात किंवा आठ वर्षांची होते. मी त्यांना

विचारलं की मी काय करू? ते म्हणाले, 'तू निघून जा. मी येईन.' ते म्हणाले की मी शेजाऱ्यांबरोबर जावं. मी तिला मावशी म्हणत असे. तिला चार मुलं होती.

आम्ही काहीही न घेता निघालो. आम्ही शेजारच्या गावात पोचलो. मला आठवतंय की मी निश्चय करत होते की मी धीर धरायला हवा, कारण मला कुणीही नव्हतं. मी गवतात झोपले. खुरटं खुरटं गवत. ते माझ्या शरीराला टोचत होतं. मला चटकन झोप लागे; पण मला आवाज ऐकू आला की मी जागी होत असे. मला आठवतंय की पाऊस आला, माझे सारे कपडे भिजले; पण तरीही आम्हाला तेथेच बसून राहावं लागलं. मी माझा चेहरा पानांनी झाकून घेत असे, म्हणजे कुणी आलं तरी त्यांना काहीही दिसलं नसतं. फक्त गप्प बसून राहायचं. असे दोन आठवडे काढले असतील. मला माहीत नाही. मला दिवस मोजता येत नाहीत. झुडुपात माकडं आणि पक्षी असत. मोठे लोक जाऊन आमच्यासाठी कॅसाव्हासारखी कंदमुळं आणत. मला स्वयंपाक येत नसे; पण काही लोक फार चांगले होते. मला कुणी नाही असं पाहून ते मला जेवण देत. आम्हाला जे सापडेल ते आम्ही खात असू.

मग मी शेजाऱ्यांबरोबर परत गेले; त्यांना आमच्या गावात परत जाणं सुरक्षिततेचं आहे का, हे बघायचं होतं. मला माझ्या बाबांना शोधायचं होतं; पण मला माझं घरच कुठे दिसेना. अजून गोळीबार चाललाच होता. लोक म्हणाले की ते लोकांना पकडून, त्यांच्या घरात बंद करून, त्यातच त्यांना जाळून टाकत होते. माझे वडील घरातच जळून गेले. त्यांना गमावल्यावर माझं सारं काही गमावल्यासारखं मला वाटलं. माझ्या शेजाऱ्यांना कुठेही आसरा नव्हता, म्हणून त्यांनी मला त्यांच्याबरोबर फ्रीटाउनला यायला सांगितलं, ते खूप दूर होतं.

मला खडतर, पायी केलेला प्रवास आठवतोय. माझे पाय सुजत असत आणि माझा पाय कापला होता. आम्ही पळत असताना माझा पाय खोल खड्ड्यात गेला आणि काटा माझ्या मांसात रुतला. मी थांबू शकत नव्हते म्हणून मी कापडाचा तुकडा शोधून माझी जखम बांधून टाकली. कसला काटा होता ते मला माहीत नाही. ते झुडूप होतं. माझं भाग्य की ती जखम भरून आली. मी ती तशीच ठेवली होती कारण औषध मिळणं शक्यच नव्हतं. मग काही लोकांनी आम्हाला ट्रकमध्ये जागा दिली. आम्ही फ्रीटाउनला पोचलो, तेव्हा अंधार पडला होता. माझी शेजारीण म्हणाली, 'आता आम्ही आणखी मदत करू शकत नाही. प्रत्येकाला आपल्या पायावर उभं रहायला हवं.' कधीकधी मला वाटतं असं म्हणणारी शेजारीण नसेल. तिनं मला असं रस्त्यावर सोडलं नसतं. माहीत नाही. मला आठवत नाही. मी रस्त्यावर झोपत असे. मी कुठेतरी, कुठेही जागा शोधून आडवी होत असे. मी स्कर्ट आणि ब्लाउज घातलं होतं, पण माझ्या पायात काहीही नव्हतं. मी अनवाणीच चालत आले होते.

मग मी बघितलं तर कुणीही नव्हतं. मी एकटीच होते. *(ती तिचे डोळे मिटते आणि तिच्या गालांवर मोठा अश्रू ओघळतो. ती आवाज न करता टिपं गाळते.)* मी रस्त्यावर राहात होते, लोकांपाशी भीक मागत होते– पैशांची, अन्नाची. संध्याकाळी रस्त्यावर खूप लोक येत. मी म्हणत असे, 'कुशे (नमस्ते)! मला थोडे पैसे देता?' काही लोक म्हणत, 'तुला काय हवंय? *(ती आवाज मोठा करून नक्कल करते.)* इथून निघून जा! तुझ्या आईबापांकडे जा!' मी त्यांना सांगे, 'दया करा हो! मला भूक लागलीय.' काही लोक मला अन्न विकत घेऊन देत. ब्रेड देत. मी थोडं वाचवून ठेवी आणि नंतर खाई. काही लोक पैसे देत. मग मी जाऊन भात विकत आणत असे. मला मिळाला तर मी भात माशांच्या कालवणाबरोबर खाते. मला भीक मागायची असे तेव्हा मी त्यांच्या पाठीमागून येई. त्यांच्या हातावर बोटं टेके. मी रडत असे. त्यांनी पैसे दिले नाहीत तर मी त्यांना म्हणे की ते दुष्ट आहेत. मग मी भीक मागायची जागा बदलत असे. कारण मला भीक न घालणारे मला पुन्हा पाहतील आणि म्हणतील, की तू नेहमीच भीक मागतेस.

मला किती पैसे मिळत मला ठाऊक नाही. काही नाणी मिळाली तर मी जाऊन काहीतरी खायचं विकत घेई. पैसे मिळाल्यावर दुसरं-तिसरं काही नाही. मी फक्त अन्न विकत घेत असे. मला पैशांच्याबाबत काही कळत नव्हतं. मला काही विकत घ्यायचं असलं तर दुकानदार म्हणे, 'नाही, ते पुरेसे पैसे नाहीत.' माझ्याकडे आणखी पैसे असले तर मी त्याला ते देत असे आणि तो मला हवं ते देत असे. आणखी किती पैसे द्यायला हवेत हे मला कळत नसे. मी अशा दुकानांमध्ये जाई जिथे ते स्वयंपाक करून अन्न विकत असत. कधीकधी गिऱ्हाइकं थाळीत थोडं अन्न टाकून देत. मी ते घेऊन खाऊन टाकत असे. *(ती 'खाणं' हा शब्द अगदी मनापासून उच्चारते.)*

रस्त्यावर माझ्यासारखी खूप मुलं असत. काहींना आई-बाप होते. मी माझ्याहून लहान मुलांशी मैत्री करत असे. आम्ही नुसतं भटकत फिरत असू. आम्ही दिवसभर भीक मागत नसू. पोट भरलेलं असताना मी भीक मागणं थांबवे. कारण जेवण मिळालेलं असे. काही लोक प्रत्येक मुलाला एक एक नाणं किंवा अन्न देत. काहीजण म्हणत तुम्ही वाटून घ्या, मग लढाई जुंपे. कधीकधी मोठी मुलं माझे पैसे घेऊन टाकत. ते धमकावत की पैसे दिले नाहीत तर ते मला पिटून काढतील, म्हणून मी त्यांना गुपचूप पैसे देऊन टाकत असे. मी उंच असले तरी इतर मुलं माझ्याशी मारामारी करायची थांबत नसत. ती म्हणत, 'ती नुसतीच उंच वाढलीय. ती मूर्ख आहे. मी तिला नाही घाबरत.' ते मला मारत. ते वाईट शिवी देत. एकेकटं भीक मागणं श्रेयस्कर असे.

दिवस संपला की मी झोपायला जागा शोधू लागे. कधीकधी मी बाजारात

टेबलांवर ताणून देई. झोपण्यापूर्वी आम्ही रात्री रस्त्यांवर खेळत असू. कधीकधी मला वाटे की इतर मुलं माझे भाऊ-बहिणी असायला हवी होती. म्हणजे त्यांनी माझी काळजी घेतली असती आणि ऐकलं असत. मी म्हणे, 'देवा, कृपा करून मला मदत कर. माझं आयुष्य वाचव, मी आता झोपी जातेय. मला कृपा करून जगायचा मार्ग दाखव.' माझ्या वडिलांनी मला प्रार्थना करायला सांगितलं होतं. ते मला म्हणत, 'तू लिम्बा टोळीची ख्रिश्चन आहेस.' मी जागी झाले की मला आणखी एक दिवस दाखवल्याबद्दल मी देवाचे आभार मानत असे. माझे वडील मला असंच सांगत. 'तू जागी झालीस की देवाचे आभार मानायला हवेत.' मी लिम्बा टोळीची भाषा बोलत असे, पण मी माकेनी सोडलं तेव्हा मी लहान होते आणि मी ती भाषा विसरले आहे. सर्वजण क्रायो भाषा बोलतात. पण कोणी माझी भाषा बोललं तर ते मला समजतं. काही अरबी शब्दही मला समजतात.

मी कधीच अंघोळ करत नसे. त्याच एक जोडी कपड्यांवर मी रस्त्यावर मळकटपणे वावरत असे. नळ होता, पण तो पाणी पिण्यासाठी होता. जास्त लोक नसतील तेथे आम्ही इतर विधी उरकत असू. ते फार कठीण होतं. मला आठवतंय मुसळधार पाऊस पडत होता आणि आम्हाला छप्पर हवं होतं. एकदा मी जमिनीवर झोपलेली असताना लोकं सैरावैरा पळत आसरा शोधत होती. मग मी गोळीबार ऐकला. बंदुका घेतलेली माणसं होती; पण त्यांच्या अंगावर शिपायांसारखा गणवेश नव्हता. त्यांनी कुणाला तरी पकडून जाळून टाकलं. त्यांनी त्याच्या भोवती टायर ठेवला आणि तो पेटवून दिला. मी पळू लागले! मला या जागेपासून दूर जायचं होतं.

किती वर्षं निओमी रस्त्यांवर भटकत होती याचा अंदाज बांधणं कठीण आहे. मी तिला विचारले की नाताळच्या सुट्टीसारखी दर वर्षी घडणारी गोष्ट तिला आठवते कां? त्या वेळेस फ्रीटाउन वेगळं दिसत असे का? ती मान डोलावते. ती म्हणते की नाताळात लोक झाडाच्या फांद्यांना रंगीबेरंगी रिबिनी बांधत; पण हे किती वेळा तिनं पाहिलं ते तिला आठवत नाही. ती आठवण्याचा प्रयत्न करते. मग तिला वाटतं की तिनं रस्त्यावर असताना हे फक्त एकदाच पाहिलं. मी तिला विचारते की जानेवारी १९९९ मधे तिचा दहावा वाढदिवस झाल्यानंतर एक महिन्यानं तिला फ्रीटाउनच्या रस्त्यांवर खूप मारामारी झालेली आठवतेय का? तिला लक्षात नाही. मी माकेनीतील लढाईबद्दल खूप बातम्या तपासल्या, पण त्या इतक्या होत्या, की ज्यामुळे निओमीला पळ काढावा लागला तो प्रसंग कोणता हे ठरवणं शक्य नव्हतं; पण बातम्यांप्रमाणे फेब्रुवारी १९९८ मध्ये फारच भीषण परिस्थिती होती, तेव्हा ती नऊ वर्षांची असणार; त्या वेळेस क्रांतिकारकांनी मांडलेल्या संहारामुळे माकेनीतले सर्व लोक पळून जाऊन झाडीत लपले होते. असंही शक्य आहे की निओमीनं रस्त्यावर काही

महिनेच काढले.

एके दिवशी मी फ्रीटाउनमधल्या मोटारींजवळ जाऊन भीक मागत होते. एक गाडी गर्दीमुळे थांबली. त्यात एक गोरी स्त्री होती. ती पाठीमागे बसली होती. तिचा ड्रायव्हर एक काळा माणूस होता. गोऱ्या लोकांपाशी जाणं जास्त बरं असे. काळे लोक भीक घालत नसत. ती म्हणाली, 'अग, तू किती छान दिसतेस. तू रस्त्यावर काय करते आहेस?' मी तिला विचारलं, 'तुम्ही मला थोडे पैसे द्याल का?' तिनं विचारलं, 'काय करायला?' मी म्हटलं, 'जाऊन जेवायला.' तिनं विचारलं, 'तू कुठं राहातेस?' मी म्हटलं, 'मी रस्त्यावर राहते.' ती म्हणाली, 'का?' मी तिला सांगितलं, 'माझी आई वारलीय. माझे वडील वारलेत.' ती म्हणाली, 'ये.' मला भीती वाटली. ती म्हणाली. 'मी तुला इजा करणार नाही.' मी किती काळ रस्त्यावर काढला ते मला आठवत नाही. खूप महिने. माझं वय काय मला माहीत नव्हतं. आठ किंवा दहा असेल. ती म्हणाली, 'माझ्या घरी ये. मी तुला माझ्या मोटारीत घेते.' मी पूर्वी कधीही कारमध्ये बसले नव्हते. मी म्हणाले, 'हो, मी तुझ्याबरोबर येते. मी रस्त्यांवरून कुणाच्यातरी घरी चालले होते. मला त्याचा खूप खूप आनंद झाला होता. ती गोरी होती, सुंदर होती. तिचे कपडे सुरेख होते. मला वाटत होतं, कदाचित ती मला तिच्यासारखे कपडे देईल. माझी काळजी घेईल. ती माझी पालक बनेल. ती मला तिच्यासारखं बनवेल.' तिचं नाव होतं फारा.

तिनं मला अंघोळ करायला लावली. मला कपडे दिले, साबण दिला. घराच्या आवारात नळ होता. तिथं मी अंघोळ केली. मग तिनं मला घर दाखवलं, 'हे घर आहे.' ते छानसं घर होतं. माझ्या उभ्या आयुष्यात मी त्यासारखं घर बघितलं नव्हतं. इतकं स्वच्छ. तिच्याकडे आरसे होते. माझी अंघोळ झाल्यावर मी आरशापुढे जाऊन माझ्याकडे पाहिलं. 'तू छान दिसतेस,' मी म्हटलं. खेड्यात आमच्याकडे आरसा नसे. मी कधीही माझा चेहरा पाहिला नव्हता. कधीकधी नितळ पाण्यापाशी तुम्ही गेलात तर त्यात तुम्हाला तुमचा चेहरा दिसतो. मी रस्त्यावर असताना छोटासा 'लप्पा', मोठा नाही, घालत असे. तुम्ही तुमच्या कमरेभोवती फडकं गुंडाळता आणि वर ब्लाउज घालता. माझी छाती वर आलेली नव्हती म्हणून मी ती झाकत नसे. मी माझ्या वडिलांपाशी राहात असताना फक्त चड्डीवर वावरत असे. मी या लोकांच्या घरी आल्यावर ते म्हणाले, 'नाही, असे कपडे घालायचे नाहीत.' माझ्याकडे कपड्यांचा एकच जोड होता. तो त्यांनी फेकून दिला. ते कपडे मला पुन्हा दिसले नाहीत. त्यांनी माझे केस कापायला एका मुलाला बोलावलं. माझ्या केसांचा नुसता गुंता झाला होता घर मोठं होतं. दोन शयनगृहं, बसायची खोली, जेवणघर, स्वयंपाकघर आणि न्हाणी. त्यांच्याकडे आवार झाडायला कुणीतरी होतं आणि कार

चालवायला कुणीतरी होतं. ते सर्व काळे होते. दरवाजा सांभाळायला त्यांच्याकडे बंदूकधारी सैनिक होता. *(असं दिसतंय की क्रांतिकारी सैनिकाला त्यांनी पैसे देऊन फ्लॅटची राखण करायला नेमलं होतं.)* शिपायांना पैसे हवे असतात, जेवण हवं असतं, ते स्वत:चं जेवण शिजवत. मला त्यांच्यासाठी जेवण बनवावं लागत नसे. मला खिडकीतून रस्त्यावरले बंदूकधारी सैनिक दिसत असत. ते हिरवे कपडे घालत. त्यांचे चेहरे काळ्या रंगानं रंगवलेले असत. ते क्रायो भाषेत ओरडत असत. मला बंदुकीच्या फैरींचा 'पो पो' आवाज ऐकू येई. लोक डोक्यावर आपापली चीजवस्तू उचलून पळत असत. लोक घाबरत, कारण सैनिक क्रूर असत. ते तुमचे हात किंवा पाय कापून टाकत. कधीकधी रात्री गोळीबार चालू असताना सैनिक घरात येऊन आम्हाला जमिनीवर पडून राहायला सांगत. बंदूकधारी माणसं येत आणि लेबाननचं हे कुटुंब त्यांची पैसे देऊन बोळवण करत असे. तरीही त्यांनी परत येऊन कार चोरली.

मालकीणबाई, फारा, मला म्हणाल्या, 'मी तुला कसं काम करायचं ते शिकवीन. कशी सफाई करायची, काम करायचं, तू इथे राहा.' मी म्हणाले, 'ठीक आहे.' मी पटकुरावर छोट्या बाळाच्या – रेचलच्या – खोलीत झोपत असे. तिचं वय मला माहीत नाही. ती बसू शकत असे, रांगत असे, पण चालू शकत नसे. तिनं मला बाळाला सांभाळायला शिकवलं. बाळ रात्री जागं झालं तर मिस फारा येऊन मला उठवत आणि बाळाला जेवण भरवायला सांगत किंवा त्यानं ओलं केलं असलं तर कपडे बदलायला सांगत किंवा तिला पुन्हा झोपवायला बघायला सांगत. रोज रात्री बाळ उठत असे. कधीकधी तर ते सारा वेळ रडत असे. त्याला काय हवंय, ते मला कळत नसे; पण त्याची आई येऊन त्याला जेवण भरवायला सांगे. मी थकलेली असे. सकाळी मी काम केव्हा सुरू करत असे ते मला ठाऊक नाही. मी झोपलेली असे. काळोख झालेला असे. ती येऊन मला उठवून काहीतरी काम करायला लावत असे. पण रस्त्यांवर राहाण्यापेक्षा हे बरं होतं. सकाळ झाली की मी घर नीटनेटकं करी; झाडू मारे, पोछा करी, स्वयंपाकघर स्वच्छ करी, भांडी घासत असे, कपडे धूत असे. सारं हातानं. पुरा दिवस काम, काम, काम.

सुरुवातीला ती माझ्याशी गोडीनं वागली. पण नंतर कधीच नाही. ती मला काहीही पैसे देत नसे. मला बाहेर जायची परवानगी नव्हती आणि तिनं मला कधी बाहेर नेलं नाही. ती बाहेर गेली की इतरांच्या घरात कामं करणाऱ्या, माझ्यासारख्या इतर काळ्या लोकांना, माझ्याशी गप्पा मारायला ती घेऊन येई. त्यांच्याकडून मला गोष्टी समजल्या. हे लेबाननचे लोक होते. त्यांची भाषा होती अरबी. मी तिला 'मिसस' आणि तिच्या नवऱ्याला 'मास्टर' म्हणून संबोधत असे. मी काही फोडलं तर ती हात उगारून मला मारत असे. ती मला थप्पड मारे किंवा मला शिव्या देई,

'म्हणूनच तू रस्त्यावर पोचलीस!' तिनं मला रस्त्यावरून उचलून आणलं त्याबद्दल तिला खेद वाटे. ती म्हणे की मी काही कामाची नव्हते, म्हणूनच माझे आई-वडील मरून गेले. ती ओरडे, 'बास्ता पिकिन वे नो येरी इनमाम इन वोद, ना त्रित गो मेन आम' म्हणजे 'बिनबापाचं कार्ट त्याच्या आईला जुमानत नाही. ते रस्त्यावर वाढतं,' ती मला बिनबापाची *(बास्टर्ड)* त्यांच्या भाषेत 'पिकिन' म्हणत असे. कारणावाचूनच! मी बसून दररोज रडत असे! तिचा नवरा परत आला तरी तीच कथा असे. मी त्यांच्याहून वेगळी असल्याप्रमाणे ते मला वागवत.

तिनं मला स्वयंपाक शिकवला. हे लेबननचे लोक मेंढा लसूण घालून शिजवतात, त्याला 'कुझबारा' म्हणतात. तशी पद्धत तिनं मला शिकवली. मला जेवणं कठीण जाई. कारण अशा जेवणाची मला सवय नव्हती; पण जेव्हा उपाशीपोटी असता तेव्हा तुम्ही ते खाऊन बघता. ते मिरच्या खात नसत. मला माझ्या जेवणात मिरची आवडते. त्यांचं जेवण झालं की उरलंसुरलं ते मला देत. ब्रेड किंवा भात, कधीकधी त्यासोबत थोडा रस्सा. सकाळी मला काम आटोपल्यावरच जेवण मिळे. कधीकधी मर्जीनुसार ते मला दोन वेळा अन्न देत. मला हातानं घ्यायची परवानगी नव्हती. त्यांनी देईपर्यंत मला वाट बघावी लागे. जर मला भूक लागली आणि मी तिच्यापाशी अन्न, मागितलं तर ती म्हणत असे, 'तू इथं बसून नुसती खातेस. जा, आधी काम कर! म्हणून जर बाळानं अन्न टाकलं तर ताटली धुण्यापूर्वी घेऊन खाऊन टाकत असे. कधीकधी ते पानात अन्न टाकून देत. मी ताटं धुवायला नेताना त्यावर राहिलेलं खाऊन टाकी. मी नेहमी भुकेली असे; पण तरीही रस्त्यावर राहाण्यापेक्षा मला तिच्या घरात राहणं श्रेयस्कर वाटे.

लेबाननचे ४००० लोक सिएरा लिओनमध्ये हिऱ्यांच्या व्यवसायावर वर्चस्व बाळगून होते. सिआका स्टीव्हन्स, जो १९६७ साली प्रधानमंत्री (व नंतर अध्यक्ष) झाला, तो लाचखाऊ उच्चभ्रूंमधून उदयाला आला. या उच्चभ्रूंमध्ये लेबाननच्या लोकांचा समावेश होता; ते हिऱ्याच्या व्यवसायात गुंडगिरी आणण्यात त्याचे भागीदार झाले. लेबाननच्या लोकांनी मायदेशात 'हिज्बुला'च्या कारवायांसाठी पैसे पुरवल्याचे पुरावे उपलब्ध आहेत.

कधीकधी मी बाळाशी बोलत असे; पण जेव्हा त्याची आई चिडून माझ्यावर ओरडत असे, तेव्हा मी बाळाकडे डोळे वटारून पाही आणि वाईट वागे. जर तिनं कारण नसताना मला चपराक लगावली तर मी बाळावर ओरडून म्हणे, 'तुझी आई माझ्याशी वाईट वागते. माझ्याशी बोलू नकोस!' पण बाळ नुसतं हसे आणि माझ्याजवळ येई. बाळाला कळत नव्हतं, त्याचा काही दोष नव्हता, म्हणून मी माझा

राग विसरून पुन्हा त्याच्याशी खेळू लागे. संध्याकाळी जर बाळ आईबरोबर तिथं असलं तर मला हॉलमध्ये टी.व्ही. बघायची परवानगी मिळे. नाहीतर ते म्हणत, तुझ्या खोलीत जा नाही तर स्वयंपाकघरात बस. बाळ झोपलं की ते मला बाळाच्या कपड्यांना इस्त्री करायला लावत. त्यानंतर मी झोपत असे. मी नेहमी पळून जायचा विचार करी, पण कुणीतरी नेहमी बंदूक घेऊन दरवाज्यापाशी असे. मला दरवाज्यापाशी जायची परवानगी नव्हतीच.

एके दिवशी ती मला म्हणाली की ती माझा फोटो काढायला मला घेऊन जाईल. आता ते मला म्हणतात की तो पासपोर्टसाठी असणार; पण ते तेव्हा मला माहीत नव्हतं. तिनं मला कारमधून नेलं. तिनं मला घरी आणल्यावर मी दुसऱ्यांदाच त्या कारनं गेले. मला फार आनंद झाला होता. तो माझा पहिलाच फोटो होता. तिनं मला नेलेली जागा काळे लोक चालवत होते. त्यांनी मला माझा फोटो दाखवला. मला वाटलं मी छान दिसतेय. 'ती मी आहे?' मी विचारलं, ती स्त्री म्हणाली 'हो.' मी म्हटलं, 'तर मग ठीक आहे.' ती म्हणाली, 'आपण कुठेतरी प्रवासाला जाणार आहोत.' कुठे ते मी विचारलं नाही. मी तिच्या घरी येऊन आतापर्यंत खूप दिवस लोटले होते आणि बाहेर पाऊलही ठेवलं नव्हतं. मी वाढीला लागले होते. माझी छाती दिसू लागली होती. मला आश्चर्य वाटलं, वा! मी इतरांसारखीच दिसू लागले होते. मी लहान असताना माझ्या ब्लाउजमध्ये इतर कपडे कोंबून ते कसं दिसतंय ते पाहात असे.

बरोबर किती काळ निओमी ह्या लेबाननच्या कुटुंबाकडे राहात होती, याचा आम्ही छडा लावायचा प्रयत्न करतो. बाळाचं वय ही चांगली मोजपट्टी आहे. ती तेथून निघाली, तोपर्यंत बाळ पूर्ण वाक्य बोलत होतं; पण अजून शी-शूबद्दल सांगत नव्हतं आणि शाळेत किंवा बालवाडीत जाऊ लागलं नव्हतं. मुलं वाढवायच्या वेगवेगळ्या संस्कृतीतील वेगवेगळ्या प्रथा लक्षात घेतल्या, तरी बाळ बहुदा चारापेक्षा मोठं नव्हतं. बाळाचे वाढदिवस साजरे केले जात का? तिनं केकवरच्या मेणबत्त्या मोजल्या होत्या का? तिला माहीत नाही. कुणीही भेटायला आलं की तिला स्वयंपाकघरात बसावं लागे. निओमी ह्या देशात नुकतीच पंधरा वर्षं पूर्ण झाल्यावर, जानेवारी २००५ मध्ये आली. आमचं एकमत आहे की त्यांच्यासाठी तिनं जास्तीतजास्त साडेतीन वर्षं काम केलं असणार. म्हणजे ती रस्त्यावरून त्यांच्याकडे गेली तेव्हा अकरा वर्षांची असणार.

तुम्हाला माहीत आहे, की तुम्ही लोकांना फार प्रश्न विचारू शकत नाही. त्यांनी कधीही मला काहीतरी करायला सांगितलं की मी तसं करत असे. तिनं मला

कपड्यांचे तीन जोड बांधून प्लास्टिकच्या पिशवीत घालून तिच्या बॅगेत ठेवायला सांगितले. तिनं माझ्यासाठी प्रवासात घालायला नवा फ्रॉक शिवला. कुणीतरी माझे केस नीट करून दिले. तेव्हा प्रथमच घरात येऊन कुणीतरी माझ्या वेण्या घालून दिल्या. माझे केस लांब झाले होते. तिला जेव्हा ते पुन्हा कापून घ्यायचे होते, तेव्हा मी कबूल झाले नाही. जेव्हा ती बाहेर गेलेली असताना इतर मुली माझ्या सोबतीला आल्या, तेव्हा त्यांनी मला खंबीर राहून 'नाही' म्हणायला सांगितलं. जेव्हा मिस फारानं मला विचारलं की तुझे कान कोणी भरले, तेव्हा मी म्हणाले 'कोणीच नाही.' तिनं मला मारलं, मी घाबरले. मग तिनं जाऊन मला क्रीम आणून दिलं. ते केस नरम पडण्यासाठी तुम्ही केसांना लावायचं असतं. माझे केस खरखरीत होते. कधीकधी मालकिणीकडे येणाऱ्या त्या मुलींना मी विनवणी केली तर त्या माझ्या केसांना तेल लावून देत.

तिनं मला सारं सामान उचलायला लावलं. आम्ही कशात तरी शिरलो, ती म्हणाली, 'त्याला प्लेन म्हणतात.' मी म्हटलं, 'अरे वा!' मला प्लेनमधे बसायला मौज वाटत होती. मी विचार करत होते की मी कुठे चाललेय; पण उड्डाण सुरू होताना मी घाबरले. ती म्हणाली, 'घाबरू नकोस, तुझ्या आजूबाजूला खूप माणसं आहेत.' मी झोपी गेले. मी जागी झाले तरी ते चाललंच होतं. मी टॉयलेटला गेलेच नाही. मला कुठंही जायचं धाडस झालं नाही. त्यांनी मला जेवण दिलं. कुणीतरी आलं आणि त्यांनी वाढलं. मला काटा-सुरी कशी वापरायची ते माहीत नव्हतं म्हणून नेहमीप्रमाणे हातानंच जेवले. मग प्लेन खाली उतरलं. ती म्हणाली, 'जिथं जायचंय ते ठिकाण आलंय.' मी विचारलं, 'आपण कुठे जातोय?' ती म्हणाली, 'हा वेगळा देश आहे.' तिनं मला जाड कपडे दिले. ती म्हणाली, 'हे घाल,' बाहेर थंडी होती. ती म्हणाली, 'हा देश असाच असतो. ही बॅग घे. आपण जाऊ या.' मी तरीही तिला काहीच विचारलं नाही. मी लोकं चालत नसताना, पायऱ्यांवरून वर जाताना बघितले. मी म्हटलं 'वा!' मी पडू नये म्हणून घट्ट धरून ठेवलं. तो (जिना) तुमच्यासकट वर गेला. मी असं आफ्रिकेत कधीही पाहिलं नव्हतं.

विमानातून खूप लोक उतरले. विमानतळाचं नाव मला माहीत नाही. आम्हाला न्यायला विमानतळावर कुणीही आलं नव्हतं. सकाळ झाली होती. आम्ही विमानतळापासून खूप दूर कुठंतरी गेलो. एका माणसानं आम्हाला त्याच्या कारनं नेलं कारमधून आमचं सामान बाहेर काढलं. आम्हाला घरापुढं सोडलं आणि निघून गेला. ती म्हणाली, 'याला टॅक्सी म्हणतात.' कोणत्या गावाला आम्ही गेलो ते मला माहीत नाही. घरात हॉल आणि स्वयंपाकघर खालच्या मजल्यावर होते आणि वरच्या मजल्यावर खूप खोल्या होत्या. झोपायच्या चार खोल्या होत्या. घरातल्या लोकांनी मला 'ग्वान' म्हणजे जेवायला सांगितलं आणि मग म्हणाले, 'झोपून जा. तू दमली अससील.'

मग मी जागी झाले तेव्हा या नव्या बाईनं मला स्वयंपाकघरात पाठवलं आणि मला तिचं घर दाखवू लागली. माझी लेबाननची मालकीण तीनएक दिवस राहिली. मला वाटलं आम्ही नुसतं भेटायला आलो आहोत; पण ती म्हणाली की लुब्ना तिची बहीण आहे आणि मी तिच्याकडे काम केलं पाहिजे. ती खरं बोलत होती का ते मला माहीत नाही. ती म्हणाली, ती सुस्वभावी बाई आहे. ती तुझी काळजी घेईल आणि तुझ्यासाठी गोष्टी विकत घेईल. मी म्हणाले, 'ठीक आहे?' ती म्हणाली, 'ती तुला पगार देणार आहे; पण तो तुझ्यासाठी वाचवून ठेवणार आहे. तुला आईवडील नाहीत. तेव्हा तू या देशात राहू शकतेस.' मी म्हणाले, 'ठीक आहे.' घरात तीन मुलगे होते. ते माझ्याहून उंच होते. फक्त सर्वांत लहान करीम माझ्याहून उंच नव्हता. त्यांची वयं मला माहीत नाहीत. ते पाण्याचा पेला मागण्याखेरीज किंवा 'याला इस्त्री कर' असं सांगण्याखेरीज माझ्याशी बोलत नसत. मी त्यांच्याजवळ बसत नसे. मी स्वयंपाकघरात बसत असे.

असं शक्य आहे की ही लेबाननची स्त्री मुलं बेकायदेशीरपणे आणण्याच्या धंद्यात नव्हती, तो तिचा नेहमीचा व्यवसाय नव्हता; पण तिनं निओमीला 'एकदाच' म्हणून आणलं होतं. डेबी अरियो आफ्रिकन्स युनाईट अगेन्स्ट चाइल्ड अब्युज (AFRUCA – मुलांच्या दुरुपयोगाविरुद्धची आफ्रिकींची संघटनाच्या संस्थापिका व कार्यकारी संचालिका म्हणतात की आफ्रिकेत बालकामगारांचा वापर भरपूर होता. इंग्लंडमधील मध्यमवर्गीय आफ्रिकेतील कुटुंबं त्यांच्या विस्तृत नातेवाइकांच्या किंवा स्नेह्यांच्या वर्तुळातून घरकामासाठी किंवा मुलं सांभाळण्यासाठी मूल आणू शकतात. मुलं शाळेत जात नाहीत आणि सकाळपासून रात्रीपर्यंत काम करतात, याला त्यांचा दुरुपयोग समजलाही जात नाही. AFRUCA चं खूपसं काम इंग्लंडमधील आफ्रिकी समाजाला 'बालकांचा दुरुपयोग' (child abuse) म्हणजे काय, याची जाणीव करून देणं – आफ्रिकेत 'अधिक चांगलं आयुष्य' या समजुतीखाली आईवडील मुलांना इंग्लंडमध्ये पाठवतात – त्यांना वस्तुस्थितीची जाणीव करून देणं याभोवती केंद्रीत केलं गेलं आहे. २००१ च्या जनगणनेनुसार इंग्लंडमध्ये ५,८७,००० आफ्रिकी आहेत. त्यातले ७८% लंडनमध्ये राहातात. ते सर्वांत वेगानं वाढणारा वांशिक गट आहे आणि याचं प्रतिबिंब बेकायदा आणल्या गेलेल्या मुलांच्या संख्येत होणाऱ्या वाढीत दिसून येत. मुलं आफ्रिकेतून मुख्यत: घरकामासाठी आणि कधीकधी गुलाम म्हणून किंवा फायद्यासाठीच्या फसवणुकीखाली आणली जातात.

सुरुवातीला सारं काही छान होतं. ते मला सकाळी काम सुरू करण्यासाठी खूप खूप लवकर उठवत असत. त्यांच्याकडे दोन बसायच्या खोल्या होत्या. मला पूर्ण

घर साफ करावं लागे. पुन्हा इतकं सारं काम आणि मी एकटीच! त्यांनी मला हूव्हर (व्हॅक्युम क्लीनर) कसा वापरायचा ते शिकवलं. कारण आफ्रिकेत आम्ही झाडूच वापरतो. मी कपडे धुण्यासाठी मशीनमध्ये टाकत असे. हाच एक फरक होता– मला हातानं कपडे धुवावे लागत नव्हते. कुठेही जा– ते तुम्हाला कामालाच लावतात. काम, काम आणि काम! खूप कपडे असत आणि माझी दमणूक होई. त्यांनी मला एक फोमची चटई झोपायला दिली होती. झोपायला बाळाच्याच खोलीत अंथरूण. मला पुन्हा रात्री बाळाला सांभाळावं लागे. कधीकधी ते झोपत असे. मी त्याला झोपवण्याचा खूप प्रयत्न करी; कारण स्वयंपाकघरात उभं राहून, भांडी घासून, दिवसभर साफसफाई करून मी अगदी शिणून गेलेली असे. मी तेच काम करत असे. मला ते लोक उठायच्या आधी जेवण टेबलावर ठेवावं लागे. घरातील मुख्य पुरुष आणि मुलांचा काही प्रश्न नव्हता. ते ठीक होते. न्याहारीनंतर मुलं घराबाहेर पडत. कदाचित शाळेला जात असतील. मला ठाऊक नाही– प्रश्न विचारण्याची मला फार भीती वाटे. घरात फार एकटं वाटे.

कुणी येऊन दरवाजा वाजवला तर ते म्हणत, 'पळ, लवकर पळ, लप. धाव.' जणू मी चोर होते. 'खाली येऊ नकोस,' ते म्हणत. पाहुणा घराबाहेर पडेपर्यंत ते मला खाली बोलवत नसत. पाहुणे येणार असले तर ते मला सारं काम भरभर आटपायला लावत, पहाटे उठवून ते येण्यापूर्वीच सफाई करायला लावत. मी स्वयंपाकघरात असले तर लुब्ना मी बाहेरून दिसू नये म्हणून पडदे ओढून घेत असे. ते बाहेर गेले तर कुलूप लावून मला आत ठेवून जात. मला घराबाहेर सोडत नसत. मी आफ्रिकेत मिस फाराकडे असताना ती मला असं करत नसे. ती दरवाजा बंद करून सांगे की बाहेर जाऊ नकोस, अंगणातच राहा; पण इथे तर अंगणच नव्हतं. मी विचार करी की ते असं का करतात? एके दिवशी ती मला म्हणाली की या देशात तुम्ही रस्त्यावर राहायचं नाही, नाहीतर पोलीस तुला पकडतील. मी मनात म्हणे की आफ्रिकेत तुम्ही चोर असलात तरच पोलीस तुम्हाला पकडतील. मला ती असं का सांगतेय? मी म्हणे, 'ठीक आहे, मी बाहेर जाणार नाही.' 'कुणी दार ठोकलं तर तू ते उघडायचं नाहीस, ती म्हणे, मी उत्तर देई, 'ठीक आहे.' ती म्हणे 'फोन वाजला तर तू उत्तर द्यायचं नाहीस.' मी म्हणे, 'बरं.' मी जर काही फोडलं, तर ती मला मारत असे. मला 'मूर्ख' म्हणे, शिव्या देई. मला जर माणसाची भीती वाटत असली तर मी थरथर कापते. मग माझ्या हातातून काहीतरी खाली पडतं. ती येऊन म्हणे, 'या घरात तोडफोड करतेस? काय झालंय तुला?' मी तिची क्षमा मागे. ती म्हणे, 'एवढंच बोलता येतंय तुला?' ती माराचे वळ दिसू देत नसे. मी तिला घाबरत असे. ती मला म्हणे, 'तू अशी वागतेस म्हणूनच तुला आई-बाप नाहीत.' मी विचार करी की हे लोक माझ्या आईवडिलांचा का उद्धार करतात?

एके दिवशी मला दरवाज्यात किल्ली दिसली. ते दरवाज्यात किल्ली विसरत नसत. मी विचार करत होते की मी जर दरवाजा उघडला आणि त्यांनी मला बघितलं तर कल्लोळ होईल. किंवा मी बाहेर गेले आणि पोलिसांनी मला पकडलं तर मी त्यांना काय सांगणार? मी काही चोरी केलेली नाही. मी पोलिसांना सांगेन की ते घरात माझ्याशी कसं वागतात? मी किल्ली फिरवली, दरवाजा हळूच उघडला. (तिचा आवाज रहस्य सांगत असल्यासारखा होतो.) मला नाही वाटत की मी दरवाजा नीट बंद केला. ती बाई आणि तिचा नवरा पार्टीनंतर हॉलमध्येच झोपले होते. कदाचित त्यांना मद्य जास्त झालं असेल. त्या हालचालींबद्दल मला काही ठाऊक नसे. बाहेर फार काळोख नव्हता, पण गारठा होता. घरात मला थंडी वाजे म्हणून ती काहीतरी जाडसर घालायला देत असे. माझ्या पायात स्लिपर होते; पण मी मोजे घातलेले नव्हते. हा ख्रिसमसपूर्वीचा काळ होता. मी धावले. मला तो भाग आठवत नाही. मी कुठे चालले होते ते मलाच ठाऊक नव्हतं. मी आपली चालले होते. तो खूप मोठा रस्ता होता. खूप गाड्या दोन्ही बाजूनं जात-येत होत्या. मी थांबले. मी रस्त्यावर पाच दहा मिनिटं चालले असेन. मी रडत होते. जिथं मी कुणाच्या नजरेला पडणार नाही अशी जागा लपायला शोधायचा मी प्रयत्न केला. एका कोपऱ्यात.

मला कुणीतरी माझ्या दिशेनं येताना दिसलं. त्या माणसानं मला विचारलं 'तू इथं काय करते आहेस? तू का रडते आहेस?' तो काळा माणूस होता. उंच, चांगले कपडे घातलेला. तो प्रथम इंग्रजीत बोलला, 'तुला काय झालंय?' मी उत्तर दिलं नाही. मग त्यानं मला विचारलं, 'तू सिएरा लिओनहून आली आहेस का?' मी म्हणाले 'हो.' मग तो माझ्याशी क्रायो भाषेत बोलू लागला. म्हणाला, 'तू माझ्याच देशाची आहेस?' मी म्हणाले 'हो.' आता माझा चेहरा हसरा झाला. मी लेबाननच्या लोकांशीदेखील क्रायो भाषेतच बोलत असे. त्यानं विचारलं, 'तुझी तब्येत कशी आहे?' मी म्हणाले, 'मी ठीक आहे. तुझं नाव काय आहे?' त्यानं विचारलं, 'तू रडत का होतीस?' मी म्हणाले, 'मला उत्तर द्यायचं नाही.' तो म्हणाला, 'का? मला सांग.' मी म्हणाले, 'कुणीतरी या देशात मला आणलं. मला या देशाची काहीच माहिती नाही. माझी कुणाशीही ओळख नाही.' तो म्हणाला, 'ठीक आहे. माझ्याबरोबर ये. मी तुझ्याकडे बघीन.' मला आठवलं ती बाई म्हणाली होती की ती माझी काळजी घेईल. आता हा माणूस म्हणतोय की तो माझी काळजी घेईल. माझा गोंधळ उडाला. कुठं जावं ते मला कळेना.

निओमी खूप वेळ अगदी गप्प राहिली.

हा मोठा माणूस होता. लहान मुलगा नव्हता. त्याचं नाव होतं ॲलेसीन. त्यानं

मला त्याच्या घरी नेलं. माझ्यापाशी काहीही नव्हतं. फक्त अंगावरले कपडे होते. आम्ही बर्मिया *(बर्मिंगहॅम)* च्या गाडीत बसलो. त्यानं मला खरेदीला नेलं. प्रथमच कुणीतरी माझ्यासाठी कपडे विकत आणले. मी पँट आणि बूट पसंत केले. तो शहराच्या मध्यवर्ती भागात एक खोली, स्वयंपाकघर व न्हाणी असलेल्या फ्लॅटमध्ये राहात होता. तो मला 'बुल रिंग'मध्ये खरेदीला नेत असे. त्याच्याकडे खूप वेगवेगळ्या गोष्टी असत. ती खूप मोठी इमारत आहे. तेथे एक दुकान आहे जिथून आम्ही मासे आणि मांस विकत आणत असू. सारं ठीक चाललं होतं. ते म्हणे, 'बाहेर जाऊ नकोस. घरातच रहा. घरात अन्न आहे. तुला हवं ते सारं आहे. तो चांगला होता. कधीकधी आम्ही हसत असू, रस्त्यावर फिरायला जात असू. मी जेवण बनवी. आता मला स्वयंपाक करता येत होता. मी आधीच्या कुटुंबासाठी करत असे तसंच घर स्वच्छ करायची आणि सारी कामं करायची. त्याला नोकरी होती की नाही हे मला ठाऊक नाही. तो यायचा, जायचा; पण दररोज तीच वेळ नसे. कधीकधी तो घरीच असे. लोकांना आवडत नसे म्हणून मी प्रश्न विचारत नसे. माझा हा मोठा दोष होता.

निओमीनं प्रश्न न विचारण्याची सवय लावून घेतली आहे, कारण तिला तिच्या अनुभवांवरून वाटतं की तिनं पायरी ओळखून वागावं. या साध्या साध्या गोष्टींमुळे बाकी गोष्टी सोप्या होतात. आयुष्य भरकटत नाही. जर मी तिला विचारलं की तिला माझं नाव लक्षात आहे का, तर ते नसतं. मी तिला विचारते, 'जर तू कुणाला म्हणालीस की तुझी कहाणी पुस्तकात येणार आहे आणि त्यांनी तुला लेखिकेचं नाव विचारलं, तर तू काय करशील? ती म्हणते, की मुलाखती संपल्या की ती माझं नाव मला कागदावर लिहून द्यायला सांगणार आहे. मी म्हणते, 'ते ठीक आहे.' माहीत असणं तुम्हाला बळ देतं. तुम्ही तुमच्या आयुष्यावर ताबा ठेवू शकता.' सरतेशेवटी तिनं मला माझं नाव विचारलं नाहीच.

ती बरमॉण्डसेमध्ये जिथे राहाते, तेथून घरातून बाहेर पडल्यावर ती फक्त डावीकडे वळते. जेव्हा आम्ही उजवीकडे वळून रेस्टॉरंट शोधू लागलो आणि तिच्या घरापासून दहा मिनिटांच्या अंतरावर पायी रेल्वे स्टेशनला गेलो तेव्हा तिला खूप आश्चर्य वाटलं. ती स्टेशनच्या इतकी जवळ राहाते, हे तिला माहीतच नव्हतं. ती नेहमी बसनंच आलेली आहे. ती तिच्या फ्लॅटमधल्या मैत्रिणीला तिला लागलेला हा शोध सांगते आणि जेव्हा ती मैत्रीण म्हणते की तिला ठाऊक आहे, तेव्हा हिरमुसली होते.

मी बाहेर जाते तेव्हा नेहमी तसंच होतं. मी बाहेर जाते. मला ठाऊक असलेला

रस्ताच घेते. मला चुकायचं नसतं किंवा धोक्याच्या किंवा अवघड जागी पोचायचं नसतं. मी आता जास्त चारचौघांसारखं वागू बघते, माहीत नसलं तर विचारते. पूर्वी कुणी मला काही म्हटलं तर मी रडत असे. आता मी लक्ष देत नाही. मी माझे डोळे मिटते, अश्रू झरू देते आणि म्हणते, 'ठीक आहे, त्यांनी मला असं केलंय, ठीक आहे. मी निघून जाईन. मी धीर धरेन. दृढ राहीन.' ॲलेसीनला माहीत होतं की मी लिहू-वाचू शकत नाही. मी त्याला सांगितलं होतं की मी कधीच शाळेत गेलेले नाही. मला इंग्रजी बोलता येत नसे आणि काय बोलायचं ते तो मला पढवत असे. तो मला सांगे की लोकांना 'हॅलो' कसं म्हणायचं, 'तुम्हाला काय पाहिजे' कसं विचारायचं. केव्हा केव्हा आम्ही बसलेलो असताना तो मला लिहायला शिकवत असे कारण मला पेन धरता येत नसे. तो माझ्याबरोबर पेन धरून माझ्याबरोबर लिहीत असे. मी अक्षरं गिरवू शकते; पण माझं हस्ताक्षर असं येत नाही. (ती छापील कागदाकडे बोट दाखवत म्हणते) दररोज मी अक्षरं गिरवत असे. जेवण झाल्यावर आम्ही टी. व्ही. बंद करत असू. मी आनंदात होते की मला लिहायला शिकवणारं कुणीतरी भेटलं. मी जलद शिकले. मला लोकांकडून शिकून घ्यायला त्रास पडत नाही. मला त्याच्याजवळ राहायचं होतं; पण तो बाहेर जाई त्या वेळेस मला बरं वाटे. कुणी नसताना मला जास्त बरं वाटतं.

मग तो अचानक बदलला. लोक सुरुवातीला नेहमी चांगले वागतात. मग नंतर... ते मला फार वाईट वागवतात. तो चर्चला जात नसे. मलाही चर्चला नेत नसे. आमच्याकडे एकच पलंग होता, मी एकाच पलंगावर एका पुरुषाजवळ झोपत होते. सुरुवातीला त्यानं मला काही केलं नाही. मी पंधरा वर्षांची होते; पण त्यानं मला कधीच माझं वय विचारलं नाही. मग एका रात्री तो मला म्हणाला, 'तुला माझ्याबरोबर झोपावं लागेल. मी विचारलं, 'म्हणजे काय?' तोवर मी तेथे महिनाभर होते.

मला त्याबद्दल काही माहीत नव्हतं. काहीच मी कुणाला विचारूही शकत नव्हते. हो. रस्त्यावरली मुलं बोलत असत; पण ती काही करत नसल्यामुळं त्यांना काहीच माहीत नव्हतं. मला टी.व्ही.वर गोष्टी दिसत; पण मी त्यावर खरोखरच विचार केलेला नव्हता. मी जेव्हा फ्रीटाउनमध्ये लेबाननच्या लोकांपाशी राहात होते, तेव्हा ते म्हणत की फक्त लग्नानंतर तुम्हाला नवरा मिळतो आणि तुम्ही एका खोलीत झोपू शकता. मी म्हणे, 'ठीक आहे.' मी ते कधीच विसरले नव्हते. त्याच्या घरी एक काळी स्त्री येत असे. तिनं मला पाळीबद्दल सांगितलं होतं. एक दिवस मी खाली बसले होते आणि माझं पोट दुखत होतं. ती स्त्री म्हणाली, 'मी घरी कुणाला तरी बोलावते आणि तिला तू सांग की तुला काय होतंय.' तिनं मला सांगितलं की त्याला पाळी म्हणतात. मी विचारलं, 'ते काय

असतं?' तिनं मला फडकं कसं घ्यायचं ते शिकवलं. तुमच्या चड्डीत ते ठेवायचं, म्हणजे त्यावर तुम्ही असाल आणि पाळी संपली की ते धुवून वाळवून पुन्हा वापरायला घडी घालून ठेवायचं. तिनं मला सांगितलं की पाळी दर महिन्याला येईल आणि मी कुणा माणसाबरोबर झोपले तर माझ्या पोटात बाळ येईल. मी विचारलं, 'ते कसं काय?' ती म्हणाली, 'तुम्ही पुरुषाबरोबर झोपलात तर तसं होतं.' मी घाबरले. ती मला म्हणाली की मूल होण्याआधी तुम्हाला लग्न करावं लागतं. मी विचारलं, 'हो का?' ती म्हणाली, 'हो' ती म्हणाली, 'तू ख्रिश्चन आहेस म्हणून असं वागायचं.' मी म्हणाले, 'मला मूल नकोय.' मी तिच्याकडून काहीतरी शिकले.

आज निओमी नेहमीपेक्षा जास्त अडखळत बोलतेय. ती तिचं डोकं टेबलवर टेकतेय आणि म्हणतेय की तिचं पोट दुखतंय. मी तिला विचारते की तिला हॉस्पिटलला जायचंय का. आपण मुलाखत लवकर थांबवू या का; पण ती दोन्ही प्रश्नांना नकाराचं उत्तर देते. आम्ही सुरुवात करतो, पण ती जवळजवळ ऐकू येणार नाही इतक्या हळू आवाजात बोलते.

पण ॲलेसीनच्या घरात काही कॅसेट होत्या, त्या त्यानं मला दाखवल्या. त्यात स्त्री-पुरुष काहीतरी करत होते. तो म्हणाला, 'आपण तसंच करायचंय.' त्याच्यापासून मी पुरुषांशी समागम करायला शिकले. त्यानं कॅसेट लावली. मी ते काय करताहेत ते बघितलं. तो म्हणाला, 'बघ, ते एकमेकांशी खेळताहेत.' मग तो माझ्यापाशी बसून माझ्याशी चाळे करू लागला. मी त्याला म्हणाले की हे बरोबर नाही. मी म्हणाले, 'माझ्या पोटात बाळ येईल.' तो म्हणाला, 'हे खरं नाही. टेपवरल्या त्या बायकांकडे बघ. त्यांना मूल नाहीये.' मी म्हणाले, 'ते खरं आहे.' पण तरी मी नाही म्हणत राहिले. मग तो म्हणाला, 'ठीक आहे. तू बाहेर जा आणि रस्त्यावर राहा. मी तुला सोडून येतो.' मग नंतर... मी त्याच्याबरोबर झोपले. खूप दुखलं, रक्त आलं. मी रडत होते म्हणून तो म्हणाला, 'रडू नकोस, सारं ठीक होईल.' तो माझ्याबरोबर दोनदा झोपला. मग त्यानं घरी इतर माणसांना आणलं, तो कंडोम वापरत नसे. कंडोम काय ते मला माहीत नव्हतं. जेव्हा त्यांनी मला हॉस्पिटलमध्ये नेलं तेव्हा त्यांनी मला त्याबद्दल विचारलं. मी म्हणाले, 'ते काय असतं?' त्यांनी आमच्या समूहाला ते कसं वापरायचं ते सांगितलं. मला आठवलं की मी ते फ्रीटाउनच्या रस्त्यावर बघितलं होतं. मी ते उचलून फुग्यासारखे फुगवत असे. तो घरी माणसं आणू लागला. ते त्याचे मित्र होते की नाही ते मला माहीत नाही. ते कंडोम वापरत नसत. त्यानं मला सांगितलं, 'या देशात (राहाणं) सोपं नाही. मी पुरुषांबरोबर झोपले

तर ते मला पैसे देतील?'

पहिला माणूस मला स्पर्श करू लागला. मी त्याला म्हणाले, 'असं करू नको. ते अयोग्य आहे.' मग तो ॲलेसीनशी बोलला. ॲलेसीननं मला सांगितलं की मला त्या माणसाबरोबर झोपावं लागेल. त्यानं मला किती पैसे दिले, मला माहीत नाही. मला मोजता येत नाही. मी ते सारे ॲलेसीनला दिले, कारण मी त्याच्या घरात राहात होते. मी काम करत नव्हते, पैसे मिळवत नव्हते. त्याला अन्न विकत आणावं लागत होतं. हे लोक कुठले होते, ते मला माहीत नाही. मी त्यांच्याशी बोलत नसे. ॲलेसीन घरात खोलीबाहेर असे. कधी एक माणूस येई कधी दोन येत. खोलीत एकदम नाही. एक बाहेर थांबत असे. फार वेळ लागत नसे; पण मी घड्याळ बघत नसे.

मी तिला विचारलं की तिला मुखमैथुन करावं लागे का? तिला तो शब्दच ठाऊक नाही. मला कळतंय की तुम्ही नेहमीचे वाक्प्रचार वापरू शकत नसलात तर किती संकोच होतो. मी अगदी 'जाऊ दे' असं म्हणायच्या बेताला असताना तिच्या डोक्यात प्रकाश पडला

'हो! ते त्या कॅसेटवर तेच करत होते. खाली वाका, माणसाचं इंद्रिय उचला आणि तोंडात घ्या. त्यानं मला ते इतरांवर करायला सांगितलं. कारण त्याचे ते पैसे देत होते. मला त्याबद्दल बोलायला आवडत नाही. किती लोकांबरोबर मला झोपावं लागलं ते मला आठवत नाही. खूप सारे होते. कधीकधी तेच पुन्हा येत, कधीकधी वेगळे येत. त्यानंतर तो पुन्हा माझ्याबरोबर झोपला नाही. त्यानं मला पुन्हा बाहेर नेलं नाही. त्यानं मला पुन्हा लिहायला शिकवलं नाही. मी त्याला विचारलं की तो माझ्याशी असं का वागतो? त्यानं उत्तर दिलं की ह्या एकाच प्रकारे तो मला मदत करू शकतोय.

ती तिचे डोळे घट्ट मिटून घेते आणि तिचे टपोरे मूक अश्रू गाळते.

मी विचार करत होते की मी हे केलं नाही तर मी कुठे राहीन? मी रस्त्यावर राहायच्या विचारात होते; पण इथे सर्व लोक काळेच नाहीत. ठीक आहे. मग मी करतेय ते करणंच अधिक बरं; पण तेही योग्य नाही. मी पैशांसाठी माझा देह वापरत होते. मी त्याला म्हटलं की माझ्या देशात करत होते तसं मी रस्त्यावर राहून लोकांपाशी भीक मागितली तर? मी इथं असंच करत राहिले तर मी मरणारच आहे. त्यानं विचारलं, 'तू कुठं राहशील?' मी म्हणाले, 'रस्त्यावर, कुठेही.' तो म्हणाला, ही आफ्रिका नाही. मी म्हणाले, 'आफ्रिका काय आणि युरोप काय, ते मला माहीत

नाही. म्हणून मी जाणार आहे.' तो मला म्हणाला, 'ठीक आहे. तू गेलीस तर तू माझ्याकडे कधीही परत येऊ शकणार नाहीस. पण जायचं असलं तर जा.'

ज्या सहजतेनं त्यानं तिला जाऊ दिलं ती विचित्र वाटते; कारण तिच्यावर तो पैसे कमावत होता. कदाचित त्याला वाटलं असेल की सहकार्य न देणारी मुलगी धंद्यासाठी चांगली नाही आणि इतर बरीच सावजं जाळ्यात येण्यासारखी आहेत.

मी त्याला सांगितलं, 'पुरुष आले, तर मी ते करणार नाही.' तो ओरडून म्हणाला, 'तू ते केलं नाहीस तर तू या घरात राहाणार नाहीस.' मी म्हणाले, 'ठीक आहे तर मग. मी जाते,' त्यानं शेवटला माणूस आणला तेव्हा मी किंचाळू लागले. 'मला एकटीला सोडा.' मग ॲलेसीन माझ्याशी मारामारी करू लागला. तो माणूस म्हणाला, 'तिला जाऊ दे. ती ओरडते आहे.' मी म्हणाले, 'हे अयोग्य आहे. तुमचं लग्न झालेलं असायला हवं.' मी घरात बुक्क्या मारून सारी तोडफोड करत होते. मी काय करतेय त्याची मला पर्वा नव्हती. आता काहीही होवो. मी मेले तर बरंच. मी किंचाळू लागले, मग तो घाबरला. जेव्हा मी मृदूपणे 'नको, नको, नको' म्हणत असे तेव्हा लोकं माझा गैरफायदा घेत होती. त्यावरून मी शिकले. तो म्हणाला, 'पूर्वी तू *(उलटून)* बोलत नव्हतीस.' मी म्हणाले, 'तूच मला धीट बनायला शिकवलंस.' मी चिडत असे तेव्हा माझ्या खोलीत येऊन दरवाजा बंद करून घेत असे. एकटी राहात असे. काही दिवसांनी मी ठीक होत असे. या खेपेस मी ओरडले.

मग मी त्याच्यासाठी स्वयंपाक करेनाशी झाले. त्याच्याशी बोलेनाशी झाले, त्याच्या पलंगावर त्याच्याशेजारी झोपेनाशी झाले. मी जमिनीवर चादर पसरून त्यावर झोपू लागले. त्यानं मला काही दिलं तर मी ते घेत नसे. मी जेवण सोडलं, मी म्हटलं, 'माझ्यासाठी मरणच श्रेयस्कर आहे. या जगात राहूच नये.' असं दोन दिवस चाललं मग तो म्हणाला, 'तुला जायचं असलं तर तू जाऊ शकतेस.' मी म्हणाले, 'इतर लोकांविना माझं आयुष्य बरं राहील. मी तग धरेन.' तो काहीच बोलला नाही. तो फक्त माझ्याकडे पाहात राहिला.

मी पोलिसांकडे गेले नाही. माझ्या देशात तुम्ही पोलिसांकडे गेलात आणि त्यांनी तुम्हाला पकडलं तर ते तुमच्याशी वाईट वागतात, तुम्हाला मारहाण करतात, लाथा हाणतात, वाईट वाईट गोष्टी करतात. मला भीती वाटत होती की इथेसुद्धा ते माझ्याशी तसंच वागतील. ॲलेसीन राहात होता त्या जागेचा पत्ता मला माहीत नव्हता; पण आता मला माझे हक्क माहीत झाले आहेत. माझ्याशी कुणीही पुन्हा तसं वागू शकणार नाही. त्यानं मला बसच्या तिकिटासाठी पैसे दिले आणि त्यातून मला थोडी चिल्लर परत मिळाली. काही नाणी. तो म्हणाला की माझ्याबरोबर

मी काहीही नेऊ शकत नाही. मी त्याला म्हटलं, मला वाटतंय की सारी लोकं सारखीच असतात. प्रत्येकजण वाईटच असतो, ते म्हणतात, निओमी ये, मी तुला मदत करतो? पण ते सारे माझ्याशी दुष्टपणेच वागतात.

प्रवासाला खूप वेळ लागला. मी झोपत होते, उठत होते. तो फेब्रुवारी महिना होता. म्हणजे मी बर्मियात *(बर्मिंगहॅम)* तीन महिने होते. त्यानं मला सकाळी सोडलं आणि मी लंडनला पोचले तरी उजेड होता. मी कुठे आहे ते मला माहीत नव्हतं. मी ड्रायव्हरला विचारलं आणि तो म्हणाला, हे शेवटलं स्थानक आहे. मी बसमधून खाली उतरल्यावर लोकांच्या पाठोपाठ जाऊ लागले. मी त्यांना विचारलं की खूप बस कुठे असतात आणि त्यांनी मला बसस्थानक दाखवलं. माझ्याकडे पुरेसे पैसे नव्हते. म्हणून मी लोकांकडे नाण्यांची भीक मागू लागले. मी एका बसमध्ये शिरले; पण ती कुठे जात होती ते मला माहीत नव्हतं. मला तोवर १,२,३ हे आकडे वाचता येत होते; पण बसवर कोणते आकडे होते ते मला आठवत नाही. मी त्यांना पैसे दिले. मी त्यांना म्हटलं की मला मुख्य शहराच्या बाहेर जायचं आहे. त्यांनी मला तिकीट दिलं. माझा बेत होता की ज्या लोकांजवळ मी राहात होते, त्यांच्यापाशी जायचं. त्या लोकांचे अत्याचार सहन करण्यापेक्षा मला गुलामी परवडली असती. मला माहीत होतं की ते दूर राहात असत. म्हणून मला वाटलं की मी बसमध्ये बसून खूप दूर गेले, तर मला त्यांचं घर सापडेल. मी रस्त्यावर तीन दिवस काढले आणि पैशांची भीक मागू लागले. मी लपण्याजोगी जागा शोधून तेथे झोपत असे. तो एखादा कोपरासुद्धा असे. मला इतकी थंडी जाणवत नव्हती. कारण माझे कपडे जाड होते, मी दुहेरी कपडे घातलेले होते. मी पैशांची भीक मागून अन्न विकत घेत असे. फ्रीटाउनमध्ये मी जसं करत असे, तसंच. काही लोक तुम्हाला पैसे देतात.

या सुमाराला मला मरिया भेटली. मी तिच्या घरी गेले. मी तिला सांगितलं की माझी पाळी चुकली आहे. तिनं माझा योनिमार्ग दाखवायला सांगितला. मी तो दाखवला. ती मला म्हणाली की मला दिवस गेले आहेत. तिनं मला बापाबद्दल विचारलं. मी म्हणाले, 'बाळाचा बाप कोण ते मला माहीत नाही.' मला बाळ होईल तेव्हा मला वाटतं की मला बाळाला ओळख करून द्यायला आवडेल की हे तुझे... पण मला कुटुंबच नाही! त्याबद्दल मी विचार करेन. माझा हा मुद्दा आत्ताच लक्षात आला आहे. मला माहीत आहे की माझ्या वडिलांचं नाव होतं जोसेफ, मला माझं आडनाव माहीत आहे. आणि माझ्या आईचं नाव होतं मरिअम्मा. मला आजी-आजोबा, काका-काकूसुद्धा असतील; पण खात्री नाही. कारण मी कधीच त्यांना भेटलेली नाही. मी त्यांना शोधायचा प्रयत्न करीन. माकेनीत खूप माणसं राहात; पण ते फार मोठं गाव नाही. मला जास्त माहीत नाही, कारण मी फक्त शेजाऱ्यांच्याच मुलांशी खेळत असे. मी अजूबाजूला फिरत नव्हते, म्हणून ते गाव किती मोठं होतं

ते मला माहीत नाही. माझ्या वडिलांपाशी मला शाळेत पाठवायला पैसे नव्हते. मी माझ्या आईचं पहिलंच मूल. झालं काय, की माझी आई दुसऱ्या वेळेस गरोदर होती. बाळंतपणातच ती वारली. मी तेव्हा केवढी होते ते मला माहीत नाही. मला माझ्या आईबद्दल फारसं आठवत नाही. फक्त जे माझ्या वडिलांनी सांगितलं तेवढंच मला माहीत आहे. मला नाही वाटत ती हॉस्पिटलमध्ये गेली होती, नाहीतर ती वारली नसती. मला वाटत नाही की तिच्याजवळ त्यासाठी पैसे होते. झोपडीत कुणीतरी तिला बाळंतपणात मदत करायला आलं असणार.

मी माझ्या वडिलांजवळ राहिले आणि शेजाऱ्यांनी माझ्याकडे बघितलं. मी त्यांच्यासाठी काम करत असे आणि ते मला जेवण देत असत. सर्वजण जंगलात स्वयंपाकासाठी सरपण शोधायला जात असत. मी त्यांच्यापाठोपाठ जात असे. मी शेजाऱ्यांकडे असताना त्यांच्या मुलांबरोबर जात असे. ताजं पाणी आणून त्यांना स्वयंपाकाला मदत करत असे. आम्हाला पाण्यासाठी खूप खूप दूर जावं लागे. कधीकधी विहिरीतलं पाणी स्वच्छ नसे. मग दुसऱ्या ठिकाणी जावं लागे. तिथं खूप विहिरी होत्या. कधीकधी तुम्हाला बसून पाणी येण्याची वाट बघावी लागे. कधीकधी खूप गर्दी असे. कारण पाण्यासाठी तुम्हाला रांगेत उभं राहावं लागतं. तुम्ही रांगेत तुमची भांडी ठेवता आणि चालत चालत दुसऱ्या जागी जाता. आम्ही जाताना धावत, खेळत जात असू. त्यामुळं आम्ही किती दूरवर जायचो, ते मला माहीत नाही. लोक तुम्हाला कमी गर्दीच्या दुसऱ्या विहिरीपाशी जायला सांगत. कधीकधी तुम्ही सकाळी गेलात आणि काळजी घेतली नाहीत, तर परत यायला दुपार होऊ शके किंवा खूप रात्रही होऊ शके. कारण पाणी मिळणं सोपं नसे. मी पाण्यानं भरलेली प्लास्टिकची बादली आणत असे. माझ्यासाठी आणि माझ्या बाबांसाठी. कधी मी दिवसातून दोनदा जाई. तुम्हाला प्यायला पाणी लागे आणि शेजाऱ्यांना स्वयंपाकासाठी द्यावं लागे. आमचे कपडे धुवायला आम्ही मोठ्या नदीवर जात असू. आम्ही अंघोळ करून कपडे धूत असू. धुतलेले कपडे जड होत. आणायला अवघड पडत; पण करावं लागे.

आम्ही आमच्या शेजारच्या झोपडीत आमच्या शेजाऱ्यांकड जेवत असू. आम्ही तेच स्वयंपाकघर वापरायचो. कारण स्वयंपाक उघड्यावर होत असे. आम्ही भात खायचो. कधीकधी मासे खायचो. कधीकधी पैसे नसत. मग आम्ही *(वेगवेगळ्या)* गोष्टी एकत्र उकळत असू. आम्ही मासे खायचो, तेव्हा करंगळीच्या आकाराचा, माणशी एकच, छोटा मासा मिळे. आम्ही समुद्रकिनारी राहात नव्हतो. मासे बहुदा शहरातून येत आणि आम्ही ते बाजारात विकत घेत असू. सणासुदीला मी कोंबडं खाई. किंवा कोंबडं रोगट असे आणि मरणारच असे, तेव्हा आम्ही ते मारून शिजवत असू. त्यात कॅसाव्हाची पानं टाकून आम्ही ते शिजवत असू. कधीकधी

आम्ही झाडांवर चढून आंबे, पपया आणि इतर फळं आणत असू.

मी निओमीला तिच्या घराचं चित्र काढून दाखवायला सांगते, कारण तिला त्याचं वर्णन करणं जमत नाही. ती म्हणते तिला चित्र काढता येत नाही आणि कागद आणि पेनपासून ती असं अंग चोरून घेते की जणू ते तिच्यावर हल्लाच करणार आहेत. मी घर आणि कारचं चित्र काढते, पण त्याचा काही परिणाम होत नाही.

त्याला भिंती नव्हत्याच. दरवाजा पत्र्याचा होता. सारं पत्र्याचं बनवलेलं होतं. छप्पर गवताचं होतं. जमीन म्हणजे खरीच जमीन होती. मी कापड अंथरून झोपत असे. नळाचं पाणी, वीज नव्हती. आमच्याकडे दिवा नव्हता. सूर्य उगवला की आम्ही जागे व्हायचो, अंधार पडला की झोपायचो. जेव्हा तुमच्याजवळ मेणबत्त्यांसाठी पैसे नसतात, तेव्हा तुम्ही असंच झोपता.

आम्ही लपंडाव खेळायचो आणि सहा कपाचा खेळ. तो खेळ मला फार आवडतो. तुम्ही एकावर एक सहा दगड ठेवता आणि चेंडूनं तो ढीग पाडता. आम्ही बॉलच्या जागी संत्रं वापरायचो. मग पळत जाऊन लपायचो. दुसऱ्या संघानं संत्रं पकडून आमच्याकडे फेकायचं. ते मला लागलं तर ते खेळणार. ते मला लागलं नाही तर मी परत येऊन कप *(दगड)* होता तसा पुन्हा ठेवायचा प्रयत्न करणार. मी तसं करू शकले तर मी पुन्हा खेळणार. आम्ही आणखी एक खेळ खेळायचो. आम्ही एकासमोर एक उभे राहायचो. जे मी करीन ते तुम्ही करायचं. तुम्ही माझ्यासारखंच करू शकलात, तर तुम्ही खेळायचं. मी माझा पाय सारखा बदलणार. तुम्हाला तसाच करता यायला हवा. आमची शेजारीण माझी वेणी घालून देई. मला त्यांची फारशी स्मृती नाही. ते मोठं कुटुंब होतं. त्यांच्या छोट्या मुलीशी मी खेळत असे. आतापर्यंत ती मोठी झाली असणार. ती कदाचित आता जिवंतही नसेल. त्या वेळेस मी ठीक होते.

माझे वडील उंच होते, जेव्हा मी उंच, थोराड आणि मजबूत झाले, तेव्हा मला कळलं की मी त्यांच्यावर गेलेय. माझ्याजवळ काहीच फोटो नाहीत. माझ्याजवळ काहीच नाही. माझे वडील म्हणत की मी माझ्या आईसारखी दिसते. ते मला गोष्ट सांगत की दुसरं बाळ व्हायच्या वेळेस माझी आई कशी वारली. माझे वडील माझ्याशी करडेपणानं वागत; पण मला त्यांना माझ्या आईची उणीवही भासू द्यायची नसे. ते शेतावर भाताची, कधी शेंगदाण्याची – हवा असेल त्याप्रमाणे – पेरणी करायचं काम करीत. ते त्यांचं स्वत:चं शेत होतं का, ते मला ठाऊक नाही. मला जमिनी आणि अशा गोष्टींबद्दल काही कल्पना नाही.

आफ्रिकेत आम्ही हे एक फळ खात असू. आम्ही त्याला 'कुशू' म्हणायचो

(बहुदा काजूचं दुसरं नाव असणार). त्यात वर फळ आणि खाली बी असे. ते झाडावर वाढे. कधी ते गोड तर कधी आंबट लागे. आम्ही त्याचा उपयोग अंगावर गोंदायला करत असू. एकदा आजूबाजूला कुणीही नव्हतं. एका मुलीनं ते बी विस्तवात टाकलं, मी नव्हे. ज्या मुलीला लिहिता-वाचता येत होतं तिनं. ती माझ्याहून मोठी होती. ते बी भाजून निघालं. मग तिनं काठी घेतली. त्या बीमध्ये खुपसली आणि कातडीवर गोंदवलं. त्यानं कातडीला जखम होते. कापत नाही, पण क्षत पडतं. माझ्या शरीरावर त्या खुणा आहेत आणि नंतर कळलं की ती माझ्या नावाची अक्षरं आहेत. *(पुसट होत गेलेल्या गोंदणासारखी तिच्या नावाची आद्याक्षरं तिच्या दंडावर कोरलेली आहेत. कशावरही सही करायची असते तेव्हा त्या अक्षरांच्या आकाराची तिला आठवण होते.)*

गोंदवणारी ती मला म्हणाली की ते खाजत असलं तरी खाजवायचं नव्हतं. मला ते माझ्या वडिलांपासून लपवून ठेवावं लागलं. त्यांना कळलं असतं तर ते रागावले असते आणि त्यासाठी मी मार खाल्ला असता. माझ्या बाबांच्या चेहऱ्यावर त्यांच्या टोळीकडून केले गेलेले वार होते; पण त्यांनी ते माझ्यावर करवले नाहीत. मग मी हे का करून घेतलं, असं त्यांनी विचारलं असतं.

मी कुठेही गेले तरी मला इतकी शरम येते, कारण मला माझी सहीदेखील करता येत नाही. तुम्ही लोकांना काही विचारता, तेव्हा ते तुम्हाला वाचायला छापील कागद देतात. मी ती अक्षरं पाहाते, पण त्यांचा अर्थ काय ते मला कळत नाही. मी जेव्हा कागदावर सही करते तेव्हा ती मी कशासाठी करतेय हे मला माहीत नसतं. मला शाळेत जायचंय. मला शिकायचंय. अनेक वर्षांचं ते माझं स्वप्न आहे, ज्याचा मी ध्यास घेतलाय. काही लोक पेन वापरू शकतात. मी वापरू शकत नाही. मला वाटतं, प्रत्येकाला शाळेत जाण्याची संधी मिळाली पाहिजे. तुम्ही शाळेत गेलात, की तुम्ही प्रश्न विचारायला शिकता. काहीही करण्यापूर्वी मला समजायला हवं की ते काय आहे आणि मी का करायचं. मी पुन्हा न समजता कधीही असंच काहीही करणार नाही.

मी आता वर्गात जाते. माझ्या पहिल्या वर्गाच्या दिवशी त्या स्त्रीनं विचारलं की मला ठाऊक आहे का की किती महिन्यांचं वर्ष बनतं आणि किती दिवसांचा आठवडा बनतो? मी उत्तर दिलं, 'नाही.' म्हणून तिनं मला सोमवार ते रविवार आणि जानेवारी ते डिसेंबर (नावं) सांगितली. मी झोपण्यापूर्वी हे डोक्यात घोळवते. कधीकधी मी या टेबलापाशी बसून ते गिरवते. जी मुलगी इथे राहाते, ती कधीकधी रात्री येते आणि माझ्यापाशी बसते. मी तिची मदत घेते. मी तुम्हाला प्रामाणिकपणे सांगते, कधीकधी मला खूप लाज वाटते.

मी तिला शक्य तेवढं मागे जाऊन तिनं शिकलेलं सर्व काही आठवायला सांगते. उदाहणार्थ, ती किती वर्षांची आहे, हे तिला कसं कळलं?

मी जेव्हा माझ्या वडिलांजवळ राहात होते, तेव्हा दर वर्षी माझा वाढदिवस आला की बाबा म्हणत, तुझा वाढदिवस डिसेंबरमध्ये येतो. ते माझ्या डोक्यात पक्कं बसलं. १७ डिसेंबर. ते म्हणाले, 'तू तुझी काळजी घेऊ शकतेस. कुठेही गेलीस तरी लोकांना सांगू शकतेस.' मग त्यांनी आमच्या लिम्बा भाषेत सांगितलं की वर्ष होतं एक, नऊ, आठ, नऊ. कधीकधी मी लोकांना विचारते की कोणता महिना चालला आहे. लोकांनी म्हटलं की हा डिसेंबर आहे, तर ते मी लक्षात ठेवायचा प्रयत्न करते.

दर मंगळवारी मी माझ्या पालक कुटुंबाकडे जाते. माझी समाजसेविका मला म्हणते, 'घरात एकटी राहू नकोस.' मी एकटी असले की मला रडू फुटतं. गेले काही दिवस मी एकटी असताना आनंदात राहू लागले आहे; पण मी बाहेर जाऊन मैत्री जोडण्याचा आणि मी जगत असलेल्या आयुष्यातून बाहेर पडण्याचा प्रयत्न करते. ते खेळ खेळतात. आम्ही सर्वांनी आमचीच नावं लिहून पेटीत चिठ्ठ्या टाकल्या. प्रत्येक चिठ्ठी बाहेर काढल्यावर त्या नावाच्या माणसाला बक्षीस मिळालं. मला पुस्तक मिळालं. मला ते वाचून बघायचंय. ते माझं स्वप्न आहे. मला त्या पुस्तकाबद्दल काहीच माहीत नाही; पण मी त्या पुस्तकाशी खेळते. माझ्या खोलीत सजावट म्हणून मी ते ठेवलं आहे.

जेव्हा गृहखात्याकडून माझे कागद आले, तेव्हा त्यात काय आहे, हे मला माहीत नव्हतं. त्यांनी मला खूप कागद दिले. *(ते म्हणाले)* कागद ठेवून दे. तुला अपील करावं लागेल. त्यात माझा फोटो आहे. तो मी वेगळा, एका पाकिटात ठेवला आहे. मी अठरा वर्षांची होण्यापूर्वी हे कागद मला माझ्या वडिलांकडे परत न्यावे लागतील. महत्त्वाचं पत्र असेल तर समाजसेविका ते घेते किंवा त्यात मुलाखतीचं बोलावणंअसलं, तर ती तारीख लिहून घेते आणि दिवस मोजून सांगते की याच्या पुढच्या आठवड्यात. जेव्हा मी खरेदीला जाते तेव्हा कधीकधी माझ्या घरातल्या मुलीला माझ्याबरोबर नेते आणि ती मला हव्या असलेल्या गोष्टी शोधून द्यायला मदत करते. कधीकधी मी खोक्यावरच्या चित्रांवरून किंवा रंगांवरून ओळखते. मी मला हव्या असलेल्या गोष्टी उचलून गल्ल्यावरच्या मुलींकडे जाऊन त्यांना पैसे देते. आता मी पाणी विकत आणायला एकटीच जाते. मी त्यांना दहा पौंडाची नोट देते आणि ते मला चिल्लर परत देतात. मी त्याचा हिशोब ठेवायचा प्रयत्न करते.

कधीकधी मी विचार करते की कदाचित माझे वडील घरातून निसटून वाचले

असतील. *(मग)* मला झोप येत नाही. जसं मी या घरात रहायला आले, तेव्हा मी या खोलीत होते आणि मला झोप येईना. मला भीती वाटत होती. मी विचार करत होते. विचार. विचार. कधीकधी मला लोक बोलताना, चालताना ऐकू येत. मला भीती वाटते की कुणीतरी खोलीतून मला पळवून नेईल. माझ्या डोक्यात वाईटच विचार येतात.. जसं की लोकं माझ्या मागावर आहेत. माझं बाळ याच खोलीत असणार आहे. एक गोष्ट मी शिकलेय, माझ्या समाजसेविकेनं मला सांगितलंय की मी ख्रिस्ती धर्माची आहे. मी प्रार्थना करायला हवी. मला कशालाही घाबरण्याची जरूर नाही. तीसुद्धा ख्रिस्ती आहे. तिनं देवाला माझ्याकडे लक्ष ठेवायला सांगितलं आहे. मला काहीही होणार नाही. माझी समाजसेविका म्हणते, 'तुम्ही स्वत:च स्वत:साठी लढू शकत नाही. तुम्हाला तुमच्यासाठी लढायला देवाची जरूर असते..' माझ्यापाशी एक कॅसेट आहे. ज्यात ते प्रार्थना म्हणताहेत. मी ती टेपरेकॉर्डरमध्ये घालते आणि त्यांच्याबरोबर मी म्हणते. प्रार्थना संपली की मी झोपते. काल रात्री मला वाटलं की कुणीतरी मला पकडलंय आणि ठार मारणार आहे. मी ह्या घरात आले तेव्हा ही मुलगी चर्चला जात होती. मी तिच्यापाठोपाठ गेले. चर्चला जाऊन आलं की मला बरं वाटतं. मी दर रविवारी जाते. खूप काळे लोक नाचत, गात असतात. देव नाही असं मी मानत नाही. मला वाटतं की कुठंही देव असला तर एक दिवस तो मला तारून नेईल.

मी बाळाचा विचार न करण्याचा प्रयत्न करते. ते सतत माझ्याबरोबरच असणार आहे. मला शिकायचंय, शाळेत जायचंय. बाळाला मी त्याच्याशी बोलायला हवी असेन. ते सारखं रडू नये अशी मी आशा करते. मला शांतता हवीय. माझ्यासारख्या आफ्रिकेच्या रस्त्यांवरच्या छोट्या मुलांना मदत करायची मला योग्यता मिळवता यावी, अशी माझी इच्छा आहे. म्हणजे मी जे भोगलं ते त्यांना भोगावं लागणार नाही. मी जे पाहिलं ते त्यांना पाहावं लागणार नाही. मी कुठे राहातेय त्याबद्दल मी देवाची आभारी आहे. मला आयुष्य मिळालंय. पूर्वी मला निराश वाटत असे. आता मला माहिती आहे की देव आहे आणि आता मला ठाऊक आहे की प्रत्येकजण काही दुष्ट नसतं.

तिचं बाळ २७ सप्टेंबर २००६ ला जन्माला आलं. जेव्हा मी तिला अभिनंदनाचा फोन केला, तेव्हा ती आनंदानं हसून म्हणाली, 'तो गोड आहे. तो क्वचितच रडतो.' पण तिला जबाबदारी अवघड जातेय. मी तिला पूर्वी हसताना ऐकलं नव्हतं. मी नाताळात तिच्या मुलांसाठी भेटवस्तू घेऊन तिला भेटायला गेले. मला वाटतं फक्त हेच नवे कपडे त्याला मिळाले आहेत. अनेकदा मी तिथे गेली असताना मला ती तिला दिले गेलेले वापरलेले बाळाचे कपडे हातानं धुताना आणि वाळत टाकताना

दिसत असे. ज्या खोलीत मी पूर्वी तिची मुलाखत घ्यायला बसे, आता तिनं त्याचं शयनगृह बनवलं आहे. ती एक छोटा पलंग आणि बाळाची कॉट मावेल एवढीच रुंद आहे. त्याला कॉटवरून उचलून घेण्यासाठी तिला तिच्या पलंगाच्या पायाशी जाऊन, पुढल्या बाजूला रांगत जाऊन, तिच्या पलंगावर गुडघे टेकून बसावं लागतं, म्हणजे ती बाळापर्यंत पोहचते; पण सरतेशेवटी आपलं म्हणण्याजोगं कुणीतरी मिळाल्याचा आनंद तिच्या चेहऱ्यावर स्पष्ट दिसतो.

निओमीजवळ फारच कमी स्नेही आणि त्याहून कमी पैसे आहेत. डिसेंबर २००७ मध्ये तिनं अठरा वर्षं पूर्ण केली की तिचा आधारवड असलेली समाजसेविका तिची काळजी घ्यायला बांधील नसेल. निओमीची समाजसेविका म्हणाली की तिचे अज्ञान पाल्य अठराचे झाले की बरेचदा तिचा त्यांच्याशी संपर्क सुटतो; परंतु साऊथवर्कच्या एकट्या अज्ञान मुलांच्या संघटनेचा व्यवस्थापक मोहम्मद सेसाय म्हणतो की 'बालक कायदा (२०००)' (छत्राखालून बाहेर पडणाऱ्या मुलांसाठीचा) प्रमाणे त्यांना ती २१ची होईपर्यंत तिची काळजी घ्यावी लागेल किंवा तिला कॉलेजात जायचं असलं तर ती २४ ची होईपर्यंत त्यांना तिची काळजी घ्यावी लागेल. निओमीचा आश्रयाचा अर्ज मंजूर झाला नाही तरी तिची काळजी घ्यायला तिला एक स्वीय सल्लागार – जी प्रशिक्षण न घेतलेली समाजसेविका असते – दिली जाईल. आधीची समाजसेविका ज्या ज्या बाबतीत, वैद्यकीय मदत, राहाण्याची जागा, पैसे, शिक्षण, शिशुसंगोपन, मदत करत असे, या सर्व बाबतीत ही स्वीय सल्लागार मदत करेल. फक्त फरक एवढाच की, पूर्वीच्या समाजसेविकेला स्वत:हून या बाबींकडे लक्ष पुरवावं लागत असे, तर नव्या समाजसेविकेची मदत घेण्याची जबाबदारी निओमीची असेल. साऊथवर्कचे लोक, गृहखात्याकडे तिनं राहाण्याची परवानगी मागण्यासाठी केलेल्या अर्जाबाबत तिला मदत पुरवतील. तिला यश मिळेल याची खात्री देता येत नाही.

२००५ साली एकेकट्या असलेल्या सिएरा लिओनच्या २५ मुलांनी आश्रयासाठी अर्ज केला. त्याच वर्षी एकाच देशातील सर्वांत अधिक संख्येचे मुलांचे अर्ज अफगाणिस्तानमधून आले, ५३० अर्ज. हे आकडे फार लहान आहेत. तरीही काळजी वाटण्याजोगी अफवा आहे की ज्यांचे कुणीही नातेवाईक इंग्लंडमध्ये नाहीत, अशा अर्ज फेटाळल्या गेलेल्या ५०० आश्रययाचक मुलांना गृहखातं त्यांच्या स्वत:च्या देशात परत पाठवून देण्याच्या विचारात आहे. जरी ते त्यांच्या सर्वाधिक हिताचं नसलं तरीही. याचा अर्थ असा की जशी निओमीला अठरा वर्षांची होईपर्यंत राहाण्याची परवानगी 'विचारांती' दिली गेली, तीदेखील त्यांना मिळणार नाही. देशांतराबाबतचे कायदे व मुलांच्या १९८९ आणि २००४च्या कायद्यांनुसारची कर्तव्यं यांचा मेळ बसत नसतो. कारण देशांतराबाबतचा कायदा कल्याणाबाबतच्या

विचारांपेक्षाही महत्त्वाचा गणला जातो. अठरा वर्षांची झाल्यावरही निओमी खूपच असहाय असेल. जर तिला परत पाठवून दिलं तर ती स्वत:ची किंवा तिच्या मुलाची काळजी घ्यायला असमर्थ असेल. ज्यांच्याकडे काही पर्याय नसतात त्यांच्याभोवती लटकणाऱ्या त्या पूर्वीच्या दुष्ट गळफासात, ती दोघं पुन्हा फ्रीटाउनच्या रस्त्यावर जाऊन पोहोचण्याची शक्यता खूपच आहे.

लिउ बाओ रेन : भटकंतीचा अंत

लिउ बाओ रेन हा सडपातळ आणि चपळ आहे; त्याच्या बेचाळीस वयापेक्षा खूपच तरुण दिसणारा. तो रुंद स्मिताने आमचं स्वागत करत असताना माझं लक्ष पुडिंगच्या भांड्यासारखा आकार दिलेल्या त्याच्या चमकदार केसांकडे आणि त्याच्या डोळ्यांभोवतीच्या सुरकुत्यांकडे जातं. आम्हाला पहिल्या प्रश्नोत्तरांच्या मुलाखतीसाठी एक तास उशीर झालेला आहे. त्याचं घर 'लंडन ए ते झेड' (नकाशा)च्या थोडंसंच बाहेर आहे आणि आम्ही रस्ता खूपच चुकलो. जरी तो ब्रिटनमध्ये राहात असला तरी त्याचं घर उदयोन्मुख देशातल्या, चीनच्या नैर्ऋत्येच्या, लिउची मायभूमी असलेल्या फुजिअन प्रांतातील खेड्यात आढळणाऱ्या चालचलाऊ शैलीत ठेवलेले आहे. पॅसेजच्यासुद्धा भिंती पाडून टाकून उघडा जिना ठेवलेल्या विस्तृत हॉलमध्ये फक्त दोन छोटे कोच, एक टी.व्ही., छोटंसं जेवणाचं मेज आणि चार वेगवेगळ्या खुर्च्या ठेवलेल्या आहेत. ख्रिसमसच्या दिव्यांची माळ, इंग्लिशमधला जगाचा नकाशा, अपंग लोकांसाठीचा रेल्वेचा नकाशा, खोटं वाटेल इतकं निळं सरोवर आणि चेरीच्या मोहोरानं फुललेल्या झाडाचा फोटो असलेलं चिनी कॅलेंडर आणि चिनी शकुनवस्तू – लाल धाग्यात गुंफलेली चार छोटीशी ढोलकी – वगळता भिंती रिकाम्याच आहेत.

लिउची पत्नी, वँग ली, ही डोळ्यांच्या शस्त्रक्रियेतून नुकतीच बरी होतेय, तरी ती उत्साहात दिसतेय आणि आमच्याभोवती आनंदानं हसत, बोलत वावरतेय. तिच्या गालांवर दोन लाल रंगाचे ठिपके आहेत. त्यामुळे ती रशियन बाहुलीसारखी

दिसतेय. घरी दोन मुलं आहेत. पंधरा वर्षांची मुलगी आणि आठ वर्षांचा मुलगा. नियम मोडता आल्याच्या आनंदात हॉलमधून आवाज करत इकडून तिकडे पळणारा तो छोटा मुलगा दिवसा अधूनमधून अवतीर्ण होत राहातो. आणखीन एकदा आम्हाला कळलं की लिउला अठरा वर्षांचा एक मोठा मुलगादेखील आहे. आमच्या पहिल्या मुलाखतीत आम्ही लिउला, मुख्यत्वेकरून त्याच्या बालपणाला व मोठं होतानाच्या आयुष्याबद्दलच विचारतो. वँग ली त्याच्याजवळ बसून त्याला स्मरणात नसलेल्या छोट्या छोट्या गोष्टींची आठवण करून देते आणि त्याच्या कथा ऐकून आनंदानं हसते. कधीकधी भाषांतर चालू असतानादेखील तिची बडबड आणि हसणं चालूच राहातं. त्यामुळे त्याच्या आठवणीतून सुटलेल्या गोष्टी माझ्या कहाणीतूनही सुटलेल्याच राहातात; पण गमतीची गोष्ट अशी की, त्या पहिल्या मुलाखतीनंतर, लिउच्या इंग्लंडला येतानाच्या खडतर प्रवासाबद्दल आधी कधीच विस्तारानं ऐकलेलं नसूनही, वँग लीनं स्वत:ला घरकामातच व्यग्र ठेवलं. कदाचित तिला वाटलं असेल की त्याच्यावर काय प्रसंग गुदरले ते तिला माहीत नसलेलंच बरं.

२००१च्या शिरगणतीप्रमाणं इंग्लंडमधील चिनी लोकांची लोकसंख्या अडीच लाखांइतकी मोठी आहे, पण एकूण लोकसंख्येच्या फक्त ०.४% हिस्सा आहे. (म्हणजे हजारात फक्त चार.) लपूनछपून रहाणाऱ्या चिनी लोकांचा आकडा कळणं अर्थातच शक्य नाही. काही अंदाजांच्या अनुसार बेकायदा आलेले ७०,००० चिनी कामगार अन्नप्रक्रिया करणारे कारखाने, शेती, भोजनसामग्री पुरवणारे लोक व बांधकाम यांसाठी काम करत आहेत. छोट्याशा टिपणीत समावेश न करता येण्याजोगे. चीनमधून स्थलांतर करण्याचे विविध आणि गुंतागुंतीचे मार्ग आहेत. १९८२ पासून सेंट्रल लंडन लॉ सेंटरमध्ये चिनी स्थलांतरितांसाठी सल्ला देणारा आणि त्यांचा वकील म्हणून काम करणारा बॉबी चेन म्हणतो की १९८९च्या टिआनमन स्क्वेअरमधील कत्तलीनंतर खूप चिनी लोकांनी आश्रयासाठी अर्ज केले. ते लोक प्रामुख्याने बीजिंग, शांघाय आणि ग्वाँगझाऊसारख्या शहरातून आलेले होते. ब्रिटिश सरकारच्या चीनविषयक धोरणानुसार ४ जून १९८९ पूर्वी आलेल्या कोणत्याही विद्यार्थ्याला या देशात राहायची परवानगी द्यायची होती; पण अपेक्षेपेक्षा कमी लोकांनी आश्रयासाठी अर्ज केले.

१९९५ नंतर चित्र बदललं. प्रामुख्यानं किनारपट्टीवरील फुजिअन आणि ग्वांगडाँग जिल्ह्यांमधून स्थलांतर-इच्छुक येऊ लागले. फुजिअन जिल्हा बरोब्बर तैवानच्या समोर आहे. हा चीनमधला सर्वांत गरीब जिल्हा नसला तरी तिथे फारसे कारखाने व उत्पादन नाही. कारण तो सतत तैवानशी युद्धाच्या पवित्र्यात ठाकलेला असतो. तैवानकडे तोंड केलेली शेकडो क्षेपणास्त्रं फुजिअन जिल्ह्यात ठेवलेली आहेत. तैवान हा चीनच्या कुशीत सततचा सलणारा काटा ठरला आहे. १९४९ साली सत्तेसाठीच्या

लढाईत जेव्हा चँग कैशेक आणि त्यांचा राष्ट्रवादी पक्ष माओंच्या साम्यवादी पक्षाशी हरला, तेव्हा ते चीनच्या किनाऱ्यापासून १२४ मैलांवरील तैवान बेटावर पळून गेले. त्यांनी तेथे त्यांचं क्यूमिनतांग (के.एम.टी.) हे हद्दपारीतलं सरकार स्थापलं आणि साम्यवादी सत्तेचा पाडाव करून बीजिंगमध्ये एक दिवस सत्तेवर पुन्हा येण्याची आशा धरली. यात चीनला एकटं पाडून नियंत्रणात ठेवण्याच्या धोरणाचा भाग म्हणून अमेरिकेनं त्यांना पाठिंबा दिला. जेव्हा २००० साली के.एम.टी. सत्ता लयाला गेली आणि के.एम.टी.नं दाबून टाकलेला तैवानी वंशीयाचा पक्ष सत्तेवर आला, तेव्हा त्यांनी 'एक चीन' या त्यांच्या आधीच्या राजवटीच्या मागणीऐवजी चीनपासून स्वातंत्र्य मिळवण्याची खटपट आरंभली. स्वातंत्र्याच्या कोणत्याही मागणीला चीन, सैनिकी आक्रमणाच्या धमकीनं उत्तर देतो.

फुजिअनच्या लोकांमध्ये स्थलांतराची पूर्वापारपासूनची प्रथा आहे. जेव्हा आंतरराष्ट्रीय गुलामांच्या व्यापाराला बंदी आली, तेव्हा ब्रिटन त्याच्या वसाहतींमध्ये स्वस्त मजुरांच्या शोधात होते. त्या वेळेस एकोणिसाव्या शतकात फुजिअनच्या लोकांचं स्थलांतर सुरू झालं. १९६६ ते १९७६ दरम्यानच्या सांस्कृतिक क्रांतीच्या (कल्चरल इव्होल्युशन) वेळेस, आणि खरंतर १९४९ मध्ये (कम्युनिस्ट) साम्यवादी सत्ता आल्यापासून परदेशात नातेवाईक असणं वाईट समजलं जाऊ लागलं आणि त्यामुळे हेरगिरी आणि राजनैतिक छळ अशा आरोपांना तोंड द्यावं लागू लागलं; परंतु आज फुजिअनमधल्या लोकांचे नातेवाईक सर्रास परदेशात राहतात आणि त्यांनी मायदेशी पाठवलेल्या पैशांमुळे स्थानिक आर्थिक परिस्थितीत कायापालट घडला आहे. परदेशातून सुट्टीला आलेल्या चिनी लोकांचा चैनीवरला खर्च पाहून फुजिअनच्या अधिकाधिक शेतकऱ्यांना परदेशी जाण्याचा मोह पडू लागला आहे.

फुजिअनहून स्थलांतर करण्याचं आवडतं अंतिम स्थान असतं जपान, तैवान, अमेरिका आणि ऑस्ट्रेलिया. जपान लोकप्रिय असण्याचं कारण म्हणजे तिथं जाणं स्वस्त असतं आणि तिथं मजुरी जास्त मिळते; पण जपानचं सरकार सर्रासपणे पकडल्या गेलेल्या फुजिअन लोकांना चीनमध्ये परत पाठवून देतं आणि असं करताना फुजिअनच्या स्थानिक अधिकाऱ्यांना तसं कळवतं. खूप फुजिअनच्या लोकांची अशी समजूत आहे की अमेरिकेतले स्थलांतराच्या खात्यातले अधिकारी (इमिग्रेशन ऑफिशिअल्स) जपान व तैवानमधील अधिकाऱ्यांपेक्षा अधिक सौम्य असतात. फुजिअनहून स्थलांतर करणाऱ्यांपैकी फक्त १% लोक राजकीय कारणासाठी जातात आणि लिउ बाओ रेन त्या वर्गात मोडतो.

फुजिअन जिल्ह्यात लोकांना गुपचुप दुसऱ्या देशात नेण्यासाठीच्या दलालांसाठी प्रचंड मागणी असल्यामुळे असे अजगरासारखे दलाल तेथे खूपच उद्योग करताहेत, इतका की ते उघड उघड परदेशातील कारखान्यात मजूर हवे असल्याबद्दल

जाहिराती देतात. ते लोकांना पश्चिमेकडल्या देशात गुपचूप घुसवण्यासाठी खोटे पासपोर्ट, खोटे प्रवेश परवाने (व्हिसा), लाचलुचपत किंवा मानवी मालाची ट्रक आणि जहाजातून वाहतूक असे मार्ग वापरतात. फुजिअनच्या टोळ्या तैवानच्या टोळ्यांशी, किनाऱ्यांवरच्या बंदरांवरून बोटीतून जपान व उत्तरी अमेरिकेत अशा लोकांना नेण्यासाठी हातमिळवणी करतात. जरी पाश्चिमात्य प्रसिद्धी माध्यमं ट्रायाड आणि स्नेकहेड्स यांच्यात फरक करत असली तरी हे दोन्ही एकमेकांशी अगदी जवळून संबंध ठेवून आहेत. लिउच्या माहितीप्रमाणे ट्रायाडच्या गुंडगिरीच्या व्यवहारातलं स्नेकहेड्स (माणसं नेणाऱ्या टोळ्या) हे फक्त एक अंग आहे. ट्रायाड अमली पदार्थांचा चोरटा व्यापार, पैसे काळ्याचे पांढरे करणं, पैसे व्याजी देणं, खंडणी उकळणं, बेकायदेशीर सट्टेबाजी, डी.व्ही.डी.ची चाचेगिरी, कर चुकविणं, विक्रीकर चुकविणं अशा विविध उद्योगांत व्यस्त असतं. लिउला इंग्लंडमध्ये आणणारे स्नेकहेड्स ट्रायाडपैकी नव्हते, त्यांच्याशी अनौपचारिक संबंध ठेवून होते. सिगरेट जकात चुकवून आणणाऱ्या जलद बोटी माणसांची ने-आण करायला कशा उपयुक्त ठरतात. यांचं वर्णन बॉबी चेननं केलं आहे. लोकांना बेकायदेशीर नेण्याचा धंदा अमली पदार्थांच्या व्यापाराइतकाच किफायतशीर आहे. युरोपात तो धंदा आठ बिलियन पौंडाइतका चालतो.

ट्रायाड्स उर्फ त्रिकुटं (त्रिकोणासारखी रचना असलेली संस्था – एक प्रमुख फक्त खालच्या दोघांशी संपर्क ठेवून असतो.) ही मांचू चिंग राजघराण्याला विरोध उभा करण्यासाठी १७६०च्या दशकात स्थापिली गेली. शतकं उलटल्यावर त्यांचा मूळ उद्देश नाहीसा झाला. सभ्य आयुष्यशैलीत मिसळून न जाता आल्यामुळं ही त्रिकुटं गुन्हेगारांच्या टोळ्या बनली. १९४९ साली जेव्हा साम्यवादी सरकार आलं आणि त्यांनी कडक कायदेकानून लागू केले, तेव्हा संघटित गुन्हेगारी ब्रिटिश वसाहत असलेल्या हाँगकाँगच्या दिशेला दक्षिणेला वळली. एकूण आठ मुख्य ट्रायाड टोळ्या होत्या, त्यांनी हाँगकाँगचे भौगोलिकदृष्ट्या तुकडे पाडून त्यावर वेगवेगळ्या वंशीय टोळ्यांची सत्ता प्रस्थापित केली. सध्या हाँगकाँगमध्ये ५७ ट्रायाड संस्था आहेत. त्यांची सभासद-संख्या किती हे त्यांच्या नेत्यांनासुद्धा खात्रीपूर्वक सांगणं कठीण असतं. जरी काही ट्रायाडचे फक्त पन्नास सभासद आहेत, तरी तेवढ्या ट्रायाड्सचे तीस हजार सभासद असतात. असं सांगितलं जातं की चँग कैशेकसारख्या लोकप्रसिद्ध व्यक्तीसुद्धा सभासद होत्या आणि ऐकिवात आहे की त्यांनी ट्रायाडच्या सभासदांना साम्यवाद्यांचा यातनामय छळ करण्याची सूचना दिली होती. १४के सारखे ट्रायाड गट लंडन, बर्मिंगहॅम, मँचेस्टर, लिव्हरपूल अशा शहरांमध्ये १९५२ सालांपासून प्रथम दिसू लागले. 'वो-शिंग-वो' हा सर्वांत मोठा समजला जाणारा गट आणि 'सन-यी-ऑन' हे दुसरे मुख्य ट्रायाड गट आहेत.

लंडनच्या हमरस्त्यांवर, डीव्हीडीच्या पुठ्ठ्यांना टेपने जोडून केलेल्या चटयांवर उभ्या असलेल्या कित्येक चिनी बायका मी पाहिल्या आहेत. त्या मोठाल्या खिशांचे कोट घालून त्या खिशातून पायरेटेड डीव्हीडी विक्रीसाठी काढतात. ह्या स्त्रिया बहुतेक साखळीच्या दृश्य भाग असतात; जी दुसऱ्या टोकाला ट्रायाडच्या प्रमुखापर्यंत जाऊन पोचते. लिउ इतर टोळ्यांची – व्हिएतनाम-पै, चांगल-पै, फुकिंग-पै वगैरे नावं घेतो; पण त्याचा यांच्यापैकी आला असला तर कुठल्या टोळीशी संबंध आला ते सांगायला तो अनुत्सुक असतो आणि कारण आपण समजू शकतो. लिउ बाओ रेन हा उत्कृष्ट कथाकथनकार आहे. एकदा का तो सांगण्याच्या भरात आला की त्याला थोपवणं, त्याच्या मी शोधलेल्या दुभाष्याला, शिआओ सिंगला, मृदु हृदयी जीवाला, अवघड पडतं. म्हणून मी घेतलेल्या मुलाखतींपैकी ही सर्वांत लांबलचक ठरली. दुभाष्याला मदतीला घेतल्यामुळे मला अवघड प्रश्न विचारणं सोपं गेलं ; कारण मला लिउकडे बघावं लागत नव्हतं आणि विनासंकोच मी पुन्हा पुन्हा प्रश्न विचारू शकले. आणि मला प्रश्न पुन्हा पुन्हा नक्कीच विचारावे लागले. जरी लिउ बोलण्याच्या वर्षावात तुम्हाला आडवा करू शकतो, तरी आम्हाला हवी असलेली मौल्यवान माहिती सतत मन वळवून हळूहळूच बाहेर काढावी लागते आणि मी त्याची सुरक्षितता धोक्यात येईल असं काहीही करणार नाही, असा धीरही द्यावा लागतो. ज्यांच्या मी मुलाखती घेतल्या त्यांपैकी तो सर्वांत जास्त घाबरलेला जीव आहे. तो ट्रायाड टोळ्या आणि अजगर दलालांच्या कारस्थानांच्या जाळ्यात अडकलेला दिसतो. फारच थोडे लोक त्यांच्याविरुद्ध बोलण्याइतका धीर दाखवू शकतात.

मी ब्रिटनला चुकूनच पोचलो. गोंधळ झाला नसता तर मी माझी कहाणी सांगायला इथे पोचलो नसतो. लोकांना बेकायदा इकडून तिकडे नेणारेसुद्धा चुका करतात आणि माल चुकीच्या जागी पाठवतात; पण या खेळात पैसे परत मिळत नाहीत. आणि परिणाम खरोखरच आयुष्य संपूर्णत: बदलून टाकतात. मला कातड्याचा व्यवसाय करणाऱ्या मित्राचा भागीदार बनण्यासाठी इटलीला जायचं होतं आणि मी माझा प्रवास सुरू केला, तेव्हा मी तिकडेच निघालो आहे अशी माझी समजूत होती; पण मी इंग्लंडला येऊन पोचलो. इथं यायला मला चार महिने लागले. पण हे तर काहीच नाही. माझ्या एका जवळच्या मित्रानं प्रवासासाठी ३०,००० पौंड उसने घेतले आणि त्याला चार वर्षं लागली. तो दोनदा फ्रान्समध्ये पोचला आणि एक वर्ष त्यानं आफ्रिकेतल्या रस्त्यांवर भीक मागण्यात घालवलं. त्याला एका अजगर-दलालांच्या टोळीनं दुसऱ्या टोळीतून गिऱ्हाइकं पळवण्यासाठी पकडून नेलं. त्यानं जहाजातून उडी ठोकली आणि थेट पोलिसांच्याच हाती सापडला. फारच गुंतागुंतीची कहाणी आहे ती!

तुम्ही जितके पैसे मोजता, त्यावरून ठरतं की तुमचा प्रवास किती सुखकारक असणार आहे – हे माझ्या मित्राला सांगा! मी बऱ्यापैकी पैसे मोजले होते, त्यामुळे माझा प्रवास माझ्या माहितीनुसार इतका काही वाईट नव्हता; पण मला त्याची आखणी करायला हातात फारसा वेळच नव्हता. मी पळून निघालो होतो. आम्हा बौद्धधर्मीयांच्या गटाच्या ध्यानाच्या सभेत असताना मला सप्टेंबर १९९७ साली कैद झाली होती. ह्या क्वान यिन *(ध्यानाच्या)* रीतीवर चीनमध्ये बंदी आहे. ह्या गटाचा मुख्य आदरणीय गुरू चिआंग है हा तैवानमध्ये राहातो. चिआंग हैची शुद्ध इंग्रजीतली शिकवण 'गॉड्स डायरेक्ट कॉन्टॅक्ट डॉट कॉम' ह्या वेबसाईटवर (यात उपरोध नाही) मिळू शकते. तैवानमधील कुणाचाही पगडा, मग तो आध्यात्मिक पगडा का असेना, तोही तैवानपासून समोरच्याच बाजूच्या फुजिअन जिल्ह्यावर असण्याबाबत चिनी अधिकारी फार नजर ठेवून असत. ज्या वर्षी मला अटक झाली, त्या वर्षी तैवान व चीनमधले संबंध अतिशय तणावपूर्ण होते. त्यांना वाटलं की मी तैवानचा हेर आहे. एकदा मी एक मोटरबोट भाड्यानं घेतली होती आणि मी चीन आणि तैवानमधल्या चिंचोळ्या समुद्रपट्टीत आंतरराष्ट्रीय सरहद्दीपार चुकून भरकटलो होतो. एकदम एका क्षणातच चीनच्या आरमारी मोटरबोटी सर्व दिशांनी माझ्यावर चालून आल्या.

सरकारच्या, चीनवरच्या ऑक्टोबर २००३च्या (सी.आय.पी.यू.) देशाच्या अहवालानुसार ह्या ध्यानाच्या पद्धतीचे सात राज्यांमध्ये पाच लाख अनुयायी आहेत. जेव्हा त्यांना हजारो सभासदांची विश्वासार्ह यादी सापडली, तेव्हा त्यांनी प्रथम त्यावर विरोधी धार्मिक संस्था असा शिक्का मारला आणि मग जेव्हा १०,००० अनुयायांनी बीजिंगच्या नेत्यांच्या तटबंदी असलेल्या मैदानापुढे धरणं धरलं आणि या पक्षांवर जुलै १९९९ मध्ये फालुर्नची बंदी आली तेव्हा त्यांचं नामकरण 'दुष्ट पंथ' असं केलं गेलं. १९८९-९० मधल्या लोकशाहीची मागणी करणाऱ्या निदर्शकांच्या टिआनमन चौकातल्या कुप्रसिद्ध कत्तलीनं सिद्धच केलं की चीनच्या सरकारला लोकांच्या प्रचंड मोठ्या जमावाबाबत प्रचंड आशंका वाटत असे. हे 'धर्म' सरकारविरोधी मतांना प्रकाशात आणणारी माध्यमं गणले गेले. ह्या निर्बंधांतर्गत क्वानइन पंथाच्या कचेऱ्या, शाळा आणि इतर सुविधा जबरदस्तीनं बंद करण्यात आल्या, त्यांची मालमत्ता जप्त करण्यात आली आणि त्यांची प्रमुख माणसं अडवली गेली किंवा कैद केली गेली.

ह्या पंथाचा अनुयायी म्हणून मी शाकाहारी झालो आणि सजीवांना न मारणं, खोटं न बोलणं, मद्य न घेणं, अमली पदार्थांचं सेवन न करणं, विवाहबाह्य लैंगिक

संबंध न ठेवणं असे या पंथाचे निर्बंध पाळू लागलो. हा खरं तर धर्म नाही, ही एक जीवनशैली आहे. जेव्हा मला वाटलं की माझ्या बाबतीत घडलेल्या काही गोष्टींना विज्ञानाकडून स्पष्टीकरण मिळत नाही, तेव्हा मला वाटतं मी हा पंथ स्वीकारला. उदाहरणादाखल : मी पोहू शकत नाही. मी एकदा नदीत पडलो आणि बेशुद्ध झालो. मी जागा झालो आणि पाहिलं तर पलीकडच्या तीरावर होतो. याला उघड असं उत्तर नव्हतं, असलंच तर होतं की हा एक चमत्कार होता. दुसऱ्या एका वेळेस मी बांधकामावर असताना तिसऱ्या मजल्यावरून पडलो; पण मला इजा झाली नाही.

दररोज संध्याकाळी सात वाजता सुमारे शंभर लोक माझ्या विटांच्या कारखान्यात, गुरूंपैकी एकानं चालवलेल्या ध्यानाच्या वर्गासाठी एकत्र जमत. ते सर्व ठिकाणांहून येत. त्यात फक्त आमचेच कामगार असत असे नाही. माझ्या कुणी नाखूष कामगारानं *(चिनी)* अधिकाऱ्यांना कळवलं असलं पाहिजे. अशी गोष्ट घडणं १९७०च्या दशकात संभवनीय होतं, १९९०च्या नव्हे. पूर्वी *(१९७०च्या दशकात)* लोक आपले वैयक्तिक हिशेब चुकते करायला इतरांच्या *(खोट्या)* बातम्या सरकारी अधिकाऱ्यांना देत. त्यामुळे लोकांमध्ये अविश्वासाची भावना वाढीला लागली; पण आता चीनची परिस्थिती सुधारतेय. अजूनही तुम्ही काय बोलता याची तुम्हाला काळजी घ्यावी लागते. जर त्यांना कळलं की तुम्ही त्यांच्यावर टीका करताहात, तर तुम्हाला वाईट तऱ्हेने मारहाण होईल किंवा पोलीसचौकीवर तुम्हाला फुटलेल्या काचेवर बसवलं जाईल. त्या दिवशी संध्याकाळी मला प्रतिस्पर्धी क्रांतिकारी धार्मिक गटाचा सभासद असल्याच्या आरोपावरून कैद झाली. अधिकाऱ्यांच्या म्हणण्यानुसार कोणता धार्मिक पंथ क्रांतिकारी समजला जाऊ शकतो, हे विचारायचं मला धाडस झालं नाही.

विटांच्या कारखान्यात मला कैद केल्यावर मला 'पुढील चौकशीपूर्व तुरुंगात' टाकलं गेलं. इथं तुम्ही जास्तीतजास्त एक वर्ष राहू शकता. हा नेहमीच्या तुरुंगासारखा असतो, फक्त फरक एवढाच की इथं तुमची अजून सुनावणी झाली नसल्यामुळे तुम्ही अधिकाऱ्यांना लाच देऊ शकता. प्रत्येक कोठडीत पाच ते सहा कैदी होते. राजकीय कैदी असल्याचा फायदा असा आहे की तुम्ही एकटेच त्या कोठडीत राहात असता. ते तुम्हाला इतरांबरोबर मिसळू देत नसत. सर्वसाधारणपणे दिवसातून एकदा तुम्ही इतरांबरोबर मिसळू शकता. भिंती, जमिनी आणि छत सर्व काळ्या रंगानं रंगवलं होतं, तेथे खिडक्या नव्हत्या, पलंगावर गादी नव्हती, फक्त थोडं सुकं गवत आणि एक पातळसं निकृष्ट दर्जाचं ब्लँकेट. छोटीशी सळ्या लावलेली मोकळी जागा असलेला एक धातूचा दरवाजा होता. सकाळी तुम्हाला भाताची थोडीशी पेज मिळे, बाहेर त्याची किंमत एक आरएमबी असे, पण आत त्याला तीन

आरएमबी पडत. ते जेवण आणून तुम्हाला दाखवत. तुम्ही पैसे दिले नाहीत तर तुमच्यादेखत ते जेवण फेकून देत. कोठडीत टॉयलेट नव्हते. ते तुम्हाला बादली देत.

चीनमध्ये लोकांचा यातनामय छळ करणे बेकायदेशीर आहे; पण जेलचे वॉर्डर तुम्हाला लाथा मारतात, गदगद हालवतात आणि अशा तऱ्हेने मारतात की व्रण दिसत नाहीत. दुसरा तुमच्या वाट्याला येणारा छळाचा प्रकार असतो, ज्यातून मी गेलो, त्याला म्हणतात, 'सुंदरी, आरशात बघ', 'सुंदरी, तुझा चेहरा धू.' पहिल्या प्रकारात ते तुमचा चेहरा मूत्रानं भरलेल्या बादलीच्या वर काही मिलीमीटर अंतरावर एका वेळेस अर्धा अर्धा तास धरतात. अशा रीतीने की ते केव्हा तो त्या घाणीत बुडवतील याचा तुम्हाला अंदाजच लागू नये. दुसऱ्या प्रकारात ते मूत्रानं भिजलेल्या टॉवेलनं तुमचा चेहरा घासतात. ते नेहमीच नुसतं मूत्र नसतं, त्यात कधीकधी विष्ठाही मिसळलेली असते. आणि ती तुमचीही असते. त्या दिवशी त्यात काही विष्ठा होती असं मला वाटत नाही. ते तसं करत असताना मी श्वास रोखून धरला होता, डोळे घट्ट मिटून ठेवले होते आणि मेंदू बंद ठेवला होता. मी माझे ओठ इतके घट्ट मिटून ठेवले होते की त्यांनी टॉवेल बाजूला नेला तेव्हा ते बधीर झाले होते आणि इतका वेळ श्वास न घेतल्यामुळे मी जवळजवळ बेहोश होण्याच्या पंथाला आलो होतो. मूत्र वाळून जाईपर्यंत प्रत्येक श्वासागणिक त्याचा वास येत राहातो. त्यानं तुम्हाला मळमळतं; पण मी जोरानं उलटी करून त्यांना समाधान मिळू देणार नव्हतो. ते मला सतत क्वान इन पद्धतीबद्दल आणि मी किती वेळा तैवानला जाऊन आलो होतो, याबद्दल विचारत होते. मी त्यांना सारं काही सांगितलं. चिनी अधिकाऱ्यांना नाहीतरी सारंच माहीतच होतं!

मला या साऱ्यातून पुन्हा जाण्याची इच्छा नव्हती. म्हणून मी माझ्या भावाला निरोप पाठवून त्याला गव्हर्नर आणि जेलच्या वॉर्डरना आरएमबी २०,००० *(साधारणत: १४०० ब्रिटिश पौंड)* ची लाच देऊन माझी सुटका करण्यास सांगितले. एके दिवशी मला त्यांनी बाहेर शौचाला जायला सांगितलं. त्यासाठी टॉयलेटला जावं लागतं. टॉयलेटपासून बाहेर रस्त्यावर जायला एकच दरवाजा आहे. प्रत्येकाला ठाऊक आहे की टॉयलेटमधून तुम्ही पळून जाऊ शकता. मी त्या दरवाज्याने सरळ बाहेर निघून गेलो. मी आधीच त्यांना भरपूर पैसे दिले होते. त्यांनी मला थांबवलं नाही. मी दोन आठवडे तुरुंगात होतो. मी फुजिअन इलाक्यात राहाणं माझ्यासाठी असुरक्षिततेचं होतं. पोलिसांनी मला पकडून सतत त्रास दिला असता. मला सतत लाच देत राहाणं परवडण्याजोगं नव्हतं. कारखान्यासाठी भाड्यानं घेतलेली जागा शेतकऱ्यांना परत करून टाकायला मी माझ्या भावाला आणि चुलतभावाला सांगितलं, म्हणजे सरकारनं ती सारीच हडप केली नसती आणि यंत्रसामग्री विकून त्यातील

काही पैसे वापरून माझ्या साठ कामगारांना पगार द्यायला सांगितले. मी घरी जाऊन बीजिंगला जाण्यापूर्वी माझ्या कुटुंबीयांचा निरोप घेतला. मला कारखान्याबद्दल खरोखरच वाईट वाटत होतं. मी माझे सारे पैसे *(त्याची बचत पाच लाख आरएमबी किंवा ३५,००० ब्रिटिश पौंड एवढी होती)* माझी सारी शक्ती आणि माझं सारं आयुष्य त्यात घातलं होतं. मी तेथून निघून गेल्यावर सरकारनं तो कारखाना पाडून टाकला, असं मी ऐकलं.

बीजिंगला पोचायला दोन दिवस आणि तीन रात्री लागल्या. त्यासाठी १०० आरएमबी खर्च आला, त्या दिवसांत तो अर्ध्या आठवड्याचा सरासरी पगार असे. आज त्या प्रवासाला ५०० आरएमबी खर्च येतो. मला ठाऊक होतं की अधिकाऱ्यांना माझा सुगावा लागेपर्यंत काही दिवस मी तेथे सुरक्षितपणे राहू शकलो असतो. आम्हाला एका शहरातून दुसऱ्या शहरात प्रवास करायला परवानगी, तात्पुरतं ओळखपत्र लागतं. ते तुम्ही पोलिसांकरवी अर्ज करून मिळवू शकता. चीनच्या दुसऱ्या कुठल्याही भागात काम मिळवण्यासाठी मला ओळखपत्र लागलं असतं आणि आता माझं नाव काळ्या यादीत गेल्यावर ते मला मिळणं अशक्य होतं. मी काय करणार, हे मला ठाऊक नव्हतं. एके दिवशी माझ्या मित्राच्या मित्रानं सांगितलं की परदेशात नोकरीची संधी मिळू शकते. मी जाण्याचा निर्णय घेतला. माझ्यापाशी पैसे असले तर तो मला मदत करू शकेल, असं तो म्हणाला. तो बहुधा स्नेकहेड असावा. १,००,००० आरएमबी *(७००० ब्रिटिश पौंड)* हंगेरीला जाण्यासाठी लागत. आम्ही ८०,००० आरएमबीवर सौदा पक्का केला, कारण मी मित्र होतो. त्यानं माझ्यासाठी माझ्या मित्राच्या नावे नकली पासपोर्ट मिळवला. त्याला आणखी १०,००० आरएमबी खर्च आला. कायदेशीर पासपोर्टला फक्त २०० ते ३०० आरएमबी खर्च येतो – म्हणजेच १३ ते २० ब्रिटिश पौंड. मला माझा व्हिसा स्वत:च मिळवायचा होता, नाहीतर त्याला आणखी दहा हजार आरएमबी लागले असते. मला वाईट वाटतंय की मी या माणसाला थेट इटलीपर्यंत जाण्याच्या खर्चाचा अंदाज विचारला नाही. मी त्याची चीनमध्येच सोय केली असती तर ते स्वस्त पडलं असतं. पण मला कुठे जाण्याची इच्छा आहे. ते मला ठाऊक नव्हतं, म्हणून मी हंगेरीला जाण्याचे पैसे भरले. हंगेरीला विमानानं जायला ७००० आरएमबीपेक्षा जास्त खर्च आला नसता. ३००० आरएमबी आमच्या विमानाची वाट बघत बीजिंगच्या हॉटेलात राहाण्याचा खर्च आणि ७०,००० इतर कागदपत्रांचा खर्च. हे तितकंसं महाग नाही. चीनमध्ये तुम्हाला शारीरिक तपासणी, पोलीस तपासणी, नोकरीचा पुरावा आणि कुटुंबाची तपासणी एवढं सारं करावं लागतं. खोटे कागदपत्र मिळवण्यासाठी तुम्हाला वाटेतील सर्वांनाच लाच द्यावी लागते, म्हणूनच स्नेकहेड्सना सरकारात ओळखीचं विस्तृत जाळं असणं आवश्यक असतं.

झिओ झिंग २०,००० आरएमबी किमतीवर चिनी लोकांना परदेशातील नोकऱ्यांसाठी कायदेशीररीत्या नेमून घेणाऱ्या सरकारमान्य एजन्सीत काम करत असे. पण लिउला हा मार्ग उपलब्ध नव्हता, कारण काळ्या यादीत नाव गेल्यामुळे त्याची कागदपत्रं अधिकाऱ्यांनी कधीही मंजूर केले नसते.

मी हंगेरियन वकिलातीत दोनदा गेल्यावर मला माझ्या धंद्यासाठीच्या प्रवेश परवान्यासाठी (बिझनेस व्हिसा) मुलाखतीला बोलावलं गेलं. मी दोन दिवस थांबलो. हवा खूपच गार होती आणि रस्त्यावर सारा दिवस वाट बघून माझी बोटं गोठली. रात्री मी माझ्या मित्राच्या घरी गेलो. दुसऱ्या दिवशी मी नशीबवान ठरलो. मुलाखतीसाठी बोलावलेला मी शेवटचा माणूस होतो. दलालानं हंगेरीतील 'काकां'कडून आमंत्रणाचं पत्र मिळवून दिलं होतं. वकिलातीत त्यांनी मला विचारलं की मी माझ्या धंद्यासाठी किती पैसे गुंतवण्याच्या विचारात आहे. मी उत्तर दिलं की नीट चौकशी केल्यानंतरच मी ठरवू शकेन. मला वाटतं माझी उत्तरं खरी वाटण्याजोगी असल्यामुळे मला व्हिसा मिळाला. त्यांनी मला तीन महिन्यांचा व्हिसा दिला. जरी माझा पासपोर्ट नकली होता तरी मला वाटतं की मी हंगेरीत कायदेशीररीत्या प्रवेश मिळवू शकेन. मला ते स्वस्तात करून सुरुवातीपासूनच बेकायदेशीरपणे वागायचं नव्हतं.

मी बीजिंगमध्ये दलालांनी त्यांच्या गिऱ्हाइकांसाठी राखून ठेवलेल्या पाच मजली हॉटेलमध्ये राहिलो. तळमजल्यावर दुकानं होती आणि पाचव्या मजल्यावर कॅराओके बार होता. परदेशी जाणारे १०० लोक मधल्या मजल्यावर राहात होते. मी धरून चार लोक फुजिअनचे होते. आमच्या गटातले दोघेजण इटलीला जाण्यासाठी आमच्या आधी दोन आठवडे निघाले. मी मित्राबरोबर प्रवास करणार होतो, झँग क्वी मिंग – त्याची चीन सोडण्याची कारणं गंभीर होती. चिनी सरकार किती लाचलुचपतीनं बुजबुजलेलं आहे आणि अधिकारी कसे एकमेकांना सांभाळून घेतात, हे तुम्हाला ठाऊक नाही. मिंग हा फुजिअनमधला कायद्याचा वरिष्ठ अधिकारी होता. जेव्हा गुन्हेगारी उद्योग त्याच्या लक्षात आले आणि ते त्यानं त्याच्या वरिष्ठांच्या नजरेस आणून दिले तेव्हा त्याला नोकरीवरून काढून टाकून त्याचं नाव काळ्या यादीत घालण्यात आलं. बहुदा त्याचा वरिष्ठ गुंडांकडून लाच घेत असावा.

बॉबी चेनच्या म्हणण्याप्रमाणे स्थानिक सरकार खूपच शक्तिशाली असतं. चीनमध्ये मध्यवर्ती सत्ता असली तरी दूरच्या राज्यांवर पकड ठेवणं कठीण जातं. ५० च्या दशकातील साम्यवादी राजवटीतसुद्धा 'तुमचा जनरल कोण?' हा महत्त्वाचा मुद्दा असे. म्हणूनच चीनचं सरकार जनरलच्या एका राज्यातून दुसऱ्या राज्यात सतत

बदल्या करत असे. म्हणजे त्यांना त्यांचं खाजगी सैन्य जमा करायला संधी मिळू नये. अशाही घटना घडल्या आहेत की मध्यवर्ती सरकारचे अधिकारी लाचलुचपतीच्या प्रकरणांच्या चौकशीला आले असताना गूढ रीतीनं भाजून मेले आहेत. असा विनोद प्रचलित आहे की स्थानिक अधिकारी असणं बीजिंगमधील जनरल असण्यापेक्षा श्रेयस्कर आहे, कारण तसेही खूपच जनरल आहेत.

आम्ही रांगेच्या सुरुवातीला प्रवेश मिळवण्यासाठी ५०,००० आरएमबीची *(३३०० ब्रिटिश पौंड)* ठेव ठेवली. *(सर्वसाधारणपणे तुम्ही फक्त २०,००० आरएमबी म्हणजे १४०० पौंडांच डिपॉझिट ठेवतो.)* तरीसुद्धा आम्हाला महिनाभर वाट बघावी लागली. जितकी करवेल तितकी भटकंती करून मी प्रेक्षणीय स्थळं बघितली. मला कंटाळा आल्यावर मी वेगवेगळे मित्र व त्यांच्या कचेऱ्यांना भेटी दिल्या. जरी मी माझ्या कुटुंबीयांशी काही वेळा बोललो तरी मी कुठे चाललो आहे, हे मी त्यांना सांगितलं नाही. त्यांना माहीत होतं की काही काळासाठी मला परदेशात जावं लागेल आणि माझ्या योजनेची सर्व माहिती मिळेल, अशी त्यांची अपेक्षा नव्हती. जोवर मी सुरक्षित असेन, तोवर मी कोणत्याही देशात असलो तरी त्यांना फरक पडत नव्हता. मी साधारणत: निर्णय घेत असलो तरी मी पत्नीशी विचारविनिमय करतो. ती माझं ऐकून घेते.

आमचा १९८७ साली विवाह झाला तेव्हा माझी पत्नी सतरा वर्षांची होती. तिनं माझ्या बहिणीचा जन्मदाखला वापरला; कारण तुम्ही वीस वर्षांचे होईपर्यंत तुम्हाला विवाहाला परवानगी मिळत नाही. माझा धंद्यात चांगला जम बसलेला होता, त्यामुळे खूप लोक मला मुलींशी ओळख करून देत. माझी बायको माझ्याच गावची आहे. सर्वसाधारणत: मुली दुसऱ्या गावातील मुलांशी लग्न करतात. आम्ही एकमेकांना ओळखत नव्हतो. एकदा ती माझ्या समोरून सायकल चालवत गेली; पण तेवढंच. आमचं एकमेकांशी नातंही नव्हतं. गावात २०० कुटुंबं असल्यामुळे नात्यातच विवाह घडण्याची भीती नव्हती. खरं तर माझं तिच्या मोठ्या बहिणीशी लग्न होणार होतं; पण तिच्या बहिणीचा हात आणखी एकानं, लष्करातल्या माणसानं मागितला. तिला तो अधिक पसंत होता. आमचा साखरपुडा होण्यापूर्वी मला मुलीकडच्यांना १००० आरएमबी द्यायचे होते आणि मग मला लग्नखर्च आणि भेटवस्तूंसाठी आणखी ३००० आरएमबी खर्च येणार होता. पूर्वीच्या काळी मुलीकडल्या आणि मुलाकडल्या दोघांनाही पैसे खर्चावे लागत. अलीकडे त्यात बदल झाला आहे आणि आता मुलीकडल्यांना जास्त पैसे खर्चावे लागतात. आजकाल श्रीमंत परिवारातले मुलीकडले लोक ५०,००० ते ६०,००० आरएमबीसुद्धा खर्च करतात. अगदी सामान्य कुटुंबसुद्धा १०,००० आरएमबी खर्च करतात. *(सरासरी खेड्यातील*

मासिक उत्पन्न ४०० आरएमबी असते.) माझ्या पलीकडल्यांनी लाकडी सामान, टी.व्ही. विकत घेऊन दिला आणि तिच्या कपडे-दागिन्यांवर खर्च केला.

माझे कुटुंबीय गरीब होते. माझे आजोबा धंद्यासाठी सिंगापूरला गेले होते. ते त्यांची कमाई माझ्या आजीकडे पाठवत आणि तिनं एकटीनंच सारी मुले वाढवली. ते सिंगापूरमध्ये मरण पावले तेव्हा ती फक्त तीस वर्षांची होती. तिनं पुन्हा विवाह केला नाही. त्यांनी सारे पैसे जमिनीत गुंतवले होते. जेव्हा माओनं एकत्रित शेतीच्या प्रस्तावात लोकांकडून त्यांची खाजगी जमीन काढून घेतली, तेव्हा एका रात्रीत आम्ही सर्वस्व गमवलं. माझ्या बहिणी शाळेत गेल्या नाहीत; कारण माझ्या आईवडिलांना आम्हा सहा भावंडांचा शाळेचा खर्च परवडला नसता. त्या काळी कुटुंब फक्त एक-दोन मुलांना शाळेत पाठवत. आम्हाला पुस्तकांसाठी, सहा महिन्यांच्या सत्रासाठी १.६ आरएमबी भरावे लागत आणि अशी दोन सत्रं असत. आज त्याची किंमत १० पी आहे; पण त्याची आम्हाला खरी किंमत किती होती याचा हिशोब मांडणं कठीण आहे. आमच्यापाशी गणवेश नसत. मी आणि माझ्याहून तीन वर्षांनी मोठा भाऊ शाळेत गेलो. त्या काळी आमच्याकडे सायकल नव्हती. मी चालत शाळेत जाई. प्रत्येक खेड्याची स्वत:ची शाळा असे. म्हणून मला पाच मिनिटंच चालावं लागे. वीज आणि सार्वजनिक वाहतुकीची साधनं नव्हती. आमच्यापाशी सर्वांत धाकट्या बहिणीला पोसायला पैसे नव्हते म्हणून तिला एका मावशीकडे राहायला पाठवून दिलं होतं. तेहतीस वर्षांचा असताना कुटुंबातील एका लग्नसमारंभात मला याचा पत्ता लागला. माझी थोरली बहीण जंगलात जाऊन, लाकूड तोडून ते विकून माझ्या शिक्षणासाठी जास्तीचा पैसा मिळवत असे. ती सात वर्षांची असताना काम करू लागली. तिनं माझ्यासाठी तिच्या शाळेचा त्याग केला.

१९५६ च्या उन्हाळ्याच्या अखेरीस ९०% चीनचे शेतकरी सार्वजनिक शेतांवर काम करू लागले होते. एका अशा शेतावर १७० कुटुंबं असत. कुटुंबसंस्था चालू होती, प्रत्येक कुटुंबातले लोक एकाच छपराखाली राहात आणि जेवत. आणि प्रत्येक कुटुंबाला जमिनीचा एक छोटा तुकडा स्वत:साठी दिला जाई आणि या खाजगी जमिनीवरला माल त्यांच्या इच्छेनुसार विकण्याची त्यांना परवानगी होती. स्वतंत्र उद्योग चालू राहिले, पण खूपच छोट्या प्रमाणात.

तुम्ही चौदा वर्षं पूर्ण केल्यावर तुम्ही सरकारसाठी अधिकृतपणे काम करू शकता. मी शाळेतून घरी आल्यावर कधीकधी माझ्या आईवडिलांना शेतावर मदत करी किंवा माझ्या बहिणीला लाकूड तोडून विकायला मदत करी. जंगल शेताला लागून होतं. म्हणून फक्त शेतावर काम करणारेच तेथे जाऊ शकत. ते लाकूड

आम्ही शहरात विकत असू. लाकूड स्वयंपाकासाठी आणि घरात ऊब येण्यासाठी जाळलं जाई. सरकार आम्हाला प्रत्येक गोष्टीसाठी कूपन देई. उदाहरणार्थ, तुमच्या पूर्ण कुटुंबासाठी ५ मीटर कापड विकत घ्यायला कूपन. आम्ही एका छोट्याशा दोन खोल्यांच्या, दुमजली, मातीच्या घरात राहात होतो. घराला लाकडी छप्पर होतं. माझ्या भावाबहिणींच्या जन्मानंतर *(माझ्या आजीनं घरातच त्यांच्या जन्माच्या वेळेस मदत केली.)* आम्ही आणखी दोन खोल्या बांधल्या. तीस कुटुंबं *(५० ते ६० कामकरी त्यात काही स्त्रियाही होत्या.)* एकत्र आमच्या शेतावर काम करीत आणि जितक्या लोकांनी काम केलं त्याप्रमाणे पीक सारखं वाटून घेत. स्त्रीची मजुरी निम्मी गणली जाई. माझी आई वडिलांच्या बरोबरीनं काम करी व आम्हाला दीड कामगाराचा वाटा मिळे; पण आमच्या मोठ्या कुटुंबासाठी तो पुरेसा नसे. एकूण सहा मुलं व आमच्याबरोबर राहाणारी आमची आजी. आम्ही तांदूळ, गहू व रताळी पिकवत असू. खेड्यात एकूण २०० कुटुंब राहात होती, ती वेगवेगळ्या उत्पादन-गटात काम करत. १९७९ नंतर सरकारचं धोरण बदललं आणि सरकार शेतकऱ्यांना स्वत:च्या वापरासाठी जमिनी देऊ लागलं; पण जमिनीचा कस चांगला नव्हता. त्यावर गवतही उगवत नसे.

मी कुठे होतो? हो, प्रवास! आम्ही मॉस्कोद्वारा हंगेरीला उड्डाण करणार होतो. आमच्यापैकी ज्यांनी खूप पैसे मोजले होते, त्यांच्यासोबत दलाल आलेले नव्हते - त्यांना आम्ही विश्वासार्ह वाटलो असू. जरी माझा मॉस्कोमध्ये राहाण्याचा बेत नव्हता, तरी मला सांगण्यात आलं होतं की प्रत्येक विमानतळाबाहेर एक दलाल, पळू बघणाऱ्यांना पकडायला नेमलेला होता. ज्यांनी आगगाडीचा स्वस्तातला मार्ग निवडला होता, त्यांच्यासोबत कुणीतरी असणार होतं. बीजिंग विमानतळावर आत शिरताना चिनी अधिकाऱ्यांनी माझा पासपोर्ट आणि तिकीट ताब्यात घेतलं. ते फुजिअन पासपोर्ट दोनदोनदा तपासून बघतात. मला पासपोर्ट परत मिळाला तेव्हा तिकीट गायब होतं. मग मला सर्वत्र पळापळ करून ते शोधावं लागलं. सर्व प्रवाशांसाठी नेहमीच्या औषधांचं छोटं पुडकं विकत घेणं बंधनकारक होतं - ते परदेशात आजारी पडले तर त्याचा उपयोग व्हावा हा हेतू. ते याची नेहमी सक्ती करत नाहीत; पण जेव्हा त्यांना कळलं की माझ्यापाशी ते नाही, तेव्हा त्यांनी मला जाऊन ते विकत आणायला लावलं. आत्तापर्यंत मला काळजीनं घाम फुटला होता. सरतेशेवटी मी विमानात बसलो तेव्हा पंखे चालू नव्हते म्हणून डिसेंबर महिना असूनही मला प्रचंड उकडत होत.

इंटरपोलच्या वेबसाईटवर वर्णन केलं आहे की कायद्यातील बदल आणि कायद्याच्या अंमलबजावणीनुसार माणसांना बेकायदा नेणाऱ्यांचे लागेबांधे कसे सतत

बदलत असतात. तगून राहाण्यासाठी लवचिकपणा ही गुरुकिल्ली आहे. लोकांची ने-आण करणारे कधीकधी साधे, सरळ मार्ग वापरतात, तर कधीकधी गोलगोल मार्गांनी जातात. निघण्याच्या आणि पोचण्याच्या दरम्यानचा लागणारा वेळ काही दिवस, काही महिने किंवा कधीकधी काही वर्षं इतका वेगवेगळा असतो. ही ने-आण जमीन मार्गे, आकाशमार्गे किंवा समुद्रामार्गे केली जाते.

आशियातले स्थलांतर-इच्छुक विशेषत: कझाकीस्तान, किरगिझस्तान, उझबेकिस्तान, ताजिकीस्तान आणि तुर्कमेनिस्तानद्वारा रशियात आणि तेथून युक्रेन, स्लोव्हाकिया आणि झेक रिपब्लिकद्वारा पश्चिम युरोपातील देश किंवा त्याहूनही पुढे अमेरिका आणि कॅनडात पोचतात. अमेरिकेत नकली पासपोर्टवर जाणारे बऱ्याचदा विमानातून नेले जातात. (अमेरिकेच्या) पश्चिमी किनाऱ्यावर जाणारी जहाजं हा आवडता मार्ग होता; पण त्या मार्गाचा वापर खूप कमी झाला आहे.

आम्ही मॉस्कोला दुपारी ४ वाजता पोचलो आणि आमचं पुढचं विमान दुसऱ्या दिवशी पकडणार होतो. आम्ही विमानतळावरच झोपायचं ठरवलं; कारण हॉटेलमध्ये राहाणं एका रात्रीसाठी ५० डॉलर इतकं महाग पडलं असतं. आणि आम्हाला भाषा येत नसल्यामुळे आम्हाला परतीचा रस्ता सापडणार नाही, अशी धास्ती वाटत होती. मी एक छोटी रकसॅक *(पाठीवर अडकवण्याजोगी थैली)* त्यात थोडे कपडे व चीनमधलं आवडतं खाद्य, सूर्यफुलाचं बी, आणलं होतं. पाण्याच्या एका बाटलीची किंमत होती पाच डॉलर. चीनमध्ये ती काही सेंटमध्ये मिळे. नशिबानं आमच्याबरोबर एक रशियन जाणणारी चिनी स्त्री होती. तिनं आम्हाला सांगितलं की आम्ही फुकट जेवण मागू शकतो. आम्ही आमची कूपन विमानतळावरच्या उपहारगृहात दिल्यावर आम्हाला अंडं, सॉसेस आणि ग्लासभर ज्यूस मिळाला. तिच्याशिवाय आमचं विमान चुकलं असतं. माझ्या गावातले खूपच लोक हंगेरीला जायला निघाले होते. ते बहुदा दुसऱ्या दलालांमार्फत चालले होते.

आमच्या प्रवासाच्या पुढच्या टप्प्यासाठी आम्ही १५ लोक बसू शकतील असं छोटंसं विमान घेतलं. बुडापेस्टला जाताना विमान हलत असलं तरी मला झोप लागली. हंगेरीत आम्हाला चार प्रचंड चिनी लोक घ्यायला आले होते. ते आमच्या स्नेकहेड टोळीचे सदस्य होते. त्यांनी अपेक्षा नसताना आम्हाला विचारलं की आमचा प्रवास ठीक झाला का? मी जरूर लागली तर असावेत म्हणून हंगेरी, इटली, जर्मनी आणि इतर युरोपच्या देशात राहाणाऱ्या चिनी लोकांचे खूप फोन नंबर आणले होते. हे लोक म्हणाले, 'काळजी करू नका. तुमच्या मित्रांना शोधायला आम्ही तुम्हाला मदत करू.' आम्ही शहराच्या मध्यवर्ती भागातून कारनं उपनगरात पोचलो. दरिद्री घरं असलेला तो अगदी बकाल भाग होता आणि त्यावर एकच उंच इमारत उठून

दिसत होती. या इमारतीचा एक संपूर्ण मजला दलालांकडे होता. तेथे ते आम्हाला घेऊन गेले. त्यांनी ताबडतोब आमचे पासपोर्ट ताब्यात घेतले. ते म्हणाले की आमची हॉटेलमध्ये सोय लावण्यासाठी त्यांना ते हवे आहेत; पण मग त्यांनी आम्हाला सांगितलं की सारी हॉटेलं भरलेली आहेत. ते म्हणाले की एका रात्रीसाठी त्या फ्लॅटमध्ये राहाण्यावाचून आमच्यापुढे दुसरा पर्याय नव्हता. त्यांनी आम्हाला एका लहान खोलीत नेलं, तिथे आठ लोक झोपणार होते. सर्वजण एकाच मोठ्या पलंगावर झोपणार होते. जेव्हा मी हरकत घेतली की तिथे खूपच लोक आहेत, तेव्हा दलालांपैकी एक म्हणाला, 'तू आमच्या खोलीत झोपू शकतोस.' त्या खोलीत फक्त सहा लोक होते. आणि प्रत्येकाला स्वत:साठी एक स्वतंत्र पलंग होता.

सुरुवातीला मला फार भीती वाटत होती. मी नव्या देशात होतो आणि लोकांशी कसं बोलायचं ते मला कळत नव्हतं; पण त्याहूनही महत्त्वाचं म्हणजे पुढे काय वाढून ठेवलं आहे, याची आम्हा कुणालाच कल्पना नव्हती. माझ्याहूनही मिंग जास्त धास्तावला होता. दुसऱ्या दिवशी दलाल म्हणाला की त्यानं हॉटेलमध्ये जागा शोधायला लोकं धाडली आहेत; पण ती अजून परत आली नाहीत, म्हणून आम्हाला तिथंच आणखीन एक दिवस राहावं लागेल. त्या फ्लॅटमध्ये आधीपासून राहाणाऱ्या लोकांनी आम्हाला सांगितलं की आम्हाला पुढे कुठं जायचं आहे, हे आम्ही ठरवेपर्यंत आम्हाला पासपोर्ट परत मिळणार नाहीत. आम्ही जर हंगेरीतच राहायचं ठरवलं तर ते उरलेले पैसे मागतील. आम्हाला इतर कुठं जायचं असेल तर आम्हाला आणखीन पैसे द्यावे लागतील. आम्हाला त्या फ्लॅटमध्ये कोंडून घातले गेले होते. तो चार बेडरूमचा फ्लॅट होता, त्यातल्या एका हॉलमध्ये दोन स्त्रिया झोपत. दलालांसाठी काम करणारे, मझाई म्हणून ओळखले जाणारे दोघेजण, सारं सामान विकत आणत. प्रत्येक खोलीतल्या एकाला आळीपाळीनं त्यांच्या खोलीतल्या सर्वांसाठी जेवण बनवायला पाठवलं जाई. फ्रीजमध्ये जे सापडेल ते तुम्ही शिजवायचं. इतर खोलीमधल्या लोकांनी चीनमध्ये असतानाच त्यांचं जाण्याचं शेवटचं स्थान मुक्रर केलेलं होतं, तरीही ते कुणी महिनाभर, कुणी दोन महिने त्यांनी निवडलेल्या मार्गानुसार प्रतीक्षेत होते. जेव्हा त्या देशांची सरकारं जास्त जागरूक होतात, तेव्हा काही मार्गांनी जाणं धोक्याचं ठरू शकतं. मग अधिक सुरक्षित मार्गाचा शोध लागेपर्यंत लोकांना थांबावं लागतं.

मी मझाईकडून माझा पासपोर्ट परत मिळवण्याचा प्रयत्न केला; पण तो सबबी देत राहिला. खरं तर तो मला त्याच्याकडून कधीच परत मिळाला नाही. माझी खात्री आहे की त्यांनी तो पुन्हा वापरला असणार. एक आठवड्यानंतर जेव्हा मिंग आणि मी निर्णय घेतला की आम्ही इटलीला जाऊ, तेव्हा त्यांनी आमची दलालाशी गाठ घालून दिली. चीनमधल्या स्नेकहेडचं नाव होतं ए-जिआन. साधारणत: तुम्ही

दुसऱ्या गटात जायचं नसतं; पण कधीकधी ते आपसात सौदे करतात. जर एक गट अमुक एक मार्गावर जास्त नीट रुळलेला असेल तर ते गिऱ्हाइकांची देवघेव करतात. जर तुम्ही एका गटातून पळून निघालात आणि दुसऱ्या टोळीला दिसलात तर ते तुम्हाला तुमच्या पहिल्या दलालाच्या ताब्यात सोपवतात; पण त्यांच्यातही स्पर्धा असते. जर तुमचा दलाल बलिष्ठ नसेल तर इतर दलाल त्याची गिऱ्हाइकं पळवून नेतात. तसं झालं तर तुम्हाला दोनदा पैसे मोजायची वेळ येते.

इटलीला जाण्यासाठी आम्हाला आणखी ४०,००० आरएमबी *(२६०० ब्रिटिश पौंड)* द्यावे लागणार होते. आम्ही हंगेरीत एक आठवडा थांबलो. दुसऱ्या आठवड्याच्या शेवटी मझाईनं आम्हाला प्रत्येकाला ३०० डॉलर उसने द्यायला सांगितलं. तो म्हणाला की त्यामुळं त्याला आमची जाण्याची व्यवस्था लवकर मार्गी लावता येईल. हे इटलीत आम्हाला नेण्याच्या त्याच्या किमतीव्यतिरिक्त द्यावे लागले. मी विचारलं की माझ्या मित्रापाशी पुरेसे पैसे नाहीत म्हणून आम्ही दोघांनी मिळून ५०० डॉलर दिले तर चालेल का? त्यानं त्याच रात्री आमचं प्रस्थान जुळवून आणायचं कबूल केलं. सारे अठराजण त्याच रात्री निघणार होते. मला वाटतं, त्या माणसानं जाणं लवकर जमवून आणायची थाप मारून आमच्याकडून जास्तीचे पैसे उकळले.

त्यानंतर आमचा प्रवास अधिकाधिक खडतर होत गेला. एका गाडीत सात जण कोंबून, तीन गाड्यांमध्ये आम्हाला कुठल्यातरी जंगलात नेलं गेलं. आम्ही दुसऱ्या कारमध्ये होतो. प्रवासाला चाळीस मिनिटं लागली. प्रत्येक गाडी दुसरीपासून काही अंतरावर थांबवली गेली. त्यांना वाटलं की लोकांचा मोठा समूह एकत्र घेऊन जाणं सुरक्षित ठरणार नाही. आम्ही वेगवेगळ्या समूहात या जंगलातून या पर्वताच्या पायथ्यापर्यंत चालत गेलो. तिथं पुन्हा एकत्र जमून आम्ही उंच आणि अवघड रस्त्यानं जाऊ लागलो. दुपारचे ४ वाजले होते. खूप काळोख नव्हता, पण पाऊस पडत होता आणि रस्ता ओला झाला होता. मग माझ्या डोक्यात प्रकाश पडला की आम्हाला पर्वत चढून जायचा होता. मला प्रचंड संताप आला. मी इतके सारे पैसे इटलीत चालत जाण्यासाठी भरलेले नव्हते; पण ज्या लोकांनी कमी पैसे भरून स्वस्तातला मार्ग निवडला होता, त्यांच्याबरोबर आमची मोटली बांधण्यात आली होती. त्यांनी त्यांचा करार पाळला नाही तरी आम्ही काहीही करू शकत नव्हतो. आम्ही पैसे दिले नसते तर त्यांनी आमच्या कुटुंबीयांना मारहाण केली असती.

आम्ही पर्वतपायथ्याशी पोचलो तेव्हा आम्हाला दुसऱ्या मझाईची वाट बघायला सांगितलं गेलं. तो आम्हाला पलीकडं घेऊन जाणार होता. तो तासाभरानं उगवला. त्यानं बंदूक घेतली होती. तो इंग्रजी बोलत होता आणि स्थानिक रहिवासी वाटत होता. निघण्यापूर्वी आम्हाला थांबून पूर्ण काळोख पडण्याची वाट बघावी लागली.

माझी रकसॅक आधीच जड वाटत होती. अर्धा पर्वत चढून गेल्यावर लोक वस्तू फेकून देऊन ओझं हलकं करू लागले. काही लोक वस्तू फेकायला अनुत्सुक होते. इतरांनी त्यांना समजावलं की मरण्यापेक्षा वस्तू फेकणं जास्त बरं. चिनी भाषेत एक म्हण आहे : बियाणं जमा करून ठेवण्यात काय फायदा आहे? तुम्ही मेलात की त्यांना *(पेरून)* वाढवणारं कुणीच नसणार आहे. मग एक माणूस पडला आणि पार पायथ्याशी गडगडत गेला. नशिबानं तो तीन मित्रांबरोबर चालला होता. त्यांनी जाऊन त्याला वर आणायला मदत केली. त्याला लागलं होतं; पण चालू न शकण्याएवढं ते गंभीर नव्हतं. वाट अरुंद होती आणि कल्पना अशी होती की तुम्ही पर्वताच्या अगदी जवळून चालायचं म्हणजे गवताच्या लांब पात्यांचा आधार घेऊन तुम्ही पडण्यापासून स्वत:ला वाचवू शकाल. जो माणूस पडला तो वाटेच्या मधोमध चालत होता आणि गवतापर्यंत पोचू शकला नाही.

परिस्थिती आणखी कठीण झाली होती, कारण आमच्यापैकी कोणीच ह्या परिस्थितीसाठी योग्य असे कपडे घातले नव्हते. आम्हाला पर्वत चढावा लागणार आहे, हे आम्हाला सांगितलंच गेलं नव्हतं. मित्र लष्करात होता, त्यामुळे चढणं त्याला अगदी सोपं गेलं. योग्य कपडे नसतानासुद्धा! मी चामड्याचा कोट आणि चामड्याचे बूट घातलेले होते. मी भिजलो नाही, पण तो जानेवारी महिना असल्यामुळे आम्ही चांगलेच गारठलो होतो. माझे हातमोजे बॅगेत होते. पर्वताच्या मध्यावर मला ते बाहेर काढून घेता येत नव्हते, कारण नीट दिसत नव्हतं आणि मी मागे राहिलो असतो. त्यामुळे माझे हात गारठून गेले. इतका अंधार होता की मिंगला वाटलं की मझाईच्या हातात बंदूक नसून काठीच आहे. उघड होतं की मझाईला रस्ता सरावाचा होता. तो नेहमी आमच्यापुढे ५ मीटरवर चालत असे. तो भरभर चालत होता आणि आम्हाला मदत करायची किंवा काळजी घेण्याची सूचना द्यायची तसदी घेत नव्हता. अर्धा रस्ता चढून गेल्यावर मार्ग आणखीन दुष्कर झाला. मध्येच दोन मीटर खोल खड्डा होता. एक माणूस त्यात पडला. ओले कपडे बदलायला वेळ नसल्यामुळे तो तसाच चालत राहिला. तो खरंच खूप गारठला. तेव्हापासून वाटेतल्या खाचखळग्यांकडे लक्ष देण्याची आम्ही काळजी घेऊ लागलो आणि एकमेकांना सावध करू लागलो. आम्हाला आमच्यातल्या दोन स्त्रियांची विशेष काळजी वाटत होती. आम्ही पर्वतमाथ्यावर पोचल्यावर आम्हाला आमच्या पुढ्यात आणखीन एक मोठा पर्वत दिसला. त्यावर फिरता झोत पडणारे दिवे होते. आम्ही उत्तर हंगेरी आणि स्लोव्हाकियाच्या सरहद्दीवर होतो, असं मला वाटतं. मी नकाशात माझा मार्ग पुन्हा कधीही पाहिला नाही. त्या आठवणी पुन्हा जगणं अत्यंत क्लेशदायक होतं.

इथंवर पोचायला आम्हाला दोन तास लागले होते. आमच्याकडे दिव्याचा झोत

वळल्यावर लपण्याची सूचना आम्हाला देण्यात आली होती. आम्हाला आता जो पर्वत चढून जायचा होता त्याच्या आणि आमच्या मधोमध एक सरोवर होतं. या सरोवराच्या काठानं आम्हाला फार काळजीपूर्वक जायचं होतं, कारण रस्ता चढाचा होता. याला तीन तास लागले. गवत आधार घ्यायच्या दृष्टीनं फारच खुरटं होतं. म्हणून रस्त्यावरून खाली गडगडत जाणं टाळायला आम्हाला हात आणि पाय दोन्हींवर रांगावं लागत होतं. आधारासाठी चिखलात हात बुडवून! पाऊस पडत असल्यामुळे जमीन दलदलीची झाली होती. खूप वेळ असं हाता-पायावर आम्हाला चालावं लागलं. मी तुम्हाला सांगतो, त्यानं तुम्हाला प्रचंड शीण येतो! या वेळेस मझाईनं आम्हाला चक्क सावध केलं की रस्ता धोक्याचा आहे. अमावस्येची रात्र होती, पण दर वेळेस फिरत्या दिव्याचा झोत आला की आम्हाला चढ-उताराचा अंदाज यायचा. दोन माणसं जवळजवळ सरोवरात पडणार होती. पहिल्यानं त्याच्या सर्वांत जवळच्या माणसाचा पँटचा पट्टा पकडला आणि त्यानं माझी रकसॅक पकडली. आणि मी झाडाचा पातळसा बुंधा धरून ठेवला नसता तर आम्ही सारे सरोवरात पडत होतो! ह्या वळणानंतर रस्ता सोपा, कमी चढाचा झाला.

आम्ही सरोवर मागे टाकून चालत राहिलो. मग आमच्या कानावर कुत्र्याचं भुंकणं पडलं. सरहद्दीवर काही सैनिक गस्त घालत होते. मझाईनं आम्हाला दोन मीटर खोलीच्या आणि पाण्यानं अर्धा भरलेल्या खंदकात लपायला सांगितलं. तो म्हणाला, 'पाण्यामुळं कुत्र्यांना आमचा वास लागणार नाही.' रस्त्यात खूप खड्डे होते आणि उंच गवतानं आम्हाला झाकून टाकलं होतं. मझाई अजून बंदूक पकडून रस्त्यावर उभा होता. तो असं भासवत होता की तो शिकारीच्या तयारीत आहे. सैनिकांना वाटलं की कुत्रे त्याच्यावर भुंकत आहेत.

सैनिक चालत पुढे निघून गेल्यानंतर मझाईनं आम्हाला खंदकातून पटकन बाहेर निघून रस्ता ओलांडून पलीकडल्या बाजूला जायला सांगितलं. ती सरहद्द होती. त्यावर तारेचं कुंपण नव्हतं. तेथे अठरा माणसांना पुरेसा एक मोठा ट्रक उभा होता मागे दोन टेबलं असलेला. आमची वाट बघत. ड्रायव्हर पुढे बसला होता आणि एक माणूस ट्रकच्या बाजूला उभा होता. आम्ही सर्वजण चिंब भिजलो होतो आणि अगदी शिणून गलितगात्र झालो होतो. आम्हाला ट्रकमध्ये बसल्यावर आमचे कपडे बदलायचे होते, परंतु आम्ही मुक्कामाला पोचेपर्यंत थांबावं असं आम्हाला सांगण्यात आलं. ड्रायव्हरच्या बरोबर एक व्हिएतनामी माणूस मागे आला आणि त्यानं आम्ही कितीजण आहोत हे मोजलं. आम्ही निघालो आणि पाच मिनिटानंतर आम्ही एक पूल ओलांडला आणि आमच्या नजरेला खूप दिवे पडले. आम्ही पाच तास दिवे बघितलेच नव्हते. आम्हाला सुरक्षित वाटलं, पण मला आम्ही आता ट्रकमध्ये बसलो आहोत आणि थंडीपावसात चालत नाही यापेक्षाही दिवे बघूनच जास्त आनंद झाला.

उपनगरातील एका घरापाशी आम्ही थांबलो. त्या घराची रचना नेहमीहून वेगळीच होती; कारण प्रवेशद्वार एका बाजूला आणि उंचावर होतं. ट्रक त्या प्रवेशद्वाराच्या अगदी जवळ थांबला, त्यांनी पडदे बाजूला केले आणि आम्ही ट्रकच्या मागच्या बाजूनं शेजाऱ्यांच्या नजरेस न पडता थेट त्या घरातच उड्या ठोकल्या. आम्ही ज्या खोलीत शिरलो ती एका पडद्यानं दोन भागांत विभागली होती. ती १२ फुटांची होती. एका भागात फक्त बेसीन होतं, टॉयलेट नव्हतं. तेथे आम्ही कपडे बदलू शकलो असतो. दुसऱ्या भागात भिंतीलगत लोकांना झोपण्यासाठी लाकडी ओटा होता. बाकीच्यांना जमिनीवर झोपावं लागलं. लाकडी जमिनीवर गाद्या किंवा गालिचे नव्हते. गोठावणारी थंडी होती. आम्हाला पांघरण्यासाठी काहीही दिलं गेलं नव्हतं. म्हणून आमच्याजवळचे थोडे कपडे पांघरूनच आम्हाला ऊब आणावी लागली. कुडकुडणं कमी व्हावं म्हणून आम्ही आमचे हातच आमच्या देहांभोवती घट्ट लपेटून घेतले. आम्हाला बनचा एक छोटा तुकडा आणि अंडं खायला दिलं गेलं. अशा परिस्थितीतही मी झोपी गेलो.

काही लोक टॉयलेटसाठी रात्री उठले. दरवाजा राखत बसलेल्या मझाईला इंग्रजी किंवा चिनी भाषा येत नव्हती. तो काही समजत नसल्यासारखा आमच्याकडे बघत होता. त्यामुळे सारी रात्र आम्हाला धीर धरावा लागला. दुसरा मझाई, दुसऱ्या दिवशी सकाळी अकरा वाजता आला आणि त्यानं मागच्या अंगणातली टॉयलेट आम्हाला वापरू दिली. तेथे दोन लाकडी झोपड्या होत्या. टॉयलेट अस्वच्छ होती. त्यात पाणी, टॉयलेट पेपर काहीही नव्हतं. तुम्हाला एका लाकडी ओट्याखालच्या भांड्यावर उकीडवं बसावं लागे. तुमच्यापाशी असला तर स्वत:चा टॉयलेट पेपर तुम्ही वापरायचा. खोलीतल्या सिंकपाशी आम्ही आमचे हात धुतले.

एकदा घरात शिरल्यावर दलालानं आम्हाला कुलूपबंद करून टाकलं. तेथे एक फळकुटं ठोकलेली खिडकी होती. त्यामुळे आम्हाला बाहेरचं दिसत नव्हतं आणि आत उजेडही येत नव्हता. थंडीमुळे आणि जवळ गरम कपडे नसल्यामुळे आमच्यापैकी बरेच लोक आजारी पडले. नशिबानं मला काहीही झालं नाही. त्या दोन स्त्रियांना खूप ताप भरला होता आणि त्यांच्या गटातले चार पुरुष त्यांची शुश्रूषा करत होते. त्यांनी चिनी वनौषधींचा नेहमीच्या दुप्पट डोस घेतला, लवकर उतार पडावा म्हणून! आम्ही जेवण मागितलं. त्यांनी आम्हाला विचारलं की, आदल्या रात्री आम्हाला दिल्या गेलेल्या ब्रेडचं काय केलं? चार वाजता दुसरा एक माणूस ब्रेड घेऊन आला. तो दोघांसाठी पुरेसा होता, अठरांसाठी नव्हे. लोकांनी तो वाटून घेतला, त्यांना वाटलं आणखीन मिळेल; पण आणखी मिळाला नाही. दरवाज्याजवळ उभे असलेल्या थोड्यांना ब्रेड मिळाला. इतर उपाशीच राहिले. मिंग दरवाज्यापाशी होता. त्यानं त्याला मिळालेल्या छोट्या तुकड्यातून थोडा मला दिला. मला इतकी भूक लागली

होती की मी इतरांचा विचारच केला नाही. आम्हाला सांगण्यात आलं की आम्ही लवकरच तिथून निघणार असल्यामुळं आम्हाला आणखी जेवण मिळणार नाही. प्रवासाच्या ह्या सुरुवातीच्या टप्प्यावर आम्हाला जे थोडं मिळे, ते वाटून घ्यायला लोक तयार असत. पुढे हॉलंडमध्ये लोक अन्नासाठी मारामाऱ्या करू लागले. मला वाटतं ते आम्हाला उपाशी ठेवत म्हणजे आम्ही अशक्त होऊन *(पैसे बुडवून)* पळून जाणार नाही.

त्या दिवशी संध्याकाळी पाचच्या सुमाराला – बाहेर अजून उजेड असताना – आम्ही प्रवास सुरू केला. आम्हाला पुन्हा तीन वेगवेगळ्या कारमध्ये बसवण्यात आलं. एक तासाच्या प्रवासानंतर कारदुरुस्तीच्या गॅरेजसारख्या जागी आम्ही पोचलो. मला वाटतं ही जागा ऑस्ट्रियात होती. रस्ते सुनसान होते, त्यामुळे इतके चिनी लोक एकत्र, स्लोव्हाकियाच्या जंगलात प्रवास करताहेत. ही गोष्ट कुणाच्या लक्षात आली नसणार. काही कार इतक्या वेगाने जवळून गेल्या की त्यांच्या ड्रायव्हरला आम्ही दिसलो नसणार. तीन कारपैकी फक्त दोन गॅरेजकडे वळल्या. मी टॉयलेटला जाऊन आलो. तेव्हा माझ्या लक्षात आले की आमच्या बाराच्या गटापैकी आता सहाजणच तेथे होते. दुसरा गट चुकीच्या जागी आला होता. त्यामुळे त्यांना कारमध्ये बसवून दुसरीकडे नेलं गेलं.

आम्हाला ह्या घराच्या तळघरात जायला सांगितलं होतं. तिथं निदान आठ-नऊ खोल्या होत्या. जगातल्या सर्व भागांतले लोक तिथे होते. तेथे एक आफ्रिकन बाई तिच्या मुलांबरोबर होती. त्यातलं एक तान्हं होतं. त्या सर्वांना भूक लागली होती. भारत, इराक, इराण, अफगाणिस्तान इथलेही लोक होते. बरेचसे मध्यपूर्वेचे होते. ते फार भीतीदायक दिसत होते. काही लोक आजारी होते. सर्व खोल्या एकमेकांना जोडलेल्या होत्या. आत पॅसेज नव्हता. आम्हाला प्रत्येकाला बसण्यासाठी किंवा झोपण्यासाठी एक छोटंसं ब्लँकेट दिलं होतं. त्याखेरीज आमच्या खोलीत काहीही लाकडी सामान नव्हतं. दोन टॉयलेट होती. त्यात जायला एका छोट्या खोलीतून जावं लागे. त्या खोलीत एक जुनं टेबल होतं. त्यावर बसून तुम्ही पाणी पिऊ शकत होता. तेथे सुमारे दोनशे लोक होते. नक्की मोजणं कठीण होतं. कारण सारखी ये-जा चालली होती. टॉयलेटसाठी नेहमीच रांग लागलेली असे. माझ्या स्नेकहेडच्या टोळीतून चाळीस माणसं आली होती; पण ती निरनिराळ्या दिशांना चालली होती.

तेथे स्वयंपाकघर नसल्यामुळं आम्हाला अन्न विकत घ्यावं लागे. आम्ही मझाईजवळ थोडे पैसे दिले. आम्हाला काळजी पडली होती की आमच्यापाशी इतके पैसे आहेत हे त्यांना दिसलं तर ते पैसे चोरून नेऊ बघतील; पण आम्ही अगतिक

आणि भुकेले होतो. आम्ही धोका पत्करायला तयार झालो. माझ्या मॉस्को विमानतळाच्या अनुभवावरून मी ब्रेड आणि पाण्यासाठी दहा डॉलर दिले. मला वाटलं की त्यात एक लहान पाण्याची बाटली आणि लहानसा ब्रेड मिळेल. तो परत आला तेव्हा त्यानं तीन पिशव्या भरून ब्रेड आणि प्रत्येकासाठी मोठी पाण्याची बाटली आणली. मी अशक्त मूल असलेल्या आफ्रिकन स्त्रीला एक ब्रेडची पिशवी आणि एक मोठी पाण्याची बाटली दिली. मध्यपूर्वेच्या लोकांनी हे बघितलं आणि त्यांनी आमचे पैसे आणि अन्न चोरायचा प्रयत्न केला. आम्ही आकारानं छोटे होतो आणि ते आम्हाला सहज घाबरवू शकतील, असं त्यांना वाटलं. साऱ्या सहा चिनी लोकांना एकाच खोलीत ठेवलं होतं. मी टॉयलेटला गेलो होतो आणि इतर तिघे इकडेतिकडे फिरत होते. उरलेले दोघे सामान सांभाळत होते. मध्यपूर्वेचे आठ लोक होते. लढाई जुंपली. दोन भारतीय आणि काही आफ्रिकेचे लोक चिनी लोकांना मदत करायला आले. आमचं सर्व सामान इकडे तिकडे फेकून दिलं होतं. चिनी लोकांचे चेहेरे सुजले होते आणि त्यातून रक्त येत होतं. मारामारी फक्त तीन मिनिटं चालली. काय चाललंय हे कानावर पोचताच मझाई तिथे तिरासारखा पोचला आणि त्यानं मारामारी थांबवली. हे मझाई पोलिसांहूनही अधिक कार्यक्षम होते! ते असताना आम्हाला जवळजवळ सुरक्षित वाटे.

अरबांना एका छोट्या खोलीत नेऊन चोप दिला गेला. त्यानंतर ते एकदम शांत झाले. जरूर लागली तर मझाई लोकांना ठारही मारत. काही लोक प्रवासात थकल्यामुळं मरण पावतात. जर थकव्यामुळे लोक मागे राहू लागले तर मझाई आम्हाला त्यांना मागे सोडून चालत रहायला सांगत. तुम्ही दलालाचे मित्र किंवा नातेवाईक असलात तर ते तुमची काळजी घेत. नशिबानं आमच्या प्रवासात कुणी मृत्युमुखी पडलं नाही.

तुम्हाला यांचे पैसे हप्त्याहप्त्याने द्यावे लागतात. आणि तुमच्यापाशी पैसे नसले तर देवच तुमचं रक्षण करू शकतो. अजगर-दलाल मझाईंना प्रत्येकाकडून किती पैसे घ्यायचे ते सांगतो. ते साधारणपणे तुमचे पाय तोडत नाहीत. ते तुम्हाला अंतर्गत इजा पोचवायचा प्रयत्न करतात. म्हणजे तुम्ही प्रवासात तग धराल; पण प्रवासाच्या शेवटी चटकन मरून जाल. ते तुम्हाला भिंतीवर दाबून धरतात, एक एक माणूस तुमचा एक एक हात धरतो. जणू तुम्ही क्रूसावरले येशू आहात आणि एकजण तुमच्या छातीत आणि पोटात गुद्दे मारतो. तुम्ही वेदनेने कळवळून वकलात आणि त्यांनी तुमचे हात सोडले, तर कुणीतरी काठी वापरून तुमच्या पाठीवर मारतं. ते तुम्हाला मारहाण करत असताना तुमच्या नातेवाइकांना फोन लावतात, म्हणजे वेदनेनं तुम्ही ओरडत असलेलं त्यांच्या कानी पडावं. हॉलंडमध्ये मझाईनं पुरेसे पैसे

जवळ नसलेल्या एका माणसावर हा प्रयोग केला. कुणीही आईबाप किंवा भावंड त्यांच्या प्रिय व्यक्तीचा अमानुष शारीरिक छळ ऐकणं सहन करू शकत नाही. म्हणून कुटुंबीय दिलेल्या खात्यात पैसे पाठवतात. त्यांच्यापाशी पैसे नसले तर अतिशय मोठ्या व्याजदरावर ते पैसे उसने घेतात.

तुमच्या साऱ्या भावाबहिणींना ते पैसे तीन वर्षांत फेडायच्या करारावर सही करावी लागते. तुम्हाला जवळचे नातेवाईक नसले तर त्याच आडनावाचा कुणी श्रीमंत माणूस कधीकधी तुमच्या कुटुंबीयांना मदतीसाठी पैसे उसने देतो. खरंच फार गरीब असलात तर काही अजगर-दलाल तुम्ही तुमच्या मुक्कामावर पोचलात आणि पैसे मिळवू लागलात की परतफेड करण्याची परवानगी देऊ शकतात. पण हजारात एखादा इतकेच लोक अशा परिस्थितीत असतात. बरेचदा स्त्रिया अशा परिस्थितीत असतात. त्यांना दलालांचे पैसे देण्यासाठी वेश्याव्यवसायात शिरायची वेळ येते. तुम्ही मुक्कामावर पोचल्यावर तीन दिवसांत सर्व पैसे द्यायचे असतात. स्त्रियांसाठी हे फारच कठीण असतं. त्या आईवडील किंवा नातेवाइकांबरोबर प्रवास करत असल्या तरीसुद्धा प्रवासात मझाई त्यांच्यावर बलात्कार करतात. जर मझाई आला आणि त्यानं मुलीला त्याच्याबरोबर दुसऱ्या खोलीत बोलावलं, तर त्या काहीही प्रतिकार करू शकत नाहीत. त्या मुक्कामावर पोचल्यावर अपत्याला जन्म देतात आणि पिता कोण हे त्यांना ठाऊक नसतं. अशा परिस्थितीतून गेलेल्या काही स्त्रिया मला ठाऊक आहेत. स्लोव्हाकियानंतर अशा गोष्टी माझ्या नजरेला पडल्या.

(स्नेकहेड दलाल त्यांच्या गिऱ्हाइकांना नोकऱ्या शोधून देत नाहीत. ट्रायाड-चिनी माफिया – पैसे घेऊन तुम्हाला काम मिळवून देतो. मझाई त्यांच्या दलालांचा उल्लेख *बॉस* असा करतात. असे अनेक बॉस आहेत. नान बा टियान (याचा अर्थ आहे *'सर्व स्नेकहेड दलालांचा राजा');* ग्वांग टाउ *(म्हणजे 'टकल्या');* पिंग टाउ *(विरळ केस असलेला);* अमेरिकन मेंदू गुओ गुओ *(ससाण्यासारख्या नाकाचा)* आणि ते कोणत्या देशाचे हे तुम्हाला माहीत नसलं तर तुम्ही त्यांना गुइ लाउ म्हणता. गुइ म्हणजे सैतान आणि ही परदेशी लोकांबद्दल असभ्य शिवीही आहे. ट्रायाड बॉसना 'बिग बॉस' म्हणतात. लाओडा *(मँडरिनमध्ये),* डाइ लाओ *(कँटनीजमध्ये)* याचा शब्दशः अर्थ होतो 'मोठा भाऊ.'

या ठिकाणी आम्ही दोन दिवस राहिलो. दर दोन-तीन तासांनी लोकांचा समूह गॅरेजमध्ये आणला जाई आणि पन्नास-साठच्या गटानं दुसरे लोक बाहेर पडत. मी जरी अतिशय थकलेला होतो तरी भीतीपोटी मी झोपू शकत नव्हतो. मी अधूनमधून नुसते माझे डोळे मिटून घेत असे. दुसऱ्या रात्री मला अगदी झोप लागता लागता कुणीतरी आम्हाला सामान बांधायला सांगितलं. कारण आम्ही निघत होतो. बहुदा

पहाटेचे तीन वाजत होते. तळघरात आम्हाला दिवस आणि रात्रीतला फरकच कळत नसे, पण माझ्या हिशोबाप्रमाणे बीजिंगमध्ये काढलेला एक महिना धरून मी जवळजवळ सात आठवडे प्रवास करत होतो. आम्हाला चाळीस फुटी कंटेनरमधून नेण्यात आलं. त्यात इतकी दाटीवाटीनं माणसं भरली होती की आम्हाला फक्त उभं राहाण्याएवढी जागा होती. त्यात आधीच दुसऱ्या ठिकाणाहून आणले गेलेले निदान चाळीस लोक होते. आणि आमच्या तळघरातून आणखी तीस-चाळीस आले होते. मी कंटेनरच्या एका टोकाच्या कोपऱ्यात उभं राहायचा प्रयत्न केला, म्हणजे फटीतून मी लघवी करू शकलो असतो आणि दिवसा मला हवेची झुळूक आणि उजेडसुद्धा मिळाला असता.

मी अठराशे डॉलर बरोबर घेऊन प्रवास सुरू केला होता. मी पुरेसे पैसे जवळ ठेवले नसते तर त्यांनी मला हंगेरीत प्रवेश दिला नसता. मी काळ्या बाजारात डॉलर विकत घेतले. मला त्यासाठी चलन दराच्या वर चाळीस डॉलर पडले. मी आत्तापर्यंत काहीशे डॉलर वापरले होते. चीनमध्ये आमच्या चड्डीला किंवा शर्टच्या कॉलरला एक छुपा खिसा शिवलेला असतो. मी काही डॉलर माझ्या चड्डीच्या छुप्या खिशात आणि काही माझ्या कातडी कोटाच्या छुप्या खिशात लपवले होते. सरतेशेवटी जेव्हा फक्त काही शे डॉलर उरले, तेव्हा ते मी टूथपेस्टच्या खोक्यात लपवले. काही लोक बुटातून पैसे नेतात; पण तुम्हाला झोप लागली, तर बरोबरचे प्रवासी चोरी करू शकतात. मझाई अशा तऱ्हेने पैसे चोरत नाहीत. ते फक्त पैसे उसने मागतात आणि कधीच परत करत नाहीत. तुम्ही म्हणालात की तुमच्याजवळ पैसे शिल्लक नाहीत, तर ते तुम्ही झोपेत असताना तुमचं सामान किंवा तुमचे कपडे तपासतात. किंवा काहीतरी सबबीखाली ते तुम्हाला दुसऱ्या खोलीत नेतात, कपडे उतरवायला लावतात आणि ज्या गोष्टींचा तुम्ही चुकवलेल्या पैशात समावेश होता, अशा गोष्टींसाठी पैसे द्यायला लावतात. जेव्हा 'बॉस' जवळपास नसतो तेव्हा ही मझाईंची वरकड कमाई असते. तुम्ही दलालापाशी तक्रार करू शकत नाही; कारण मझाईच तुमच्याकडे रोज बघत असतात आणि तुम्ही तक्रार केली तर ते तुम्हाला पिटून काढतात.

माझा दलाल मी ज्या देशात पोचेन तेथील मझाईला फोन करून मला नीट वागवायला सांगत असे. म्हणत असे, की मी त्याचं मोलाचं गिऱ्हाईक आहे. मला वाईट वागवलं गेलं नाही, कारण माझ्या दलालाला माहीत होतं की माझ्या मालकीचा कारखाना होता आणि म्हणून मला थोडी प्रतिष्ठा होती. शियो एन नावाचा माझा एक श्रीमंत मित्रदेखील बीजिंगमध्ये होता आणि त्यानं माझ्याबद्दल लेखी हमी घेतली होती. त्यामुळे दलालाला विश्वास वाटत होता. मला पैशांची जरूर पडली तर मी त्याला *(मित्राला)* फोन करून पैसे पाठवायला सांगू शकत होतो. त्याचा

आणि माझा काही करार झाला नव्हता की मी पैसे केव्हा फेडायचे. फक्त मला जेव्हा शक्य होईल तेव्हा मी फेडायचे होते. माझा कारखाना विकून मिळालेल्या पैशातून माझ्या नातेवाइकांनी त्याचे पैसे परत फेडले.

आम्ही कंटेनरमध्ये शिरलो तेव्हा आम्हाला अगदी शांत राहायला सांगितलं होतं. काही मिनिटांनी पुढं उभ्या असलेल्या लोकांचा आरडाओरडा ऐकू येऊ लागला. लोक त्यांना गप्प राहायला सांगत होते. मला ती बोलीभाषा समजली. माझ्या प्रांताची होती. ते ओरडत होते 'गुइ लाउ' *(म्हणजे दुष्ट परदेशी)* आणि काय झालं असेल असा मी विचार करत होतो. माझ्या गटात पाच फुजिअन लोक होते. म्हणून त्यांना मदत करायला धक्काबुक्की करून आम्ही पुढे पोचलो. कुणीतरी एका फुजिअनच्या माणसाचे पैसे चोरायचा प्रयत्न करत होता. आम्हाला पाहून ते *(चोर)* घाबरले आणि त्यांना जाणवलं की त्यांना मदतीची कुमक होती. तेथे शिस्त ठेवायला मझाई नव्हता. ते इतक्या साऱ्या लोकांमध्ये एका मझाईला कधीही ठेवत नाहीत. कारण इतकी चिडाचिड होऊ शकते की लोक एकत्र जमून मझाईलाच पिटून काढू शकतात. माणसांचे गट काळजीपूर्वक आखले होते. सारे चीनचे लोक, वेगवेगळ्या राज्यातले असले तरीही एकजूट करून होते. कंटेनरमधून उतरल्यावर आम्ही एकमेकांशी आमच्या वेगवेगळ्या मार्गांबद्दल बोलू लागलो. युक्रेनहून आलेले काही अगदी छोट्या लाकडी पेट्यांमधून आले होते.

प्रवासात मित्र असणं चांगलं होतं. व्यवहारात त्यामुळे आम्ही आळीपाळीनं झोपून आळीपाळीनं आमचं सामान सांभाळू शकत होतो. त्यानं मला खूप हुरूप आला. कंटेनरमधून आम्ही खूप दूरवरचा प्रवास केला. भांडण जुंपलं तेव्हा मला वाटलं आम्ही पर्वतावर चढत होतो. कंटेनरच्या मागच्या भागात लोक लघवी करत होते. तुम्ही अशा परिस्थितीत असताना कोण पर्वा करतो आणि तोही काळोखात? आता लघवीची दुर्गंधी भरली होती. दिवस उजाडताना दोनतीन तास प्रवास केल्यावर आम्ही सरहद्दीवर पोचलो. कंटेनरला खिडक्या नसल्या आणि आत काळोख असला तरी चुकार फटीतून उजेड आत येई आणि पहाट झालेली कळत असे. मी लोकांना बोलताना ऐकलं की जकात नाक्यावर आम्ही थांबलो होतो. आमचं नशीब की आम्ही थांबलेलो असताना त्या आफ्रिकेच्या स्त्रीची मुलं रडली नाहीत. सर्वांत धाकटं एक-दोन वर्षांचंच होतं. आम्ही सारेच सापडलो असतो. आम्ही कंटेनरमध्येच थांबलो. ड्रायव्हरने उडी मारून कागदपत्रं दाखवली. जर जकात तपासनिसांनी कंटेनर तपासला असता तर सारंच संपलं असतं. आम्हाला लपवलं गेलं नव्हतं. इतके सारे ट्रक त्या जकातनाक्यातून पुढे जातात की त्यांना ते सर्व तपासणं अशक्य आहे. ते हजारातून एखादा तपासत असतील. आम्ही झेक रिपब्लिकमध्ये आलो होतो आणि

काही तासांतच आम्ही मुक्कामाला पोचलो. ते टेकडीवर, तळ्याकाठचं घर होतं. आजुबाजूला चिटपाखरूदेखील नव्हतं.

आम्ही कंटेनरमधून बाहेर पडलो आणि गवतावर लोळून हातपाय ताणले. जानेवारी महिना होता आणि खूप थंडी होती; पण त्या कंटेनरमधून बाहेर पडल्याचा आनंद इतका होता की आम्ही फिकीर केली नाही. असं वाटत होतं की आम्ही एक दिवसाच्या सहलीसाठी खेड्यात आलो आहोत. आम्हाला लपूनछपून राहाण्याची गरज नव्हती. असं वाटत होतं की आम्ही इथलेच आहोत, बेकायदेशीरपणे आलेलो नाही. एकाएकी, अचानक, वेगवेगळ्या दिशांनी आमच्या रोखानं पांढऱ्या कार आल्या. त्या पोलीस कार असून आमच्यासाठी दबा धरून बसल्या होत्या की काय असा विचार मला चाटून गेला. काही लोक धावले आणि उंच गवतात लपले; पण मग आमच्या लक्षात आलं की लोक या कारमध्ये शिरत होते. त्या गाड्या स्नेकहेड दलालांच्या होत्या आणि आम्हाला नेण्यासाठी आल्या होत्या! त्यातल्या काही वीस माणसं बसतील अशा बस होत्या. आम्ही ज्या स्नेकहेड टोळीचे सदस्य होतो, त्यांची खूण म्हणून आम्हाला परवलीचा शब्द दिला गेला होता. त्यांच्या प्रश्नाशी आमचं उत्तर जुळलं पाहिजे. जर ते म्हणाले हवा आज छान दिसते तर तुम्ही म्हणायचं असे, 'नाही, वारा सुटलाय आणि पाऊस पडणार आहे.' याखेरीज आम्हाला आमच्या टोळीच्या प्रमुखाचं नाव ठाऊक असायला हवं. मझाई बॉस लाऊच्या गिऱ्हाइकांच्या नावाने पुकारा करी. ते सारे एकत्र जमत. 'लाउ' या शब्दाचा अर्थ होई पाच. म्हणून 'तुम्ही कुठे राहता?' या प्रश्नाच्या उत्तराला तुम्ही उत्तर देऊ शकता, 'आम्ही पाच नंबरच्या पर्वताच्या पायथ्याशी राहातो आणि आमच्या घराचा नंबर आहे ७६८३.' त्या गटात चारजण होते, म्हणून त्यातला एकएक नंबर त्या चौघांपैकी एकेकाला दिला असणार. तुम्ही बरोबर उत्तर दिलंत तर तुम्ही कारमध्ये शिरायचं. आम्ही एका देशातून दुसऱ्या देशात जात असल्यामुळे हे महत्त्वाचं होतं. नाहीतर तुम्ही भलत्याच जागी पोचला असता आणि या वेळेस तेच घडलं.

आमचे लोक काहीतरी कारणानं आलेच नाहीत. आमच्या दलालाच्या नावाचा पुकारा कुणीच केला नाही. मी तुम्हाला माझा परवलीचा शब्द सांगू शकत नाही; कारण मला ओळखला जाण्याची भीती वाटतेय. मी तुम्हाला माझ्या दलालाच्या बॉसचं नावदेखील सांगू शकत नाही; कारण त्यानं अनेकांना मारून टाकलंय अशी त्याची ख्याती आहे. जरी ते परवलीचे शब्द बदलत असले तरी त्यांच्यापाशी यादी असते की अमुक वर्षी त्यांनी कोणता शब्द वापरला होता. आणि त्यावरून मी ओळखला जाईन. ती निर्मनुष्य जागा होती तरी आम्हाला भरभर हलायचं होतं. सरतेशेवटी कंटेनरमध्ये अजून थांबलेल्या चौघांबरोबर आम्ही गेलो. त्यांनी मझाईला प्रश्न विचारला, 'तू कुठं राहातोस?' मझाईनं परवलीचा शब्द ओळखला नाही. तो

म्हणाला, 'त्याच्याशी तुमचा संबंध नाही.' आणि कारनं निघून गेला. कारण त्याला त्यांना न नेल्याबद्दल मार खायचा नव्हता. मझाईनं त्याच्या बॉसला फोन करून विचारलं की त्याला बरोबर परवलीचा शब्द का सांगितला गेला नव्हता. मग तो परत आला आणि त्यानं बरोबर उत्तर दिलं. आम्ही त्या मझाईला विचारलं की तो आम्हालादेखील नेईल का? योगायोगानं माझा बॉस आणि त्याचा बॉस चीनमध्ये एकाच इमारतीत राहात होते. त्याच्या बॉसने आमची विनंती मान्य केली.

आम्ही ते चौघे आणि मझाई यांच्यासोबत त्या कारमध्ये दाटीवाटीनं घुसलो आणि आमची समजूत होती की आम्ही इटलीत निघालो आहोत. त्या चौघातले तिघे जर्मनीला निघाले होते, चौथ्यानं अजून नक्की ठरवलं नव्हतं. जेव्हा चाळीस मिनिटांनी आम्ही मुक्कामावर पोचलो तेव्हा अनेक लोक मला, ओळखणारे निघाले. ते म्हणाले, 'तुझ्या कारखान्यातून आम्ही विटा विकत घ्यायचो.' जरी मला ते आठवत नव्हते तरी मी म्हणालो, 'हो, मी त्यांना ओळखतो.' आम्हाला एका सुरेख घरात नेलं गेलं. ते शहरातल्या एका श्रीमंताचं सुट्टीवर यायचं ठिकाण होतं. त्याच्यापुढे मोठी बाग होती. ते घर अगदी स्वच्छ आणि उत्तम स्थितीत होतं. मी इतरांकडून ऐकलं की हा बॉस फार दयाळू माणूस होता. तो तुम्हाला हवं तेवढं जेवण देत असे. विशीच्या दिसणाऱ्या एका मुलीनं आम्हाला नेऊन घर दाखवलं. हॉलमध्ये आम्ही टी.व्ही. बघू शकत होतो, वाचू शकत होतो, बाथरूम आणि आमची बेडरूम. एका खोलीत आम्ही फक्त दोघ-दोघेच होते. ती म्हणाली की, आम्हाला हवं ते आम्ही शिजवून खाऊ शकतो. पण आम्ही खूप गोंगाट करायचा नाही आणि बाहेर जायची परवानगी नाही. आमच्याच सुरक्षिततेसाठी दिवस-रात्र पडदे बंद ठेवायचे होते. आम्हाला टेलिफोन वापरायचीही मुभा नव्हती. मला पर्वा नव्हती. मला सुटीवर आल्यासारखं वाटत होतं.

मी चीनमध्ये या बॉसला फोन करून विचारलं की आम्ही त्याच्या गटात येऊ शकतो का? मला दोन मिनिटांच्या मोबाइलवरच्या फोनसाठी ५० डॉलर मोजावे लागले. तो म्हणाला की तो माझ्या बॉसशी बोलेल; पण दुर्दैवाने माझा बॉस तयार झाला नाही आणि आम्ही त्या जागी फक्त काही तासच थांबू शकलो, याची मला निराशा वाटली. मझाई फोनवरच्या संभाषणाबाबत फार जागरूक असत. आम्ही जर कुणाशीही – नातेवाईक, मित्र – फोनवर बोलायची परवानगी मागितली, तर ते तेथेच उभे राहून तुम्ही त्यांच्यावर टीका करत नाही, याची खात्री करून घेतात. आम्हाला न्यायला एक कार आली. तीस मिनिटांतच आम्ही एका आठ मजली इमारतीत पोचलो. प्रागमधल्या मंत्रिमंडळाच्या इमारतीसारखी वाटणारी. तेथे तीन बेडरूम आणि छोटासा हॉल असलेल्या एका फ्लॅटमध्ये आम्ही पंधराजण होतो –

सारे फुजिअन प्रांतातले. आमच्या नातेवाइकांसमवेत असल्यासारखं आम्हाला वाटलं. आमच्यापूर्वी बीजिंगहून इटलीला जायला निघालेले दोन लोक आठवताहेत. त्यातल्या एकाला मी इथे भेटलो *(आम्ही सर्वजण हसतो).* त्यानं आम्हाला धोक्याची सूचना केली की आम्ही फार जोरानं बोललो, आम्हाला 'मृत्यूचा कमरा' म्हणून ओळखल्या जाणाऱ्या शेजारच्या खोलीत नेलं जाईल; जिचं वर्णन त्यातून बाहेर आल्यावर कुणीही करू शकत नसे, इतकी त्यांची त्यात पिटाई केली जाई. मला त्या खोलीत जाण्याची वेळ आली नाही. त्यामुळे पंधरा लोकांसाठी फक्त हॉल आणि दोन बेडरूम एवढीच जागा होती. जेवायचं टेबल इतक्या सगळ्या लोकांना पुरेल एवढं मोठं असायला हवं होतं. तेच सारा हॉल व्यापून टाके. पुरेशी जागा नव्हती म्हणून चार लोक त्या टेबलाखाली झोपत.

हॉलच्या लगत एक छोटंसं स्वयंपाकघर होतं. आम्ही महिनाभर तेथे राहिलो, त्या काळात स्वयंपाकाबद्दल आणि जेवणाबद्दल खूप छोट्या-मोठ्या कुरबुरी चालत. आम्ही स्वयंपाक गटागटानं करत असू. त्यामुळे जे प्रथम आत जात, ते फ्रीजमधल्या सर्वांत चांगल्या गोष्टी काढून घेत आणि इतरांसाठी फारच थोडं ठेवत. किंवा स्वयंपाक आटपायला लोकांना इतका वेळ लागे की ज्या गटानं नाश्ता सर्वांत आधी केलेला असे ते लोक दुपारचं जेवण बनवण्यासाठी रांगेत येत, तोवर काही लोकांचा नाश्ताही आटोपलेला नसे. आम्ही रांगेत भांडाभांडी केली तर मझाई आम्हाला झोडून काढत. आमच्या गावच्या एकाचे पैसे मझाईने घेऊन टाकले. त्यानं दलालाकडे तक्रार केली आणि एकदोन दिवसांनी त्याला बेदम मारलं गेलं. जेव्हा दलालानं भेट दिली तेव्हा माझा मित्र म्हणाला की त्याची तक्रार केल्यामुळे मझाईनं त्याला मारलं. मझाई म्हणाला की त्यानं त्याला मारलं; कारण त्यानं सकाळी स्वयंपाक केला होता आणि इतर लोक रांगेत असताना त्याला पुन्हा स्वयंपाक करायचा होता. एका वेळेस एकजण टॉयलेटला गेला आणि त्याने जोरात फ्लश केलं. मझाईनं त्याला खोलीत खेचून नेऊन त्याला विचारलं की टॉयलेट फ्लश करताना त्यानं एवढा आवाज का केला आणि त्याला दोन थपडा लगावल्या. दुसऱ्या एकानं हे पाहिलं, तो घाबरला आणि त्यानं टॉयलेट फ्लश केला नाही. त्याला मझाईनं पकडून टॉयलेट फ्लश न केल्याबद्दल थप्पड मारली. ही त्याची क्षुद्र हुकूमशाही होती.

आम्ही ऐकलं की आम्ही या फ्लॅटवर येण्यापूर्वी तेथे मोठीच मारामारी झाली होती. काही लोकांनी जर्मनीची सरहद्द ओलांडायचा प्रयत्न केला होता; प्रयत्न फसला आणि ते फ्लॅटवर परत आले. त्यांना भूक लागली होती आणि शेवया शिजवायच्या होत्या. तीन मझाईंनी त्यांना सांगितलं की त्यांना जेवायची परवानगी नाही. ज्या प्रमाणात ते अन्न खातील त्याच प्रमाणात त्यांना पिटलं जाईल. मझाई चिकन चापत होते, बिअर पीत होते. त्यांच्या बंदुका दुसऱ्या टेबलावर दूर होत्या.

मझाईची बायको स्वयंपाकघरात होती. ती अचानक ओरडू लागली. भुकेल्या लोकांनी सुरी उचलून तिला ठार मारण्याची धमकी दिली होती – त्यांना जेवायला मिळावं म्हणून! जेव्हा मझाईनी पाहिलं की सुरीच्या धाकावर त्या बाईला पकडलं आहे, तेव्हा त्यांनी त्यांच्या बंदुका पकडायचा प्रयत्न केला नाही. मग तीन माणसांनी त्यांना खाली दाबून धरून त्यांच्या बंदुका ताब्यात घेतल्या. त्या माणसांनी त्या बाईला खाली रस्त्यावर नेलं. ती तिच्या रात्रीच्याच कपड्यात केस विस्कटलेल्या अवस्थेत होती आणि भीतीनं ओरडत होती. पोलिसांना वाटलं की ती वेडी आहे म्हणून तिच्या मदतीला येण्याऐवजी ते तिच्यावर हसले. त्या माणसांनी एका दलालाचा फोन हिसकावून घेतला आणि त्यांच्या बॉसला चीनमध्ये फोन केला की त्यांना नव्या गटात जायचं आहे. काही मिनिटांतच दोन नवे मझाई आले आणि त्यांनी या दहाजणांना दुसऱ्या फ्लॅटवर नेलं. यावरून कळतं की दलालांचं जाळं किती सुसूत्र चालतं!

माझ्या संपूर्ण प्रवासापैकी सर्वांत वाईट भाग होता– झेक रिपब्लिकपासून जर्मनीपर्यंतचा! जरी जर्मनी इटलीच्या विरुद्ध दिशेला आहे, तरी आम्हाला काही शंका आली नाही. त्यांनी निवडलेले मार्ग नेहमीच सर्वांत जवळचे नसतात, तर सर्वांत सुरक्षित असतात. असं म्हटलं, पण जर्मनीत प्रवेश करणं फारच अवघड होतं. आमच्या आधीच्या गटानं दहाहूनही जास्त वेळा जर्मनीत शिरायचा प्रयत्न केला होता. शेवटच्या वेळेस त्यांनी झेक सरहद्द ओलांडली; पण त्यांना जर्मनबाजूच्या पोलिसांनी अडवलं. हा सारा आमच्यासाठी मोठा शुभशकून नव्हता. आमच्यापैकी सहाजण दुपारी कारनं प्रागहून निघाले. जोराची हिमवृष्टी होत होती. गाडीचा ड्रायव्हर खूपच वेगानं जात होता आणि माझ्या पोटात भयाची आशंका होती. मला कधीकधी गाडीत मळमळणं आणि डोकेदुखीचा त्रास होतो. तो सुरू होऊन, खूपच वाढलं. मला चक्कर येत होती आणि डोकं बधीर झालं होतं. मी फारसं खाल्लं नव्हतं, म्हणून मला अशक्तपणा जाणवत होता. तीन तासांनी एका जंगलापाशी आम्हाला त्यांनी सोडून दिलं. भयंकर थंडी होती. मी माझे सारे कपडे अंगावरच चढवले होते, कारण मझाई म्हणाला होता की आम्ही काहीही सामान नेऊ शकणार नाही. मी एकावर एक दोन चड्ड्या चढवल्या होत्या. *(झिओ थिआओ सिंग आणि लिउ विनोद जाणवून हसतात.)* चिनी लोकांना एकावर एक खूप चड्ड्या चढवायची सवय असते. मी जंपर, सूट आणि कातडी कोटही चढवला होता. मी बुटांचा एक जोड पायात घातला होता आणि दुसरा माझ्या पट्ट्याला लेसनं बांधला होता. पर्वतावर चढून जाणंदेखील या दाट बर्फात चालण्याहून सोपं होतं. पावलागणिक माझे पाय गुडघ्यापर्यंत बर्फात रुतत होते. व्हिएतनामचा मझाई आमच्यासोबत होता, त्याला थोडी चिनी भाषा येत होती. तो व्हिएतनामच्या युद्धात लढलेला होता, त्यामुळे तो

सहजपणे चालू शकत होता.

मला सांगितलं गेलं होतं की झेक आणि जर्मन बॉर्डर ओलांडायला फारसं चालावं लागत नाही. माझी अपेक्षा होती की आम्ही फारतर तासभर चालू; पण दोन तास चालूनही आम्ही मध्येच कुठेतरी होतो. आम्ही जेव्हा मझाईला विचारलं की आणखी किती वेळ लागेल तेव्हा त्यानं फक्त उत्तर दिलं, 'चालत राहा.' पुन्हा आम्हाला दिव्यांचा झोत टाळायला लपावं लागलं, म्हणजे आम्ही सरहद्दीच्या जवळपास पोचलो असणार. आम्ही दुपारी निघालो, सारी रात्र चाललो, दुसरा संपूर्ण दिवस चाललो आणि जवळजवळ रात्र होईपर्यंतही आमच्या मुक्कामाला पोचलो नव्हतो. आम्हाला शक्ती येण्यासाठी काहीही अन्न उपलब्ध नव्हतं. आमच्याबरोबर एक स्त्री होती, तिला आम्ही अक्षरक्ष: जमिनीवर फरफटत खेचून नेत होतो. आमच्या बुटात बर्फ शिरला. आम्ही वितळलेला बर्फ तुडवत असताना त्यानं आमचे बूट भरून जाऊन आमचे पाय गोठले आणि सुजले. मला भयानक वाटत होतं – अशक्त आणि थकलेलं! मझाईनं आत फरचं आवरण असलेले, पाणी आत शिरणार नाही असे जांघेपर्यंत येणारे बूट घातले होते. तो आम्हाला भरभर चालायला सांगत होता. आम्हाला विश्रांती घ्यावीशी वाटली की तो म्हणत असे, 'नाही! इथं धोक्याचं आहे. इथे रानलांडगे आहेत.' सुरुवातीला आम्ही म्हणत होतो, 'ठीक आहे, ठीक आहे, आपण चालत राहू.' पण काही वेळानं आम्हाला जिवंत खाल्लं गेलं तरी त्याची फिकीर वाटेना. आम्ही जमिनीवर आडवे झालो. जेव्हा आम्हाला लपायचं असे, तेव्हा आम्ही चालत असलेल्या अरुंद रस्त्याच्या दोन्ही बाजूंना असलेल्या अरुंद खंदकांवरून उडी मारून जाण्याचं आमच्या अंगात त्राण उरलं नव्हतं.

आमचे हात कापले होते आणि त्यातून रक्त येत होतं. चालताना मदत घेण्यासाठी आम्ही कसलाही आधार घेऊ शकत नव्हतो. आमचे हात बधीर झाले होते. जर्मनीत शेवटचा काही भाग मी चक्क रांगत गेलो. मी इतरांबरोबर राहू शकलो नाही. मी इतका थकलो होतो की मी हरवून गेलो असतो, त्याचीही मी पर्वा केली नाही. मला फक्त विश्रांती हवी होती; पण कुठंतरी माझ्या अंतर्मनात इतरांना गाठण्याची सूचना निनादली. सरहद्दीवर तारेचं कुंपण होतं आणि त्याच्या बाजूबाजूनं आम्हाला रांगायचं होतं. तो फार अरुंद रस्ता होता. मला वाटतं ही सरहद्द ओलांडायला आम्हाला इतका प्रचंड वेळ लागला, कारण आधीचे इतके सारे प्रयत्न फसल्यामुळे त्यांनी खूपच लांबलचक आणि गुंतागुंतीचा मार्ग शोधून काढला होता.

आम्ही जर्मनीत शिरल्यावर मझाईनं आम्हाला होतो तिथं थांबायला सांगितलं आणि तो निघून गेला. आम्ही गवतात आणि बर्फात वाकून लपून आम्हाला नेण्यासाठी येणाऱ्या गाडीची वाट बघत थांबलो. त्यांची काय पद्धत होती मला माहीत नाही. कदाचित त्यानं कुणालातरी फोन करून आम्ही कुठे आहोत, हे

सांगितलं असेल. एका तासानं एक छोटी बस येऊन रस्त्यावर थांबली. ती आमच्यासाठीच आहे याची खात्री होईपर्यंत आम्ही काही मिनिटं थांबलो. आम्ही बाहेर पडलो नाही हे बरंच झालं, कारण थोड्या वेळानं ती निघून गेली. अनेक तासांनी एक ट्रक आला. दुपारचे चार वाजले असावेत. ड्रायव्हर बाहेर पडला आणि त्यानं शिटी वाजवली. मित्र म्हणाला, 'हा पोलीस असला तरी त्याची मला पर्वा नाही. मी गारठलोय आणि थकलोय.' आम्ही तेथे गेलो, मग इतरांना धीर आला आणि ते आमच्यापाशी आले.

आम्ही इतके शिणलो होतो की आम्ही ट्रकमध्ये रांगत शिरलो. किती वेळ तो प्रवास चालला हे मला आठवत नाही. माझ्या आठवणीतले ते सर्वांत भीषण चोवीस तास आहेत. आत सीट नव्हत्या. आम्ही खालीच पसरलो होतो – 'मृत्यूपासून एका श्वासाच्या अंतरावर' – अशा आमच्या चिनी म्हणीप्रमाणे. आम्ही डुक्करवाड्यातल्या डुकरांसारखे दिसत होतो. पुढल्या मुक्कामाला आम्ही ट्रकमधून हळूहळू बाहेर पडलो. ट्रक निघून गेल्यावर मझाईच्या लक्षात आलं की एक माणूस आणि स्त्री दिसत नाहीत. आम्ही ट्रकची वाट पाहताना कुणाला तरी गवतावरच विसरून तर आलो नव्हतो? त्यानं ट्रक ड्रायव्हरला फोन केला, त्यानं त्याच्या ट्रकची मागची बाजू तपासली आणि त्याला ते दोघे झोपलेले दिसले. ट्रक परत आल्यावर मझाई मागे उडी मारून चढला आणि त्यानं त्यांना उतरायला फर्मावलं; पण ते इतके थकलेले होते की झोपूनच राहिले. सरतेशेवटी त्यांना ट्रकमधून खेचून बाहेर काढावं लागलं.

जिथं आम्हाला नेलं गेलं त्या जागेची माझी आठवण म्हणजे एक लांबच लांब पॅसेज. शेवटी उबेच्या जागी आल्यावर आमचे हात प्रचंड दुखू लागले. एक मझाई आम्हाला जेवण द्यायला तयार नव्हता. दुसऱ्यानं त्याचं मन वळवलं. म्हणाला, 'अरे, बघ ते जवळजवळ मरतच होते. त्यांना अन्नाची जरूर आहे.' त्यांनी आम्हाला उकडण्यासाठी शेवया आणि कोकचे कॅन दिले. आम्ही इतके थकलो होतो की आम्ही त्या शेवया शिजवण्यासाठी पाणी उकळवायलासुद्धा उठू शकत नव्हतो. म्हणून आम्ही पुडा उघडून त्या कच्च्या कोरड्याच खाऊ लागलो. त्यातल्या अर्ध्या खाल्ल्यानंतर थोडी शक्ती आली, त्यानंतर आम्ही उरलेल्या अर्ध्या शेवयांवर गरम पाणी ओतलं. आमच्या हातात ऊब आल्यावर आमच्या लक्षात आले की ते काट्यांनी भरले आहेत. काटे खेचून बाहेर काढणं यातनामय असतं. आम्ही गलिच्छ झालो होतो आणि भिजलो होतो; पण तिथे शॉवरची सोयच नव्हती. साधारणपणे आम्ही दोन-तीन दिवस कपडे वापरून ते धुता आले नाहीत किंवा खूप मळले तर चक्क फेकून देत असू. प्रत्येक ठिकाणी लोकांनी मागे सोडून दिलेल्या कपड्यांच्या पिशव्या आम्हाला दिसत. खोल्या खूपच थंडी होत, तेव्हा हे कपडे पांघरून आम्ही

ऊब मिळवत असू. त्या रात्री आम्ही आमच्या ओल्या कपड्यातच झोपी गेलो. आम्हाला कशाचीही पर्वा वाटत नव्हती.

झोपायची व्यवस्था अगदीच वाईट होती. एका खोलीत पंधरा-सोळा लोक होते, अंथरूण-पांघरूण काहीही नव्हतं. खोली बर्फासारखी थंडगार होती. आधी त्या दोन खोल्या होत्या. विभाजक भिंत पाडून टाकून त्यांनी त्याची एक खोली बनवली होती. अर्ध्या भागात गालिचा होता. उरलेल्या अर्ध्यात नव्हता. मी गालिचा असलेल्या भागात होतो. या जागेचं वर्णन करणं कठीण आहे. मुख्य रस्त्यावरून तुम्ही लोखंडी फाटकातून एका अरुंद रस्त्यावर यायचं. या रस्त्याच्या टोकाला दुसरं लोखंडी फाटक होतं. त्यातून लांबलचक गल्लीत यायचं. ही वखारीसारखी जागा होती. हे मुद्दाम लोकांची ने-आण करण्यासाठी बांधून घेतलं होतं, असं मला वाटतं. आम्ही या जागी दोन दिवस राहाणार होतो; पण त्यांना काळजी वाटत होती की ट्रकवर मागे राहिलेले दोघेजण मरणार आहेत. म्हणून आम्हाला दुसऱ्या दिवशीच त्यांनी पाठवून दिलं. दुसऱ्या लोखंडी दरवाज्यापर्यंत एक व्हॅन आम्हाला न्यायला आली. त्याचं मधलं दार गल्लीत उघडलं. म्हणजे न दिसता आम्ही आत शिरू शकावं. प्रवासाला पाच ते सहा तास वेळ लागला; पण त्याहून जास्त वेळ लागला असं मला वाटलं, कारण मळमळत होतं. या वेळचं मळमळणं गेल्या वेळेपेक्षाही अधिक वाईट होतं. मला उलटी करावीशी वाटत होती, पण माझ्या पोटात काहीही नव्हतं. फारच बैचेन वाटत होतं. माझ्या हातापायांना टाचण्या, सुया टोचत आहेत असं वाटत होतं. माझं डोकं फिरलंय असं मला वाटलं. मी झोपलो नव्हतो, पण आजूबाजूला काय चाललंय, याचं मला भान नव्हतं. प्रथमच या वेळेस मला वाटलं की मी चीन सोडून चूक केली. कुठेतरी लहानसा कोपरा मी नक्कीच शोधू शकलो असतो, तिथं मी सुरक्षित राहिलो असतो? मी मरणार आहे असं मला वाटू लागलं. माझं सारं शरीर ठणकत होतं. माझा रंग निळसर-हिरवट झाला होता. माझ्याजवळ बसलेल्या मित्र आणि इतर लोकांनी माझ्यात ऊब आणून मला सचेत करण्याचा प्रयत्न केला. जर्मनीत शिरतानासुद्धा माझी इतकी वाईट अवस्था झाली नव्हती.

आम्ही ॲमस्टरडॅमला गेलो की रॉटरडॅमला ते मला खात्रीनं सांगता येणार नाही. या ज्या साऱ्या ठिकाणी आम्ही गेलो, तेव्हा आम्ही नक्की कुठे आहोत हे आम्हाला माहीत नव्हतं. आम्ही इतरांना बोलताना ऐकत असू की हे झेक रिपब्लिक आहे किंवा ही जर्मनी आहे. मला वाटतं ते ॲमस्टरडॅम होतं, कारण तिथं भुयारी रेल्वे होती. *(या दोन्ही शहरात भुयारी 'मेट्रो' रेल्वे आहे.)* आम्ही एका मोठ्या चौकात गेलो आणि लहान लहान गटात विभागलो गेलो आणि आमच्याकडे लक्ष वेधू नये म्हणून आम्हाला चौकाच्या निरनिराळ्या भागांत थांबायला सांगितलं गेलं. तो वर्दळीचा चौक होता, पण लोकांना आमच्यात गम्य नव्हतं. साधारण दहाएक

मिनिटांनी मला बरं वाटू लागलं. मझाई आम्हाला न्यायला आला. ट्रेनने आम्ही चाळीस मिनिटं प्रवास करून मुक्कामाला पोचलो. ती जागा खेड्यात होती. त्या जागी पोचायला काही मिनिटंच चालावं लागलं. ते एक प्रकारचं कोठार होतं. पुढला मोठा दरवाजा कुलूपबंद होता. त्याच्याजवळच्या लहान दरवाज्यानं आम्ही आत शिरलो. आतल्या भिंतीत खिडकी होती. त्यातून आम्हाला मोठा हॉल दिसला. आम्ही एका अरुंद आणि भीतिदायक जिन्यानं छपराखालच्या लहानशा खोलीत पोचलो. व्हॅनमधले आणखीन दोघे लवकरच आमच्यापाशी आले; पण इतरजण आले नाहीत. जगातली सर्वांत मोठी अजगर-दलालांची टोळी हॉलंडमध्ये काम करते. त्यांची खूप घरं आहेत. एका वेळेस हॉलंडमध्ये चारशे ते पाचशे लोक असू शकतात.

आत्तापर्यंत लिउ तीन महिने प्रवासात आहे आणि त्याने सात सरहद्दी ओलांडल्या आहेत. हॉलंडमधली चिनी लोकांची संख्या ८०,००० आहे, इंग्लंडच्या लोकांच्या पावपट. आज लिउ कहाणी सांगताना अडखळतो आहे. त्याला बरं नाही. तो एक खास प्रकारचा चिनी वनौषधींचा चहा पितो आहे आणि खूप ढेकरा देत आहे. तो सांगतो की आजकाल त्याचं पोट बरेचदा बिघडतं. त्याचं कारण त्याच्या मते त्याला सहन करावा लागलेला उपाशीपोटी राहाण्याचा प्रदीर्घ काळ. तो म्हणतो की आता त्याला जेव्हा भूक लागते तेव्हा त्याचा देह लटपटू लागतो. बरं नसतानासुद्धा तो मुलाखत रद्द करत नाही. जात राहण्याची त्याच्या ठायी प्रचंड क्षमता आहे.

त्या इमारतीला दोन मजले होते. पहिल्या मजल्यावरच्या लोकांमध्ये मिसळायची आम्हाला मुभा नव्हती. आमच्या मजल्यावर दोन खोल्या होत्या. प्रत्येक खोलीत पंधरा लोक होते. मझाई, इतर ठिकाणांप्रमाणेच, सारं अन्न खरेदी करून आणे आणि खालच्या मजल्यावरच्या स्वयंपाकघरात ठेवे. कोण आधी स्वयंपाक करणार आणि कुणाला सर्वांत चांगलं जेवण मिळणार, याबद्दल तशाच तक्रारी होत्या. इथे तर परिस्थिती आणखी बिकट होती. कारण रांगेत थांबायची प्रथाच नव्हती. पिंगजी दलालाचा बॉस, मझाईला आमच्यासाठी चांगलं अन्नधान्य आणायला सांगे; पण बहुतेक वेळा मझाईच जास्तीचे पैसे ढापत. त्यामुळे कधीच सर्वांना चांगले जेवण मिळत नसे. संपूर्ण प्रवासभर दणकट लोक चांगलं जेवण मिळवीत. अशक्त लोक लवकर उठून स्वयंपाक सुरू करत; पण आवाज करून इतरांना जागं केल्याबद्दल बोलणी खात. सर्वांत उत्कृष्ट जेवण म्हणजे कोंबडीची तंगडी आणि अंडी. तंगड्या संपल्या की कोंबडीच्या पंखांचा अवशेष शिल्लक राही. मी शाकाहारी असल्यामुळे मला फरक पडत नव्हता. मला नाहीतरी शिजवलेला भात, सोया सॉय आणि थोडीशी भाजीच आवडत असे.

खोल्या लहान होत्या. लोक सारखे येत-जात. जेव्हा आम्ही चौघे तिथे आलो तेव्हा झोपायला पुरेशी जागा नव्हती, म्हणून मी दुसऱ्या खोलीत हललो. तेथे चार छोटे पलंग होते. प्रत्येकावर दोघांनी झोपायला मझाईनं हरकत घेतली नाही; कारण मी त्यांना पुष्कळ पैसे दिलेले होते. आणि मी त्यांच्याशी तंटतही नसे. मी चीनमध्ये कुंग फू शिकलेलो आहे, हे त्यांच्या कानी पडेल, अशी मी तजवीज केली. सत्य हे होतं की आम्हाला चांगलं जेवण मिळत नव्हतं आणि आम्ही खूप अशक्त झालो होतो आणि बहुदा तशी वेळ आली तरी मी स्वत:ची काळजी घेऊ शकलो नसतो. मी त्यांना जादूचे प्रयोग करून दाखवले. झाजी *(डोंबाऱ्याचे खेळ)* करून दाखवले आणि त्यांना खूश करायला विदूषकाचे चाळेही करून दाखवले.

मी पिंग-जीच्या पूर्वीच्या दिराबरोबर पलंगावर झोपत होतो. त्यानं एकट्यानंच मला परवानगी दिली. इतक्या लहानशा पलंगावर झोपणं अवघड होतं. तुम्हाला खाली पडू नये म्हणून पलंगाची कड घट्ट धरून ठेवावी लागे आणि दुसरीकडे शेजारच्या माणसाला धक्का लागू नये याचीही काळजी घ्यावी लागे. जमीन बरी पडली असती पण त्यावरही खूपच लोक होते. मला नीट झोप लागत नसे. या खोलीतल्या सर्व माणसांचा चीनमध्ये गुन्हेगारीचा पूर्वेइतिहास होता. त्यांनी माणसांना ठार मारलेलं होतं. आम्ही असे दुष्ट लोक पूर्वी कधी पाहिले नव्हते. मझाईसुद्धा त्यांना आवरू शकत नसे. ते इतरांशी नेहमी मारामाऱ्या करत. कारणं तेच नेहमी उत्तम जेवण फस्त करत. मी नेहमी दुसऱ्या खोलीत रहाणाऱ्या विंग आणि आमच्या खेड्यातल्या दुसऱ्या दोघांबरोबर स्वयंपाक करीत असे आणि या लोकांपासून दूर राहात असे.

पण मी ज्यांच्याबरोबर पलंगावर झोपत होतो त्याच्याशी माझी चांगली मैत्री जुळली. तो फुजिअन प्रांताच्या गव्हर्नरचा धाकटा भाऊ होता. त्या गव्हर्नरने रखेली ठेवली होती म्हणून त्याच्या पहिल्या पत्नीला – पिंग-जी ला – उपजीविकेचं साधन शोधावं लागलं. ती शक्तिशाली अजगर-दलाल झाली आणि तिच्या संबंधांमुळे तिला संरक्षण मिळत गेलं. चीनमधल्या स्नेकहेड्‌सना पकडण्यात हीच तर अडचण येते. त्यामुळं सरकारातले खूप लोक सापडतात. या लोकांचा अधिकार गेला की त्यांच्या टोळीतले दलाल नेस्तनाबूत होतात. ह्या माणसाचं त्याच्या भावाशी बरं नव्हतं म्हणून त्यानं त्याच्या पूर्वीच्या वहिनीला बेकायदेशीर मार्गानं त्याला चीनबाहेर नेण्यासाठी मदत करायला सांगितलं. त्यानं पिंग-जीबद्दल बरंच सांगितलं. त्यामुळेच मला अजगर दलालांबद्दल इतकी माहिती मिळाली. पिंग-जीच्या ताब्यात हॉलंडमधली सर्वांत मोठी टोळी आहे. मी तिचं गिऱ्हाईक नव्हतो; पण पद्धत अशी होती की जे जे हॉलंडला येतात, ते तिची गिऱ्हाइकं धरले जातात. ती तिच्या अमेरिकी मित्राबरोबर तिच्या दिराला भेटायला आलेली असताना मी काही वेळा पिंग-जीला

भेटलो. ती उंच, देखणी स्त्री आहे आणि तिच्या तरुणपणी तिने बरेच नवरे केले आहेत.

ट्रायाड किंवा अजगर-दलालांच्या स्वामिनी, स्त्रिया असतील असं माझ्या लक्षातच आलं नव्हतं. पण याचा एकमेव उल्लेख मला एका वेबसाईटवर सापडला, ज्यांत म्हटलं होतं की ट्रायाड हे इतर धंद्यांप्रमाणेच चालत असून सर्व आधुनिक संस्थाप्रमाणेच स्त्रियांची नेमणूक करत आहेत. लिउच्या म्हणण्यानुसार त्याच्या प्रवासात वरच्या स्थानावर त्याला फक्त पाच स्त्रिया आढळल्या, पण हा आकडासुद्धा बराच मोठा आहे.

२००३ साली दलालांची 'बॉस' सिस्टर पिंग हिचे उल्लेख आले होते, तिला बेकायदेशीर मानवी ने-आण केल्याबद्दल कैद केलं गेलं होतं. पिंगने युरोपियन युनियनमध्ये दोन लाखांहून अधिक स्त्री-पुरुषांना चोरून आणलं होतं आणि डोव्हरच्या दुर्घटनेशी तिच्या संस्थेचं नाव जोडलं जात होतं. हिंसा आणि दहशतीचा दुहेरी वापर करून सिस्टर पिंगनं तिच्या सर्व प्रतिस्पर्ध्यांना नामोहरम केलं आणि रॉटरडॅममध्ये १९९७ साली आल्यानंतर लगेचच हॉलंड आणि इंग्लंडमधल्या मानवी बेकायदा वाहतुकीचा धंदा काबीज केला. तिचे 'ट्रायाड'बरोबरचे घनिष्ठ संबंध वापरून – रॉटरडॅममधील १४ के ह्या 'ट्रायाड' टोळीचा प्रमुख हा तिचा मित्र आहे – जिथं जरूर पडेल तिथं गुंड भाड्यानं मिळवून ती तिची हिंसक कामं करवून घेऊ शकत असे. ती कैदेत सापडली यावर लिउचा विश्वास बसत नाही. तो विचारतो की ही स्त्री उंच होती का? मी म्हणतो बातमीमध्ये या गोष्टीचा उल्लेख नाही.

सिस्टर पिंगबद्दलची आणखी एक बातमी या वेळेस अमेरिकेत घडलेली, २००६ साली झळकली. ती ५६ वर्षांची आजी होती आणि 'गोल्डन व्हेंचर शिप' तिच्या अखत्यारित ३०० माणसं घेऊन न्यूयॉर्कच्या किनाऱ्यावर सापडलं, त्यातली १० माणसं मरण पावली. तिच्या सुनावणीच्या वेळेस अधिकाऱ्यांनी तिचं वर्णन 'सर्व दलालांची साम्राज्ञी' असं केलं आणि तिच्यावर 'यातना आणि लोभ यावर उभारलेली महासत्ता' चालवल्याचा आरोप ठेवला गेला.

मी पिंग-जीला विचारलं की मी इटलीला चाललो आहे ना? तिनं चीनला फोन करून माझ्या दलालाला विचारलं. ती म्हणाली, 'नाही. तू ब्रिटनला चालला आहेस.' पण मी तर इटलीला जाणार होतो! दलाल तुम्हाला असा दगा देतात! इटलीला फार लोक जात नाहीत. फक्त दोन लोकांना तिथं पाठवणं फार महाग पडतं. म्हणून ते एका समूहातून तुम्हाला सर्वांना एकाच ठिकाणी पाठवतात. तुम्हाला जायचं नव्हतं त्या जागी तुम्ही पोचलात की ते तुमच्या इच्छित जागी जाण्यासाठी

आणखीन पैसे मागतात. सर्वसाधारणत: मला हॉलंडहून इंग्लंडला जायला २० ते ३० हजार आरएमबी खर्च आला असता; पण मला ५० हजार आरएमबी द्यावे लागले. कारण मी पिंग-जीचं गिऱ्हाईक नव्हतो. दलाल मग आपसात ते वाटून घेतात. चीन ते इटलीचा एकूण खर्च फक्त एक लाख तीस हजार आरएमबी आहे. मी इंग्लंडला यायला १ लाख ८० हजार आरएमबी *(१२,००० ब्रिटिश पौंड)* दिले. मी बीजिंगला एनला फोन करून पैसे बॉसच्या बँकेच्या खात्यात पाठवायला सांगितलं. एकदा चूक झाली की झाली. चीनच्या दलालांना आम्हाला जर्मनीतून हॉलंडला पाठवलं तेव्हाच कळलं होतं की आम्ही इटलीला जाणार नाही. फक्त आम्हाला त्यांनी सांगितलं नव्हतं. सुरुवातीला त्यांनी मला फसवलं म्हणून मला फारच दु:ख झालं होतं. नंतर मी विचार केला की मी कुठंही गेलो तरी सारखंच आहे, कारण इटलीत माझा फक्त एकच मित्र आहे. मित्र असला तरी तुम्हाला स्वत:च्या पायांवर उभं राहायचं असतं. मी हॉलंडमध्येच थांबावं असाही विचार केला; पण ते म्हणाले की तसं केलं तर मला २० हजार आरएमबी आणखी द्यावे लागतील. कारण हॉलंड हे मी निवडलेलं अंतिम ठिकाण नव्हतं. या वेळेस मला वाटतं मी पळून जाऊ शकलो असतो; पण मला आठवलं की माझा एक मित्र पळून गेला असता पकडला गेला आणि त्याला भरपूर मारहाण झाली आणि मग त्याला दुप्पट पैसे द्यावे लागले.

आम्ही हॉलंडमध्ये तीन ते चार आठवडे राहिलो. सुरुवातीसुरुवातीला आम्ही मझाईला विचारत असू की आम्ही किती दिवस राहणार आहोत. ते म्हणत की ते मुख्य कचेरीतून सूचना येण्याची वाट बघताहेत आणि सरतेशेवटी आमच्या लक्षात आलं की विचारूनही काही फायदा नाही. आम्ही वाट पाहात असताना आमचा वेळ घालवण्यासाठी करण्याजोगं फारसं काही नव्हतं. आम्ही मारामाऱ्या करायचो, गप्पागोष्टी करायचो आणि एकमेकांना गोष्टी ऐकवायचो. वाचायला पुस्तकं नव्हती, टी.व्ही. नव्हता आणि आम्ही बाहेर जाऊ शकत नव्हतो. आम्ही हातांनी कुस्ती खेळायचो. खोलीतला सर्वांत तगडा माणूस घरातली प्रथम क्रमांकाची असामी बनला होता, त्याला कुणीही, मझाईसुद्धा आव्हान देऊ शकत नसे. एके दिवशी या टकल्यानं मला हातांच्या कुस्तीसाठी आव्हान दिलं. आम्ही खालच्या मजल्यावर शांत जागेच्या शोधात गेलो. सर्वसाधारणपणे आम्हाला दुसऱ्या मजल्यावर जाण्याची परवानगी नसे; पण मझाई तेथे नव्हता.

तो खूपच बलवान होता. पण प्रत्येक खेळात आम्ही समसमान राहिलो. म्हणून त्यानं कुस्तीचा वेगळा प्रकार सुचवला. *(एवढं सांगून लिउ झाडूचा दांडा धरून प्रात्यक्षिक करून दाखवतो आणि झिआओ झिंगला उभा राहून त्याचं दुसरं टोक पकडायला सांगतो.)* थोडक्यात, प्रत्येक माणूस विरुद्ध दिशांकडे तोंड करून उभं

राहून त्यांच्या पाठीमागे एका हाताने लाकडाच्या फळीचं टोक पकडतो. त्यांच्या रिकाम्या हातानं ते हवेत हातांची कुस्ती करतात; पण हे चालू असताना अधिक बलवान माणूस दुसऱ्याला मागे फळकुटावर उलटं वाकायला लावू शकतो. यानं पाठीच्या कण्याला वेदना होतात आणि खेळ चटकन संपतो. आम्ही हे खेळलो तेव्हा मी बिकट परिस्थितीत सापडलो. मी जिंकू शकलो असतो – आमची हातांची शक्ती समसमान होती; पण माझे पाय आणि कंबर त्याच्यापेक्षा मजबूत होती – पण मला त्याच्या प्रथम क्रमांकावरून त्याला खाली आणायची इच्छा नव्हती. कारण त्याच्या समर्थकांनी मला नंतर चोप दिला असता. आमच्या गावचे लोक त्याच्या गावच्या लोकांपेक्षा संख्येने कमी असल्यामुळे मी त्याची जागा घेऊ शकत नव्हतो. मला ठाऊक होतं की आमच्या गाववाल्यांचा समूह जिंकू शकला नसता. आम्ही काही वेळ समसमान स्थानावरच राहिलो; पण तो थकला आणि म्हणाला, तू जिंकलास. त्याचा पराजय केल्याबद्दल त्याच्या समर्थकांनी मला ठोकून काढायचा प्रयत्न केला आणि मला मदत करताना मिंगला इजा झाली. मी खाली वाकून माझ्या हातांनी माझ्या मस्तकाला संरक्षण देत जितके वेळा जमेल तितके वेळा त्यांच्या गुद्द्यांना झुकांडी दिली, जरी त्यांनी मला दाबून धरायचा प्रयत्न केला! तरीही, मला माझ्या हातापायांवर मार बसला, पण तो गंभीर स्वरूपाचा नव्हता.

हे गुन्हेगार एका आठवड्यानंतर निघून गेले. त्यांच्या जागी जे नवीन लोक आले, ते त्यांच्या आधी आलेल्या लोकांचा आदर करणारे होते, म्हणून आमच्याकडे लक्ष देण्यास दोन किंवा तीन मझाईही पुरत असत आणि वातावरणातला ताण कमी झाला होता. एके दिवशी मिंगला आणि मला निघायच्या तयारीत राहायला सांगितलं गेलं. सहांचा गट त्या दिवशी ब्रिटनला जायला निघणार होता. आम्ही त्यांच्याबरोबर जाणार नव्हतो; पण काही कारणानं त्यांनी त्या गटातून दोघांना बाहेर काढलं आणि त्यांच्या जागी आम्हाला पाठवलं. आम्ही एका गचाळ दिसणाऱ्या घरापर्यंत थोडंसं अंतर चालून गेलो. तिथं एक लहान लॉरी आमची वाट पाहात थांबलेली होती. अंधार होता; पण छोटा दिवा असल्यामुळं आम्हाला ते घर दिसलं. आम्ही लॉरीत शिरलो. वीस मिनिटं गेल्यावर आम्ही दुतर्फा जंगलासारख्या झाडं असलेल्या एका रस्त्यावर थांबलो. आम्हाला तेथे खोक्यांनी आणि माणसांनी खचाखच भरलेल्या, आमची वाट पाहात थांबलेल्या एका कंटेनरमध्ये चढायला सांगितले. हा कंटेनर पोलादाचा नव्हता, पण टिकाऊ, पाणी आत शिरणार नाही अशा कापडाचा बनवलेला होता. आम्हाला खोक्यांवर चढून, अंधारात, दुसऱ्या टोकापर्यंत रांगत जावं लागलं. तिथं ड्रायव्हरच्या केबिनची दुभाजक भिंत आणि खोके यांच्या मधोमध फट होती. खोक्यांची वरली बाजू आणि लॉरीचं छत यांच्या मधोमध दोन फूट फट होती. त्या खोक्यांमध्ये धुण्याची यंत्रं असावीत, असा आम्ही अंदाज केला. या

फटीत अर्ध्या अंतरावर एक लाकडी शेल्फ होतं. काही लोक या शेल्फखाली उभे राहू शकत होते आणि इतर शेल्फवर उभे राहू शकत होते किंवा बसू शकत होते.

माझे डोळे अंधाराला सरावल्यावर मला दिसलं की आम्ही सर्वजण दाटीवाटीनं कोंबलेलो होतो. आम्ही एकूण सोळा लोक होतो. खूपच थंडी होती. चेंगरून जाऊ नये म्हणून मी शेल्फच्या वर किंवा खाली उभं राहाणं टाळलं. त्याऐवजी मी माझे पाय कार्डबोर्डच्या खोक्यांच्या दोन थरांच्या मधोमध घुसवले आणि त्यांच्या भोवतालच्या धातूच्या कमानींचा आधार घेतला. जेव्हा जेव्हा मी थकत असे तेव्हा या खोक्यांवर चढून मी आडवा होत असे. त्यांनी आम्हाला तिथे राहू नये असं सांगितलं. कारण कुणी त्यांना ट्रक उघडायला लावला असता तर आम्ही दिसलो असतो. तो वीस तासांचा प्रवास होता आणि टॉयलेटला जाण्यासाठी थांबवण्यात आलं नव्हतं. त्या कंटेनरमध्ये आधीच इतका आंबुस, कुजका दुर्गंध येत होता की कुणी आत लघवी केली असती तरी त्याचा वास मला जाणवला नसता. खरा इतका वेळ लागत नाही, पण वाटेत टायर पंक्चर झाले. मला आतून ते बदलले गेलेले ऐकू आले. प्रवासात तीन वेळा कंटेनर उघडला गेला. आम्ही एकमेकांना गप्प राहायला सांगत असू आणि आम्ही खोक्यावर असलो तर आपापल्या लपायच्या जागी निघून जात असू.

मी इंग्लंडला पोचलो तेव्हा ते आम्हाला कुठे नेताहेत याकडे मी लक्ष दिले नाही. मला वाटतं आम्ही डोव्हरला आत प्रवेश केला. पण आम्ही कंटेनरमध्ये लपून बसलो होतो, त्यामुळे आम्ही कुठे आणि कशासाठी थांबलो याची आम्हाला कल्पना नसे. आम्ही कस्टम्समधून आत शिरलेलोही मला कळलं नाही. इथे यायला चार महिने लागले होते. आम्हाला कारनं एका छोट्या अंधाऱ्या घरात, लंडनमध्ये कुठेतरी नेण्यात आलं. तिथं आम्ही दोन दिवस राहिलो. मिंग अजून माझ्याबरोबरच होता. मला कुठं जायला आवडेल असं त्यांनी मला विचारलं. मी गोंधळून गेलो होतो आणि काळजीत पडलो होतो. मी पुढे काय करणार आहे हे मला ठाऊक नव्हतं. मी इथं कोणालाही ओळखत नव्हतो आणि माझं काय होणार आहे, हेसुद्धा मला माहीत नव्हतं. मी त्यांना आम्हाला चायना टाऊनमध्ये पोचवायला सांगितलं. तिथं आम्हाला काम मिळू शकलं असतं. माझ्या बीजिंगमधल्या मित्रानं, एननं मी दलालाचे देणे असलेले सारे पैसे भरले होते. दोघा माणसांजवळ उरलेले पैसे नव्हते म्हणून त्यांना त्या घरात मारहाण झाली. ते आता कुठे आहेत व त्यांचं काय झालं मला माहीत नाही. प्रवासात भेटलेल्या काही लोकांशी माझी खूपच जवळीक झाली आणि अजूनही ते संपर्क ठेवून आहेत, जरी ते मित्र नसले तरीही. लोक माझ्यापाशी गोष्टी ऐकायला जमत आणि मला ते आवडत असे. मी त्यांना कुंग फू च्या आणि माओ झे डाँग काळातल्या लष्कराच्या कहाण्या ऐकवत असे. हॉलंडमधल्या कुस्तीनंतर मला वाटतं लोकांना माझा आदर वाटू लागला.

आम्ही चायना टाऊनमध्ये इकडे-तिकडे फिरत होतो. तेव्हा काही चिनी लोक आमच्यापाशी आले आणि आम्हाला राहायला जागा हवी आहे का, असे विचारू लागले. आम्ही इंग्लंडमध्ये नव्यानेच आलो आहोत हे त्यांना कसं कळलं, ते मला ठाऊक नाही. ते दोघा-दोघांच्या कंपूनं वेगवेगळ्या कंपन्यांसाठी काम करत होते आणि नवे स्थलांतरित कामासाठी मिळवणं ही त्यांची जबाबदारी होती. त्यांनी आम्हाला 'आश्रित' *(रेफ्यूजी)* हे स्थान मिळवण्यासाठीच्या अर्जासाठी मदत देऊ केली. आणखी एक तिसरी दुक्कल येऊन आम्हाला हेच सांगू लागली. मग त्यातला एकजण म्हणाला, 'मी तुला ओळखतो. तुझा बीजिंगमधला मित्र मला ठाऊक आहे. तुझ्या मित्रानं मला तुला मदत करायला सांगितलं आहे.' माझी समजूत झाली की दलालानं एनला आम्ही चायनाटाऊनला जात आहोत, म्हणून सांगितलं असावं आणि त्यानं काही लोकांना फोन करून आम्हाला मदत करायची विनंती केली असावी. अशीही शक्यता आहे की आमच्या लॉरी ड्रायव्हरनं या लोकांना आमच्याबद्दल सांगितलं असेल. त्यांचा बॉस लंडनमधला सर्वांत मोठा बॉस होता. हा अजूनही सर्वांत बलाढ्य गट आहे. इंग्लंडचे वेगवेगळे भाग वेगवेगळ्या ट्रायाड समूहांच्या कब्जात आहेत. ते म्हणाले, 'आम्ही तुम्हाला मदत करू; पण तुम्ही आम्हाला हुशारी दाखवू नका!' आम्ही २३८ नंबरच्या बसनं एक तास प्रवास करून राहाण्याच्या जागी पोचलो. *(बदल्याच्या धास्तीनं लिउ आणि मिंगला जिथं नेण्यात आलं, त्या भागाचं नाव तो सांगत नाहीये.)* इमारत तिमजली होती. आम्हाला १०,००० आरएमबी (६८० पौंड) महिन्याच्या भाड्यापोटी द्यावे लागले. यात संरक्षण आणि रेफ्यूजी म्हणून अर्जासाठीची मदत समाविष्ट होती; पण जेवण नव्हतं. आम्हाला काही अडचण पडली तर आम्ही त्यांची मदत मिळवू शकणार होतो. पहिले काही महिने आम्ही आरएमबी चलनातच सौदे करत होतो. कारण आमच्यापाशी ब्रिटिश चलन नव्हतं. माझ्यापाशी प्रवासानंतर उरलेले पाचशे डॉलर पुरेसे नव्हते. आमचा मजल्यावर लांबलचक पॅसेजच्या दुतर्फा खूप फ्लॅट होते, पण ते सारे बंद होते. सारं शांत शांत होतं. ही इमारत एका व्हिएतनामी माणसाची होती. आमच्या दोन बेडरूमचा फर्निचरसह असलेला फ्लॅट होता. एक बेडरूम बॉक्सरूमच्या आकाराची होती.

जरी मी पासपोर्टशिवाय तांत्रिकदृष्ट्या बेकायदेशीरपणे आत शिरलो असलो, तरी मला भीती वाटत नव्हती. कारण दुसऱ्याच दिवशी आम्ही गृहखात्यात आश्रित (रेफ्यूजी) बनण्यासाठीचा अर्ज करायला गेलो. मला वाटलं दलालांनी सारं किती छान पद्धतीनं आयोजलं आहे! ब्रिटिश पद्धत किती छान आहे! ट्रायाडच्या एका माणसानं मला गृहखात्यात आश्रयासाठीचा अर्ज करण्यासाठी नेलं. या वेळेस ते

तुम्हाला जास्त प्रश्न विचारत नाहीत. फक्त तुमचं नाव, तुम्ही या देशात कसे आलात, कोणत्या मार्गे आलात, तुमच्या कुटुंबात किती माणसं आहेत, तुम्ही कोणती भाषा बोलता हे विचारून मग तुम्हाला वाट बघायला सांगतात. मी सांगितलं की मी मॉस्कोमार्गे बुडापेस्टला गेलो, मग कारनं झेक रिपब्लिकला गेलो आणि लॉरीनं ब्रिटनला आलो. सहा महिन्यांनी मुलाखतीत त्यांनी मला विचारलं की मी पहिल्या सुरक्षित देशात आश्रय का मागितला नाही. मी सांगितलं की आम्ही स्नेकहेड्सचे जवळजवळ कैदीच होतो आणि त्यांची नजर चुकवून कुठेही जाऊ शकत नव्हतो. या मुलाखतीसाठी ट्रायाडचे लोक आमच्याबरोबर आले नव्हते. गृहखात्यात दुभाषे होते. ट्रायाडच्या लोकांनी आमच्या गळ्यात राहाण्याची जागा व आश्रित हे स्थान मिळवण्याच्या नावाखाली महागडा सौदा मारला होता. जणू काही ते आमच्यासाठी सर्व काही करणार होते.

तीन वर्षांनंतर गृहखात्यानं माझी चीन सोडण्याची कारणं मला विचारली. ट्रायाडच्या लोकांनी माझ्याशी ज्याची ओळख करून दिली होती त्या वकिलानं मला माझी कहाणी लिहिण्यासाठी मदत केली. तरीही माझा आश्रयाचा अर्ज नाकारला गेला. जर तुम्हाला फुजिअन प्रांतात परत पाठवून दिलं गेलं – बीजिंग वेगळं आहे – तर पोलीस तुम्हाला पकडून वीस ते तीस हजार आरएमबी दंड म्हणून भरायला लावतात. तुम्ही ते देऊ शकला नाहीत तर ते तुम्हाला झोडपून काढतात. हे सरकारी धोरण नाही. परत पाठवून दिलं म्हणून कायदेशीर दंड २००० आरएमबी असतो; पण फुजिअनसारख्या प्रांतात ते दसपट द्यायला लागतात.

त्या फ्लॅटमध्ये आम्ही वीस दिवस राहिलो. आम्ही प्रथम त्यात राहू लागलो तेव्हा तो रिकामा होता. त्यानंतर खूपच लोक रहायला आले – एकूण आठजण. शेवटी मला आंथरूण-पांघरूण काही उरलं नाही आणि मला माझा कोट घालून ऊब आणावी लागली. कधीकधी टोळीयुद्धानंतर ट्रायाडचे गुंडदेखील येथे येऊन झोपत. कधीकधी मोठ्या बॉसच्या बाजूनं आम्हाला मारामारीत भाग घ्यावा लागे. आमच्यापुढे दुसरा मार्गच नसे! थोडक्यात म्हणजे आम्हाला त्याचे गुंड बनावं लागलं आणि आणखी धंदा मिळवण्यासाठी आमच्यासारखी गिऱ्हाइकं मिळवण्यासाठी, अमली पदार्थ आणि बंदुकांसाठी आम्हाला दुसऱ्या टोळ्यांशी हाणामारी करायला पाठवलं जाई. आम्हाला खाणीत सापडलेल्या एका लोखंडी पलंगाचा वापर करून त्यातून मला बारा इंची लोखंडी पट्ट्या बनवायला सांगितलं होतं. आम्ही धातू कापून खास प्रकारचं यंत्र वापरून त्याच्या कडा गुळगुळीत करत असू, म्हणजे त्या बरोबर नेताना आम्हाला टोचत नसत. त्या शरीरालगत घट्ट बांधलेल्या असत. त्यामुळे रस्त्यावर चालताना त्या दिसू शकत नसत.

एकदा मला मारामारीसाठी धाडलेलं असताना ज्या माणसाला ठोकून काढण्याचं

काम माझ्यावर सोपवलेलं होतं, तो माझ्या शेजारच्याच खेड्यातला निघाला. माझ्या मोठ्या 'बॉसने' कोलिंडेलमध्ये पोलीस चौकीशेजारचंच घर विकत घेतलं होतं. त्यांच्या रस्त्यावर मारामाऱ्या चालत आणि पोलीस त्यांच्याकडे काही लक्ष देत नसत. आणखी एकदा मला मारामारीसाठी पाठवलं होतं. तेथे ती संपता संपता मी पोचलो. एका माणसाचा घोटा तुटला होता. मला वाटतं याला म्हणतात नशीब.

मोठ्या बॉसचे पित्तू आमच्यासाठी निर्वाहापुरती छोटीमोठी कामं शोधून देत-दुकानदारांचे हमाल, यांसारखी. प्रत्येक वेळेस दोन ते तीन तासांच्या कामाचे मला २० ते ३० पौंड मिळत, ही कमाई वाईट नव्हती. याचा तासांगणिक हिशोब केलेला नसे. आम्हाला भलामोठा, भाज्या आणि मांसानं भरलेला ट्रक, हा माल नेणाऱ्या दुकानांसाठी भरभर रिकामा करायचा असे. वीस दिवसांत हे काम मी फक्त पाच ते सहा वेळा केलं, त्यामुळे मला पुरेशी कमाई होत नव्हती. हवा फारच थंडगार होती, त्यामुळे आम्ही वापरलेला माल विकणाऱ्या दुकानात दुकानांमध्ये जाऊन पँट वगैरे एक-एक पौंडात विकत घेत असू. आमचे सारे खर्च भागवायला आम्हाला जास्त काम मिळणं आवश्यक होतं. ते आम्हाला कुठं कसं पोचवायचं ते लिहून देत. मला मुळाक्षरं *(इंग्रजी)* समजत होती, त्यामुळे पाट्या आणि माझ्याजवळचे नकाशे यांच्यावरली अक्षरं सारखी आहेत की नाहीत हे मी पाहू शकत होतो. मी अनोळखी लोकांना रस्ता विचारताना नकाशाकडे बोट दाखवत असे. ते बरेचदा मला चुकीच्या सूचना देत. त्यानंतर मी फक्त बस आणि ट्रेन चालकांनाच विचारू लागलो. ते खूप सौजन्यशील असत. कधीकधी ते माझ्याबरोबर योग्य प्लॅटफॉर्मपर्यंत येत असत.

एका लॉरी ड्रायव्हरनं आम्हाला म्हटलं की तो आम्हाला एका बांधकामाच्या कंपनीत नोकरी आणि स्वस्तातली राहण्याची जागा बघून देऊ शकेल. मी शाळा संपल्यावर शिकाऊ उमेदवार म्हणून फुकिंग शहरातल्या सरकारी बांधकाम कंपनीत दोन वर्षं काम केलं होतं, त्यामुळे मला या व्यवसायाची माहिती होती. जरी आम्ही पूर्ण महिन्याचे पैसे भरले होते, तरीसुद्धा नोकरी मिळाल्यावर आम्ही हललो; कारण तुम्ही ट्रायाड टोळीच्या कब्जात असलात की लोक तुम्हाला कामावर घ्यायला घाबरतात. अर्थात आम्ही आमचे *(उरलेले)* पैसे परत मागू शकत नव्हतो. ही नोकरी हॉलोवे रोडवर होती. काम होतं अगदी वाईट स्थितीतल्या तीनमजली इमारतीची धुराडी पाडणं. बॉस चिनी होता आणि सकाळी ९ ते रात्री ८ पर्यंतच्या कामाच्या दिवसागणिक तो पंचवीस पौंड देणार होता. पहिल्या आठवड्यात मी साती दिवस काम केलं. ही १९९८ च्या वसंत ऋतूतली गोष्ट. आम्ही केटफर्डला हललो होतो. तेथे आठवड्याचं वीस पौंड भाडं होतं. आम्हाला कामावर पोचायला दर आठवड्याला वीस पौंड खर्च येई. त्यामुळे तुम्हाला कळेलच की माझे फारसे पैसे वाचत नसत. मला आठवतंय, मी चौदा पौंडांना ब्लँकेट विकत घेतलं, ते माझ्या अर्ध्या दिवसाच्या

कमाईपेक्षाही जास्त महाग होतं. ही नोकरी फक्त तीन आठवडे टिकली. शिवाय मला लॉरी ड्रायव्हरला दोनशे पौंड द्यायला लागले. कारण त्यानं मला ही नोकरी शोधून दिली होती. मी माझ्या खेड्यातल्या माणसाकडून पैसे उसने घेतले. आधी परिचय नसलेल्या दोघांबरोबर आम्ही आमची जागा वापरत होतो; पण नंतर आमची त्यांच्याशी छान दोस्ती झाली. ती एका मंडळाची इमारत होती, एक व्हिएतनामी माणसानं ती भाड्यानं दिली होती. आम्ही चौघे, हॉलमधल्या दोन डबलबेडवर झोपत असू. दुसऱ्या बेडरूममध्ये आणखीन चौघेजण राहात. आणि इतर तीन बेडरूममध्ये प्रत्येकी दोन माणसं राहात. चीनमध्ये महत्त्वाच्या हुद्द्यांवर काम केल्यानंतर आता मजूर म्हणून काम करायची मिंगच्या मनाची तयारी होत नव्हती. त्यामुळे काम करण्याऐवजी तो प्रवासात बरोबर आणलेल्यातल्या उरल्यासुरल्या डॉलरवर निर्वाह चालवत होता.

ते आम्हाला त्या धुळीपासून संरक्षण मिळण्यासाठी मुखाच्छादन *(मास्क)* देत नव्हते. त्या धुळीनं मी इतका गुदमरलो की मला बोलता येईना. जेव्हा आम्ही बॉसला मास्क विकत आणायला सांगितलं तेव्हा तो म्हणाला, 'आम्ही टॉवेल बरोबर आणायला हवे होते.' सात दिवसांनी मी आजारी पडलो. मला खाता येईना. मिंगनं मला बरं करण्यासाठी चिनी औषधं दिली. आम्ही जेव्हा कामावर जायचं बंद झालो तेव्हा बॉसनं आम्हाला बोलावलं. आम्ही म्हटलं आम्हाला अजिबात बरं नाही आणि आमच्यानं काम होणार नाही. आम्ही चारपाच दिवस विश्रांती घेतली. त्यानं आम्हाला पुन्हा बोलावलं आणि आम्ही जाऊन ते काम पुरं केलं. ही मला ब्रिटनमध्ये मिळालेली पहिली नोकरी होती आणि ती सगळ्यात वाईट होती. हे फार धोक्याचं काम होतं. त्या कामाच्या पहिल्या दिवशी आम्हाला छतावरली कौलं काढायची होती. ते काम करताना मी खालच्या मजल्यावर पडलो आणि तिथलं लाकूड खराब झालेलं असल्यामुळे त्यातून आत जाऊन अडकून बसलो. माझे पाय दुसऱ्या मजल्याच्या छतातून आत लोंबकाळत होते. बरोबरच्या कामगारानं माझ्या जखमांवर लावायला चिनी वनस्पतीचं मलम दिलं आणि मी तासभर आराम केला. पर्यवेक्षक म्हणाला, 'तू आराम केलास तरी चालेल; कारण मालक काही माल आणायला बाहेर गेला आहे.' मी खाली पडताना त्या छतावरली जी कौलं खाली पडली होती ती आम्ही उचलत असताना तो परत आला. तो आमच्यावर ओरडून शिव्यांची लाखोली वाहू लागला. 'मी ती कौलं पुन्हा वापरणार होतो आणि तुम्ही ती सारी फोडून टाकलीत. तुम्ही XXX' माझ्या बरोबरच्या कामगाराला कापलं होतं आणि त्यातून रक्त गळत होतं आणि हा मालक म्हणाला की त्याची कौलं वाया जाण्यापेक्षा हा माणूस मेलेला परवडला. मग आम्हाला समजलं की चीनमध्ये त्याला अनेकदा तुरुंगवास झालेला होता. गेल्या वर्षी मला कळलं की त्याच्या एका कामगाराला

त्यानं इतकं मारलं की त्या कामगाराला काही महिने हॉस्पिटलमध्ये काढावे लागले आणि त्याबद्दल त्याला ब्रिटनमध्ये तुरुंगात जावं लागलं.

ही इमारत अगदीच मोडकळीला आलेली होती. विटा आणि कौलं आमच्यावर कोसळत असत. बॉसनं त्यानंतर आम्हाला एका इमारतीच्या निकडीच्या कामासाठी पाठवलं. त्याचं धुराडं त्याच्या पायापासून हललं होतं आणि केव्हाही कोसळेल अशा अवस्थेत लटकत होतं. मला ते सारखं करण्यासाठी शिडीवरून चढून जावं लागलं.

बांधकामाबद्दलच्या बारीकसारीक खाचा-खोचांच्या खूप मोठ्या आणि गुंतागुंतीच्या कहाण्यांची ही सुरुवात आहे. लिउ भरभर चित्र काढतोय आणि आणखी आणखी मोठ्या होत जाणाऱ्या आवाजात अधिकाधिक अस्वस्थ होत तो बोलतोय - कारण तो भीषण अपघातांच्या किती जवळ जाऊन वाचला आहे, या आठवणी फार खळबळजनक आहेत. मी ती चित्रं समजून घेण्याचा प्रयत्न करते आहे.

ती शिडी धुराड्यापर्यंत पोचण्याएवढी उंच नव्हती. शिडीच्या शेवटल्या पायरीवर उभे राहून मी मागे वाकून धुराड्यापर्यंत पोचायचा प्रयत्न केला. त्याच वेळेस शिडी सरकली आणि मी हवेत लटकत राहिलो. मी एका हातानं धुराडं आणि दुसऱ्या हातानं भिंतीवरली फळी धरून ठेवली होती. वाऱ्यानं धुराडं इमारतीपासून आणखी दूर कलू लागलं. तळाला शिडी धरून उभा असलेला माणूस गायब झाला होता. ती फळी माझ्या वजनानं हळूहळू खिळखिळी होऊ लागली होती. असं लटकून मी खरोखरच थकून गेलो होतो. मला हातांची आदलाबदल करावीशी वाटत होती; पण ते शक्य नव्हतं. तो माणूस परत आला आणि त्यानं माझी बिकट अवस्था बघितली. त्याला ठाऊक होतं की त्या शिडीनं तो माझ्यापर्यंत पोहचू शकला नसता. हुशारीनं त्यानं ती शिडी वापरून, धुराडं भिंतीवर दाबून धरलं, आता ते हलत नव्हतं. मग मी त्या धुराड्यावरून घसरत खाली येऊन शिडी पकडण्याचा प्रयत्न केला. पण मी इतक्या भरभर आणि चुकीच्या अंशात खाली घसरत असल्यामुळे माझा पाय घसरला आणि मी उलटा मागे, नोकरांच्या खोलीच्या छपरावर पडलो. त्या छपराची कड जरा उंच उचललेली असल्यामुळे माझी घसरण थांबली. माझ्या बरोबरचे कामगार मला त्या छपरावरून उतरवण्याची मदत द्यायला आले. ते छप्पर जमिनीपासून चार मीटर उंचीचं होतं. मी जमिनीवर कोलांटी घेऊन उतरलो. एका बाजूनं ब्लॅकबेरीची झुडपं टाळायचा मी प्रयत्न करत होते. माझे हात बधीर झाले होते, रक्ताळले होते आणि त्यांना फोड आले होते. कारण ते त्या फळीवर आणि धुराड्याच्या खडबडीत धातूवर घासले गेले होते. मी वाचलो हा एक चमत्कारच होता. त्या दिवशी मी मरू शकलो असतो.

मी जमिनीवर पोचल्यावर माझा शक्तिपात झाला. त्याच वेळेस 'बॉस' परत आला. त्यानं मला 'आराम' करताना पाहिलं आणि तो मला शिव्या घालू लागला. त्याला मी परत चढून धुराड्याचं काम संपवायला हवं होतं. आम्ही तिघांनी ती शिडी उंच नेण्याचा प्रयत्न केला, पण जमलं नाही. सरतेशेवटी आम्ही कमी उंचीवर धुराडं बांधून टाकलं. दुपारी आणखी तिघेजण आम्हाला मदत करायला आले. आम्ही दोन शिड्या घेतल्या, दोन्ही बाजूंनी धुराड्यापाशी आलो आणि सर्वांनी मिळून ते काम पुरं केलं. त्यानंतर आम्ही घरी गेलो. या माणसाकडून आम्हाला आणखी काम मिळालं नाही. ही जर चांगली कंपनी असती, तर त्यांनी लाकडी मचाण वापरलं असतं. त्या पंधरा दिवसांच्या कामाचा परिणाम अजूनही माझ्या देहाला जाणवतो. माझी पाठ दुखते. मला अंतर्गत इजा पोचली आहे.

चिनी औषधं दोन प्रकारच्या शाखांमध्ये विभागली आहेत - 'आतल्यासाठी''. आणि 'बाहेरच्यासाठी'ची औषधं आणि अवयवांना पोचलेल्या इजेबाबत काहीही असेल ते अंतर्गत शाखेत मोडतं.

पारंपरिक चिनी औषधपद्धतीत शरीरातील असंतुलन ओळखायला आणि त्यातले भेद जाणायला आठ तत्त्वं वापरली जातात. ती परस्परविरोधी चार जोड्यांमध्ये दिली आहेत; यिन/यँग, थंड/गरम, कमतरता (क्सू)/अतिरेक (शी), आणि अंतर्गत / बाह्य. बाह्य लक्षणं विषाणूंच्या देहावरल्या हल्ल्यामुळं झालेली, तीव्र आणि बाह्यांगावरती कमी मुदतीची असतात. ही बाह्य लक्षणं केस, कातडी, स्नायू, सांधे, बाहेरील शिरा आणि मज्जा यांना इजा करणारी असतात. अंतर्गत लक्षणं विषाणूंचा शरीराच्या आत प्रादुर्भाव झाल्यामुळं दिसतात. आतले अवयव, खोलातल्या रक्तवाहिन्या, मज्जा, मेंदू, मज्जारज्जू आणि हाडं यांवर परिणाम करतात.

मला आश्चर्य वाटलं की वैद्यकीय मदत आणि सुरक्षिततेबाबतची काळजी चीनपेक्षाही इथे वाईट होती. हा फरक, आम्ही चीनमध्ये वापरतो तशा वाक्प्रचारात, जमीन आणि आस्मानाएवढा मोठा होता. तेथे ते तुम्हाला इमारतीच्या धोक्याच्या भागांबद्दल पूर्वसूचना देतात. तुम्ही सरकारसाठी काम करत असालात तर ते टप्प्या- टप्यानं करता; पण इथे आम्ही खाजगी कंत्राटदारांसाठी काम करत होतो. ते आम्हाला भराभर काम संपवण्याचा तगादा लावत होते. त्यांना फक्त फायद्याचीच काळजी होती.

त्यानंतर चार ते पाच महिने मला दुसरी नोकरी मिळाली नाही. भाडं वाचवण्यासाठी आम्ही 'बर्नट ओक' येथे हललो. तेथे आम्ही फक्त दहा पौंड भाडं देत होतो. हा निराश्रितांसाठीचा निवारा होता, पण लोक फायद्यासाठी खाजगीरीत्या तो चालवत

होतो. ही जागा खरोखरच अगदी वाईट होती. त्यात पलंग नव्हते. आम्ही जमिनीवर झोपत असू. रात्री टॉयलेटलादेखील जाता येत नसे. मी एकदा रात्री टॉयलेटला गेलो आणि परत येऊन पाहतो तो माझी जागा दुसऱ्या कुणीतरी घेतलेली होती. किती लोक तेथे राहात होते ते मला माहीत नाही. लोक सतत येत आणि जात असत. मला वाटतं सरासरी दहा लोक राहात असावेत. माझ्यापाशी एक रकसॅक आणि झोपायला ब्लँकेट होतं. तेथे मी एक आठवडा राहिलो. मी इंग्लंडला आल्यापासून वीस वेळा राहाण्याची जागा बदलली आहे. तेथे राहात असलेले दोन मित्र चायना टाऊनमधल्या रेस्टॉरंटमध्ये काम करत असत. ते तिथलं उरलंसुरलं अन्न आणत. आम्ही तेथून हललो तेव्हा ते म्हणाले की आम्ही अजूनही त्यांच्याबरोबर जेवण घेऊ शकतो.

पहिल्या वर्षी मला फक्त तीन महिने काम मिळालं. मी सावकारांकडून ३००० पौंड उसने घेतले, ते *(व्याज धरून)* पुढल्या वर्षी ६००० पौंड झाले. मग मी आठवड्याला सात पौंड भाडं असलेल्या जागी हललो. मला तेसुद्धा परवडत नव्हतं. मी एका चिनी रेस्टॉरंटमध्ये दोन महिने काम केलं. तिथला बॉस मलेशियाचा होता. स्वयंपाकी माझ्याशी फार वाईट वागत. त्यांना तुमचं काम आवडलं नाही तर ते तुमच्यावर ओरडत, किंचाळत. स्वयंपाक्याबरोबर तुम्हाला वाद घालता येत नसे. एकदा त्यानं मला जिंग सूपचं भलंमोठं पातेलं शेगडीवर ठेवायला सांगितलं. त्याच्या मदतनीस स्वयंपाक्याला मला पाय घालून पाडून गंमत करायची लहर आली – सूप सर्वत्र सांडलं आणि स्वयंपाक्याची बोलणी मी खाल्ली! मला इतका संताप आला. आम्हाला स्वयंपाक्याला खूश ठेवण्यासाठी त्याला सिगरेट विकत घेऊन द्याव्या लागत. पहाटे चारला काम सुरू होई आणि रात्री ११ वाजेपर्यंत संपे. आम्ही बसनं घरी जात असू. दोन-तीन तास झोप मिळत असे आणि पुन्हा तेच चक्र सुरू होई. मला रविवारी सुटी मिळे. स्वयंपाकी दुपारी १ ते ४ आराम घेई; पण तुम्ही नवे असलात तर तुम्हाला आराम घेण्याची परवानगी नसे. आमचा पगार वरिष्ठ स्वयंपाकी वाटत असे. मालक त्याच्या हातात सारे पैसे ठेवत असे. मालकानं मला आठवड्याला १८० पौंड द्यायचं कबूल केलं होतं; पण प्रत्यक्षात मला फक्त १४० किंवा १३० पौंड मिळत. ही झाली १९९८ ची गोष्ट.

मजूर सरकार (लेबर गव्हर्न्मेंट) ने ताशी कमीतकमी ३.६ पौंड मजुरी १९९९ साली इंग्लंडमध्ये लागू केली. लिउची मजुरी स्वयंपाक्यानं त्याला फसवलं नाही तर ताशी १.५८ पौंड आणि फसवलं तर ताशी १.२२ पौंड पडत होती. बॉबी चेन म्हणतो की १९८९ मधे नव्या स्थलांतरितांची लाट सुरू होण्यापूर्वी आधीच्या पिढीतल्या चिनी उपाहारगृहांच्या मालकांना नवीन कामकरी मिळणं कठीण पडत

होतं कारण त्यांची स्वत:ची मुलं उपाहारगृहात दिवसाचे बारा तास राबायला तयार नसत. सध्या कमीतकमी सरकारमान्य मजुरीपेक्षा खूप कमी पगार देऊन धंदा कसाबसा चालू ठेवता येतो. कौशल्याचा अभाव आणि बेकायदेशीररित्या इंग्लंडमध्ये राहणं, या मुद्द्यांवर कामकऱ्यांची पिळवणूक केली जाते. हाँगकॉगचे चिनी आहेत आणि त्यांच्यावर फुजिअनचे लोक या शिडीच्या अगदी तळाच्या पायरीवर आहेत. त्यांच्यावर बीजिंग आणि ग्वांगडाँगचे चिनी आहेत. ते इथे दहाहून अधिक वर्षं आहेत, त्यांना तळणीवरचे स्वयंपाकी, त्यांचे मदतनीस आणि मुख्य स्वयंपाकी अशा जागा मिळतात. ते स्वत:ची उपहारगृहं विकत घेतात, तेव्हां त्यांच्या जागा फुजिअनच्या माणसांना मिळतात. बॉबी म्हणतो, त्याची सर्व १९८९-९० ची अशिलं आता स्वत:च्या धंद्यात स्थिरावली आहेत. तो म्हणतो, 'मी कधीकधी विनोदानं म्हणतो की मी इंग्लंडच्या नकाशात माझ्या साऱ्या अशिलांनी कुठं उपहारगृहं उघडली आहेत, त्याच्या खुणा करणार आहे आणि तिथे जाऊन फुकट जेवणार आहे.'

त्यांचं दुकान हेच त्यांचं निवृत्तिवेतन असतं. चिनी लोक सहसा DHSS (डिपार्टमेंट ऑफ हेल्थ अ‍ॅण्ड सोशल सिक्युरिटी) मध्ये जात नाहीत. मालकांना पंचावन्नच्या वयानंतर, त्यांच्यानं कष्टाचं काम होत नसताना, धंदा चालू ठेवायला नव्या कामगारांची मदत होते. शिवाय मालक निवृत्त होऊ इच्छितात तेव्हा ते या नव्या कामगारांना आपला धंदा विकू शकतात. या पगाराचा उच्चांक आठवड्याला तीनशे पौंडांपेक्षा अधिक नसला, इतके तास काम करून हे अगदी कमी वेतन असलं, तरी अगदी कमी खर्चात राहून ते त्यातून कर्ज फेडतात आणि नवं उपहारगृहदेखील विकत घेऊ शकतात. बॉबी म्हणतो, 'ते गटारातल्या उंदराचं आयुष्य जगतात. ते बाहेर पडतात, ट्रेन पकडतात, कामावर जातात, घरी परत गेले की थेट झोपतात. हिवाळ्यात त्यांना कधीच सूर्यदर्शन होत नाही. ६-८ फुटांच्या खोलीत चार ते सहा लोक झोपतात.'

त्यानंतर आम्ही जिथे हललो, ती जागा फुकट होती. माझ्या मित्रांना वाटत होतं की त्यांनी तिथं 'भुतं' पाहिली. माझा भुतांवर विश्वास नाही; पण मी युनिव्हर्सिटीत जाऊ न शकण्याचं टेपर भुतांवर ठेवतो. मी साठांच्या वर्गात पहिल्या पाचात येत असूनही माझी शालान्त परीक्षा नापास झालो. परीक्षेच्या आदल्या रात्री एक विद्यार्थी जागा झाला, म्हणू लागला की त्याला छतातून रक्त गळताना दिसलं. मला झोप येईना. जिथं चिनी विद्यार्थ्यांचा १९४० च्या चीन-जपान युद्धात छळ करून त्यांना मारलं गेलं होतं, त्या इमारतींमध्ये ती शाळा होती. पुढे मी ऐकलं की त्या विद्यार्थ्याचं मानसिक संतुलन गेलेलं होतं.

ह्या भुतांनी पछाडलेल्या, पाच-सहा बेडरूमच्या घरात आम्ही फक्त तिघेजण राहात होतो. पूर्वी ते घर भाड्यानं दिलं जात असे, पण भाडेकरूंजवळ भाडं देण्याएवढे पैसे नसत. मालक देशात नव्हता. त्यामुळे त्या घराकडे बघणारं कुणीच नव्हतं. ते खूप गलिच्छ होतं. पुढला दरवाजादेखील मोडला होता आणि त्याला योग्य कुलूपही नव्हतं. तेथे नीटसं स्वयंपाकघर, वीज किंवा गॅस नव्हता; पण पाणी होतं. आम्ही रेस्टॉरंटमधून टॉयलेट पेपर चोरून आणत असू. आम्ही मळक्या, फाटक्या गाद्यांवर झोपत असू. आम्ही तेथे महिना काढला. आम्ही इतके भणंग होतो की आम्हाला ९ पेन्सची ब्रेड आणणंही परवडत नसे. आम्ही किराण्याच्या दुकानात चोरी केली नाही; पण शांतता असताना, स्टेशनजवळच्या एका घराच्या बागेतल्या झाडाची सफरचंद मात्र चोरली. आम्ही सारी सफरचंदं फस्त केली. ती आंबटढाण होती कदाचित ती स्वयंपाकात वापरायची सफरचंदं असतील. भुताटकीच्या घराच्या बागेत एका झाडावर मी सुपरमार्केटमध्ये पाहिली होती तशी फळं होती. झाड खूप मोठं होतं, फळं तपकिरी रंगाची होती, बाहेरून कडक आणि टेबलटेनिसच्या बॉलच्या आकाराची होती. मी एक फोडलं आणि आतला कडक असलेला पांढरा भाग खाल्ला. मी आजारी पडलो आणि मिंगचं डोकं दुखलं. *(ती कॉंकर असतील. ती चेस्टनटसारखी दिसतात.)*

हा माझा सर्वांत वाईट काळ होता. मी चीनला परत जाण्याचाही विचार केला. कॅनडा जास्त बरं पडेल का, असाही मनात विचार आला; पण तेथे जायला मला १०,००० ते २०,००० आरएमबी लागले असते. पहिल्या दोन वर्षांत पैसे मिळवणं फार अवघड गेलं; कारण मी फार लोकांना ओळखत नव्हतो; पण दैवकृपेनं चायना टाऊनमध्ये एका श्रीमंत माणसाशी माझी गाठ पडली – मी त्याला चीनमध्ये ओळखत असे. त्यानं मला त्याच्याकडे काम देऊ केलं आणि राहायला फुकट जागा दिली. तो इतर लोकांशी धंद्याची बोलणी करत असे, तेव्हा त्याच्यासमवेत बसायचं एवढंच माझं काम होतं. कधीकधी तो मला कागदपत्रांवर इतरांच्या सह्या घेऊन यायला सांगे. हा एक चमत्कार होता – तो ट्रायाडच्या विरोधात होता आणि त्यानं त्याच्या बाजूनं लोकांना मारायलादेखील मला कधी सांगितलं नाही. एका मोठ्या 'बॉस'ला त्याच्या धंद्यात सामील होण्याची इच्छा होती, पण त्यानं त्याला परवानगी दिली नाही. तो कसला धंदा करत होता ते मला ठाऊक नाही. परंतु, गेल्या वर्षी त्यानं इंग्लंडमध्ये खूप मोठी रेस्टॉरंट उघडली. पण त्याला व्हिसाचा प्रश्न उद्‌भवला म्हणून गृहखात्यानं त्याला चीनला परत पाठवून दिलं.

या वेळेस मला 'ओळख करून देण्याबद्दल' पैसे द्यावे लागले नाहीत. सुरुवातीला मला पगार मिळत नसे; पण हवे तेवढे पैसे उसने मिळत असत. त्यानं मला अप्रिय अशा गोष्टी करायला सांगू नये म्हणून मी त्याच्याकडून पैसे उसने घेत नसे; पण

माझे इतर मित्र माझ्या ओळखीचा फायदा करून घेत, त्याच्याकडून पैसे उसने मागू लागले. मग तो मला आठवड्याला १२५ पौंड पगार देऊ लागला आणि माझ्या 'फुकट' खोलीचे आठवड्याला २५ पौंड धरले, तर एकूण पगार १५० पौंड होऊ लागला. पैसे व राहण्याची जागा मिळून. १९९९च्या चिनी नूतन वर्षानंतर त्यानं माझी ओळख आपलं घर नव्यानं सजवू बघणाऱ्या एका मित्राशी करून दिली. हा मित्र घरं सजवण्याचा व्यवसाय करत असे आणि त्यानं माझी इच्छा असेल तेव्हा नोकरीवर येण्याचं मला आमंत्रण केलं. मी त्याच्यासाठी काम करू लागलो; कारण तो अधिक पगार देत असे. काम कष्टाचं होतं; पण रंगकामाचे दिवसाला तीस पौंड, सुतारकामाचे दिवसाला ४० पौंड आणि विजेच्या जोडणीची व नळांची कामं असली तर दिवसाला ५० पौंड पगार मिळे. त्याच्याबरोबर काम सुरू केल्याच्या दुसऱ्या वर्षी मी माझी सर्व कर्जं फेडू शकलो.

तो चीनला दोन महिन्यांसाठी गेला असताना मी अशीच कामं घेणाऱ्या दुसऱ्या एकाकडे नोकरी घेतली. त्यानं आम्हाला फुकट जागा व जेवण दिलं; पण तो म्हणत राही की पगार तो पुढल्या आठवड्यात देईल, पुढल्या आठवड्यात देईल. असं दोनहून जास्त महिने चाललं. सरतेशेवटी त्यानं प्रत्येकाला फक्त १०० पौंड दिले. आम्ही दिवसाचे अनेक तास काम करत असू – पहाटेपासून रात्री उशिरापर्यंत – मध्यरात्रीपर्यंत. एकदा आम्ही न झोपता सतत ४८ तास जमिनीला सिमेंटचा गिलावा केला. आम्ही पाचजण यात अडकलो होतो. आमच्यातल्या एकाला आमच्यापेक्षा आधी काम सोडायचं होतं म्हणून तो मालकाकडे गेला. बॉसनं त्याला थप्पड मारून विचारलं, 'काम पुरं न करता येऊन पैसे मागायची तू हिम्मतच कशी केलीस?' आम्ही वरून पाहात होतो. त्या माणसाच्या तोंडातून रक्त गळत होतं. दोन दिवसांनी काम संपल्यावर आम्ही पाचजणांनी जाऊन पैसे मागितले. तो म्हणाला, 'तुम्हाला वाट पाहावी लागेल.' आम्ही तेव्हा समजलो की आम्हाला पैसे मिळणार नाहीत आणि आम्ही निघून गेलो.

त्यानंतर लिउचा आवाज एकदम हळू येतो, मला त्यात अस्पष्ट थरथर जाणवते.

माझा इंग्लंडमधला सर्वांत दुःखद काळ २००० साली आला. माझा थोरला भाऊ इथं येताना मृत्युमुखी पडला तेव्हा! तो डोव्हर-५८ पैकी एक होता, त्या दुर्घटनेनं ब्रिटिश लोकांना चिनी लोकांच्या इथल्या अस्तित्वाची जाणीव झाली.

तो गप्प होता. त्याच्या मुबलक बडबडीनंतरची ही शांतता फार खिन्न वाटते.

एका गरम उन्हाळ्याच्या दिवशी डोव्हरमध्ये शिरणाऱ्या ट्रकच्या मागच्या बाजूला, अठ्ठावन्न चिनी लोक, त्यांपैकी चार स्त्रिया होत्या, गुदमरून मेले. हॉलंडमधली नोंद असलेल्या या ट्रकच्या ड्रायव्हरने नुकतीच झीब्रुग, बेल्जिअममधून खाडी पार केली होती आणि कस्टमच्या अधिकाऱ्यांनी त्याचा ट्रक तपासणीसाठी बाजूला घेतला. अहवालांच्या अनुसार ट्रकचा दरवाजा उघडल्यावर, त्या अधिकाऱ्यांपुढे भीषण स्वप्नासारखं दृश्य ठाकलं. गरम आणि दुर्गंधीयुक्त हवा जोरानं बाहेर आली. दरवाज्याशी दोन माणसं श्वास घेण्यासाठी तडफडत होती. त्यांच्यामागे टोमॅटोच्या खोक्यांमधोमध छप्पन प्रेतं पसरली होती. त्या ट्रकमध्ये तपासणीसाठी शिरलेल्या अधिकाऱ्यांवर नंतर मानसशास्त्रीय उपचार करावे लागले.

बहुदा ते लोक गुदमरून मेले असावेत; पण कार्बन मोनॉक्साईडमुळे विषबाधा झाली असल्याची शक्यता नाकारता येत नाही. ते या ट्रकच्या आत अठरा तास बंदिस्त होते. प्रवासभर वातानुकूल यंत्रणेची वीज बंद केली गेली होती. दोन वाचलेल्या माणसांना ड्रीहायड्रेशनमुळे रुग्णालयात न्यावं लागलं.

वाचलेल्यांना पोलिसांचं संरक्षण आणि इंग्लंडमध्ये राहाण्याची विशेष परवानगी देऊन, पोलीसतपासासाठी त्यांची मदत घेतली गेली. पोलिसांना प्रेतांची ओळख पटवून मिळायला तीनहून जास्त महिने लागले. आपल्या प्रिय आप्तांच्या क्रियाकर्मासाठी इंग्लंडमध्ये येण्याची परवानगी मृतांच्या नातेवाइकांना नाकारली गेली. सरतेशेवटी जानेवारी २००१ मध्ये मृतदेह चीनमध्ये परत पाठवून देण्यात आले. सात लोकांना हॉलंडमधल्या न्यायालयात मे २००१ गुन्ह्यासाठी शिक्षा झाली. या मृत्यूच्या संदर्भात संपूर्णतः हयगय केल्याबद्दल त्यांना दोषी ठरवलं गेलं; पण खुनाच्या गुन्ह्यातून त्यांना मुक्त केलं गेलं. नऊ आरोपींपैकी दोन तुर्की म्होरके गर्सेल ओझकन आणि हासि डेमिर – यांना साडेदहा आणि पाच वर्षांचा कारावास ठोठावला गेला.

आम्ही मुलाखत पुढे नेण्यासाठी योग्य क्षणाची वाट पहातोय.

कामाच्या दृष्टीनंदेखील हा माझा अत्यंत खालच्या दर्जाचा काळ होता. अनेक कारणांमुळे मला लंडनला काम मिळणं अवघड होतं, म्हणून मी मँचेस्टरमध्ये काम करू लागलो.

लिउची कहाणी तुटक तुटक होत जाते, याचा त्याच्या भावाच्या मृत्यूशी संबंध आहे. त्याबद्दल बोलणं फार दुःखद असल्यामुळे की दुसऱ्या कुठल्यातरी कारणामुळे याबद्दल मला खात्री नाही. तो टाळाटाळ करून आमच्या प्रश्नांची उत्तरं देत नाहीये. मी त्याला विचारते की त्याला बोलण्याची भीती वाटतेय का?

मी कशालाच घाबरत नाही. काम मिळणं आणखी अवघड झालं. कधीकधी आम्हाला आठवड्यातले दोनच दिवस काम मिळे, कधीकधी अजिबात मिळत नसे. दुसरं काहीच मिळालं नाही तर मी उपहारगृहात सफाईचं काम करत असे. ही कहाणी फार गुंतागुंतीची आहे. कुटुंबाच्या एका मित्रानं माझ्या भावाची परदेशाची वारी आयोजित करवली होती. त्यानं दोन लाख आरएमबी (१३,००० ब्रिटिश पौंड) उसने घेतले होते. ते मी आता परत फेडतो आहे. त्याच्या प्रवासाला पाच महिने लागले. तो अधूनमधून माझ्याशी संपर्क साधत असे. मधेच तो काही दिवस बेपत्ता झाला होता. तो कुठं आहे, हे आम्हाला माहीत नव्हतं. त्याचा प्रवास माझ्याएवढा दुष्कर नव्हता. तो एका देशातून दुसऱ्या देशात विमानानं गेला. त्याला पर्वत पायी चढून जावे लागले नाहीत; पण तो हंगेरीत कैद झाला आणि ते त्याला चीनला परत पाठवणार होते. मी दलालांशी बोलून त्याच्या सुटकेसाठी त्यांना मदत करायला सांगितलं. त्यांनी ती केली; पण जणू त्याच्या भाळी मरणच लिहिलेलं होतं!जेव्हा मी डोव्हर-५८ बद्दल बातमी ऐकली, तेव्हा मी 'सेंट्रल लंडन लॉ सेंटर'ला जाऊन माझा भाऊ त्या ट्रकवर होता का हे शोधण्यासाठी मदत मागितली. मी, बॉबी आणि त्यांचा भागीदार मिस्टर ली यांच्याबद्दल चिनी वर्तमानपत्रांमध्ये आणि मासिकांमध्ये वाचलं होतं. बॉबी हा फारच चांगला माणूस आहे. अगदी संपूर्णत: अनोळखी माणसालादेखील मदत करता आली तर तो ती करेल! तो हिशोबी नाही. त्याच्यासारखे आणखी चिनी लोक असावेत, अशीच माझी इच्छा आहे. जेव्हा माझा भाऊ त्यातला एक होता याची खात्रीलायक बातमी कळली, तेव्हा मी फार भावनाधीन झालो आणि मी टी.व्ही. आणि वर्तमानपत्रांशी बोलून चिनी सरकारचे स्नेकहेड्सबरोबरचे लागेबांधे उजेडात आणायचा प्रयत्न केला – फुजिअनचा डेप्युटी मेयर दलालांकडून लाच घेत असतो – वगैरे वगैरे!

चीनमधून इतक्या मोठ्या संख्येनं लोकांना गुपचूप बाहेर नेणं हे वेगवेगळ्या सरकारी अधिकाऱ्यांच्या आणि विभागांच्या सहकार्याशिवाय शक्य होणार नाही; ज्या जलदपणे जरुरीच्या कागदपत्रांशिवाय पासपोर्ट मिळवता येतात – ते पब्लिक सिक्युरिटी ब्यूरोचे अधिकारी दलालांचे लाचखाऊ हस्तक असल्याखेरीज घडत नाही. दोनशे पर्यंतच्या स्थलांतर इच्छुकांचे गट योग्य कागदपत्रांशिवाय जहाजावर सापडले तरी पोलीस त्याकडे दुर्लक्ष करतात. कारण त्यांना मलिदा चारलेला असतो. उघडपणे काही पोलीस अधिकारी इतकी नेहमी लाच घेत असतात की त्यांना सुटणं अवघड होतं आणि ते ट्रायाडचे हस्तक – घटकच बनतात. जरी केंद्रसरकारनं त्यावर अंकुश आणण्याचा प्रयत्न केला, तरी तो फारसा यशस्वी ठरत नाही. कारण राज्यांमधले सरकारी अधिकारी खूप पैसा मिळवत असतात. अधूनमधून

केंद्रसरकार, शांघायच्या मेयरला २००६ मध्ये बडतर्फ केलं, अशासारखी पावलं उचलत. तो त्या दहा वर्षातला, लाचलुचपतीसाठी काढला गेलेला सर्वांत वरच्या हुद्द्यावरला अधिकारी होता. झिनहुआ राज्याच्या बातमीकेंद्रानं उद्धृत केलेल्या, कारवाईबद्दलच्या अहवालानुसार, त्याच्यावरचे आरोप होते; बेकायदेशीर धंदे करणाऱ्यांना मदत करणं, लाचलुचपत घेणाऱ्या हाताखालच्यांना पाठीशी घालणं आणि नातेवाइकांचे हितसंबंध जपणं.

अनेक टी.व्ही. कंपन्यांनी माझ्या मुलाखती मागितल्या; पण फुजिअन राज्याच्या सरकारनं मला चिनी सरकारविरुद्ध परदेशी प्रचारासाठी मदत न करण्याची तंबी दिली. माझी आई आणि इतर नातेवाईक अजूनही फुजिअन प्रांतात राहात असल्यामुळं मला काळजी घेणं भाग आहे. मी तुमच्या प्रकल्पासाठी मदत करतो आहे, कारण तुम्हाला माझ्या इथल्या आयुष्यात अधिक रस आहे. सरकारनं चीनमधल्या माझ्या घरी दहाहून अधिक वेळा पोलीस धाडले. माझ्या मेहुण्याला पाच वर्षं कारावास झाला. तो आत्ताच सुटून बाहेर आला आहे आणि त्याबद्दल मला फार अपराधी वाटतं. आम्ही लहान असताना माझे आणि माझ्या भावाचे फार जिव्हाळ्याचे संबंध होते. माझ्या भावानं माझ्या कारखान्यासाठी मला खूप मदत केली होती आणि मी चीन सोडल्यावर धंद्याची सारी निरवानिरव करण्यात त्यानं खूप वेळ खर्च केला. मी त्याबद्दल विचार करतो तेव्हा मी फार भावनावश होतो. माझ्या भावाचा अजगर-दलालांवरला खटला अजून संपलेला नाही, एवढंच मी सांगू शकतो.

चिनी नागरिकांच्या अधिकारांसाठी झगडणारा कार्यकर्ता, जाबेझ लामी अधिक माहिती पुरवतो की डोव्हर-५८ ची, क्रिमिनल इन्जुरीज बोर्डकडे केलेली नुकसानभरपाईची मागणी आमान्य झाली. या बोर्डनं युक्तिवाद केला की बळी गेलेली माणसं या गुन्ह्यात सहभागी होती. या मोहिमेच्या बाजूच्या वकिलांचा युक्तिवाद होता की बळी गेलेले लोक स्वेच्छेनं सहभागी झालेले नव्हते, त्यांनी त्यांच्या प्रवासाची पद्धत निवडलेली नव्हती आणि त्यांना प्रवासात काय परिस्थिती असेल याबद्दल अंधारात ठेवलं गेलेलं होतं. त्यांनी पी ॲण्ड ओ कंपनीवर नुकसानभरपाईसाठी खटला भरला; पण त्या कंपनीनं सारी जबाबदारी झटकून टाकली. कारण डोव्हर-५८ च्या माणसांकडे तिकिटं नव्हती आणि म्हणून ते त्यांचे प्रवासी नव्हते. खूप लांबलचक युक्तिवाद झाला; त्यात मोहिमेच्या लोकांनी म्हटलं की ते बोटीवर होते, त्यामुळे ते प्रवासीच धरले गेले पाहिजेत. पी ॲण्ड ओ कंपनीनं ही जबाबदारी नाकबूल केली; पण विमा कंपन्यांच्या भाषेत ज्याला 'न्यूसन्स पेमेंट' किंवा 'उपद्रव टाळण्यासाठी दिलेली रक्कम' म्हटलं जातं ती रक्कम, वाईट जाहिरात टाळण्यासाठी आणि वेळेचा

आणि पैशांचा कमीतकमी अपव्यय व्हावा म्हणून, चुकती केली. त्यांनी ५८ कुटुंबांना ५,००,००० युरो दिले. लिऊच्या कुटुंबीयांना ४००० युरो मिळाले.

माझ्यामुळे मोठा 'बॉस'देखील संतापला होता. त्यामुळे मी लंडनमध्ये राहू शकत नव्हतो. मोठ्या 'बॉस'नं पोलिसांना मला अटक करायला सांगितलं. घरभर पोलीस फिरत होते; पण नशिबानं मी त्या दिवशी घरीच गेलो नव्हतो. हे जुलै / ऑगस्टमध्ये घडलं. मी तेव्हा कुठे राहात होतो हे मी तुम्हाला सांगू शकत नाही, कारण त्यांना माझी ओळख पटावी अशी माझी इच्छा नाही. घरमालकानं पोलिसांना विचारलं की ते कशासाठी आले आहेत? त्याला उत्तर मिळालं नाही. तो घाबरला आणि त्यानं मला निघून जायला सांगितल. मी पोलीस स्टेशनमध्ये जाऊनदेखील विचारलं. नंतर मी माझ्या वकिलाला तपास करायला सांगितलं आणि आम्हाला सांगण्यात आलं की, काहीतरी समजुतीचा घोटाळा झालेला होता. 'मी गप्प राहिलो नाही तर मला जगणं दु:सह होईल,' अशा धमक्या देणारे फोनही मला आले. मी बॉबीकडेही सल्ला घ्यायला गेलो की मी पोलिसांचं संरक्षण मागावं का? सरतेशेवटी मी तो विचार सोडून दिला, कारण त्यामुळे चीनमधल्या माझ्या नातेवाइकांचं जिणं आणखी कठीण झालं असतं.

एकदा माझ्यावर ट्रायाडचा रोष ओढवल्यावर लंडनमधली कुठलीही कंपनी मला काम द्यायला तयार होईना. म्हणून मी मँचेस्टर आणि उत्तरेकडल्या इतर शहरांमध्ये, तसंच दक्षिण-पूर्वेच्या आग्नेय दिशेच्या समुद्रकिनाऱ्यावरल्या शहरांमध्येही एक वर्ष काम केलं. मी मँचेस्टरपर्यंत गेलो; कारण तिथं माझा एक मित्र राहात असे आणि लॉरी चालवायचं काम करत असे. मला वाटलं की ट्रायाडच्या तावडीतून सुटायला इतकं अंतर दूर असलं की पुरेल. मी तिथे, मित्राच्या बागेतील, अवजारांनी भरलेल्या झोपडीत, रात्रीची झोप घेऊन दोन महिने काढले. मी बाहेर पडायला भीत असे. मी चुपचाप छोटी छोटी बांधकामाची कामं घेत असे. मी आग्नेय दिशेला, एका घराच्या सजावटीच्या कामासाठी कारनं इतर कामगारांच्या चमूसमवेत जात असे. त्यामुळे मी जेथे जात असे त्या ठिकाणांची नावं मला माहीत नाहीत. मला नोकरी देणारा म्हणत असे, 'तू माझ्यासाठी काम करतो आहेस, हे इतरांना सांगू नकोस आणि मीदेखील तुझ्याबद्दल इतरांजवळ बोलणार नाही.' मी किती पैसे मिळवत होतो याबद्दल मी फिकीर करत नव्हतो; मला निवारा मिळत होता तोवर! मी लंडनला परत जाऊ शकत नव्हतो. आम्ही समुद्रकिनाऱ्यावर कालवं पकडायच्या कामासाठीसुद्धा जात असू. आमचे आम्हीच! बॉस आम्हाला तांदूळ देई, त्यामुळे इतर कामगार आणि मी जाऊन माझ्यासाठी समुद्रातलं शेवाळं आणि त्यांच्यासाठी मासे घेऊन येत असू. मी किती कमावत होतो हे सांगणं कठीण आहे – साधारणत: दिवसाला ३०

पौंड. ते साधारणत: माझ्या राहण्या-जेवणासाठी पुरत. माझी जेव्हा उपासमार होत असे, असे माझे गुलामगिरीचे दिवस तीन वर्षं, २००० सालच्या अखेरपर्यंत राहिले. २००२ सालापासून मी नऊ तास कामाचे दिवसागणिक ६० पौंड मिळवू लागलो. मी उत्तर लंडनमध्ये राहाण्याचं कारणं असं आहे की दक्षिण लंडनमध्ये ट्रायाडचा जास्त जोर आहे. ते लोकांकडून संरक्षणासाठी म्हणून पैसे उकळतात. गेल्या वर्षी माझ्या मित्राच्या घराची खिडकी त्यांनी फोडली. ते खूप हिंसक कामं करतात.

बॉबीनं मला स्थलांतराबाबतचे प्रश्न सोडवायलादेखील खूप मदत केली. नंतर, जेव्हा माझ्या पूर्वीच्या निवेदनाची प्रत मिळवायचा बॉबीने प्रयत्न केला, तेव्हा गृहखात्याला ती सापडेना. जेव्हा बॉबीनं आधीच्या वकिलाकडे प्रत मागितली, तेव्हा त्याने अर्धीच माहिती पाठवली. नंतर गृहखात्यानं मला दुसऱ्या मुलाखतीसाठी लिव्हरपूलला बोलावलं. चार वेळा माझं अपील ऐकलं गेल्यानंतर माझा अर्ज मंजूर झाला.

लिउचं त्याच्या अर्जाबाबतचं कथन फारच गोंधळात पाडत होतं. बॉबी म्हणाला, की त्याची सुनावणी चार वेळा स्थगित केली गेली. न्यायनिवाडा करणाऱ्यानं त्याची केलेली पहिली अपिलाची सुनावणी अर्जाला नामंजुरी घेऊन आली, कारण गृहखात्यानं युक्तिवाद केला की ज्या पंथाचा अनुयायी असल्याबद्दल लिउनं प्रतिपादन केलं होतं, तो पंथच अस्तित्वात नव्हता आणि लिउचा गुन्हेगारीचा पूर्वेतिहास होता. जेव्हा लिउ चायनाटाऊनमधल्या रेस्टॉरंटमध्ये नोकरी करत होता, तेव्हा तो रेस्टॉरंटच्या वरच्या मजल्यावरच्या खोलीत झोपायला गेला होता. पहाटे लवकर, त्या खोलीत राहाणारे कुणीतरी प्रवेशद्वाराच्या किल्लीशी धडपडत होतं. त्याला दरवाजा उघडता आला नाही म्हणून तेथून जाणाऱ्या पोलिसाला संशय आला. त्याला वाटलं की तो चोर आहे, त्याला पोलिसांनी कैद केलं. तो आत शिरला आणि लिउ त्याला झोपलेला दिसला. त्यानं लिउलादेखील पकडलं आणि पोलीस चौकीवर नेलं; पण नंतर त्याला सोडून दिलं. ते वरच्या न्यायालयात ट्रायब्युनलमध्ये, केस जिंकले, कारण त्यांनी लिउच्या 'कैदेची' पार्श्वभूमी विशद केली आणि 'क्वान इन मेथड' अस्तित्वात असल्याबद्दल पुरावा सादर केला.

मला माझा *हा (आश्रित)* दर्जा नोव्हेंबर २००३ साली मिळाला. एकदा मला माझा देशांतर्गत विमा नंबर मिळाल्यावर माझं वेतन आणखी वाढलं नाही, पण त्यामुळे मला अधिक सुरक्षित नोकऱ्या मिळू लागल्या. फक्त बेकायदेशीरपणे कामं करणारे मजूरच त्यांच्या आयुष्यात असा धोका पत्करतात. माझे कुटुंबीय सप्टेंबर

२००४ मध्ये माझ्याकडे आले. मला एकट्याला इथे यायला जो खर्च आला, त्याहूनही कमी खर्चात मी त्या सर्वांना इथे आणू शकलो. बॉबीशिवाय मला इथला राहाण्याचा परवाना कधीच मिळाला नसता आणि मी माझ्या कुटुंबीयांनादेखील इतक्या लवकर इथे आणू शकलो नसतो. अर्थात, सुरुवातीला इथे स्थिरस्थावर होणं माझ्या मुलांना खूप जड गेलं. पहिल्या वर्षी ती शाळेत जाऊ शकली नाहीत; कारण त्यांना इंग्रजी बोलता येत नव्हतं आणि अधिकारी, मदत करू शकेल अशा कुणाच्या तरी, शोधात होते. विशेषत: माझ्या मुलीला दादागिरी, पैसे हिसकावले जाणं आणि उपहास या गोष्टींना शाळेत तोंड द्यावं लागलं, कारण ती नीट इंग्रजी बोलू शकत नसे. पण जगभरात मुलं अशीच असतात: कधी ती सोन्यासारखी वागतात तर कधी ती अतिशय क्रूरपणे वागतात.

मिंगला राहाण्याचा परवाना कधीच मिळवता आला नाही. त्याची फार निराशा झाली. त्याच्या वकिलांनी त्याची केस नीट हाताळली नाही. त्याला गृहखात्याचं मुलाखतीचं पत्र कधीच मिळालं नाही. त्याला दुसरी संधी मिळाली असती; पण त्यानं वकिलाला विचारल्यावर वकील म्हणाला की तुम्ही मुलाखतीला जाऊ शकता किंवा तुमची बाजू मांडणारे पत्र लिहू शकता. त्यानं पत्र पाठवण्याचा पर्याय स्वीकारला, पण नंतर त्याला समजलं की पत्राला १००% नकारच मिळतो. गृहखात्यानं त्याची कहाणी खोटी असल्याचं कारण सांगून त्याचा अर्ज नामंजूर केला.

मुलाखत ऐच्छिक नसते; पण कुणाची मुलाखत चुकली, तर गृहखातं त्याशिवायच निर्णय घेण्याचं ठरवू शकतं आणि मुलाखतीची अनुपस्थिती ह्या कारणास्तव अर्ज फेटाळू शकतं. साधारणत: अर्ज नामंजूर करण्यासाठीची कारणं दिलेली असतात; गृहखात्यापुढे काहीच माहिती ठेवली गेली नसली तरच ही कारणं ते देत नाहीत. जर अर्जदाराला मुलाखत हवी असेल आणि त्यानं स्वत:हून ती चुकवली असेल, तर तो गृहखात्याला आपली बाजू सांगून दुसरी मुलाखत मिळवू शकतो, पण जर त्यांची चूक होती हे त्यांनी मान्य केलं नाही तर त्याला दुसरी मुलाखत दिलीही जात नाही.

अर्जदारानं मांडलेल्या बाजूची विश्वासार्हता पडताळून पाहिली जाणं आणि गृहखात्याकरवी मुलाखतीत परीक्षा घेतली जाण्याची अर्जदाराला संधी मिळणं याच गोष्टी आश्रयाबाबतच्या निर्णयासाठी महत्त्वाच्या असतात; अर्जदाराकडे आपल्या कथनाला स्पष्टपणे पुष्टी देणारी कागदपत्रं असली आणि ती क्वचितच असतात, तर गोष्ट वेगळी! कोणत्याही अर्जाच्या फेरसुनावणीच्या (अपिलाच्या) वेळेस अशी कागदपत्रं ही फार महत्त्वाची गोष्ट असते. खरं तर जवळजवळ सर्व अर्जांना 'अपील'मधून जावं लागतं आणि जे स्वीकारले जातात ते अपिलाच्या सुनावणीदरम्यान

स्वीकारले जातात. गृहखात्याच्या आश्रयाबद्दलच्या नव्या कार्यपद्धतीच्या अनुसार जी कार्यपद्धती सध्या वापरात आणली जात आहे, पहिल्या टप्प्यावरच अधिक अर्ज स्वीकारले जावेत अशी धारणा आहे. म्हणजे 'अपील'मुळेची अर्जमंजुरी खाली गेली तरी एकूण मंजूर झालेले अर्ज त्याच संख्येचे राहतील.

मिंग भूमिगत झाला. त्यानं त्याच्या वकिलाला त्याचा अर्ज मार्गी लावायला ६०० पौंड दिले; पण त्या वकिलानं काहीही केलं नाही. बॉबी म्हणतो की आता इतका काळ लोटला आहे की तोही काही करू शकणार नाही. मिंग हा नेक माणूस आहे. तो खोटं बोलून कायद्याची पळवाट शोधणारा नाही. त्याला १९९७ पासून त्याचे कुटुंबीय भेटलेले नाहीत. तो स्वयंपाकी म्हणून आठवड्याला २४० पौंड कमावतो. त्याची परिस्थिती फार वाईट आहे. त्याच्या कुटुंबावर खूप संकटं आली. त्यामुळे त्याचे बरेचसे पैसे त्यांच्याकडे पाठवण्यातच खर्च होतात आणि त्याला अजून खूप कर्ज फेडायचं आहे. त्याला चीनमध्ये परत जायची इच्छा आहे; पण त्याच्या इतिहासामुळं तो इथंच अडकला आहे. सर्वसाधारणपणे जे चिनी लोक इथं बेकायदेशीरपणे राहातात, ते त्यांच्या चीनमधल्या नातेवाइकांना त्यांची ओळखपत्रं इथे पाठवायला सांगू शकतात. ती ओळखपत्रं इथल्या चिनी वकिलातीत दाखवल्यावर त्यांना तात्पुरती प्रवासाची कागदपत्रं देण्यात येतात. पण मिंगचं नाव काळ्या यादीत गेल्यामुळं त्याच्या कुटुंबीयांना ओळखपत्र *(आयडी कार्ड)* देखील मिळू शकत नाही. त्याच कारणास्तव चीनचं परदेशप्रवासाबाबतचं धोरण उदार झालं असलं, तरी त्यांना इथे यायला प्रवासी व्हिसासुद्धा मिळू शकत नाही. चिनी सरकार काळ्या यादीत नाव असलेल्यांच्या नातेवाइकांना परदेश-प्रवासाची परवानगी देत नाही. तो अजूनही परत जाण्याचा मार्ग शोधतो आहे.

मी तरुण असताना महत्त्वाकांक्षी होतो. मी जितका होऊ शकलो असतो, तितका यशस्वी झालो नाही. माझं इंग्रजी चांगलं नाही. या देशात मी मुका-बहिरा माणूस आहे असं मला वाटतं. म्हणून मी फक्त चिनी लोकांसाठीच काम करू शकतो. पदार्थविज्ञानशास्त्र *(फिजिक्स)* हा शाळेत माझा आवडता विषय होता आणि मी न्यूटनसारखा बनण्याचं स्वप्न पाहात असे. मी ऑस्ट्रेलियात शिकायला जाण्याची इच्छा धरली होती. मला संशोधन करायला आवडलं असतं. आजही पृथ्वीचं वजन आणि पृथ्वी आणि सूर्यामधलं अंतर मला आठवतंय. मी विजेबद्दलचे प्रश्न सोडवू शकतो. मला एकदा पदपथावर मोडका मायक्रोवेव्ह ओव्हन सापडला, मी तो घरी आणून दुरुस्त केला, तो अजूनही चालतो आहे. मी बांधकामावर काम करत असताना त्यांना काही विजेबाबतचा प्रश्न पडला, तर मी तो सोडवू शकतो. मला हे करण्याचा परवाना नसला तरीही! माझ्या कुटुंबीयांना माझं शिक्षण चालू ठेवणं परवडण्याजोगं नसल्यामुळेच मी कॉलेजात गेलो नाही. आयुष्यात एकदा तुमची

संधी हुकली की ती परत मिळत नाही.

मी माझी स्वप्नं सतत बदलत असे. त्यामुळे मी कधीच यशस्वी झालो नाही. मी सात वर्षांचा असताना माझं स्वप्न फक्त 'सरकारी नोकरी' एवढंच होतं; लोखंडी वाडगा म्हणजेच तुम्ही सुरू केल्यापासून मरेपर्यंतची सुरक्षित नोकरी, पूर्ण आयुष्याची जेवणाची बेगमी! मग माध्यमिक शाळेत गेल्यावर मला डॉक्टर बनायचं होतं, म्हणजेच माझ्या नातलगांना डॉक्टरचा भुर्दंड भरावा लागणार नाही. माझी बहीण आजारी असताना आम्हाला योग्य डॉक्टर मिळवता आला नाही, फक्त कामचलाऊ अनवाणी डॉक्टर मिळाला, कारण तेवढाच आम्हाला परवडत होता. मी वैद्यकशास्त्रावरची अनेक पुस्तकं वाचली आहेत, त्यामुळे मला चिनी वनौषधींची खूप माहिती मिळाली आहे. मला त्वचाविकार बरे करता येतात, पुटकुळ्यांवर (ब्लिस्टर) इलाज करता येतो, सर्पदंशावरला उतारा मला माहीत आहे.

१९६५ साली, सांस्कृतिक क्रांती (कल्चरल रिव्होल्युशन) च्या वेळी 'माओ'नं ८०% लोकसंख्या जिथं राहाते त्या चीनच्या खेड्यांमधला डॉक्टरांच्या कमतरतेचा प्रश्न सोडवायचं ठरवलं. हजारो शेतकरी स्त्रिया आणि पुरुष, जे बहुतांशी विशीच्या वयाचे होते आणि ज्यांना थोडं तरी सर्वसाधारण शिक्षण मिळालेलं होतं – तीन ते सहा महिन्यांच्या, वैद्यकीय मदतीबाबतच्या परिश्रमपूर्ण अभ्यासक्रमासाठी निवडले गेले. अनवाणी डॉक्टर नावाने ओळखले जाणारे हे लोक त्यांच्या सहकाऱ्यांबरोबर सामायिक मालकीच्या शेतांमध्ये शेती करतच होते. त्यामुळे गरजवंतांना त्यांची मदत सहज घेता येत असे. ते जुजबी वैद्यकीय सेवा पुरवू शकत. प्रथमोपचार, लसीकरण, स्वास्थ्याबद्दल शिकवणं, स्वच्छतेचे धडे देणं, गर्भवतींची आणि मुलांची काळजी घेणं. सांस्कृतिक क्रांतीनंतर दहा वर्षांनी चीनमध्ये अंदाजे दहा लाख 'अनवाणी डॉक्टर' कार्यरत होते.

मी आता दिवसाला १०० ते २०० पौंड कमावतो; पण मला नेहमीच काम मिळत नाही. त्यामुळे माझ्या कमाईचा आकडा मी तुम्हाला सांगू शकत नाही. कधीकधी सलग काही महिने मी बेकार होतो. माझी पत्नी नोकरी करू शकत नाही; कारण तिला आमच्या शेंडेफळाला शाळेत न्यावं-आणावं लागतं आणि शिवाय तिला सारं घरकाम आणि स्वयंपाक करावा लागतो. धाकटा जरी वर्षभर शाळेत जातोय तरी त्याला अजून फारसं इंग्रजी बोलता येत नाही. माझी मुलगी दहावीत आहे आणि तिला फॅशन डिझायनर बनायची इच्छा आहे. ती चांगली कलावंत आहे. माझ्या मोठ्या मुलानं चीनमध्ये माध्यमिक शालेय शिक्षण पूर्ण केलं आणि तो कॉलेजात द्वितीय श्रेणीचं इंग्रजी शिकण्यासाठी जातो. त्याला काय करायचं आहे

त्याची त्याला अजून खात्री नाही, त्यानं डॉक्टर बनण्याबाबत विचार केला, मग कॉप्युटर क्षेत्रात नोकरी करण्याचा विचार केला; पण त्याला वाटतंय की या दोन्ही व्यवसायांसाठी त्याचं इंग्रजी पुरेसं चांगलं नाही.

मला घर विकत घेऊन तिन्ही मुलांना शिक्षण द्यायचं आहे. मला वाईट अवस्थेतील घरं विकत घेऊन, त्यांची डागडुजी करून ती पुन्हा विकायची इच्छा आहे. बांधकामाचं सामान चीनमध्ये स्वस्तात मिळतं. त्याची आयात करून ते फायदा काढून विकावं किंवा माझ्या डागडुजीच्या व्यवसायात वापरावं, असा माझा विचार आहे. चिनी सरकार त्यांच्या नागरिकांना इथे राहाण्यासाठी उत्तेजन देतं, कारण त्यांनी मायदेशी पाठवलेले पैसे चीनची अर्थव्यवस्था मजबूत करतात.

बॉबी चेननं एक कथा सांगितली, 'ख्रिसमस २००४ च्या थोडंच आधी गृहखात्यानं मोहीम काढून बेकायदेशीररित्या आलेल्या परवानगीशिवाय राहाणाऱ्या किंवा परत पाठवण्याच्या यादीत नाव असलेल्या प्रत्येक चिनी माणसाला पकडायचं आणि दर महिन्याला त्यांची हजेरी घ्यायची असं ठरवलं. पकडले गेलेले लोक हार्मंड्सवर्थसारख्या कारागृहात टाकले जात. ते चिनी नागरिकच आहेत याची खात्री करून घेण्यासाठी त्यांनी चिनी सरकारी अधिकाऱ्यांना त्यांची उलटतपासणी घ्यायला लावली. ते परत पाठवण्याच्या स्थितीत असले, तर त्यांना चीनला परत पाठवलं जात असे. इथे असलेल्या *(चिनी)* समाजसुरक्षा अधिकाऱ्यानं माझ्या अशिलाला सांगितलं की चिनी केंद्रसरकारला त्यानं काही माणसं परत न्यायला हवी होती; पण फुजिअनचा रहिवासी या नात्यानं त्याला ठाऊक होतं की ही माणसं देशात पाठवत असलेले पैसे चीनच्या अर्थव्यवस्थेसाठी महत्त्वाचे होते. त्यानं *(माझ्या अशिलाला)* विचारलं, 'तुला परत जायचंय?' माझ्या अशिलानं उत्तर दिलं, 'नाही'. 'ठीक आहे.' तो *(चिनी)* अधिकारी म्हणाला, 'आम्ही होईल ते करतो.' माझे तीन अशील तेथे होते. त्यातले दोन आता बाहेर आले आहेत. कारण चिनी सरकार त्यांना *(आपले म्हणून)* स्वीकारत नाहीये. माझी एक महत्त्वाकांक्षा आहे की माझ्या देशातल्या माझ्या खेड्यात शाळा किंवा रस्ता बांधायला मदत करणं, चांगली समाजसेवा करणं आणि माझं नाव उज्ज्वल करणं. मी १९९७ साली *(देश)* सोडल्यापासून माझ्या कोणत्याही नातेवाइकाला भेटलेलो नाही. पूर्वी फोनवर मी त्यांच्याशी नेहमी बोलत असे, पण आता मी अधूनमधूनच फोन करतो; माझी पत्नी तिच्या आईवडिलांशी दर आठवड्याला बोलते. मी चाकोरीतलं आयुष्य जगतो आहे, असं मला वाटतंय. प्रत्येक गोष्ट एक 'स्वप्न' याच स्वरूपात उरली आहे. माझ्या इंग्रजीत फारशी प्रगती झालेली नाही. मला कॉम्प्युटरबाबत काही कौशल्य नाही. मी माझं इंग्रजी सुधारावं म्हणून इंग्रजी चित्रपटांच्या डीव्हीडी बघायचा प्रयत्न करतो; पण बहुदा ते सोडून त्याऐवजी मी चिनी चित्रपट पाहू लागतो. ते बघायला कितीतरी जास्त मौज वाटते!

मी असुरक्षित परिस्थितीत केलेल्या शारीरिक कष्टांच्या कामांमुळे माझी प्रकृती इतकी खराब झाली आहे की अशा तऱ्हेचं काम मी फार वर्षं करू शकेन, असं मला वाटत नाही. मी म्हातारा झालो आणि अंगी इतर कौशल्यं नसली की मी काय करणार आहे? चीनमधून पळ काढायची माझ्यावर वेळ आणली गेली नसती तर मी इथं कधीच आलो नसतो. *(लिउ दीर्घ सुस्कारा सोडतो.)* तेथे आयुष्य कितीतरी अधिक चांगलं होतं. मी म्हातारा झालो की दहा, वीस वर्षांनंतर मला चीनला परत जायचंय. मला वाटतंय की माझ्या मुलांना परत जाण्याची इच्छा नसेल, पण तो त्यांचा निर्णय आहे. जर मला सुरक्षितपणे परत जाता आलं, तर जगातल्या इतर कोणत्याही गोष्टीपेक्षा, तेच मला हवं आहे!

अंबर लोबप्रीत : मी कुठंच जाऊ शकत नव्हते

आशियाच्या उपखंडातील (भारत, पाकिस्तान, बांगला देश यातील) ब्रिटिश नागरिकांशी विवाह करून आलेल्या आणि असे विवाह मोडलेल्या, SBS (साऊथ हॉल ब्लॅक सिस्टर्स)कडे मदतीसाठी येणाऱ्या स्त्रियांपैकी खूप जणी लैंगिक आणि घरकामाच्या गुलामगिरीचं आयुष्य जगत असतात आणि हुंड्याच्या – स्त्रियांची खरेदी-विक्रीचाच एक प्रकार, जो भारतात कायद्यानं बंद झाला असला तरी खूप प्रचलित आहे – मागणीसाठी त्यांना यातनामय छळातून जावं लागतं. मला भेटलेल्या, अशा परिस्थितीतून जाणाऱ्या बऱ्याच स्त्रियांपैकी अंबर ही पहिली स्त्री होती. मला आठवतंय, आमच्या भेटीदरम्यान सारा वेळ ती रडत होती. तिचं ब्रिटनमधलं वैवाहिक आयुष्य सर्वतोपरी गुलामगिरीचंच होतं; पण असं दिसलं की, भारत-उपखंडात बॉलिवूड सिनेमांनी सर्वत्र पसरवलेल्या अद्भुतरम्य कल्पनाविलासाला बळी पडून लग्नाच्या वेळेस ती राजीखुषीनं तयार झाली होती. तिच्या लग्नविधीसाठी लाथा झाडणाऱ्या आणि किंचाळणाऱ्या वधूला नेलेलं नव्हतं. मला वाटलं होतं तसा जबरदस्तीच्या लग्नाचा प्रकार इंग्लंडमध्ये लहानाच्या मोठ्या झालेल्या तरुण, आशियाई मुलींच्या बाबतीत अधिक आढळतो, जिथे आईवडिलांनी केलेल्या संस्कारांपेक्षा शाळेतील आणि ब्रिटिश समाजातील संस्कृती आणि जीवनमूल्यांचा पगडा महत्त्वाचा ठरतो. ब्रिटनमध्ये वाढलेल्या मुलींपुढे इतर पर्याय असतात आणि फक्त बळजबरी किंवा आईवडिलांनी केलेली फसवणूक या दोनच कारणांनी त्या परंपरेपुढे मान तुकवतात. मी परीक्षण केलेल्या गुलामगिरीच्या प्रत्येक उदाहरणात लपलेलं महत्त्वाचं कारण असतं पर्याय उपलब्ध असणं किंवा नसणं, याची मला प्रकर्षानं जाणीव

झाली. 'निवडी'चा पर्याय ठरवून केलेल्या आणि जबरदस्तीनं करवलेल्या लग्नांमधला फरक अधोरेखित करतो. तसंच पहिल्यामागची कारणं दुसऱ्याकडे घेऊन जातात.

जरी ठरवून केलेलं लग्न यशस्वी झालं नाही, तरीसुद्धा कित्येक स्त्रिया त्यांना छळणाऱ्या पतिदेवांवर प्रेम करत असल्याचं ठासून सांगतात. पण ही 'प्रेम' संकल्पना नीट तपासून बघितली, तर त्यामागे स्वातंत्र्याबद्दलची भीती, लोकापवादाची काळजी, वाळीत टाकतील ही आशंका, बेघर आणि कफल्लक होण्याची चिंता आणि खोलवर रुजलेल्या अपकीर्ती आणि प्रतिष्ठा यांबाबतच्या कल्पना याच आढळतात येतात. या स्त्रिया आहेत खेड्यातल्या, अलग पडलेल्या समाजातल्या, त्यांच्या आईवडिलांनी त्यांच्यावर लादलेल्या प्रथांमध्ये बुडून गेलेल्या आणि 'पत्नी'खेरीज मोठेपणी दुसऱ्या कुठल्याही प्रकारचं आयुष्य घालवण्याचा पर्याय असतो याबद्दल पूर्णपणे अज्ञानात असलेल्या.

आमच्या पहिल्या भेटीनंतर सहा महिन्यांनी मी अंबरकडे पुन्हा गेले आणि तिच्यात खूपच परिवर्तन घडलेलं मला दिसलं. तिनं संयत आत्मविश्वास कमावला होता. SBS नं सतत दिलेल्या समुपदेशनामुळं तिच्या जखमा पूर्वीइतक्या भळभळत नव्हत्या. जरी अधूनमधून तिचा आवाज सकंप आला, तरी ती संपूर्ण भेटीदरम्यान एकदाही रडली नाही.

माझा जन्म भारतातल्या धादाखुर्द या पंजाबातल्या गावात, १९८३ साली झाला. माझ्या वेळच्या बाळंतपणात माझी आई खूपच आजारी पडली. नेमकं काय झालं ते मला माहीत नाही. मला वाटतं माझ्या वेळची प्रसूती घरातच झाली, पण मला खात्रीनं सांगता येत नाही. मी याबद्दल खात्री करून घेऊ शकत नाही. कारण मी आता माझ्या आईवडिलांशी बोलत नाही. साधारणपणे, सुईणीच्या मदतीनं बाळाचा जन्म घरातच होत असे. माझ्या आईला माझ्या खेपेस प्रसूतीचा त्रास झाला. मी खूपच बाळसेदार बाळ होते आणि माझ्या बालपणात गुबगुबीतच राहिले. मी लहान असतानाचे काहीच फोटो माझ्याजवळ नाहीत. माझा पहिला फोटो मी तीन वर्षांची असतानाचा आहे. मोठी झाल्यावर मी माझ्या आईवडिलांना विचारलं की, मी तान्ही असताना त्यांनी माझे फोटो का काढले नाहीत, ते म्हणाले, 'त्यांना कधी फुरसतच मिळत नसे.' भरीस भर म्हणजे माझी आई आजारी असे. माझ्या आईने माझे बालपणाचे काही कपडे सांभाळून ठेवले आहेत, त्यावरून मी किती मोठाड होते ते तुमच्या लक्षात येईल. अरे बापरे!

माझी आई सुमारे दोन वर्षं अंथरुणाला खिळूनच होती. म्हणून डॅडीजी माझ्याकडे बघत. ते शेतात काम करताना मला पाठीवर बांधून घेत. ते म्हशींसाठी चारा कापत असताना मला खाली जमिनीवर एका चादरीवर ठेवत. मला माझे वडील अतिशय

प्रिय होते. ते म्हणत की त्याचं कारण बहुदा हे असावं की तेच माझ्या सुरुवातीच्या आयुष्यात माझ्याकडे लक्ष देत असत. माझे दोन मोठे भाऊ होते. आम्हा प्रत्येकात दोन वर्षांचं अंतर आहे. माझे वडील ज्याला 'पाच शेतं' म्हणतात, त्यांचे मालक होते. त्यातली अर्धी त्यांच्या धाकट्या भावाच्या मालकीची होती. ही काही फार मोठी शेती गणली जात नसे. खर्चाची तोंडमिळवणी करण्यासाठी त्यांना इतर जमीनदारांचीसुद्धा कामं करावी लागत. आम्ही गहू, मका, सूर्यफूल आणि मटार लावत असू. जमीन सुपीक नव्हती आणि पाण्याची खूपच टंचाई होती. आम्ही घराजवळच्या छोट्याशा झोपडीत गायी-म्हशी ठेवत असू.

मी डॅडीजींजवळ झोपत असे. आम्ही एका मोठ्या खोलीत झोपत असू आणि दिवसा आमच्या चारपाया *(नवारीच्या पट्ट्यांचे लाकडी पलंग)* भिंतीला टेकवून उभ्या करून ठेवून मोकळी जागा वापरत असू. पाठीमागच्या बाजूला कोठीची खोली होती, छोट्याशा अंगणानं स्वयंपाकघर आणि आमची खोली वेगळी केलेली होती आणि आणखी एका खोलीत माझे आजी-आजोबा झोपत. ते विटांचं घर होतं. आमच्या न्हाणी आणि संडासात वाहतं पाणी नळाला येत असे, कारण माझ्या वडिलांनी टाकी आणि पंप बसवून घेतलेला होता. माझ्या आजीला जमिनीवर उकिडवं बसायला त्रास होत असे, म्हणून आमच्याकडे कमोडसुद्धा होता.

मी लहान असताना माझे वडील दुबईला दोन वर्षं इलेक्ट्रिशिअन म्हणून काम करून आले. त्यांनी त्याचं थोडं प्रशिक्षण घेतलेलं होतं. ते परत येताना रंगीत टी.व्ही. आणि व्हिसीआर बरोबर घेऊन आले. म्हणून आम्ही आमचा जुना कृष्णधवल टी.व्ही. देऊन टाकला. आमचं जेवण अगदी साधं असे. आम्ही तसेही शाकाहारीच होतो. डॅडीजी म्हशींचं दूध काढत आणि माझी आई लोणी काढत असे. रोज सकाळी आम्ही लोण्याचा गोळा आणि लोणच्याबरोबर पराठे खात असू. इतके चविष्ट लागत! आणि मक्याची भाकरी आणि साग!

माझे भाऊ आणि मी दुसऱ्या खेड्यातल्या एकाच शाळेत होतो. मी तिथे तिसऱ्या वर्षापासून अठराव्या वर्षापर्यंत शिकले. मध्ये काही महिने मी इंग्लंडला गेले होते, तो काळ वगळता. ही शाळा खूप दूर होती आणि माझा भाऊ मला तिथं सायकलीवरून घेऊन जाई. मी शाळेत आर्ट्सचे विषय घेतले – इंग्रजी, पंजाबी, इतिहास, पोलिटिकल सायन्स, हिंदी आणि गणित. मला पोलिटिकल सायन्स आणि पंजाबीत सर्वाधिक गुण मिळत. मी सर्वसाधारणत: शाळेत दुसरी किंवा तिसरी येत असे आणि काही बक्षिसंही मिळवत असे. माझे भाऊ परीक्षा पास होत; पण त्यांना बक्षिसं मिळत नसत. माझे आईवडील त्यांना म्हणत, 'बघा, ती किती हुशार आहे! तिला किती गुण मिळताहेत ते बघा!'

मी आठ वर्षांची असताना आम्हाला इंग्लंडमध्ये जाण्याची संधी मिळाली.

माझ्या वडिलांनी दुबईतल्या एका माणसाशी दोस्ती केली होती. त्यांचा मुलगा शिक्षणासाठी इंग्लंडला जाणार होता; पण त्याच्यापाशी पुरेसे पैसे नव्हते; म्हणून माझ्या वडिलांनी त्याला पैशाची जमवाजमव करायला मदत केली होती. हे करता करता त्यांची घट्ट मैत्री जुळली. त्या मुलाचं दिल्लीत लग्न झालं आणि तो त्याच्या बायकोला बर्मिंगहॅममध्ये घेऊन गेला. तेथे त्यांना दोन मुलीही झाल्या; पण नंतर त्याला अपघात झाला आणि त्यात त्याचा पाय इतका जायबंदी झाला की त्याला फक्त कुबड्या घेऊनच चालता येऊ लागलं. त्याच्या मुली अद्याप खूपच लहान होत्या आणि त्याची बायको त्या तिघांकडे नीट बघू शकत नव्हती. त्याची स्वत:ची आई हयात नव्हती, म्हणून त्यानं माझ्या आईला इंग्लंडला येऊन ह्या अवघड काळात त्याच्या कुटुंबाला मदत करण्याची विनंती केली. माझ्या आईला मला एकटीला सोडून जायचं नव्हतं; कारण तिला मी त्यासाठी खूप लहान वाटत होते, म्हणून मीदेखील तिच्याबरोबर गेले.

मला ते सारं वेगळंच वाटलं. प्रत्येकजण सारा वेळ कामातच असे. घरी कुणीच दिसत नसे. रस्त्यावरही कुणी दिसत नसे. मी तेथे शाळेत जात असताना मला माझ्या डॅडीजींची फार आठवण येई. मी थोडं इंग्रजी शिकले; पण शाळेत मला धमकावलं जाई. तेथे माझ्याहून खूप मोठा भारतीय मुलगा होता, तो मला मारत असे आणि लाथा घालत असे. मी माझ्या काकांजवळ तक्रार केली, ते जाऊन माझ्या शिक्षिकेला भेटले. सरतेशेवटी माझ्या शिक्षिका मला शाळेच्या दरवाज्यापर्यंत सोडायला येत आणि तेथून माझे काका मला घेऊन जात. या मुलामुळे मला शाळेत जायची फार भीती वाटे, पण जरी माझे काका एक-दोन वेळा त्याच्यावर ओरडले, तरी त्यानं त्यांच्याकडे अजिबात लक्ष दिलं नाही. माझं तिथलं वास्तव्य संपत आलं. तेव्हा मला तिथली एक भारतीय शिक्षिका फार आवडू लागली होती. ती माझ्याशी हिंदीत बोले. बाकी सर्व शिक्षक गोरे होते. मी भारतात परत आल्यावर मला तिची फार आठवण येई. माझे भाऊ मला त्या दांडगोबा मवाल्यावरून चिडवत. ते म्हणत, भारतातल्या दुधातुपावर पोसलेली मुलगी प्रत्युत्तर कसं देऊ शकली नाही! पण इंग्लंडच्या माझ्या वास्तव्यामुळे माझ्या इथल्या शाळेतला माझा भाव खूपच वधारला!

मी इंग्लंडहून परत आले तेव्हा माझे शिक्षक मला चिडवत. ते म्हणत, 'राणीची मुलगी परत आली आहे.' माझा सर्वांत थोरला भाऊ शाळेनंतर थोडा काळ कॉलेजात गेला आणि त्यानंतर तो शेतावर एकट्यानं राबणाऱ्या माझ्या वडिलांना मदत करू लागला. सोळा वर्षांची झाल्यावर मी घरसफाईची आणि धुणं धुवायची जबाबदारी उचलली. माझ्या आईला वाकून कपडे धुता येत नसत; कारण तिची मान व पाठ दुखे. मला वाटतं बाळंतपणात झालेल्या त्रासामुळं ते सुरू झालं. तिला

म्हशीचं शेणही उचलता येत नसे, ते खूप दूरवर न्यावं लागे. ते डॅडीजींना करावं लागे. मी बराचसा स्वयंपाकही करत असे. त्यानंतर मी शाळेचा गृहपाठ संपवत असे. मी अठरा वर्षांची झाल्याबरोबर माझ्या आईनं माझ्या लग्नाबद्दल मनसुबे रचायला आणि काय काय करायचं ह्याबद्दल बोलायला सुरुवात केली. माझ्या सासरी सर्वांशी कसं वागायचं त्याबद्दल ती मला सांगू लागली. कुणीही काही टाकून किंवा लागेल असं बोललं तरी दुरुत्तर करायचं नाही, मोठ्यांना मान द्यायचाच; पण लहानांशीही अदबीनं वागायचं वगैरे, वगैरे. माझ्या मैत्रिणींना आणि मला शाळेनंतर गुरुद्वाराखेरीज इतर कुठेही जायची परवानगी नसे. मी सिनेमातल्यासारखं प्रेमात पडण्याची स्वप्नं बघत असे. मला खूप आर्जवं केली गेली होती तरी शाळेतलं कुणीच मला आवडलं नाही. मला काळजी असे की मी चुकीचं पाऊल उचललं तर माझ्या कुटुंबाची इभ्रत जाईल. खेड्यात अशी वागणूक सहन केली जात नाही. आम्हाला लोकांनी जिवंत राहू दिलं नसतं. एकदा मी केवळ दहा वर्षांची असताना एका मूर्ख मुलानं मला प्रेमपत्र लिहिलं. तो बारा वर्षांपेक्षा मोठा नव्हता. मुलं लहान वयातही चाळे करायला शिकतात. इतक्या लहान वयात मुलीला प्रेमपत्र पाठवायचं म्हणजे काय! मी ते पत्र वाचूनही न बघता हेडमास्तरांना देऊन टाकलं आणि त्या मुलाची शाळेबाहेर हकालपट्टी झाली.

नववीपर्यंत मुलं-मुली एकत्र बसत, तेव्हा आम्ही तेरा वर्षं पूर्ण करत असू. त्यानंतर आम्ही वेगवेगळे शिकू लागलो. मुलींच्या कक्षाजवळ खेळण्याची मुलांना परवानगी नसे. शीख धर्मीयांच्या शाळा शिस्तप्रिय असतात. शिक्षकांना मुला-मुलींमध्ये काही रहस्य आढळलं, तर दोघांना शाळेतून काढून टाकतात. उदाहरणादाखल सांगते; आमच्या वर्गात एक अत्याधुनिक मुलगी होती. तिचं वर्गातल्या एका मुलाशी लफडं होतं, हेडमास्तरांनी दोघांना शाळेतून हाकलून दिलं. शीख धर्मात आम्हाला केस कापायची परवानगी नसते आणि या मुलीनं तिचे केस अगदी आखूड कापले होते. आम्ही सर्वजणी आमच्या लांब वेण्या रिबिनींनी बांधत असू. माझ्या वर्गातली आणखी एक मुलगी आमच्या शिक्षकांच्याच प्रेमात पडली. ते दोघेही एकाच खेड्यातले होते. आमच्या रुढीप्रमाणे याला बंदी आहे. तुम्ही दुसऱ्या गावातल्या कुणाशी तरी विवाह केला पाहिजे. कारण एका गावातले लोक एकमेकांचे नातेवाईक असतात. त्या शिक्षकांचे आई-वडील गरीब असले, तरी ते शिक्षक स्वत: खूप शिकलेले होते. त्या शिक्षकांकडे अमेरिकेतून जेव्हा लग्नाचा प्रस्ताव आला, तेव्हा ही मुलगी म्हणू लागली की फक्त तीच त्यांच्यांशी लग्न करेल, दुसऱ्या कुणीही करायचं नाही. त्यांचे आई-वडील ऐकणार नाहीत हे त्यांना माहीत होतं. त्या दोघांनी विषप्राशन करून आत्महत्या केली. भारतात ते किती कडक असतात हे तुम्ही जाणताच. जेव्हा लोक प्रेमात पडतात, तेव्हा आईवडील त्यांचं चटकन दुसऱ्याच

कुणाशी तरी लग्न लावून देतात. भारतात मुलींना मागेमागेच ठेवलं जातं. त्यांना बाहेर सोडत नाहीत. त्यांचं आयुष्य 'हे करा, ते करू नका' अशा नियमांनी बांधलेलं असतं.

माझी शाळा पूर्ण झाली, तेव्हा सुरुवातीला माझे वडील मला कॉलेजात धाडायला अनुत्सुक होते, कारण तिथे मी मुलांमध्ये मिसळले असते. माझ्या वडिलांनी मला आमच्याजवळच्या एका खेड्यात मला दोन महिन्यांच्या शिवणाच्या प्रशिक्षणासाठी पाठवलं. मग मी एक वर्षाचा, एक महागडा, ब्यूटिशियनचा अभ्यासक्रम पूर्ण केला. मला नर्सिंग शिकायची खूप इच्छा होती; पण माझ्या वडिलांनी मला परवानगी दिली नाही. त्यांचे एक मित्र डॉक्टर होते, त्यांनी माझे गुण इतके चांगले असल्यामुळे मला त्या अभ्यासक्रमासाठी प्रवेश मिळवून देण्याचंही कबूल केलं होतं. *(मला शालांत परीक्षेत प्रथम वर्ग मिळाला होता.)* आणि सुचवलं की माझं शिक्षण चालू असताना मी त्यांच्याकडे राहावं. त्या अभ्यासक्रमासाठी प्रवेश मिळणं खरोखरच फार अवघड होतं. ती माझी इच्छा अपुरीच राहिली. आम्हाला आईवडिलांचं म्हणणं ऐकावंच लागे, दुसरा काही पर्यायच नसे. आई त्यांना सांगे की मी अधिक शिकले तर ते माझ्यासाठी चांगला मुलगा शोधू शकतील. माझे शिक्षकसुद्धा त्यांच्यावर तसं दडपण आणत होते. माझ्या सर्व मैत्रिणी मुलींच्या कॉलेजमध्ये शिकत होत्या. सरतेशेवटी डॅडीजी कबूल झाले. मी बी.ए.चा अभ्यासक्रम चालू केला. कॉलेजची बस आम्हाला नेत असे आणि परत आणत असे. हे कॉलेजसुद्धा कडक शिस्तीचं होतं. त्यात पुरुषांना प्रवेश नव्हता.

माझे वडील करड्या शिस्तीचे होते. वानगीदाखल – ते मला चित्रपट बघायला सोडत नसत. मला चित्रपट पहायचा असेल, तर तो घरच्या व्हिडिओवर, हिंदीच, बघावा लागे. जरी शेंडेफळ म्हणून मी लाडोबा होते, तरी मी मोठी होऊ लागल्यावर माझ्यावर खूप निर्बंध आले. माझे वडील माझ्याबरोबर सर्वत्र येत. माझ्या भावांना एकटं जाण्याचं स्वातंत्र्य होतं; तरीही माझ्या भावाला तिचं रूप आवडलेलं नसतानाही, माझ्या आईवडिलांनी निवडलेल्या मुलीशीच लग्न करावं लागलं; पण ते आता सुखात आहेत. कधीकधी आमच्या घरापुढच्या मोकळ्या जमिनीच्या पट्ट्यांवर मला माझ्या जवळपास राहणाऱ्या इतर भावंडांशी खेळायची परवानगी मिळे. माझे भाऊ माझ्या वडिलांना सांगत की मी मोठी होते आहे आणि मला खेळायची परवानगी देऊ नये. डॅडीजी मला माझ्या अभ्यासावर लक्ष केंद्रित करायलादेखील सांगत; पण माझी आई काही बोलत नसे. याउलट, ती आणि माझी आजी चारपाईवर बसून आमचा खेळ बघत. आम्हाला क्रिकेट, हॉपस्कॉच आणि पिट्टू खेळायला आवडे.

माझ्या आईवडिलांना आता काळजी लागून राहिली होती की माझं लग्नाचं वय झालंय आणि त्यांनी आता वरसंशोधन सुरू करायला हवं. माझ्या आईचं अठराव्या

वर्षी लग्न झालं होतं. माझ्या साऱ्या चुलतबहिणींची एकापाठोपाठ लग्नं होऊ लागली होती. माझ्या मैत्रिणींचे आईवडीलही त्यांच्यासाठी स्थळं शोधू लागले होते. त्यामुळे मला वाटू लागलं की कदाचित माझंही (लग्नायोग्य) वय झालं असावं आणि आईवडिलांच्या म्हणण्याला आक्षेप घेण्याचे आमच्यावर संस्कार नव्हतेच! माझी भावना होऊ लागली की माझ्याच घरातून मला सारे बाहेर काढू बघताहेत. आम्हाला बाहेर घालवण्याची त्यांना एवढी घाई का बरं असावी? मला काही पर्यायच नव्हता. मी नकारही देऊ शकत नव्हते. मी आणि माझ्या मैत्रिणी लैंगिक बाबींवर कधीच बोलत नसू. मला आठवतंय की नातेवाइकांपैकी कुणाला तरी छोटं बाळ झालं होतं आणि आम्ही भेटायला गेलो होतो, तेव्हा मी आईवडिलांना विचारलं होतं की हे बाळ कुठून आलं? त्यांनी मला सांगितलं, की देवानं ते छपरावरून फेकलं आणि मी त्यावर विश्वास ठेवला होता. त्या वेळेस मी सोळा वर्षांची होते. जरी मी प्रणयानं आणि प्रेमानं ओथंबलेले हिंदी चित्रपट पहात असे, तरी त्यामुळं मुलं होतात हे मला कळलेलंच नव्हतं.

मला माझ्या लग्नापूर्वी एक-दोन दिवस जेव्हा माझ्या मोठ्या भावाच्या पत्नीनं, देवनं, समजावून सांगितलं की नवरा तुमच्याशी काय व्यवहार करतो, पहिल्या रात्री एकत्र झोपता तेव्हा तुमचा नवऱ्याशी कसा शरीरसंबंध येतो, तेव्हाच मला लैंगिक संबंधांबद्दल कळलं. स्त्रीनं काहीच करायचं नसे. तिनं फक्त तिच्या नवऱ्यानं स्पर्श करायची प्रतीक्षा करायची. मला इतका धक्का बसला! मी याबद्दल कधीच ऐकलं नव्हतं. जर तारीख बरोबर असली, तर तुम्हाला दिवस कसे जाऊ शकतात, शरीर अंडं कसं बनवतं. माझी पाळी आली, तेव्हा जाऊन मी आईला विचारलं होतं की मला इजा कशी काय झाली असेल. तिनं विचारलं की रक्त कुठून येतंय? मी म्हणाले खालून. मुलींना ठरावीक वयानंतर अशी पाळी येते हे उघड होतं, पण ती का येते याचा खुलासा आईनं केला नाही. माझ्या मोठ्या चुलतबहिणीनं मला सांगितलं की मुलं व्हावीत म्हणून आपल्याला पाळी येते; पण याचा परस्परसंबंध अजून मला कळला नव्हता.

माझ्या आजीची मैत्रीण म्हणाली की ती माझ्यासाठी मुलगा शोधेल. माझा भावी पती भारतात २००४ साली आला तेव्हा सत्तावीस वर्षांचा होता. त्याची आत्या माझ्या आजीच्या मैत्रिणीची भाचे-नात होती. ते दुसरी मुलगी बघायला चालले असताना माझ्या आजीच्या मैत्रिणीनं, लग्न जुळवणारीनं, त्यांना माझ्याबद्दल सांगितलं. त्यांचं सारं कुटुंब दुसऱ्या दिवशी मला बघायला आलं. आम्ही शीतपेयं विकत आणली आणि खूप पदार्थ बनवले. माझ्या नवऱ्याचे कुटुंबीय मांस खात असत; पण आम्ही शाकाहारी होतो. आम्ही त्यांना घराच्या नव्या भागाच्या गच्चीत बसवलं. खूप लोक होते. माझ्या भावाचं लग्न जुळवणाऱ्या मंडळींनादेखील आम्ही बोलावलं होतं.

ते माझ्या नवऱ्याच्या कुटुंबाचे नातेवाईक होते. मला आठवतंय की माझे वडील लोकांना कोक देत असताना अडखळून पडले आणि त्यांच्या हातातला कोकचा पेला माझ्या नवऱ्याच्या पायाशी ठिकऱ्या होऊन पडला. कदाचित हा अपशकुनसुद्धा असेल.

मी पंजाबी सूट घातला होता. तो मोरपंखी रंगाचा आणि जांभळी नक्षी असलेला, अशा प्रसंगासाठी मुद्दाम शिवून घेतलेला होता. मी सौंदर्यप्रसाधनं वापरली नव्हती. अविवाहित मुलगी ती वापरू शकत नाही. मी केसांचे पेड वळले होते. वधुपरीक्षेचा हा माझा पहिलाच प्रसंग होता. मी घाबरून गेले होते. मी तिथे खाली मान घालून बसले होते. माझा नवरा माझ्यासमोर बसला होता आणि माझ्याकडे बघत होता. मी हळूच त्याच्याकडे एक कटाक्ष टाकला. मी म्हटलं, तो कसा दिसतो ते मला बघू तरी दे! तो काही 'शाहरुख खान' नव्हता. तो खूप लठ्ठ, उंच होता आणि चष्मा लावत होता. माझी निराशा झाली; पण मी काहीही म्हणू शकत नव्हते. निदान त्यानं गुळगुळीत दाढी घोटली होती. मला दाढी आवडत नाही. माझे दोघे भाऊ व वडील दाढी करतात. फक्त माझे आजोबा फेटा बांधतात. त्यानं माझ्याकडे बघून स्मित केलं. मी पण उलट स्मितानं प्रत्युत्तर दिलं; पण तो काही बोलला नाही. आमचे नातेवाईक आपापसात बोलत होते.

शीख धर्म, अनुयायी पुरुषांना पाच 'ककार' वापरायला सांगतो. कंगा (कंगवा), कच्छ्छा (अर्धी चड्डी), कडा (स्टीलचं कडं), कृपाण (कट्यार), केश (केस). त्यांना केस कापायची परवानगी नसते. म्हणून ते फेटा वापरून केस नीटनेटके ठेवतात. फेटावाले शीख दाढी करणाऱ्या शीखांपेक्षा जास्त पारंपरिक विचारांचे मानले जातात, पण अंबरला वाटत होतं की, त्यात काही फरक नाही.

त्याच्या आईनं, सतवंत कौरनं मला विचारलं की, मी काय शिकतेय. मग त्यांनी त्याला, मला आणि त्याच्या धाकट्या बहिणीला, सुखविंदरला, दुसऱ्या खोलीत पाठवलं, म्हणजे आम्हाला एकांतात बोलता येईल. मी त्याच्याशी काय बोलणार? माझ्या नशिबानं त्याच्या बहिणीनंच खूप गप्पा केल्या. तिनं मला त्याची मोठी बहीण, नरिंदर कौर, तिचा मुलगा जस्बीर यांच्याबद्दल सांगितलं. ते त्यांच्यापासून वेगळे लंडनमध्ये राहात होते आणि भारतात आले नव्हते. माझ्या नवऱ्यानं मला एकच प्रश्न विचारला की माझा सर्वांत आवडता गायक कोण? मी म्हणाले, मला ते सारेच आवडतात, कारण मला एकानं गायलेलं एक गाणं आवडतं तर दुसऱ्यानं गायलेलं दुसरं गाणं आवडतं. तो हसला. आणि आमच्या लग्नाच्या दिवशी तो म्हणाला, की त्याला उत्तराची गंमत वाटली, कारण त्याला माहीत होतं की मी

असंच उत्तर देईन. तो इंग्लंडमध्ये जन्मला आणि वाढला होता. तो लहान मुलाप्रमाणे, अडखळत अडखळत पंजाबी बोलत असे. ते ऐकायला गोड वाटे. त्याचे नातेवाईक त्याला 'राज' म्हणून संबोधत.

त्याची आई आत आली आणि तिनं माझ्या भावांची चौकशी केली. तिचं वय किती ते मला माहीत नव्हतं; पण ती चांगली निरोगी वाटत होती. पण नंतर मला कळलं की ती तेव्हापासूनच कवळी वापरत असे. नरिंदर, तिची थोरली मुलगी, पस्तीस वर्षांची होती. ही बाई कदाचित पंचावन्नची असू शकेल. तिनं तिच्या मुलाला एका बाजूला घेतलं. तो म्हणाला, मी त्याला पसंत आहे; पण त्याचा निर्णय देण्यापूर्वी त्याला माझा फोटो त्याच्या काकांना दाखवायचा आहे; ते त्यांच्याबरोबर येऊ शकले नव्हते आणि त्यांच्या घरात ही मंडळी उतरली होती. त्याचे स्वत:चे वडील निवर्तले होते आणि हे काकाच त्याला वडिलांच्या जागी होते. मला ही भावना आवडली. मला वाटलं, हा तरुण माणूस त्याच्या ज्येष्ठांचा आदर करणारा आहे. हा चांगला माणूस असला पाहिजे. त्यांनी माझ्या वडिलांपाशी माझा फोटो मागितला. सुखविंदरनेही तिच्या फोन-कॅमेऱ्यावर तिच्या बहिणीला पाठवण्यासाठी माझा एक फोटो घेतला. जेव्हा त्याच्या आईनं मला माझं आडनाव विचारलं, तेव्हा तिला माझं उत्तर नीट ऐकू गेलं नाही. आणि तिला वाटलं की आमचं - त्यांचं एकच आडनाव आहे. कारण आमची आडनावं सारखीच ऐकू येतात. तोवर तिनं मला पसंत केलं होतं आणि क्षणभर तिला वाटलं की हे लग्न होऊ शकणार नाही. आम्ही दोघेही शीख-जाट आहोत; पण आमच्यात एकाच आडनावाच्या लोकांमध्ये विवाह होत नाहीत; कारण आम्ही एकमेकांचे नातेवाईक समजले जातो.

जाट ही जमात मुख्यत्वे हिंदूंची आहे, पण तरी त्यात काही शीख व मुसलमान जाटही आहेत. ते क्षत्रिय किंवा लढवय्या जातीचे असतात आणि ब्रिटिश सैन्यात भरतीसाठी त्यांना नेहमी निवडत असत; कारण त्यांची उत्तम योद्धे अशी कीर्ती आहे.

एका आठवड्यानंतर त्यांनी फोनवरून कळवलं की त्यांची पुढे जाण्याची इच्छा आहे. त्यांना वाङ्‌निश्चय लगेचच करायचा होता, ते इंग्लंडला परत जाण्यापूर्वी! माझ्या आईवडिलांना तो अनुरूप वाटला. मला माझं मत विचारलं गेलं नाही. आम्ही घाईघाईत साखरपुड्याची तयारी केली. आम्हा दोघांनाही आमच्या खूप नातेवाइकांना बोलावण्याची इच्छा होती. तेथे निदान पन्नास पाहुणे होते.

प्रथेप्रमाणे आम्हाला सोन्याचे दागिने द्यावे लागणार होते. काही माझ्या आईनं या दिवसाची तरतूद म्हणून आधीच जमा केलेले होते. त्यांनी एक हॉल, इथं त्याला 'राजवाडा' म्हणतात, भाड्यानं घेतला – सकाळी दहापासून पुढे. मी एक साधा

लाल, सुती सलवार-कमीज घातला; कारण आणखी काही शिवून घ्यायला वेळच नव्हता. त्यांनी मला कानातले आणि लाल खड्यांचा, खोट्या सोन्यात जडवलेला नेकलेस आणला होता. माझा नवरा आणि त्याचे कुटुंबीय उशिरा, दुपारपर्यंत पोचले. त्यांचीही आयत्या वेळेस गडबड उडली होती. वाटेत त्यांनी फिल्म घेण्यासाठी व्हिडिओवाल्याला आणलं होतं. त्यांनीही माझ्यासाठी पंजाबी सूट आणि प्रसाधनाचं सामान आणलं होतं, कारण त्यांनीही वधूसाठी काहीतरी आणायचं असतं. प्रथम त्यांनी माझा माझ्या कपड्यातील फोटो काढला. त्यानंतर त्यांनी मला आणलेले कपडे घालायला सांगितलं. सुखविंदरनं माझा मेकअप केला आणि त्यांनी पुन्हा फिल्म घेतली. आम्ही चहा, मिठाई आणि तिखटमिठाचे भज्यांसारखे खाद्यपदार्थ दिले. मग आणखी फिल्म घेण्यात आली. आम्ही एकमेकांना अंगठ्या घातल्या. माझ्या वडिलांनी राजच्या गळ्यात सोन्याची साखळी घातली. त्यांनी मला ब्रेसलेट दिलं आणि माझ्या आईनं त्याच्या आईला सोन्याची कर्णफुलं दिली. प्रत्येकाला समारंभ आवडला; पण मी सर्वांना सोडून जाणार होते; त्यामुळे माझ्याच घरात मला परक्यासारखं वाटू लागलं होतं. मी जाणार होते ते कुटुंब कसं होतं? मी त्यांना फेब्रुवारीतल्या माझ्या लग्नदिवसापर्यंत पुन्हा पाहिलं नाही. त्याचा चेहेरा माझ्या अंत:चक्षूंपुढे अधूनमधून तरळे, पण तेवढंच! मी माझीच समजूत घाली की तो जर त्याच्या काकांना इतका मान देत असेल, तर कदाचित तो माझ्याशीही प्रेमानं वागेल.

माझी सासू मला दरम्यान नेहमी फोन करत असे, पण थोड्या वेळानं तिनं काही अस्वस्थ करणाऱ्या गोष्टी करायला सुरुवात केली. जसं की, त्यांना लग्नासाठी खूपच मोठा हॉल हवा आहे, कारण त्यांच्या बाजूनं खूप लोक उपस्थित राहणार आहेत. माझे वडील काळजीत पडले. त्यांच्यापाशी पुरेसे पैसे नव्हते. त्यांना हे सारं कसं परवडणारं होतं ? त्यांच्या एकुलत्या एक मुलीसाठी त्यांना शक्य तेवढं चांगलं करायचं होतं, मग तिनं सोन्याच्या दागिन्यांच्या 'सेट्स'ची मागणी केली. *(एक सेट म्हणजे कानातलं, नेकलेस आणि अंगठी)* प्रत्येक कुटुंबीयासाठी. आपण किती पैशांची भाषा करतोय, हे मला माहीत नाही – कदाचित ४-५ लाख – (१ लाख म्हणजे ४५०० ते ५७०० ब्रिटिश पौंड.) तिनं कारचीही मागणी केली. माझ्या वडिलांना या मागण्या अवाजवी वाटल्या. त्यांना शंका येऊ लागली की हे लोक नुसते लोभी आहेत आणि मी त्यांच्याबरोबर सुखी होणार नाही. म्हणून त्यांनी तिला सांगितलं की त्यांच्या साऱ्या मागण्या पुरवणं त्यांना परवडण्याजोगं नाही आणि त्यांना लग्न रद्द करावं लागेल. ताबडतोब माझ्या सासूचा नूर बदलला – तिनं लग्न जुळवणारीवर ही सारी आश्वासनं दिल्याबद्दल टेपर ठेवलं. त्यानं माझ्या वडिलांना थोडा धीर आला. त्यांनी बाजारात सावकाराकडून पैसे व्याजी घेतले – तुम्ही तुमचं सारं येणारं पीक तारण ठेवता आणि त्याच्या बदल्यात पैसे उसने घेता. या काळात

मी राजबरोबर फक्त एक दोन वेळाच बोलले. 'हॅलो, तुम्ही कसे आहात?' याखेरीज आमच्याजवळ एकमेकांशी बोलण्याजोगं फारसं नसे. मला संकोच वाटे, कदाचित त्यालाही वाटत असेल. माझी सासूच सारं बोलणं करीत असे. ती मला विचारत असे की मी काय करतेय, माझी प्रकृती कशी आहे आणि मला सल्ला देई की आता मी त्यांची झालेय, तेव्हा या घरात मी फार कष्ट करू नयेत.

माझ्या लग्नाचा दिवस जवळ आला. माझ्या नवऱ्याकडले लोक दोन आठवडे आधी पोचले. माझा नवरा लग्नाआधी पाच दिवस पोचला; कारण त्याला पुरेशी रजा मिळाली नाही. तो असिस्टंट बँक मॅनेजर म्हणून काम करत असे. नरिंदर, राजची थोरली बहीण मला भेटायला आली. आम्हाला तिच्या छोट्या मुलासाठी कपड्याचं कापड व पैसे द्यावे लागले. माझ्या चुलतबहिणीनं माझ्या हातांवर मेंदीनं नक्षी काढली. माझ्या आईकडच्या आजीच्या खेड्यातून खूप लोक आले होते. प्रथेप्रमाणे ते डोक्यावर, सोन्याचांदीच्या टिकल्यांनी मढवलेल्या लाल कापडानं आच्छादलेले चांदीची घडे घेऊन, शृंगारिक गाणी गात खेड्याभोवती प्रदक्षिणा घालून आले. ते घड जमिनीवर ठेवण्यात आले, त्यात काठापर्यंत गहू भरून त्यांच्या झाकणांवर पेटवलेल्या पणत्या ठेवण्यात आल्या. या मिरवणुकीच्या अग्रभागी मी स्टीलच्या ताटलीत पणती ठेवून चालत होते. नाच-गाणी रात्री उशिरापर्यंत चालली होती, परंतु मला नाचायची परवानगी नव्हती. या विधीला 'जागो विधी' असं म्हणतात. तो वधूच्या गावात आणि तसाच वराच्या गावात वेगवेगळा केला जातो. ते हा विधी ब्रिटनमध्येदेखील करतात हे पाहून मला खूप आश्चर्य वाटलं होतं. त्यानंतर 'चुड्या'चा विधी झाला. त्यात माझ्या मामानं काचेच्या – आजकाल प्लॅस्टिकच्या – बांगड्या दूध-पाण्यात बुडवून मग माझ्या हातात चढवायच्या असतात.

माझ्या आईवडिलांनी मला एकवीस पंजाबी सूट, दोन लेहेंगे *(शरारा किंवा लाचा म्हणतात तसे)* शिवाय मी लग्नाच्या वेळेस घातलेला शरारा असे कपडे दिले. मला दिलेल्या साऱ्या गोष्टी विवाहापूर्वी माझ्या आईवडिलांच्या घरात दाखवण्यासाठी मांडून ठेवल्या होत्या; विवाहानंतर माझ्या सासरी, त्यात त्यांनी दिलेल्या गोष्टींची भर घालून त्या मांडून ठेवल्या होत्या. माझ्या आईवडिलांनी मला सुवर्णालंकारांचा जोड – नेकलेस, कर्णफुलं आणि बिंदी – दिला होता. माझ्या सासूला आणि नणंदांना दिलेले सोन्याचे सेट, नरविंदरच्या नवऱ्याला आणि मुलाला दिलेली सोन्याची साखळी आणि माझ्या नवऱ्याला दिलेलं ब्रेसलेटदेखील मांडून ठेवलं होतं. माझ्या सासऱ्यांसाठीदेखील एक अंगठी आणि साखळी ठेवली होती – ते हयात नव्हते तरीही! माझ्या सासूनं त्याची मागणी केली होती. ती म्हणाली की ते गेले असले तरी त्यांना विसरून चालणार नाही. त्यांचं नाव आपण जिवंत ठेवायला हवं. प्रत्येकाला मृतासाठी केलेली ही सोन्याची मागणी विचित्रच वाटत होती. मृत ते सोनं

कसं घालू शकणार? त्यांना फक्त मिळेल तेवढं सोनं लुबाडायचं होतं; मी इतके लोभी लोक पूर्वी कधीही पाहिले नव्हते. त्यांनीदेखील मला एक सोन्याचा सेट, सहा सोन्याच्या बांगड्या, एक साडी आणि अकरा पंजाबी सूट – त्यात साधे सुती घरी वापरायला आणि भारी जरीकाम केलेले खास प्रसंगी वापरायला – दिले होते. त्यांनी एक साधासा लाचादेखील दिला, जरीच्या कापडाचा. पण त्यावर भरतकामाची कलाकुसर नसलेला; तो मी एकदासुद्धा वापरला नाही. या साऱ्या गोष्टी आता माझ्या सासरच्यांच्या ताब्यात आहेत. मी फारच थोड्या गोष्टी बरोबर घेऊन आले; पण मी माझा लग्नात घातलेला लेहेंगा *(शरारा)* बरोबर आणलाय. त्यांनी लग्नातली साडी ठेवून घेतली. ती फारच सुरेख होती.

प्रथेप्रमाणे वधूला ११, २१, ३१ किंवा १०१ पंजाबी सूट द्यायचे असतात किंवा अधिकही! आकड्यांचा शेवट १ नं करणं शुभ मानलं जातं. कपडे आणि दागिने दाखवायला मांडून ठेवतात म्हणजे मित्र आणि शेजारी येऊन ते पाहू शकतात आणि त्यामुळे त्यांना विस्मय वाटतो किंवा निराशा वाटते. ह्या मांडलेल्या वस्तूंवरून कुटुंबाची प्रतिष्ठा आणि श्रीमंती दिसून येते.

दुसऱ्या दिवशी माझ्या वडिलांच्या मित्राच्या कारनं माझ्या काकूबरोबर मी ब्यूटी पार्लरमध्ये गेले. ते माझा मेकअप करत असताना मी सारखी रडत होते. ते म्हणाले, 'आम्ही तुझा मेकअप करू शकत नाही. आम्ही केला रे केला की तो वाहून जातोय.' माझ्या माहेरघरातला हा माझा शेवटचा दिवस होता. सर्वजण समजावत होते, 'रडू नकोस. सगळ्याच मुलींना घर सोडावं लागतं.' मी मरून रंगाचा, खूप जरतारी कलाकुसर केलेला शरारा आणि खूप भारी दागिन्यांचा सेट घातला होता. मी हॉलवर पोचले तेव्हा माझ्या धाकट्या भावानं मला ओळखलंच नसल्याचं ढोंग केलं. प्रत्येक जण म्हणत होता की मी फार सुरेख दिसते आहे; पण मला फार दु:ख होत होतं. त्या दिवशी मी काहीही खाल्लं नाही. 'बारात' – वर, त्याचे नातेवाईक आणि मित्र – उशिरा आली; त्यामुळे माझा उदासपणा आणखीच वाढला. वराचा पोषाख काय असेल याबद्दल लोकांचे तर्क-वितर्क चालले होते. आमच्या खेड्यात या प्रसंगी लोक युरोपिअन सूट घालतात; पण आम्ही ऐकलं होतं की पुरुषांनी चुडीदार-कुर्ता घालण्याची हल्ली नवीच चाल पडली आहे, ते आम्हाला विचित्र वाटत होतं. माझी चुलतभावंडं म्हणाली, राजनं तेच घातलं आहे आणि आम्ही सर्वजण हसू लागलो.

मग 'मिलनी' हा समारंभ झाला. यात वधूकडले मुख्य लोक वराकडल्या त्याच नात्याच्या लोकांना हार देतात-घेतात. वधूकडली लोकं वराकडल्या लोकांना शाली आणि सोन्याची नाणीदेखील देतात; पण ती खूप महाग असतात. त्यामुळे माझी

सासू म्हणाली की ती आम्ही आधीच, खाजगीत, देऊन टाकावी म्हणजे आम्हाला इतर सटरफटर नातेवाइकांनादेखील या गोष्टी देत बसावं लागणार नाही. खरं तर ती असं भासवत होती की आम्ही काहीसुद्धा दिलेलं नाही. लग्नाच्या आदल्या दिवशीच्या सकाळी 'शगन पानी' विधीच्या वेळेस त्यांच्या घरी आम्ही भेटवस्तूंची देवघेव केली, तेव्हाच त्यांनी डॅडीजींकडून या साऱ्या गोष्टी घेतल्या होत्या. त्यात वरासाठी सूट, नारळ, बदाम, पिस्ते आणि सोन्याच्या वस्तूंचा समावेश होता – याचा रूपकात्मक अर्थ असा की मुलगा आता आमचा झाला. आम्हाला कळलंच नाही की तिचा हेतू लग्नाबाबत खोट्या कंड्या पिकवायचा होता!

मग हॉलवर 'बारात' पोचली आणि माझ्या सासूनं वधूला फोटोसाठी बाहेर आणायला सांगितलं. मी बाहेर आले तेव्हा माझी सासू आणि कुटुंबातील इतर लोक म्हणाले की मी फारच सुंदर दिसते आहे. माझे कपडे आणि दागिने पाहूनही ते प्रभावित झाले होते. त्यांना जसे हवे होते, तसेच ते होते. माझ्या नवऱ्याची आणि माझी व्हिडिओ फिल्म घेतली गेली. मी त्याच्याकडे कटाक्ष टाकला आणि मला दिसलं की त्यानं ते विचित्र कपडे, लाल गळपट्टा आणि फेटा घातला आहे; पण तो चांगला दिसत होता. सारं काही नीटपणे चाललं होतं. फिल्मसाठी उभं राहून मी कंटाळून गेले. ते तुम्हाला वेगवेगळ्या प्रकारे उभं करतात. मग तर त्यांनी मला वेगळ्या खोलीत नेऊन तेथे आणखी फिल्म घेतली. मला माझ्या नवऱ्याला मिठाई भरवावी लागली. त्यानंही मला भरवली. तो मला आणखी खायला लावू बघत होता – तो म्हणत होता की मी फार कृश दिसतेय. आम्ही लोकांना आधी चहा-फराळ दिला. मग 'फेरे' हा लग्नविधी सुरू झाला. प्रथम आम्हाला आमचा पवित्र धर्मग्रंथ – गुरू ग्रंथसाहिब – याभोवती चार प्रदक्षिणा घालाव्या लागल्या. गाडी पकडायला धावावं तसा राज भरभर चालत होता. त्याच्या बहिणीनं त्याच्या खांद्यावर थापटी मारून त्याला सावकाश चालायला सांगितलं. मग तो इतका सावकाश चालू लागला की मी त्याच्यावर आपटून, माझ्या शराऱ्यावर अडखळू लागले. खांद्यावर उपरणं लपेटून वरानं पुढं चालायचं असतं आणि उपरण्यांचं दुसरं टोक धरून मी त्याच्यापाठोपाठ जायचं असतं. माझ्या वडिलांनी उपरण्याचं दुसरं टोक माझ्या हाती देऊन सूचित केलं की मी आता त्यांच्या ताब्यातून नवऱ्याच्या ताब्यात गेले आहे. मग 'ग्रंथी'नं *(भटजीनं)* सूक्त म्हटली. त्यात वधूनं आता वराशी आणि सासरच्या माणसांशी कसं वागावं, याचं वर्णन केलं होतं. मी सारा वेळ रडत होते. 'फेरे' दुसऱ्या खेड्यात असलेल्या गुरुद्वारात घेतले गेले. तेथून आम्ही लिमोझीननं, स्वागतसमारंभासाठी हॉलवर परत आलो.

हॉलवर बँड वाजवून आमचं स्वागत केलं गेलं. आम्ही आत शिरल्यावर सर्वजण उठून उभे राहिले. आमच्या पुढ्यात लोक, त्यात माझा धाकटा भाऊदेखील

होता, नाचू लागले. माझ्या नणंदेनं माझ्या नवऱ्याला माझा हात धरायला सांगितलं. माझ्या चुलतसासऱ्यांनी सुरीवर आमचे हात ठेववून केक कापला. प्रत्येकजण येऊन आम्हाला केक भरवू लागले. तशी प्रथाच होती. मला इतकं सारं गोड जाईना, पण मी त्यांना थांबवू बघितलं तरी त्यांनी माझं ऐकलं नाही. माझ्या भावांना मला केक भरवता आलाच नाही. कारण त्यांचं सारी व्यवस्था नीट आहे ना याकडेच लक्ष होतं. एकूण ४०० आमंत्रित होते. प्रत्येक बाजूचे दोन-दोनशे. ब्रिटनहून वराकडली वीस माणसं आली होती. बाकीची स्थानिक होती.

मग मी आणि राज स्टेजवरच्या खास खुर्च्यांवर बसलो आणि आम्ही एकमेकांच्या गळ्यात हार घातले. मागचा पडदा फुलांनी भरगच्च शृंगारला होता. लोक आमच्या मांडीवर पैसे टाकायला रांग लावून उभे राहिले. माझ्या मांडीवरले काही पैसे जमिनीवर पडले. राजच्या एका नातेवाइकाने ते उचलून त्याच्या मांडीवर ठेवले. त्यानंतर आम्ही जेवायला बसलो. आम्ही जेवत असताना एक गवई गाणी गाऊन आम्हाला रिझवत होता. राजनं आणि मी, एकमेकांना पहिला घास भरवला. मी तेवढंच खाऊ शकले. त्यानंतर राजनं मला आणखी घास भरवायचा प्रयत्न केला. राजच्या आईनं आम्हाला मांस-मद्यासकट जेवण द्यायला सांगितलं होतं. त्यामुळे फार खर्च आला.

लग्नसमारंभ संपल्यावर राजच्या आईला आमच्या घरातून वधूची 'डोली' (वधूची पाठवणी) निघायला हवी होती. माझ्या आईवडिलांनी नाखुषीनंच होकार दिला; कारण अजून खूप काम बाकी होतं आणि सर्वांना पुन्हा आमच्या घरी येण्याचे कष्ट पडणार होते. घराचा आकार बघता, सर्वजण परत येणं शक्यच नव्हतं. आम्हाला सर्वांना शीतपेयं द्यावी लागली. माझे आईवडील आणि भाऊ खूप रडले. ते मला फिल्मवर घेता आलं नाही; कारण व्हिडिओ घेणारा आमच्याबरोबर आला नाही. गायक आला होता आणि त्यानं काही गाणी म्हटली. वधूनं आपल्याबरोबर छोटं मूल आणायची प्रथा आहे. मी माझा चुलतभाऊ आणि धाकटा भाऊ यांना माझ्याबरोबर लिमोझीनमध्ये घेतलं. हवा थंड असल्यामुळे कारमधले हीटर चालू होते. मी गरमीनं तडफडत होते. माझ्या भावालाही खूप घाम येत होता. त्याची शर्टाची कॉलर भिजून गेली होती. मी जेवले नव्हते आणि उकाड्यानं मला मळमळू लागलं. कार फारच सावकाश चालली होती – रस्ते एवढे खराब असल्यामुळं असेल. सरतेशेवटी माझ्या भावाला तो उकाडा सहन होईना आणि त्यानं कारमधला हीटर बंद करायला सांगितलं. तरीही मी खिडकीतून डोकं बाहेर काढून उलटी केली. कारमध्ये बार होता. तेथून त्यांनी मला पाण्याचा पेला दिला आणि मग मला खूप बरं वाटलं.

घरी पोचल्यावर आणखी विधी होते. राज आणि त्याचे नातेवाईक त्याच्या काकांच्या घरी राहात होते. त्यांचं स्वत:चं घर अगदी जुनाट आहे आणि ते बांधून

घेत असलेलं नवं घर अजून तयार नव्हतं. आम्हाला त्यांनी दोन खोल्या वापरायला दिल्या होत्या. मोठी खोली सर्वांसाठी आणि लहान खोली राज आणि माझ्यासाठी. माझी सासू स्वच्छ पाण्याचा तांब्या घेऊन मी आणि राजभोवती पाच ते सात वेळा फिरवी. याचा ध्वनित अर्थ असा की आमच्यावर येणाऱ्या संकटात तीसुद्धा सहभागी होईल. तिनं ते पाणी प्यायचं असतं आणि मुलानं तिला 'ते पिऊ नकोस' म्हणून विनवायचं असतं; पण शेवटली फेरी झाल्यावर त्यानं तिला ते पिऊ दिलं. माझ्या सासूनं माझ्या हातात बांगड्या चढवल्या आणि ते करत असताना आमची फिल्म घेतली गेली. माझा नवरा कुठंतरी गायब झाला होता. ते मला मी जेवावं म्हणून आग्रह करत होते; पण मला अजूनही मळमळत होतं. एका बाईनं मला मीठ घालून कोक प्यायला दिला. त्यानं मला बरं वाटलं. त्यानंतर मी थोडं जेवले. त्यांनी मला वरच्या मजल्यावर नेलं. पहिल्या रात्री नवरा-बायको एकत्र झोपत नाहीत. मी मोठ्या खोलीत सर्व कुटुंबीयांबरोबर झोपले. खोलीत नवऱ्याची जागा मी घेतली होती. तो खोलीबाहेर उभा राहून काय चाललंय ते पाहात होता. दरवाजा उघडा होता आणि आम्ही अजून बसून गप्पा मारत होतो. त्याच्या एका काकूनं त्याला विचारलं की तो काय करतो आहे, तो म्हणाला, 'कुणालाही त्याच्यात जरासुद्धा गम्य नाही. 'मी जाऊन स्वयंपाकघरात झोपू का?' त्यानं विचारलं, सर्वजण हसू लागले. त्याची आई म्हणाली, 'देवा रे! मी याच्याबद्दल पूर्णपणे विसरूनच गेले!' शेवटी त्यांनी खोलीच्या एका कोपऱ्यातला पलंग त्याला दिला.

दुसऱ्या दिवशी मी माझ्या नवऱ्याबरोबर आणि इतर नातेवाइकांबरोबर माहेरी, माझ्या आप्तांना भेटायला गेले. त्यांनी मला साडीत नटवलं. आमचं लग्न जुळवणारीनं माझ्या केसांचा अंबाडा घालून दिला. त्यांनी मला सोन्याचा सेट घातला आणि कपाळावर लाल कुंकू लावलं. आमचे खूप मित्र आणि शेजारी, मी पहिल्या माहेरभेटीच्या वेळेस कशी दिसतेय ते बघायला, आमच्या घरी आले होते. पुन्हा माझ्या आईवडिलांना चहा-फराळाची सोय करावी लागली. या भेटीच्या वेळेस नवऱ्यामुलानं माझ्या साऱ्या चुलत, मामे, आते, मावस बहिणींना नारळ आणि स्वस्तातली चांदीची अंगठी द्यायची असते.

मी देवला, माझ्या वहिनीला, म्हटलं की त्या रात्री प्रथमच एकत्र झोपण्याबाबत मला खूप भीती वाटतेय. तिनं मला समजावलं की त्यात घाबरण्यासारखं काहीच नाही. सारं काही ठीक होईल. तो माझ्या पाळीचा शेवटचा दिवस होता. त्यामुळे आणखी अवघड जाणार होतं. आम्हाला परत निघायला बराच वेळ झाला. वाटेत लोकांनी ठरवलं की कुठल्यातरी रेस्टॉरंटमध्येच जेवावं, घरी जाऊन स्वयंपाक केला तर फारच उशीर होईल. ते एक छानसं पुढल्या बाजूला काचांचे दरवाजे असलेलं रेस्टॉरंट होतं. एक काकू चौकशी करायला आत जात असताना थेट त्या काचेवरच

धडकली. तिच्या कपाळाला लागलं. आम्हाला हसू आवरेना. मग साऱ्या स्त्रियांना टॉयलेटला जायचं होतं. तीच काकू पुन्हा टॉयलेटमध्ये घसरली आणि तिला खरचटलं. हसून हसून आम्ही बेजार झालो. मग त्यांनी हात धुवायला पाण्यात लिंबाची फोड टाकून आणलं. कुणीतरी ह्या काकूला सांगितलं की ते पिण्यासाठी आणलंय. ही काकू खेड्यातली होती आणि तिनं तसंच केलं! मी शाळेत गृहविज्ञानात पहिली आले होते. काटे-चमचे कसे वापरायचे, टेबल कसं लावायचं हे मला बरोबर ठाऊक होतं. मला हे सारं खेड्यात राहूनही माहीत आहे, हे बघून माझ्या सासूला सुखद आश्चर्याचा धक्का बसला. एका नातेवाइकाने सुचवलं इथंच खोली भाड्यानं घेऊन मला आणि माझ्या नवऱ्याला एक-दोन रात्री इथं राहू द्यावं – मधुचंद्रासाठी! माझ्या सासूला ते धोक्याचं वाटलं. तिला वाटलं की आजुबाजूला चोर-दरोडेखोर असतील आणि ते चोरीसाठी आम्हाला मारतील.

आम्ही घरी गेल्यावर आणखी काही गमतीचे खेळ खेळलो. उदाहरणार्थ : पाण्याच्या पातेल्यात तुम्ही दूध घालून ते गढूळ करायचं. मग लोक त्यात नाणी टाकणार. मी आणि माझ्या नवऱ्यानं धडपड करून, हातानं ती शोधायची आणि कुणाला जास्त मिळतात ते बघायचं. दर वेळेस माझा नवराच जिंकत असे. त्याचे काका म्हणाले की तो फसवतोय. तो त्याचा एक हात वापरून माझे दोन्ही हात दाबून ठेवत असे, म्हणजे मला चापडपडता येऊ नये आणि दुसऱ्या हातानं पातेल्याच्या तळाची नाणी शोधत असे. त्यानंतर नरिंदरनं आम्हाला छोट्या खोलीत नेलं. जरी बिछाना फुलांनी सजवलेला नव्हता, तरी खोली छान आवरून ठेवलेली आणि स्वच्छ होती. तिनं मला पलंगाच्या मधोमध बसवलं आणि साडीच्या निऱ्या अशा पसरल्या की त्या फुलांच्या पाकळ्यांसारख्या दिसू लागल्या. जसं बॉलिवूड सिनेमात दाखवतात तसं. ती निघून गेल्यानंतर मी थरथर कापू लागले. माझा नवरा वर आल्यावर काय होईल? माझ्या मनात शेकडो शंका आल्या. त्यानं खूप वेळ लावला – वीसएक मिनिटं. आधीच खूप उशीर झाला होता. कदाचित ते त्यालाही समजावून सांगत असतील. दार उघडलं तेव्हा माझ्या काळजाचं पाणी पाणी झालं. देवा रे! तो इथं पोचला होता. त्यानं आत येऊन दार बंद केलं. मी माझ्या वहिनीचे शब्द आठवत राहिले. त्यानं कपडे बदलून कुडता-पायजमा चढवला. मग तो माझ्या पुढ्यात बसून माझ्याशी बोलू लागला. त्यानं माझ्या पायांवर हात ठेवला. मला वाटतं त्याला पुढे जायचं होतं; पण त्यानं माझे पाय लटपटताना पाहिले आणि तो थांबला. पलंगाच्या बाजूला गरम दुधाचा पेला होता. ते तुमच्या पहिल्या रात्रीसाठी तो ठेवतात. त्यानं मला थोडं दूध प्यायला सांगितलं. कदाचित त्याला वाटलं असेल की त्यानं मी थोडी शांत होईन. त्याच्या आग्रहाखातर मी थोडंसं प्यायले. ते थंड झालं होतं. तो म्हणाला की आम्ही ते पिऊन टाकावं म्हणजे जिभा वळवळणार नाहीत.

त्याच्या म्हणण्याचा अर्थ मला नीटसा कळला नाही.

तो मला त्याच्या कुटुंबीयांबद्दल सांगू लागला. सुखविंदर भडक माथ्याची होती. मला लागेलसं काही ती बोलली तरी मी ते त्याला सांगावं; पण तिला सरळ प्रत्युत्तर करू नये. ती त्याच्या वडिलांच्या मृत्यूनंतर अधिकच हळवी झाली होती, म्हणून तिला दुखवायची त्याची इच्छा नव्हती. त्याची आईसुद्धा रागीट होती; पण त्यानं मला त्याबद्दल काळजी करू नये असं सांगितले. तो म्हणाला, 'हळूहळू साऱ्यांचे स्वभाव निवळतील. तू स्वत: काळजी करत बसू नकोस.' तो मला हे सारं सांगत होता ते मला आवडत होतं. मला वाटलं इथं हा माणूस आहे, तो आयुष्यात मला नीट आधार देईल. नरिंदरचे त्यांच्याशी फार जवळचे संबंध नव्हते. आम्हाला दोघांना जांभया येईपर्यंत आम्ही बोलत राहिलो. त्यानं मला कपडे बदलायला सांगितलं. मी त्याला विचारलं की कपडे कुठे बदलू. तो म्हणाला इथंच. त्या खुर्चीवर तुझे रात्रीचे कपडे आहेत. त्यानं मी कपडे बदलत असताना दुसरीकडे बघायचं आश्वासन दिलं. मी पटकन माझी साडी सोडून नाइट गाऊन चढवला. एकीकडे त्याच्याकडे नजर टाकून तो बघत नाहीये याची मी खातरजमा करत होते. सरतेशेवटी त्यानं हसून विचारलं की माझं आवरलं की नाही. मग आम्ही बिछान्यात शिरून झोपून गेलो. त्या रात्री आमच्यात काही झालं नाही.

सकाळी आम्ही अजून झोपेत असताना माझी सासू आत शिरली आणि तिनं आम्हाला उठून तयार व्हायला सांगितलं. माझा नवरा खोलीतून बाहेर गेल्यावर माझ्या सासूनं विचारलं की रात्र कशी काय गेली? तिला काय जाणून घ्यायचं होतं ते मला समजलं. मी म्हणाले, 'ठीक गेली.' ती हसली. ते लोक बाहेर जाणार होते; पण त्यांना मला बरोबर नेता येत नव्हतं – एक 'माथा टेकना' विधी असतो, त्यात नववधूनं कुटुंबातील मृत ज्येष्ठांच्या स्मृतीसाठी बांधलेल्या मंदिरात नमस्कार करून यायचा असतो. तोवर ती इतर कुठे जाऊ शकत नाही. हे बरेचदा तुमच्या घराच्या जवळपास किंवा शेतात बांधलेलं असतं. ते अगदी छोटंसं असतं, मातीचं बनवलेलं असतं आणि गुरुद्वाराच्या डोक्यावर असतो तसा, बरेचदा त्याच्यावर घुमट असतो. नववधूनं तिथं जाऊन दिवा लावायचा असतो आणि तिच्या विवाहासाठी त्यांचे आशीर्वाद मागायचे असतात. मी हे केलेलं नसल्यामुळे मी त्यांच्याबरोबर बाहेर जाऊ शकत नव्हते. माझा नवरा म्हणाला, तोसुद्धा जाणार नाही. त्याच्या आईनं समजावयाचा प्रयत्न केला की हा भारत आहे, इंग्लंड नाही. ही प्रथा आहे. तिनं त्याला एका बाजूला घेऊन त्याला खूप दम दिला. शेवटी तिनं नमतं घेतलं आणि आम्ही त्या स्मृतिमंदिरात गेलो. मला वाटतं त्या दिवशी मी त्याच्या प्रेमात पडले. मला वाटलं की त्याला माझ्याबद्दल खरीखुरी आस्था आहे.

दुसऱ्या दिवशी, हा गंभीर प्रकार हातावेगळा केल्यावर, नवराबायकोनी एक

खेळ खेळायचा असतो. बांबूच्या हलक्या काठ्या घेऊन त्यांनी एकमेकांना मारायचं ढोंग करायचं असतं. आमच्या जातीत आम्ही हा खेळ खेळत नव्हतो. सुखविंदरनं राजला, गमतीनं, मला खरंच जोरात मारायला सांगितलं. त्यानं खूप अंतरावरून काठी माझ्यापर्यंत इतकी जोरात आणली की मी घाबरून बर्फ झाले; पण माझ्यापासून एक इंचावर ती आली आणि थांबली आणि मला नुसता स्पर्श करून पुढं गेली. मग माझी पाळी आली. त्याची बहीण म्हणाली, 'त्याला ठोकून काढायची ही तुला मिळालेली एकमेव संधी आहे.' पण मी ते अगदी हळुवारपणे केलं. नातेवाईक म्हणाले, 'राज, तिचं तुझ्यावर फारच प्रेम दिसतंय.' मग त्याचे काका-काकू हा खेळ खेळले; पण ते खरोखरच एकमेकांना चांगलेच बडवत होते. आम्हाला खूपच मजा आली. मग आम्ही गुरुद्वारात आणि तेथून बाजारात खरेदीला जाऊन मग घरी आलो. माझा नवरा लगेचच इंग्लंडला परत जाणार होता, त्यामुळे त्यांना खूपच नातेवाइकांना भेटायला जायचं होतं. म्हणून आम्ही सकाळपासून संध्याकाळपर्यंत बाहेरच असायचो. नातेवाईक आम्हाला कपडे, पैसे देत असत. मला कुणी पैसे दिले तर माझी सासू ते लगेच माझ्याकडून काढून घेत असे. मला त्याचं काही वाटत नसे. मला त्यांची एवीतेवी काही जरूर नव्हतीच.

एके दिवशी सकाळी आमच्या खोलीबाहेर सुखविंदर मोठ्यांदा किंचाळत असलेली मी ऐकली. जेव्हा मी आणि राज काय झालं ते बघायला बाहेर आलो, तेव्हा ती तिचा भाचा जसबीर याला मारताना दिसली. कारण अगदी शुल्लक होतं. त्याच्या बापानं टॉयलेट पेपर मागितला होता आणि तो द्यायला सुखविंदरनं नकार दिला होता. जसबीरनं तिला कारण विचारल्यावर ती त्याला झोडपू लागली. प्रत्येकानं त्यांना बाजूला करायचा प्रयत्न केला. त्या दिवसापासून या कुटुंबाशी माझं कसं जुळणार, याची मी काळजी करू लागले.

पुढल्या काही रात्री राजनं मला स्पर्शही केला नाही. मग एका रात्री पाऊस पडत होता. तो म्हणाला, त्याला पाऊस फार आवडतो. मध्यरात्री तो म्हणाला, आपण गच्चीत जाऊन पावसात भिजू या. फेब्रुवारीत चांगलीच थंडी असते. आम्ही पावसात खूप वेळ थांबलो होतो. आम्ही काय करत होतो याचा पत्ता लागला आणि आम्ही आजारी पडलो, तर त्याची आई चांगलीच भडकेल, असं तो म्हणाला. त्याला पाऊस आवडत असला, तर त्यासाठी मी आजारी पडायलादेखील तयार होते. आम्ही पाण्यानं निथळत होतो. माझा नाइट गाऊन रेशमी होता. तो माझ्या अंगाला चिकटून बसला. तो म्हणाला, 'चल, जाऊ या. तू आजारी पडलीस तर आजारी कशी काय पडलीस, यावर आई विचार करत बसेल.' आम्ही शक्य तेवढं आवाज न करता जिना उतरलो. माझे आमच्या खोलीत काहीच कपडे नव्हते. मी शेजारच्या खोलीत जाऊन कपडे आणू शकत नव्हते; कारण त्यानं सर्वांना शंका आली असती.

तो म्हणाला, 'तुझे कपडे काढून टाक आणि उघडीच पलंगावर झोप. हे राम! त्यानं त्याचे कपडे उतरवले. मी दिवे घालवले आणि कपडे काढले. मी टॉवेल गुंडाळून घेऊन अंथरुणात शिरले. मग तो माझ्याजवळ आला. तो माझ्या अंगावर चढला तेव्हा मला फार लाज वाटत होती. त्याच्या हालचालींमध्ये आत्मविश्वास होता. मला रक्तस्राव होऊ लागला तेव्हा मला फारच विचित्र वाटलं. मी काही वेळा किंचाळलेदेखील. मला खूप वेदना होत होत्या. पण मी काय करू शकत होते? विवाहाचं हे अनिवार्य अंग होतं. त्यानंतर माझा लाजरेपणा पळाला. मी कधीच सुरुवात केली नाही किंवा पुढाकार घेतला नाही. तोच सारं करत असे. मी त्याच्या प्रेमात पडू लागले होते.

एके दिवशी आम्ही त्या कुटुंबाच्या एका स्नेह्यांना भेटायला गेलो होतो. ते खूप श्रीमंत होते. त्यांचा प्रासादतुल्य बंगला होता. आम्ही सारे आपापल्या खोल्यांमध्ये झोपलो. सुखविंदरला बरं वाटत नव्हतं. ती रडून मागणी करू लागली की तिला भावाबरोबरच झोपायचंय. प्रत्येकानं तिला समजावयाचा प्रयत्न केला की त्याचं नुकतंच लग्न झालं आहे; पण ती ऐकेना. माझा नवरा आणि त्याची आई यांनी तिच्या म्हणण्यापुढं मान तुकवली. ती मोठ्या पलंगावर राज आणि माझ्या मध्ये झोपली. ते एकमेकांना मिठी मारून झोपले आणि मी पलंगाच्या दुसऱ्या टोकाला झोपले. मी आजारी असताना माझ्या आईजवळ झोपायची इच्छा प्रदर्शित केली असती; पण नवीन लग्न झालेल्या भावाजवळ?!! मी माझ्या कुटुंबीयांना याबद्दल सांगितलं, तेव्हा त्यांना ते फारच विचित्र वाटलं. सुखविंदरनं डोकं दुखतंय अशी तक्रार केली. मी सारी रात्र तिचं डोकं चेपत होते. सकाळी जागरणानं माझे डोळे सुजले होते. नरिंदरनं सकाळी त्यावर भाष्य केलं. मी तिला कारण सांगितल्यावर ती म्हणाली की सुखविंदर नेहमीच असं करते. जरा काही खुट् झालं की खूप गाजावाजा करते. ती म्हणाली की मी माझी काळजी घ्यायला हवी आणि तिच्या मागण्यांपुढे मान तुकवायला नको! गंमत म्हणजे सुखविंदरनं मला सांगितलं होतं की नरिंदरचा स्वभाव चांगला नाही. त्या सर्वांनी मोठ्या बहिणीबद्दल वाईटच सांगितलं होतं. का ते मला समजलं नाही. सुखविंदर माझ्याशी जसं वागली त्यावरून ती माझा मत्सर करत होती, अशी मला शंका येतेय.

मला आणि माझ्या नवऱ्याला बोलायची फारशी संधी मिळत नसे. आम्ही कधीच एकटे नसू. मग त्याची जाण्याची वेळ आली. तो इंग्लंडला गेला तेव्हा मी रडले. प्रत्येकानं मला दिलासा द्यायचा प्रयत्न केला की लवकरच आम्ही पुन्हा एकत्र होऊ. माझा व्हिसा आधीच आला होता. त्यांनी त्यासाठी ऑक्टोबरमध्येच अर्ज केला होता. त्याचे काका म्हणाले, की मला दोन वर्षांसाठी व्हिसा मिळाला आहे आणि दोन वर्षांनंतर तो कायमस्वरूपी होईल.

स्थलांतरचा कायदा – ज्याला दोन वर्षांचा कायदा म्हटलं जातं – हा इतर देशातील वधू/वरांशी लग्न झाल्यावर लागू केला जातो. असे विवाह दोन वर्षं टिकले की त्यानंतर दुसऱ्या देशाच्या नागरिक वधू/वराला कायमचं राहण्याच्या परवानगी साठी अर्ज करता येतो.

माझी सासू आणि मी चार आठवड्यांनंतर निघालो. मला माझ्या माहेरी एक आठवडा राहाण्याची परवानगी मिळाली. त्या आठवड्यात माझ्या सासूने फोन करून तिच्या आणि माझ्या तिकिटांसाठीच्या पैशांची वडिलांपाशी मागणी केली. माझे वडील फारच अस्वस्थ झाले. ते म्हणाले, 'त्यांच्यापाशी एवढे पैसे नाहीत.' ती म्हणाली, 'असं असेल तर ती मला मागे सोडून निघून जाईल.' माझे वडील रडू लागले. माझे भाऊ म्हणाले की हा अंबरचा पुऱ्या आयुष्याचा सवाल आहे; त्यांनी प्रवासाचे पैसे दिले नाहीत, तर त्यांनी लग्नावर खर्चलेले सारे पैसे वाया जातील. डॅडीजींनी कुठून पैसे उभे केले मला माहीत नाही – पण त्यांनी तिला तिनं मागणी केलेले २१,००० रुपये दिले. ती माझ्या आईकडून मला न्यायला आली, त्या दिवशी सतवंत कौर माझ्या नातेवाइकांशी भांडली. माझं डोकं दुखत होतं आणि मेंदी थंडावा देते म्हणून माझ्या वहिनीनं, देवनं, माझ्या केसांना मेंदी लावली होती. माझी सासू ओरडू लागली; मी केसांना मेंदी कां लावलीय हे तिला म्हणे समजत नव्हतं; मी ही फॅशन कुठून शोधली होती? राजला मी काय केलंय हे कळलं तर त्याला खूपच राग येईल. तिनं मला मेंदी लगेच धुवून काढायला सांगितलं. मी रडू लागले, पण मी जाऊन माझे केस धुतले. मी उभ्या आयुष्यात कधी तसं केलं नसताना मला केसांना मेंदी लावू दिल्याबद्दल माझे वडील माझ्या आईवर ओरडू लागले. माझी सासू माझ्यावर ओरडतेय हे पाहून माझी आई बेचैन झाली. ती चूक होती आणि सांगितल्याप्रमाणे मी केस धुवून आले होते, मग प्रश्न काय उरला होता? मी निघत असताना माझं कसं होणार याची माझ्या आईवडिलांना चिंता पडली होती. मी त्यांना म्हणाले, 'काळजी करू नका. मी प्रेमानं आणि धीरानं त्यांना जिंकून घेईन.'

मग आम्ही वेगवेगळ्या नातेवाइकांना भेटून आलो. मी विचारलं की देश सोडण्यापूर्वी मी माझ्या आईवडिलांना एकदा शेवटचं भेटून येऊ का? ती म्हणाली, की मी नुकतीच त्यांच्यापाशी राहून आलेली आहे; तिला त्याची काही आवश्यकता वाटत नाही. माझी आजी इतकी वृद्ध होती, ती हिंडू-फिरू शकत नव्हती आणि ती मला भेटायला येऊ शकली नाही. मी तेथून निघाले तेव्हा ती मला पुन्हा बघण्याऐवढी जगणार नाही असं वाटून ती घेरी येऊन पडली होती; पण माझे वडील मला निरोप द्यायला दिल्लीला आले; आम्ही तेथूनच विमानात बसणार होतो. त्या वेळेससुद्धा माझं डोकं खूपच दुखलं. माझ्या सासूनं काहीही सहानुभूती दाखवली नाही. तिनं

मला सर्वांदेखत रागावून विचारलं, 'तुझं डोकं इतकं जास्त कशानं तापतं?' आम्ही दिल्लीत नरिंदरच्या सासू-सासऱ्यांच्या घरी उतरलो होतो. माझे वडील वरच्या मजल्यावर इतर पुरुष वर्गापाशी बसले होते. मी वर जाऊन त्यांना म्हटलं की माझं डोकं खूप दुखतंय. त्यांनी मला कोक प्यायला बाहेर नेलं, कदाचित माझ्या पोटात वात धरला असेल आणि त्यानं डोकं चढलं असेल. म्हणून मला त्यांनी बाहेर नेलं, तेव्हा ती खूपच संतापली. 'कुठल्या मूर्ख बापाला वाटतं की तरुण मुलींना वात धरतो?' इंग्लंडमध्ये तिनं माझ्या नवऱ्याला याबद्दल सांगितलं आणि पुढे पुस्ती जोडली की माझे माझ्या वडिलांबरोबर संशयास्पद संबंध असावेत. किती भयानक शब्द! तिचा माझ्यावरला द्वेष माझ्या आकलनापलीकडला होता. अशा घाणेरड्या आरोपांनी ती मला का बरं व्यथित करत होती? असलं किटाळ सहन करण्यापलीकडचं होतं. सुखविंदर माझ्या डोळ्यांदेखत भावाच्या कुशीत झोपली, तरी मी म्हणाले नव्हते की त्यांचे संबंध संशयास्पद आहेत! मी त्या दिवशी खूप रडले. देवानं मला इतक्या भयंकर गोष्टी ऐकण्यासाठी जन्माला घातलं होतं का? मी स्वत:ची समजूत घालत राहिले, की याच कुटुंबाबरोबर मला आयुष्य घालवायचं आहे. मी त्रागा न करता सारं सहन करायला हवं. देवच सत्य जाणतो. मग तिनं मला विचारलं की त्यांनी *(माहेरहून)* मला किती पैसे दिले होते? तिला माहीत होतं की घरातल्या प्रत्येकानं मला पाचपाचशे रुपये *(सहा पौंड)* दिले होते. माझे भाऊ, माझी आई, माझे आजी-आजोबा आणि माझ्या आजोळच्या अनेक नातेवाइकांनी. तिनं ते सारे पैसे माझ्याकडून काढून घेतले, ती म्हणाली की मला त्याची काहीच जरूर पडणार नाही. पैशांचा इतका लोभ करणारं दुसरं कोणीच मी पाहिलेलं नाही.

विमानतळावर आम्हाला न्यायला राज आला होता. आम्ही एका साध्याशा घरात गेलो. तळमजल्यावर दिवाणखाना, स्वयंपाकघर, टॉयलेट आणि मागे छोटासा ओटा आणि वरच्या मजल्यावर तीन शयनगृहं. सर्वांत लहान खोलीत सुखविंदर झोपत असे. दुसरीत सासू आणि तिसरी आमच्यासाठी होती. सुरुवातीला राज माझ्याशी चांगला वागला. आमचं चांगलं चाललं होतं. आम्ही एकत्र झोपत होतो आणि त्याचं माझ्यावर प्रेम आहे, असं मला वाटत होतं; पण एका आठवड्यानं साऱ्यांचंच वागणं बदलू लागलं. मला दिसू लागलं की राज सुखविंदरला बरोबर घेऊन बाहेर जातो; पण मला कधीच नेत नाही. मी लंडनला नुकतीच आले होते; त्यांना मला प्रेक्षणीय स्थळं दाखवायची नव्हती? सकाळी सातला उठून मी राजसाठी आणि इतरांसाठी नाश्ता बनवत असे. तो बहुत करून सीरियल खाऊन ऑफिसला जाई. मग सुखविंदरला विमानतळावरल्या 'गुच्ची'च्या दुकानात नोकरी मिळाली आणि मी आणि माझी सासू, दोघीच घरी उरलो. 'मी माझ्या आईवडिलांचं खरं मूल नाहीच, कारण त्यांनी हुंडा दिलाच नाही,' अशासारखी वक्तव्यं करायला तिनं

सुरुवात केली. मी बहुतकरून चुपचाप हे सारं ऐकून घेत असे. कधीकधी मी विचारत असे की त्यांच्या इच्छेनुसार माझ्या वडिलांनी सारं केलेलं असताना ती असं का बोलयेत?

हुंड्याच्या अनिष्ट प्रथेबद्दल दोन चांगल्या गोष्टी म्हणता येतील. काही विचारवंतांचं म्हणणं आहे की ज्या काळात फक्त मुलांना वारसाहक्क असे, तेव्हा मृत्यूपूर्वी मुलीला तिच्या वारशाचा हिस्सा देण्याचा हा एक मार्ग होता; पण हा कधीच समसमान वाटा नसे. मानववंशशास्त्रज्ञ; श्रीमती बासू म्हणतात, 'मुलींचा हक्क अशा तऱ्हेनं काढून घेतल्यामुळे, आर्थिक सुरक्षिततेसाठी स्त्रिया विवाहावर अधिकच अवलंबून राहातात आणि त्या लग्नानंतरचा छळ सहन करत राहाण्याची शक्यता वाढते.' दुसरा मुद्दा आहे विवाह यशस्वी झाला नाही, तर त्यांना थोडं आर्थिक स्वातंत्र्य राहावं, म्हणून हुंडा थेट मुलीलाच देत असत; पण प्रत्यक्षात स्त्रियांचा दुय्यम दर्जा असल्यामुळे, हुंडा सासू-सासऱ्यांकडे दिला जाई आणि स्त्रियांच्या कधीच ताब्यात नसे. विवाह टिकला नाही, तरी बहुतकरून सासूसासरेच हुंड्याचा पैसा ठेवून घेत. पुराव्यादाखल अशा घटना सांगता येतील की जिथं कुटुंबं पैसा जमा करण्याचा मार्ग म्हणून पुन्हा पुन्हा (मुलांची) लग्नं करतात.

अधूनमधून माझे आईवडील मला फोन करत आणि मी त्यांना सांगत असे की मी खुशाल आहे. राजचे सारे कुटुंबीय जवळच उभे असत. त्यामुळे मी दुसरं काहीच सांगू शकत नसे. मी त्यांना कधीच फोन केला नाही. त्या वेळेस, भारतात फोन कसा करायचा, हेदेखील मला माहीत नव्हतं. माझी सासू म्हणे, त्यांचा *(भारतातला)* नवा बंगला रिकामा पडला आहे, त्यासाठी माझे बाबा नक्कीच फर्निचर घेऊन देणार असतील? ती कारबद्दलही विचारून आडून आडून सुचवत राही की त्यांनी आणखी पैसे पाठवावे. मी माझ्या वडिलांजवळ आणखी मागू शकत नव्हते; माझ्या लग्नासाठीच पैसे उभे करताना त्यांना किती त्रास झाला होता, ते मी जाणत होते. सरतेशेवटी त्यांनी या लोकांना खूप सोनं दिलं होतं. ती म्हणाली, 'त्यांची ऐपत नव्हती तर त्यांनी माझं लग्न तरी कशासाठी केलं?'

ते मला घरी जसबीरजवळ एकटीला ठेवून खरेदीसाठी किंवा नातेवाइकांना भेटायला निघून जात. मला सारं घर साफ करावं लागे. कपडे धुवून, वाळवून, इस्त्री करून प्रत्येकाच्या कपाटात ठेवून द्यावे लागत. सर्व स्वयंपाक तिन्हीत्रिकाळ शिजवावा लागे. सारेजण कामावरून संध्याकाळी आले की मला त्यांना ताजं जेवण करून वाढावं लागे. जरी मी सारा स्वयंपाक करत होते, तरी मला आवडेल ते बनवायची मला मुभा नव्हती. उदाहरणार्थ– मी सुरुवातीला आले तेव्हा मला ब्रेड खायची सवय

नव्हती. त्यानं माझं पोट बिघडे. पण मला तेवढंच खायला मिळे. माझी सासू ओरडून म्हणे की मी मुद्दाम खोट्याच ओकाऱ्या काढतेय. पण इंग्लंडमधला ब्रेड माझ्या पोटाला सोसत नसे. मला जुलाब होत. ती म्हणे मी नुसतं ढोंग करतेय. मला ज्यूस किंवा कोक घ्यायची परवानगी नव्हती. मला त्यांच्यासाठी मांस शिजवावं लागे. मी कधी त्याला स्पर्शही केला नसल्यानं ते धुताना मी डोळे मिटून घेई आणि मी भाजीपालाच धुतेय अशी कल्पना करत राही. त्या स्पर्शानंच मला किळस वाटे. माझ्या अंगावर काटा येई. माझ्या नवऱ्याला भाज्यांपेक्षा मांस जास्त आवडे. प्रत्येक जेवणासाठी मला पोळ्या, भात, मांसाचा रस्सा आणि भाज्यांचा रस्सा बनवावा लागे. शिळं जेवण कुणीही खात नसे. ते मला दिलं जाई. मी ते संपवू शकले नाही तर ते फेकून देण्यात येई. नरिंदरचा नवरादेखील आमच्याकडे येऊनच जेवत असे. तो लवकर जेवे आणि संध्याकाळसाठी डबे बांधून नेई. नरिंदर 'होमबेस' येथे काम करत असे. ती कधीमधी येई. सुखविंदर तिला टोमणे मारत असे. मी त्या सर्वांसाठी सारं काही करत होते. त्याबद्दल माझी काही तक्रारही नव्हती. मी माझं कर्तव्यच करत होते. मला दु:ख या गोष्टीचं होतं की त्यांनी माझ्याबद्दलचं त्यांचं कर्तव्य केलं नाही. सरतेशेवटी या नात्यात देवघेव असते.

मी बागकामदेखील करत असे. मी प्रथम आले तेव्हा त्यात नुसतं तण माजलं होतं. ती फार मोठी बाग नव्हतीच. पण मी तेथे कोथिंबीर, पालक, मेथी लावली. मी फुलझाडंदेखील लावली. एके दिवशी माझ्या पोटात दुखू लागलं. मी बागकामात इतकी मग्न होते की मी पूर्ण दिवसात जेवणही केलं नव्हतं. मी आजारी असताना देखील मला सारं घरकाम करावं लागे. ते मला डॉक्टरकडे नेण्याचीदेखील टाळाटाळ करीत; पण माझ्या पोटाच्या तक्रारी चालूच राहिल्या. तेव्हा त्यांनी मला नेलं. मला फारसं इंग्रजी येत नसे; पण माझी सासू थोडे थोडे शब्द बोलू शकत असे. माझ्या वतीनं ती त्या डॉक्टरशी बोलली. तो डॉक्टर भारतीय दिसत होता; पण फक्त इंग्रजीत बोलत होता. तो म्हणाला, 'तुला इथल्या पाण्याची सवय नाही,' आणि त्यांनी मला नळाच्या पाण्याऐवजी बाटल्यांमधलं पाणी द्यावं. त्याऐवजी माझी सासू मला पाण्यात गव्हाचं पीठ मिसळून ते सक्तीनं प्यायला लावू लागली. सासू म्हणाली की नर्सनं तिला सल्ला दिला की त्यानं मला बरं वाटेल; पण त्यानं माझं पोट जास्तच दुखू लागलं. मी ते प्यायला नकार दिला, तर ती मला थप्पड मारत असे. दुसऱ्या एका वेळी तिनं मला काही गोळ्या घ्यायला लावल्या. त्यामुळं मला घेऱ्या येऊ लागल्या. हळूहळू मला बरं नसलं तरी तिला सांगणं मी बंद केलं.

आम्ही रोज सकाळी गुरुद्वारात जात असू. तेथल्या सर्व ज्येष्ठ स्त्रियांमध्ये मी लोकप्रिय झाले होते. मी त्यांना चरणस्पर्श करून मला वाटणारा आदर दर्शवत असे. हळूहळू माझ्या सासूला याचा राग येऊ लागला. तिनं मला त्यांच्याशी

बोलायची बंदी केली, त्यामुळं मला वाईट वाटलं. कारण त्यांना एकाएकी मी अलिप्त का वागतेय याचं कोडं पडलं असणार. तिनं आमच्या शेजारणीच्या येण्यालादेखील बंदी घातली. त्यांना कदाचित शंका आली असेल की त्यांच्या अनुपस्थितीत ती आली, तर ती माझे कान भरेल किंवा मी तिच्याजवळ यांच्या कागाळ्या करेन. मी घरात एकटी असताना तिला कधीही दरवाजा उघडायचा नाही अशी त्यांनी मला तंबी दिली. मग मी परत येऊन सासूनं सांगितल्याप्रमाणे सारं काम करी आणि ती सोफ्यावर बसून टी.व्ही. पाहात असे. घरात इतकं धुणं धुवायचं असे की विचारता सोय नाही! मग ती घरभर फिरे, कठड्यांवर बोटं फिरवून तिथं धूळ आहे का ते तपासे. मला खिडक्यासुद्धा पुसून घ्याव्या लागत.

दुपारच्या जेवणाच्या वेळेस मी तिला ताज्या पोळ्या करून वाढत असे. त्या मला एकदम करता येत नसत. ती एकेक खाईल, तशी ताजी करून गरमगरम वाढायची. ती माझ्यावर खेकसून म्हणे की मी मुद्दामच तिला न फुगलेली पोळी वाढतेय. चांगली लाटलेली चपाती चांगली टम्म फुगते आणि ती चांगली लाटली गेलीय हे कळतं. चांगल्या गृहिणीच्या चपात्या अगदी गोल लाटल्या गेल्या पाहिजेत आणि नेहमी फुगल्या पाहिजेत. कधीकधी त्या फुगत नाहीत तो काही माझा गुन्हा नाही. मला नावं ठेवायला ती काहीतरी शोधत असे. तिची मुलगी तशीच होती. तिच्या कपड्यांवर डाग दिसले तर ती माझ्यावर ओरडत असे. ती म्हणे की मी ते नीट धुवत नाही. ती मला रागानं 'रिमोट' फेकून मारे किंवा ते चुरगाळलेले दिसले तर ती म्हणे की मी नीट इस्त्री केली नाही. एकदा तिनं माझ्या गरम चहाच्या कपावर लाथ मारली आणि तो हॉलमधल्या गालिच्यावर सांडला. ती म्हणत असे, 'हे तुझं घर नाहीय. स्वत:ला या घराची मालकीण समजू नकोस.'

ती माझ्या नवऱ्याला काय सांगत असे ते मला माहीत नाही, पण तो माझ्याशी चांगलं वागायचा बंद झाला. तो तिच्या तक्रारींचा पाढा वाचून मी सारा दिवस काय केलं, याचा जाब विचारे. मी आळस करत असल्याचा तो आरोप करत असे. मग मी रडू लागे. मी दिवसभरात कोचावर क्षणभरही विसावा घेतलेला नसे. लाकडी जमिनी घासून माझी पाठ भरून आलेली असे. ती मला लांब दांड्याच्या पोछाने त्या पुसू देत नसे. मला त्या गुडघ्यांवर बसून ओल्या साबणाच्या फडक्यानं भारतातल्यासारख्या पुसून घ्यायला लागत. सुखविंदर मला 'मूर्ख', 'वेडपट' अशी जेव्हा नावं ठेवू लागली तेव्हा राजनं मला सांगितलं होतं त्याप्रमाणे मी त्याला त्याबद्दल सांगितलं. ती मला असं बोलेल हे त्याला खरं वाटलं नाही. मी त्याला म्हटलं, 'तुम्ही तिलाच का विचारत नाही?' त्यानं तिला खाली बोलावून विचारलं की तिनं मला शिवीगाळ केली होती का? ती म्हणाली की तिनं केली होती. मी गप्पच राहिले. मग तो त्याच्या बहिणीला म्हणाला, 'तू तिला आणखी शिवीगाळ कर. ती त्याच लायकीची आहे.'

माझ्या भारतातल्या नवऱ्याला काय झालंय ते मला कळेना. माझा काही दोष नसताना तो आमूलाग्र कसा बदलला? त्यांच्यासाठी इतकं सारं करून, माझ्या नवऱ्याचं माझ्याबद्दल हे मत होतं? त्या दिवशी त्यानं मला खरोखरच दु:खी केलं.

तो अजून मला त्याची शेज सजवायला लावे; मी आजारी असे तेव्हासुद्धा! तो मला थपडा मारे, गदगद हलवे आणि मला विचारे की मला त्याचा संग का नकोय? मग तो माझ्यावर बलात्कार करे! भारतात आमचे सर्वसाधारण तऱ्हेचे शारीरिक संबंध होते. त्यातून मला थोडं सौख्यही मिळत असे. इथे तो दररोज रात्री माझ्या गुदातून समागम करू लागला. माझ्या वहिनीनं अशा मैथुनाबद्दल कधीही सांगितलं नव्हतं. जेव्हा मी त्याला तसं करणं थांबवायला सांगितलं, कारण त्यानं मला वेदना होत होत्या, तेव्हा तो म्हणाला की त्यानं दुखेल यावर त्याचा विश्वास नाही. मला तेथून इतका रक्तस्राव होऊ लागला की मला टॉयलेटला जाणंदेखील दु:सह होऊ लागलं. मी टॉयलेटवर बसून रडत असे, पण मी कुणालाही याबद्दल सांगू शकत नव्हते. या आयुष्यापेक्षा मला मरण परवडलं असतं. प्रत्येकाचं वैवाहिक आयुष्य असंच असतं का? त्याचं माझ्यावर प्रेम असतं तर त्यानं माझ्याशी असा व्यवहार केला नसता. हळूहळू मी त्याचा तिरस्कार करू लागले. त्याचा कार्यभाग उरकला की तो कुशीवर वळे आणि मला त्याची पाठ चोळायला सांगे. मी इतकी मूर्ख होते की त्यानं मला सांगेपर्यंत मी थांबतच नसे. मला वाटे की त्याला झोप लागेपर्यंत चोळत राहाणं माझं कर्तव्यच आहे. दिवसभराच्या कामानं माझे हात दुखत असत. दर रात्री मला त्याचे केस तेल लावून चोळून द्यावे लागत. सुखविंदरलादेखील मला केशमर्दन करून द्यावं लागे. त्यानं माझं कधीही चुंबन घेतलं नाही किंवा मला काहीही माया दाखवली नाही. तो माझ्या बाजूनं उभा असता, तर मी इतरांचा छळही सहन केला असता; पण तुमचा सहचरच असा वागत असेल तर आशेला काही जागाच नसते. मग त्याच्या आईप्रमाणे तोही तक्रार करू लागला, की माझ्या कुटुंबानं त्यांना काहीही दिलेलं नाही.

मला कधीच दिवस गेले नाही. तो अत्युत्कट क्षणापूर्वी बाहेर निघून टॉवेलनं ते पुसून घेई. जेव्हा मी म्हटलं की मला मूल हवंय तेव्हा तो म्हणाला, 'जेव्हा तुझं डोकं सरळ येईल, तेव्हा तुला मूल मिळेल.' मला वाटे की मूल झालं की या सर्वांमध्ये त्यामुळे परिवर्तन होईल. माझ्याबद्दल नसला, तरी मुलाबद्दल त्याला जिव्हाळा वाटेल. शेवटी ते रक्ताचं नातं असेल. सारं संपायच्या दोन-तीन दिवस आधीपर्यंत तो माझ्याशी समागम करतच राहिला. एकदा तर... मला त्याबद्दल बोलायलादेखील भयंकर संकोच वाटतोय.... त्यानं जमिनीवर टॉवेल पसरला, मला त्यावर झोपायला लावलं आणि माझ्या आत असतानाच लघवी केली. काही तरी ऊष्ण बाहेर झिरपेपर्यंत काय चाललंय याची मला कल्पनाच आली नाही. तो टॉवेल

भिजून गेला. त्यानं असं का केलं ते मला कळत नाही. किती गलिच्छपणा!

एकदा मी स्वयंपाकघरात काम करत असताना माझी सासू मला माझ्या आधीच्या इंग्लंडभेटीबद्दल टोमणे मारू लागली. ती म्हणाली माझ्या त्या इंग्लंडभेटीवर मी केलेल्या मित्राला भेटता यावं म्हणूनच मी या विवाहाला होकार दिला. मला खरं राजबरोबर नांदायचंच नव्हतं. मी समजावून सांगायचा प्रयत्न केला. की मी आले तेव्हा जेमतेम नऊ वर्षांची होते. मी म्हणाले की मी माझ्या काकांना फोटो पाठवायला सांगेन म्हणजे मी किती लहान होते ते त्यांना कळेल. माझी सासू म्हणाली, की त्यांना फोन करायची मला परवानगी नाही. मग तिनं माझे केस पकडून मला वरच्या मजल्यावरच्या बेडरूममध्ये खेचत नेलं आणि बाकी सर्वांना वर यायला सांगितलं. माझ्या सासूनं माझी मनगटं पकडून माझी कोपरं भिंतीवर आपटली. मग तिनं माझा गळा दाबायचा प्रयत्न केला. मी तिला म्हणाले, 'मला मारून टाक. मला असलं आयुष्य जगण्याची इच्छा नाही.' नरिंदरनं तिच्या आईला मला सोडून द्यायला सांगितलं – काही झालं असतं तर त्यांच्यावर खुनाचा आरोप आला असता. मग तिनं माझे केस पकडून माझं तोंड भिंतीवर आदळलं. मी मोठमोठ्यांदा रडत होते. राज त्याच्या आईला उत्तेजन देत म्हणत होता, 'मार. तिला आणखी मार!' तो सारा तमाशा मोठ्या मौजेने बघत होता. राजसुद्धा माझ्या पहिल्या इंग्लंडभेटीबद्दलचे त्याच्या आईचे टोमणेच पुन्हा पुन्हा गिरवत होता. नोकरालासुद्धा याहून बरं वागवतात. जंगलात जाळ्यात सापडून शिकाऱ्यांच्या तावडीत सापडलेल्या, सर्वजण आपल्या करमणुकीसाठी जाच्यावर छळाचे वेगळे वेगळे प्रकार करून पाहाताहेत अशा प्राण्यासारखं मला वाटत होतं. तो सर्वांत वाईट दिवस होता. याहून अधिक वाईट दिवस म्हणजे जेव्हा त्यांनी मला घरातून बाहेर हाकलून दिलं, तो!

मग माझी सासू नरिंदरच्या घरी गेली आणि तिथून तिनं माझ्या वडिलांना फोन करून माझ्याबद्दल अनेक कागाळ्या केल्या. माझे वडील म्हणाले की ते विष खाऊन मरून जातील. त्यांनी माझ्याशी बोलायला मागितलं. जेव्हा माझी सासू मला फोन देईना तेव्हा त्यांना चिंता पडली की त्यांनी मला मारूनदेखील टाकलं असेल. त्यांनी देवच्या चुलतबहिणीला फोन करून तिला मला भेटायला जायला सांगितलं. मला नंतर कळलं की ते, जवळपासच, हेस्टनमध्येच राहात होते. आँटी तिच्या मुलांना घेऊन मला भेटायला आली. मी रडत होते. माझी सासू माझं रडणं थांबवायला तिच्या हातांनी माझ्या डोक्यावर मारू लागली. त्यांच्यादेखतच! ती वारंवार म्हणत होती, 'सांग त्यांना, तू इथं किती सुखात आहेस ते! तुझी जीभ झडून गेलीय का?' राज माझ्याकडे एकटक बघत होता. आँटीला अर्थातच सारं काही लक्षात आलं. तिनं माझ्या सासूला म्हटलं, 'ताई, तुम्ही तिला असं का वागवता? तुम्ही तिला फोनवर तिच्या वडिलांशी बोलू द्यायला हवं होतं. त्यांना तिची खरंच

काळजी वाटतेय.'

त्या निघून गेल्यावर माझी सासू म्हणाली की मला नांदवायची त्यांची अजिबात इच्छा नव्हती आणि तिच्या मुलानं इच्छेनुसार मला वापरावं आणि छळावं. जणू काही मी एक वेश्या होते! कुठली सासू असं बोलत असेल? 'आम्ही लग्नात गुंतवलेल्या पैशांची आम्हाला फक्त वसुली करायची आहे.' ती म्हणे, माझा पासपोर्ट त्यांच्याजवळच होता. ती मला भारतात परत पाठवून देण्याची धमकी देई. ती मला टोमणे मारत असे की कायद्यानं माझं स्थान 'राजची आश्रित' असंच आहे. तो मला वाटेल तेव्हा परत पाठवून देऊ शकतो; दोन वर्षांनंतरसुद्धा. त्यानं माझ्यासाठी अर्ज केला नाही, तर मी कायम राहू शकणार नाही. मी देवाची आळवणी करत असे की मला ते घरात राहू देऊ देत. तो दिवस भांडण आणि शिवीगाळीशिवाय जाऊ दे! मी काहीही चुका होऊ नयेत आणि तिला ओरडायला कारण मिळू नये म्हणून खूप काळजीपूर्वक वागत असे. पण दररोज ती नवंच शोधून काढत असे. मला दुसरीकडे कुठेच आसरा नव्हता, म्हणून मी ते सारं सहन करत होते.

त्या दिवसानंतर त्यांनी माझ्याशी बोलणं अजिबात बंद केलं. जेव्हा सारेजण बाहेर गेले होते आणि मी जसबीरबरोबर घरात एकटीच होते, तेव्हा नरिंदरनं माझ्याशी बोलायला फोन केला. ती माझ्याशी सर्वांत चांगली वागत असे. तिनं मला त्यांना कसं जिंकायचं याबद्दल क्लृप्ती सांगितली. ती म्हणाली की मी जर माझ्या आईवडिलांना सांगितलं की मी सुखात आहे आणि माझ्या आयुष्यात त्यांनी दखल देऊ नये, तर मी शांतपणे जगू शकेन. ती मला म्हणाली की माझ्या सासूच्या पायांवर पडून मी माफी मागावी. ते परत आल्यावर मी सर्वांच्या पाया पडले. त्यांच्यादेखत मी वडिलांना फोन लावून त्यांना म्हणाले, की मी सुखात आहे आणि त्यांनी हस्तक्षेप करू नये. मला भेटायला कृपाकरून इतरांना पाठवू नका. मी म्हणाले. माझे वडील रडत होते. त्यांना समजत होतं की माझा छळ होतो आहे; पण ते काय करू शकत होते? जरी नरिंदर बहुतेक वेळा माझ्याशी चांगली वागे, तरी एकदा तिनं मला तिच्या घरी नेलेलं असताना तिनं मला चपराक लगावून म्हटलं की माझ्या आईवडिलांनी तिची नीट खातिरदारी केली नव्हती. मला कळत होतं की तिच्या तक्रारीत काही तथ्य नाही, कारण माझे आईवडील मला नेहमीच मी त्या सर्वांशी सारखंच प्रेमानं वागावं असं सांगत असत.

जरी संबंध इतके बिघडलेले होते तरी त्यांनी मी तेथे गेल्यावर दोन महिन्यांनी, मे महिन्यात आमच्या लग्नाप्रीत्यर्थ मोठी पार्टी दिली. त्यांनी साऱ्या मित्रमंडळींना पार्टी द्यायचं कबूल केलं होतं आणि त्यांना शब्द पाळणं आवश्यक वाटलं. सतवंतला पार्टी म्हणजे पैशांचा अपव्यय वाटत होता, पण राज आणि सुखविंदरला पार्टी द्यायची इच्छा होती. हॉल घेऊन त्यांनी बऱ्यापैकी पार्टी दिली. ही गोष्ट अनाकलनीय

होती. हे खरंखुरं लग्न असावं असा त्यांनी देखावा केला. त्यांनी मला मी पाहुण्यांशी काहीही बोलू नये, असं सांगितलं. मी सुखी आहे असं दिसलं पाहिजे, वाटलं पाहिजे अशी, त्यांची इच्छा होती. ते म्हणाले की मी नवऱ्याबरोबर नृत्य करीत असताना त्याच्याशी बोलावं. जर कुणी विचारलं की माझे आई-वडील का आले नाहीत, तर मी सांगावं की माझे वडील बरे नसल्यामुळं प्रवास करू शकत नाहीत. खूप लोकांनी असं विचारलंच. मी त्यांच्या सूचना तंतोतंत पाळल्या. पार्टी छान पार पडली. त्यांनी मद्यही ठेवलं होतं. मी मरून रंगाचा लग्नातला शरारा घातला होता. आमच्या लग्नात घातलेले कपडेच राजनं घातले होते. मला वाटतं, नरिंदरच्या नवऱ्यानं मद्य घेतलं आणि तो खूपच रंगात आला. त्यानं बायकोला उचलून तिची चुंबनं घ्यायला सुरुवात केली. आम्ही घरी गेल्यावर, त्याच्या वागण्यानं कुळाचं नाव खराब केल्याबद्दल, माझी सासू त्याला ओरडली. ते नेहमी म्हणत असत की त्यांच्या कुटुंबात कुणीही दारू घेत नसे. राजचे वडील दारूच्या व्यसनानंच मरण पावले होते, त्यामुळे ते सर्वजण दारू घेत नसत, ही थाप होती. त्यांनी खरं सांगितलं असतं, तर आम्हाला काही वाटलं नसतं. जर ते दारूला शिवतदेखील नव्हते, तर मग त्यांनी पार्टीत दारू का दिली? भारतातदेखील त्यांनी माझ्या वडिलांना मद्य, तेही उत्कृष्ट प्रतीचं, देणं भाग पाडलं होतं. मला वाटतं नरिंदरच्या नवऱ्यालादेखील दारूचं व्यसन होतं. तो म्हणाला, ती त्याची दारू घ्यायची पहिलीच वेळ होती; त्याला पार्टीत मौजमस्ती करायची होती. त्या दिवशी माझ्या नवऱ्यानंदेखील दारू घेतली होती. तुम्हाला ते लगेच लक्षात येतं. तुम्ही जर त्या पार्टीत आला असतात, तर तुमची समजूत झाली असती की विवाहानंतर आम्ही सुखात आहोत. नाखुषीनं का होईना, त्यांनी त्या पार्टीला आँटीलादेखील बोलावलं. त्यांना ह्या गोष्टीवर भारतात चर्वितचर्वण व्हायला नको होतं. तिनं मला विचारलं की मी सुखात आहे का? मी म्हणाले, सारं ठीक आहे.

जरी मी इथं आल्यावर नातं नासलं होतं, तरी कधीकधी राज माझ्याशी नीट वागला होता – पाच महिन्यांत मोजून दोनदा! एकदा मी फुटलेला ग्लास उचलला आणि हातातून रक्त येऊ लागलं. त्यानं कागदानं जखम टिपली आणि वर लावायला दुकानातून प्लास्टर विकत घ्यायला तो धावला. मी काच उचलल्याबद्दल तो मला रागावला. पण त्याच्या हळुवारपणाची काही शाश्वती नसे! जूनमध्ये एका संध्याकाळी आम्ही सर्वजण टी.व्ही.वर सिनेमा बघत होतो. तो दिवस चांगला गेला होता. त्या दिवशी भांडणं झाली नव्हती. सुखविंदर गालिच्यावर बसून टी.व्ही. बघत होती. आम्ही दोघे सोफ्यावर बसलो होतो आणि राजनं माझ्या खांद्याभोवती हात ठेवला होता. मला वाटलं की त्याचं हृदय द्रवलंय. मी सर्वांसाठी किती करतेय ते त्याच्या लक्षात आलंय. त्याच आशेवर मी तेथे राहात होते – की एके दिवशी गोष्टी

सुधारतील. सुखविंदरनं वळून आमच्याकडे बघितलं. ती ताबडतोब वरच्या मजल्यावर तिच्या आईपाशी गेली आणि तिनं तिला सांगितलं की राज आणि मी मिठी मारून बसलोय. तिला आनंद व्हायला हवा होता. मी त्याची बायको होते, कुणी वेश्या नव्हते! मी वर माझ्या खोलीत गेले. त्याची आई खाली गेली आणि राजवर ओरडली, 'तुला तुझ्या बहिणीसमोर असं वागायला लाज वाटत नाही?' तो म्हणाला, 'आम्ही काहीच करत नव्हतो.' ती म्हणाली, 'तिला आम्ही जवळजवळ बसलेले दिसायला नकोत!' मग ती माझ्यावर डाफरली की मला कवडीची अक्कल नव्हती आणि मी नवऱ्याला असं वागू दिलं होतं. मी काहीच बोलले नाही. पुन्हा कधीही आम्ही जवळजवळ बसलो नाही. त्या प्रसंगानंतर आमच्यातलं अंतर आणखी वाढलं आणि संबंध अधिक बिघडले.

राज सारा वेळ फोनवर बोलत राहू लागला. तो कामावरून आला रे आला, की कानाला फोन लावून बसू लागला. मी खिडकीतून बघत असे. तो गाडी लावून, रस्त्यावर पुढे-मागे फेऱ्या मारत, फोनवर बोलत राही. खूप वेळानंतर तो घरात येई. तो इतका व्यग्र राहू लागला, मी त्याचं वर्णनही करू शकत नाही. तो त्याच्याच दुनियेत राहू लागला. तो टी.व्ही. तरी बघे किंवा आपल्या लॅपटॉपवर जसबीरबरोबर खेळ तरी खेळे. मग तो मित्रांबरोबर बाहेर जाऊ लागला आणि रात्री नवाला घरी येऊ लागला, खूप दिवसांनी मला कळलं, की त्याचं ऑफिस पाचलाच बंद होत असे. एके दिवशी आमच्या बेडरूममध्ये तो कॉम्प्युटरपुढे बसला होता. योगायोगानं मी काही कपडे आत ठेवायला आले आणि माझे डोळे 'माझं तुझ्यावर प्रेम आहे' या शब्दांवर पडले. ते त्यानं लिहिलेलं होतं की त्याला आलेलं पत्र होतं – ते मला कधीच कळलं नाही; पण त्यानं कॉम्प्युटरवरून ते शब्द लगेच घालवले. जणू देवानंच त्या शब्दांवर माझी दृष्टी नेली होती!

ऑगस्ट महिन्यात भारतात नात्यातलं एक लग्न होतं. त्याची आई मला म्हणाली की मी माझ्या आईवडिलांना सांगावं की ती भारतात येतेय आणि त्यांनी तिला खर्चायला ५०,००० रुपये द्यावेत. त्यांनी दिले नाहीत, तर माझं आयुष्य आणखी खडतर होईल. डॅडीजी म्हणाले, 'मी इतके पैसे कुठून आणू? आत्ताच तर मी तुझ्या लग्नावर खर्च केला आहे.' ती माझ्या आईवडिलांकडे गेली असताना माझ्या वडिलांनी तिला ६,००० रुपये दिले. ती निघता निघता म्हणाली की ते तर तिला एक साडी घेण्याएवढेदेखील नाहीत, त्यातून तिचा मुलगा आणि इतरांसाठी काय राहाणार? ती म्हणाली, 'तुम्हाला आणखी देणं परवडत नसलं तर आम्ही तुमच्या मुलीला काय करतोय ते बघत राहा. आम्ही तिला भारतात परत पाठवून मारून टाकू. मग तुमचे डोळे उघडतील?' डॅडींनी असं न करण्याबद्दल तिची करुणा भाकली.

माझी सासू भारतात होती, तेव्हा सुखविंदरनं मला सांगितलं की राजची आणखी एक मैत्रीण आहे. सुखविंदर म्हणाली, ती त्यांची चूक झाली की त्यांनी त्याला माझ्याशी लग्न करायला लावलं. नरिंदरच्या नवऱ्यानंदेखील हे खरं असल्याचं सांगितलं. मी माझ्या नवऱ्याला याबद्दल विचारलं तेव्हा त्यानं ते नाकबूल केलं. मी त्याला विचारलं की तो इतका वेळ फोनवर का असतो की त्याला माझ्यासाठी काहीही वेळ देता येत नाही? त्यानं मला मारलं आणि जास्त चौकशा न करण्याबद्दल दरडावलं. मी त्याला विचारलं की माझी काहीही चूक नसताना तो माझ्याशी इतका रानटीपणे का वागतो?

एके दिवशी तो आणि सुखविंदर बाहेर जायला तयार होत होते. नेहमीप्रमाणेच मला यायचंय का हे त्यांनी विचारलं नाही. मग सुखविंदर म्हणाली की तो त्या बाईला भेटायला चालला आहे. आणि मला तिला बघायचं आहे का? तिनं मला बरोबर न्यायची तयारी दाखवली. तो म्हणाला, गाडीत माझ्यासाठी जागा नाही. मी म्हणाले, 'तू दाखवशील त्या कोपऱ्यात मी दाटीवाटीनं बसेन.' त्या कारमध्ये काहीही नव्हतं. शेवटी त्यानं मला कारच्या मागच्या बाजूला ढकललं आणि आम्ही 'होमबेस' दुकानात गेलो. ह्या एकाच वेळेस मी त्यांच्याबरोबर बाहेर गेले.

त्यानं माझी तिच्याशी ओळख करून दिली नाही, ती वयानं पुष्कळ मोठी, घटस्फोटीत स्त्री होती. तिला दोन मुलं होती. एक मुलगा तिच्याबरोबर आलेला होता. राज तिच्याबरोबर इतक्या आनंदानं हास्यविनोद करत होता! मी त्याला तसं कधीच बघितलं नव्हतं. तो तिच्या अगदी जवळ जाऊन बोलत होता. तो तिला जमिनीवरलं आच्छादन विकत घेऊन देत होता. तिनं तिला आवडतं ते निवडल्यावर तो म्हणाला की तो किमतीची चौकशी करेल. त्यानं विक्रेत्याला पाहून शीळ घातली आणि मद्यानं उत्तेजित झाल्यासारखा चालत त्याच्यापाशी गेला. मी मत्सरानं पेटून उठले होते. सुखविंदर म्हणाली, 'पाहिलंस? आता तुझी खात्री पटली असेल. तू त्याला तुझ्याबरोबर इतक्या आनंदात कधीतरी पाहिलं आहेस?' राजनं सारा दिवस त्या बाईबरोबर घालवला. तो तिच्या जमिनीवर हे फ्लोअरिंग बसवून द्यायला गेला. तो माझ्याशी शब्दही बोलला नाही. मी फार बेचैन झाले. एका शनिवार-रविवारी तो शनिवारी गेला आणि रविवार रात्रीपर्यंत परत आला नाही. सुखविंदर एवढी खुषीनं टणाटण का उडत होती; हे मला कळलं नाही. खरं तर प्रत्येक बहिणीची इच्छा तिच्या भावाचा विवाह यशस्वी व्हावा अशीच असायला हवी! जेव्हा तो सारा वेळ फोनवर बोलण्यातच घालवू लागला, तेव्हा माझी खात्री पटली की त्याचं माझ्यावर प्रेम नाही; पण ते त्यानं कधीही कबूल केलं नाही. तो म्हणे ती फक्त एक मैत्रीण आहे आणि तो तिचा आईसमान आदर करतो. तो माझ्याशी फार आपुलकीनं वागत

नाहीय हे त्याच्या आईला पटवण्यासाठी कदाचित तो सर्वकाळ तिच्याशी फोनवर बोलत असेल.

दुसऱ्या एका वेळी तो पहाटे २-३ वाजेपर्यंत परतच आला नाही. मी त्याची हॉलमध्ये बसून वाट पाहात राहिले. मी भुकेनं कळवळले होते. आमच्या रुढीप्रमाणं बायकोनं नवऱ्याच्या आधी जेवायचं नसतं, हे पत्नीचं कर्तव्य असतं. तुम्ही त्यांना वाढून त्यानंतर जेवायचं असतं. सर्वसाधारणपणे मी आधी त्याला वाढत असे, त्यानंतर माझी सासू, सुखविंदर आणि जसबीरला वाढत असे आणि त्यानंतर मी जेवायला बसत असे. मी जेवेपर्यंत रात्रीचे नऊ वाजत. दहा वाजता मी दूध गरम करून, ते झोपण्यापूर्वी, त्यांना देत असे. मी त्याला मोबाइलवर फोन केला. त्यानं तो उचललाही नाही किंवा परत फोनही केला नाही. तो घरी परत आल्यावर मी त्याला म्हटलं की मला खरोखरच काळजी लागली होती की त्याला काहीतरी झालं. तो म्हणाला की तो एका पार्टीला गेला होता आणि फोन वाजलेला त्याला ऐकू आला नाही. तो न जेवताच झोपायला निघून गेला. मीही तेच केलं.

माझ्या आईवडिलांनी मला दिलेला सोन्याचा सेट वितळवून नव्या डिझाईनचा बनवण्यासाठी सासूनं नेला होता. ती म्हणाली की त्याचं डिझाईन जुनाट धर्तीचं आहे. तिनं सुखविंदरला भारतातून फोन करून सांगितलं की एका ज्योतिषानं तिला सांगितलंय की अंबरनं सुवर्णालंकार वापरू नयेत, तिचे ग्रह तसं सांगताहेत. सुखविंदरनं मला माझे दागिने काढून टाकायला सांगितलं. मी ते आधी काढत नव्हते. मी स्वयंपाकघरात जाऊन कामाला लागले. मग सुखविंदर जोरानं किंचाळत पुन्हा तेच म्हणाली, 'मी पहिल्यांदा सांगितलेलं तू ऐकलं नाहीस? या क्षणी ते सारं सोनं उतरव.' मी तसं केलं. तिनं माझ्या नवऱ्यालादेखील त्याची सोन्याची अंगठी काढायला लावली. का ते मला माहीत नाही.

दुसरा दिवस होता मंगळवार. १६ ऑगस्ट. मी राजसाठी नाश्ता बनवला. तो गेले दोन-तीन दिवस माझ्याशी बोलत नव्हता. तो म्हणाला, 'त्याला भूक नाही' आणि तो कामावर निघून गेला. सुखविंदरला त्या दिवशी सुटी होती. ती जागी झाल्यापासूनच संतापलेली होती. ती दहा वाजता उठल्यावर मी तिचा नाश्ता तयार केला. ती म्हणाली, 'भडवे, हे तुझं घर नाहीय. चांडाळणी, मला तू इथं आणखी अजिबात राहायला नकोयस. सटवे! मी तुला नरिंदरच्या घरी नेतेय.' मी तिला म्हणाले, 'मी तुझ्या भावाची पत्नी म्हणून इथं आलेय. मी सर्वांसाठी इतकं करत असताना तू अशा गोष्टी का बोलते आहेस?' ती फक्त पुन्हा पुन्हा म्हणत राहिली की मी तिथे आणखी राहू शकणार नाही. जेव्हा आता मी त्याचा मागे जाऊन विचार करते, तेव्हा माझ्या लक्षात येतं की हा सारा उघड उघडच ठरवून केलेला बनाव होता. मी म्हणाले, 'मी कुठंही जाणार नाही. माझी खूप कामं पडली आहेत.' तिनं

माझे केस घट्ट धरून मला पुढच्या दरवाज्यापाशी खेचायला सुरुवात केली. तिनं माझे केस इतक्या जोरात खेचले की ते झुपक्या झुपक्यानं मुळापासून निघू लागले. माझं डोकं असह्य ठणकू लागलं. तिनं तिची लांब नखं माझ्या मांसात रुतवून रक्त काढलं.

मग ती मला मारू लागली. मी टेबलाच्या कडेवर ठेवलेला कॉर्डलेस फोन उचलला. मला वाचवायला मला पोलिसांनाच बोलावून घ्यायला हवं होतं, असं मला वाटलं. तिनं मला ढकलून तो फोन खेचून घ्यायचा प्रयत्न केला. तिनं माझं कपाळ भिंतीवर आपटलं. माझ्या कपाळावर टेंगूळ आलं. तिनं मला लाथा-बुक्क्या मारल्या आणि ती माझ्या उजव्या मनगटाला चावली. आणि तिनं मला दरवाज्याबाहेर ढकललं. त्याच वेळेस नरिंदर आली. मी तिच्याकडे धावले आणि तिला म्हणाले, 'दीदी, मला सुखविंदर मारतेय.' कुणीतरी अनोळखी माणूस बाजूच्या पदपथावरून चालला होता, ते थांबून आमच्याकडे बघू लागला. नरिंदर त्याला म्हणाली, 'तुम्ही आहात होय?' ती त्याला ओळखत होती की नाही, याची मला खात्री नाही. मी त्याला आधी कधीच पाहिलं नव्हतं. मला त्या रस्त्यावर राहाणारी आणि अधूनमधून माझ्या सासूला भेटायला येणारी फक्त एक स्त्री माहीत होती. 'तुम्ही अंबरला बरोबर घेऊन जाता का? माझी बहीण थोडी भडक माथ्याची आहे. मी तिला शांत करायचा प्रयत्न करते. मी थोड्या वेळानं अंबरसाठी येईन.'

मी अनवाणी होते. मला घेरी येत होती. माझ्यानं पाऊलही टाकवत नव्हतं. त्या माणसानं मला सावरलं. मला पोटात जिथं गुद्दे बसले होते तिथं दुखत होतं. तो तीन-चार घरं टाकून राहात होता. मला नंतर समजलं की त्याचे नाव होतं बलबीर सिंग. मी हमसून हमसून रडत होते. तो म्हणाला, 'काळजी करू नकोस. मी भावाप्रमाणे तुझ्याकडे लक्ष देईन.' हे झालं तेव्हा तो कामावर निघाला होता. त्याच्या घरात दुसरं कुणीही नव्हतं. मी नरिंदरची वाट बघितली; पण ती मला न्यायला आलीच नाही. मी इतकी दुःखीकष्टी असतानासुद्धा निराश्रित होण्याच्या कल्पनेनं भेदरून गेले होते. पोलिसांना फोन करावा असं त्या माणसाला वाटत होतं, माझी काय इच्छा आहे, असं त्यानं मला विचारलं. मला आधी माझ्या आईवडिलांशी बोलायची इच्छा होती. ते मला म्हणाले की ते माझ्यासाठी काहीच करू शकणार नाहीत. मी त्यांना देवच्या चुलतबहिणीचा फोन नंबर दिला. त्या माणसानं त्यांना फोन केला आणि ते त्या माणसाच्या घरी येऊन पोचले. त्यानं पोलिसांनादेखील फोन केला. ते ॲम्बुलन्स घेऊन आले. ते मला हॉस्पिटलला घेऊन गेले आणि त्यांनी मला प्रचंड डोकेदुखीवर औषध दिलं. मी पोलिसांना – एक स्त्री आणि एक गोरा माणूस – सारी कहाणी सांगितली. त्यांनी विचारलं की मला कुठं जायची इच्छा आहे? आँटी म्हणाली, 'मी तिला माझ्याबरोबर घरी

नेते.' त्यांनी विचारलं की मला सुखविंदरला अटक करायची इच्छा आहे का? मी म्हणाले, 'हो.' त्यांनी तिला अटक केली, पण ती म्हणाली की कुणी भांडण सुरू केलं याबद्दल त्यांच्यापाशी काहीच पुरावा नाही. पोलीस म्हणाले की माझ्या बाजूनं साक्षी कुणी नसल्यामुळे खटला उभा राहू शकत नाही.

या कुटुंबाबद्दल मी खूप वेळ आणि सखोल विचार करून ते माझ्याशी असे का वागले, याचं उत्तर शोधायचा प्रयत्न केला. मला वाटतं त्या विवाहित स्त्रीपासून त्याला अलग करण्यासाठी त्यांनी आमचं लग्न ठरवलं. पण ते साधलं नाही. ते संबंध किती काळ चालू होते ते मला माहीत नाही. भारतात जाण्यापूर्वी काही दिवस त्याची आई त्याला त्या दुसऱ्या स्त्रीबद्दल मला कळू न देण्याची काळजी घ्यायला सांगताना मी ऐकलं होतं. पण ती मलासुद्धा म्हणाली, 'मला वाटलं, तर त्याचं तिला भेटणं मी थांबवू शकते; पण तुझ्यापासून त्याला सुख नसताना मी तसं कशाला करू?' खरं तर त्यांनी माझ्यातला मत्सर जागा करण्याऐवजी आम्हाला जवळ आणण्यासाठी शक्य तेवढे प्रयत्न करायला हवे होते. आमची एकमेकांशी नीट ओळख व्हावी, म्हणून त्यांनी आम्हाला एकत्र वेळ द्यायला हवा होता. खरं तर त्याची पत्नी म्हणून नाही तरी सारं काम करणारी मोलकरीण म्हणूनही ते मला ठेवू शकत होते. मी कुणालाच जाब विचारत नव्हते! मी जर आक्रस्ताळेपणा करत असते, किंवा माझ्याबरोबर जुळवून घेणं अवघड असतं तर मी समजू शकत होते; पण देवाची शप्पथ घेऊन मी सांगते की मी त्यांची प्रत्येक इच्छा पूर्ण करायचा प्रयत्न केला. मला वाटतं फक्त 'हुंडा' या एकाच कारणानं त्यांनी आमच्यात फूट पाडली. माझे कुटुंबीय त्यांच्या मागण्या पुऱ्या करायला असमर्थ होते.

माझ्या साऱ्या गोष्टी अजून त्यांच्याकडेच होत्या. माझी सासू भारतातून परत येईपर्यंत आम्ही त्या गोष्टी मागायला जाणं एक-दोन आठवडे लांबणीवर टाकलं. माझ्या आँटी आणि जवळच्या गुरुद्वारातले पंडित त्या गोष्टी आणायला गेले. पोलिसांनी आम्हाला सांगितलं होतं की काही अडचण आली तर आम्ही त्यांना फोन करावा. मी कारमध्ये आँटीच्या मुलाबरोबर थांबले. सुरुवातीला ते दरवायाच उघडेनात. पंडितानं मग त्यांना मोबाइलवर फोन लावला. माझ्या सासूनं तो उचलला. तिनं त्यांना दरवाजा उघडला. आँटीला बघून तिला धक्काच बसला. सुरुवातीला आँटीनं मला परत घरात घेण्याबद्दल तिचं मन वळवायचा प्रयत्न केला. ती म्हणाली, की त्यांना माझ्याशी काहीही संबंध ठेवायचा नाही. मग आँटीनं माझ्या वस्तू परत मागितल्या. ती म्हणाली की मी सारं घेऊन गेले आहे आणि तिनं दरवाजा बंद केला. त्याच वेळेस तिथून एक पोलीस कार चालली होती. जेव्हा पंडितानं त्यांना परिस्थिती समजावून सांगितली, तेव्हा पोलिसांनी मला गाडीतून उतरून त्यांच्याबरोबर घरापाशी यायला सांगितलं. माझी सासू पोलिसांना म्हणाली मी सारं नेलं आहे आणि तिनं

दरवाजा धाडकन बंद केला. सुखविंदरच्या लक्षात आलं की पोलिसांशी असं वागून चालण्यासारखं नाही. तिनं दरवाजा उघडून पोलिसांची तिच्या आईच्या वतीनं माफी मागितली. ती म्हणाली की तिच्या आईची तब्येत बरी नाही. तिनं तिच्या आईला सांगितलं की त्यांना माझ्या गोष्टी मला परत द्याव्याच लागतील, नाही तर पोलिसांचा त्रास त्यांच्या मागे लागेल. माझी सासू कुणालाही आत देऊ येईना. ते पटकन परत आले. मला ते परत देणार होते त्या गोष्टी त्यांनी आधीच एका छोट्याशा, मोडक्या सूटकेसमध्ये भरून ठेवलेल्या होत्या. मी ती दरवाजात उघडली आणि मला दिसलं की त्यांनी माझे भारतातले थोडेसेच कपडे दिले होते लग्नातला शरारा आणि आणखी एक शरारा. मी माझं ब्लँकेट, दागिने आणि पासपोर्ट मागितला. ते म्हणाले की त्यांनी पासपोर्ट होम ऑफिसला पाठवला आहे आणि बाकीच्या गोष्टी मी आधीच नेल्या आहेत; पण काय काय आलेलं नाही, हे माझ्या लक्षात आलं नाही. तुम्ही दु:खीकष्टी असता, तेव्हा ऐहिक गोष्टींकडे तुमचं चित्त नसतं. एक पोलीस अधिकारी हिंदी बोलणारा होता. तो म्हणाला, 'रडू नकोस. देवाचे आभार मान की तू जिवंत राहिलीस. बऱ्याच बायका अशा वेळेस आपलं आयुष्य गमावतात.'

आँटी माझ्याशी खूप चांगली वागली. तिनं माझी काळजी घेतली. त्या दिवसांमध्ये माझी प्रकृती फार खालावली होती. माझं सतत डोकं दुखे. मी शांतता मिळावी म्हणून नेहमी गुरुद्वारामध्ये जात असे. लंगरसाठी धुणं-पाणी आणि चपात्या बनवणं यात मी मदत करत असे.

लंगर ही एक उत्कृष्ट शीख प्रथा आहे; त्यात गुरुद्वारात येणाऱ्या प्रत्येकाला संपूर्ण शाकाहारी जेवण दिलं जातं. जाती-धर्माच्या भिंती दूर व्हाव्या हा त्यामागचा पहिले शीख धर्मगुरू, गुरू नानक, यांचा उद्देश होता. सारेजण समानतेच्या नात्यानं एकत्र जेवायला बसत आणि शाकाहारी जेवण, मुसलमान, ज्यू आणि हिंदू यांपैकी कुणाचेच भोजनाबाबतचे नियम मोडत नसत.

आँटीनं मला पुढच्या जानेवारीपर्यंत, पाच महिने, ठेवून घेतलं, त्यांच्या मुलाचा विवाह होणार होता आणि ते घर आम्हा सर्वांसाठी फार लहान पडलं असतं. त्यांनी मला माझी दुसरी सोय बघायला सांगितलं. त्यांनी माझ्या आईवडिलांना फोन करून सांगितलं. माझे आईवडील मला म्हणाले की कुठल्याही परिस्थितीत ते मला परत घेऊ शकत नाहीत. ते फारच अपमानास्पद होईल. त्यांनी माझ्याबद्दलचं कर्तव्य पार पाडलं होतं. त्यांनी मला माझ्या नवऱ्याकडे परत जायला सांगितलं.

नाताळच्या दिवशी मी राजला भेटायला गेले. तो पुढच्या अंगणात कार धुवत होता. मी विचार केला की ते माझ्याशी कितीही वाईट वागले तरी मला निदान

आसरा मिळेल. भारतात परत जाण्यापेक्षा त्यांच्यापाशी राहून मी मेले तरी परवडेल! त्यानं मला पाहून डोळे विस्फारले. तो ओरडला, 'तू इथं काय करते आहेस?' मी म्हणाले, 'कृपा करून मला तुमच्याशी एकदाच बोलू द्या. मला सांगा की माझी काय चूक झाली? तुम्ही माझ्याशी असं का वागलात?' मग तो पुढला दरवाजा वाजवू लागला. 'आई, दरवाजा उघड. आई, दरवाजा उघड.' कदाचित ती वर असेल आणि तिला ऐकू गेलं नसेल. मी त्यांच्या पायावर लोटांगण घालून म्हटलं. 'कृपा करून एकदा माझं म्हणणं ऐकून घ्या.' पण तो दरवाजा ठोठावतच राहिला. त्यानं मला जोरात बाजूला सारलं आणि दहा फूट दूरची जागा दाखवून म्हणाला, 'जा, तिथे उभी राहून माझ्याशी बोल.' त्यानं विचारलं, 'मी कुणासोबत आले आहे?' मी म्हणाले, 'मी एकटीच आले आहे.' तो म्हणाला, 'जिथून आलीस तिथं चालू लाग.' मी म्हणाले, 'तुमच्याखेरीज माझं कुणीच नाही. तुम्ही मला घरातून का बाहेर काढलंत?' मी हा प्रश्न विचारते तोच दरवाजा उघडला. माझ्या सासूनं मला पाहिलं आणि विचारलं, 'ही इथं काय करते आहे?' तिनं मला शिव्या द्यायला सुरुवात केली, 'कुलटे, निघून जा.' तिनं राजला पकडलं आणि घरात खेचलं. तिच्या मुलीला तिनं पोलिसांना फोन करायला सांगितलेलं मला ऐकू आलं.

मी दरवाज्यात बसून रडू लागले. थोड्या वेळानं पोलीस आले. त्यांनी मला विचारलं की मला मारहाण झाली आहे का आणि मी दरवाज्यात का उभी आहे? मी सांगितलं की मला नवऱ्याबरोबर राहायचं आहे. त्यांनी दरवाजा ठोठावला. ते काय म्हणाले ते मला कळलं नाही. ते इंग्रजीत बोलत होते आणि मी रडत होते. मग ते आत गेले आणि मी बाहेरच होते. मी घेरी येऊन पडले. मी शुद्धीवर आले तेव्हाच पोलीस बाहेर आले आणि म्हणाले, 'त्यांना तू इथं नको आहेस.' त्या लोकांनी पोलिसांना सांगितलं, 'तिला अटक करा. ती आम्हाला त्रास देतेय.' कारमध्ये पोलीस अधिकारी म्हणाला की मी काहीच वावगं केलेलं नसताना मला अटक करायला सांगणारे ते लोक महामूर्ख आहेत. ते म्हणाले की मला जिथे हवं तिथे ते सोडतील. मी अजून म्हणत राहिले, 'मला नवऱ्याबरोबर राहायचंय.' ते म्हणाले, 'आम्हाला वेळ नाही. आज नाताळ आहे.' मी त्यांना गुरुद्वारापाशी सोडायला सांगितलं. त्यांनी मला हन्स्लॉमधील चर्चजवळ सोडलं. त्याला कुलूप होतं. मी पायरीवर बसून रडत राहिले. नंतर मी जवळच असलेल्या गुरुद्वारापाशी चालत गेले.

मी आणखी काही दिवसांनी पुन्हा गेले. मी ठरवलं की तो ज्या बँकेत काम करतो तिथं जायचं. कदाचित त्याच्या नातेवाइकांसमोर तो माझ्याशी बोलू शकला नसेल. म्हणून मी हायेसमधल्या बारक्लेज बँकेत गेले. माझ्या आँटीच्या गुरुद्वारातील एका स्त्रीला माझी दया येऊन तिनं मला थोडे पैसे दिले होते. त्यातले थोडे वापरून

मी बसने गेले. हायेसमध्ये त्यांनी मला सांगितलं की तो तेथे काम करत नाही आणि त्यांनी अक्सब्रिजचा पत्ता दिला. तो तिथंदेखील काम करत नव्हता, पण कुणीतरी कॉम्प्युटरवर त्याचं नाव बघून मला योग्य ठिकाणी पाठवलं. त्यांनी मला बस नंबर आणि तिथं कसं पोचायचं याबद्दल सूचना दिल्या. मी त्याला काचेतून पाहिलं. ते म्हणाला, 'तू माझ्या कामाच्या जागी येऊ नकोस. निघून जा.' मी पुन्हा त्यानं माझ्याशी बोलावं म्हणून गयावया केलं. तो म्हणाला की तिथं तो बोलू शकत नाही. म्हणून मी बाहेर गेले. कारण त्याला कामाच्या जागी त्रास व्हावा, अशी माझी इच्छा नव्हती. तो बाहेर येऊन माझ्याशी बोलेल या आशेनं मी बाहेर थांबले. मी खूप वेळ वाट बघितली. मला भूक लागली होती आणि थंडी वाजत होती. मी गुरुद्वारातून माझ्याबरोबर पराठा आणला होता. मी तो खाऊ लागले; पण मला मळमळतही होतं म्हणून मी पराठा परत आत ठेवून दिला. मी इकडे-तिकडे फिरत राहिले मग तो बाहेर आला आणि मला पाहून ओरडू लागला, 'तू अजून इथेच आहेस? घरी चालू लाग.' रागानं त्याचा चेहरा वेडावाकडा झाला होता; मला मारताना जसा होत असे, तसाच! 'हा भारत नाही, हे इंग्लंड आहे. मी पोलिसांना बोलावून तुला अंदर करू शकतो.' त्यानं माझ्याशी बोलावं म्हणून मी विनवत राहिले. तो म्हणाला, 'तुला माझ्याशी बोलायचं असलं, तर पाच वाजता ये.' मी आनंदाने निघून गेले. निदान तो माझ्याशी बोलायला तयार झाला होता. जेव्हा मी पाच वाजता तिथं गेले, तेव्हा मला तो दिसेना. मी आत गेले आणि बँकेत काम करणाऱ्या कर्मचारी स्त्रियांजवळ चौकशी केली. आधी त्या म्हणाल्या, त्या नावाचं कुणीच इथं काम करत नाही. ' आणि हसू लागल्या. मी म्हणाले, 'नाही. तो असिस्टंट मॅनेजर आहे आणि मी त्याची बायको आहे; मला त्याच्याशी बोलायचं आहे.' त्या म्हणाल्या, 'पंधरा मिनिटांपूर्वीच तो निघून गेला आहे.' मग मला जाणीव झाली की सारं काही संपलं आहे. आमच्यातली दरी कधीच ओलांडता येणार नाही!

आँटीच्या भावाचा एक मित्र होता. त्यांचं घर प्रशस्त होतं. त्यांनी मला घरी राहू द्यायचं कबूल केलं. मी इथं जानेवारी २००५ पासून राहाते आहे. इथेदेखील मी सारं घरकाम करत असे. मी सहाजणांच्या पूर्ण कुटुंबासाठी झाडलोट, धुणं, स्वयंपाक करत असे. ते थोडीही मदत करत नसत. ते जेवण झाल्यावर आपली ताटंदेखील उचलून ठेवत नसत. त्यांना दोन आणि चार वर्षांची लहान मुलं होती. मला त्यांनादेखील सांभाळावं लागे. त्यांचे डायपर बदलणं वगैरे सर्व काही. मला घर रंगवणं आणि शृंगारणंदेखील करावं लागलं. त्यांची दोन घरं आहेत. त्यांच्या दुसऱ्या घरातला सगळा वॉलपेपर मला काढावा लागला. मी हरकत घेऊ शकत नव्हते; कारण मी कफल्लक होते. मला जेवण आणि आसऱ्यासाठी काम करणं भागच होतं. त्यांच्याबरोबरचं आयुष्य फार खडतर होतं. माझ्या आयुष्याचे धिंडवडे निघालेले

पाहून मी खूप रडत असे. माझ्या नवऱ्यानं मार्चमध्ये घटस्फोटासाठी अर्ज केला. आँटी ते कागद घेऊन माझ्याकडे आली. माझं काळीज फाटून गेलं. हा खरोखरच शेवट होता. त्यानं आरोप केला की माझे दुसऱ्या कुणाबरोबर तरी संबंध होते, मी त्याच्याबरोबर बाहेर जायला नकार देत असे आणि त्यांनी घरी फोन केला की मी कधीच घरात नसे. त्याचा आणि त्याच्या खोट्या आरोपांचा मला इतका संताप आला! त्याच्या अर्जाला मला उत्तर देणं प्राप्तच होतं. या कुटुंबाच्या एका स्नेह्यांना SBS (साऊथ हॉल ब्लॅक सिस्टर्स) बद्दल माहिती होती आणि ते मला तिथं घेऊन गेले. त्यांनी मला वकील बघून दिला. मी पुरती उन्मळून गेले होते. त्यांनी मला परत उभं केलं. मी अतिशय निराश झाले होते. मला मरावंसं वाटत होतं. मला वेड लागेल असं मला वाटत होतं.

चार महिन्यांनी मला ब्यूटी पार्लरमध्ये नोकरी मिळाली. मी राहात होते त्या कुटुंबीयांची एक नातेवाईक नवं पार्लर उघडणार होती आणि तिला माणसं हवी होती. तिला कळलं की मी ब्यूटिशिअनचा अभ्यासक्रम पूर्ण केलेला आहे. तिनं माझी मुलाखत घेऊन मला नोकरी दिली. SBS नं मला नॅशनल इन्शुरन्स नंबरसाठी अर्ज करायला मदत केली. मला आता महिन्याला ४३२ पौंड – तासाला ५.०५ पौंड – मिळतात. मी रविवार-सोमवारखेरीज दररोज २ ते ६ काम करते. मी आठवड्याचं ३५ पौंड भाडं देते. मी कमवायला सुरुवात केल्यानंतर थोडे दिवस दर दुसऱ्या आठवड्याला मी सारं वाणसामान भरत असे. त्याचे ८० पौंड होत, हे दोन महिने चाललं. मग SBS मधल्या मीनानं मला निदर्शनाला आणलं की ते सहाजण आणि मी एकटी असताना, हे अगदी अन्याय्य आहे. मी त्यांना सांगितलं की माझ्या जेवणाची मीच सोय बघीन; कारण हे मला फार महाग पडतंय. आश्चर्याची गोष्ट म्हणजे त्यांनी हे मान्य केलं आणि सुचवलं की मी माझ्या जेवणाचे आठवड्याला १० पौंड द्यावेत. आता मला मुलांना सांभाळावं लागत नाही. ती त्यांच्या आजीकडे जातात. मी कामावरून जेव्हा लवकर परत येते तेव्हा मी स्वयंपाक करते. कधीकधी ते करतात. आम्ही सर्वजण मिळून घर साफ करतो.

मला अजून डोकंदुखी आणि जुलाबांचा त्रास होतो. पण SBS मधील शहांनी केलेल्या समुपदेशनामुळे 'आयुष्यात आता काही राम राहिलेला नाही' हे माझं मत आता बदललं आहे. शहा मला भूतकाळावर विचार करत न बसता, भविष्यकाळावर लक्ष केंद्रित करायला सांगतात आणि माझा भविष्यकाळ उज्ज्वल व्हावा म्हणून काम करायला सांगतात. मी बेचैन झाले की तिच्याशी मी अखंडपणे माझ्या सासरच्यांबद्दल बोलत राहाते. कधीकधी माझ्या आईवडिलांबद्दल बोलते. त्यांच्यावर माझा खूपच राग आहे. कधीकधी माझ्या खोलीत असताना मी खूप रडते. मला असं फुटकं नशीब दिल्याबद्दल मी देवाला बोल लावते. मला वाटतं हे माझं पूर्वजन्मीचं पाप असणार.

ते माझ्याशी असं का वागले ते मला कधीच कळणार नाही. हाच विचार सतत माझं डोकं पोखरत राहातो. माझं काय चुकलं ते मला सांगा. आता मला बरंच ज्ञान मिळालेलं आहे. मी, माझी, मी बाहेर जाऊ शकते – अगदी कुठेही असं नाही, पण लवकरच तेही करू शकेन. माझा आत्मविश्वास वाढतो आहे. माझ्यासारख्या स्त्रियांना, दुःखी वैवाहिक जीवनात अडकवून ठेवणाऱ्या देशांतरांसंबंधीच्या कायद्यांवर SBS नोव्हेंबर २००६ मध्ये SBS नं एक मीटिंग आयोजित केली होती. त्यात मी माझे अनुभव विशद केले. मीनानं मला इंग्रजीत छोटासा उतारा लिहिण्यासाठी मदत केली. मला सभेत बोलायची भीती वाटत होती. मी मध्येच रडू लागले. मीनानं येऊन मला विचारलं की मला बोलायचं थांबायचं आहे का; ते मला किती दुःखकारक आहे हे तिला समजत होतं. मी म्हणाले, 'नाही. मी काय भोगलं ते मला लोकांना सांगायचं आहे. म्हणजे इतर मुलींना याच अनुभवांमधून जावं लागणार नाही.' त्यानंतर खूप लोकांनी माझ्याजवळ येऊन मला सांगितलं की मी कशातून गेले हे ऐकून त्यांना फार वाईट वाटतंय पण मी धीर एकवटून माझे अनुभव त्यांना सांगितले, याचा त्यांना फार आनंद वाटतोय, हे ऐकून मला बरं वाटलं.

त्यांनी निवडलेला नवरा त्यांच्या मुलींना पसंत आहे की नाही, हे आईवडील मुलींना विचारत नाहीत, हे माझ्या मते अतिशय अयोग्य आहे. हा तिच्या उभ्या आयुष्याचा प्रश्न असतो. त्यांनी तरुण जोडप्याला एकमेकांची ओळख व्हावी अशी संधी दिली पाहिजे. पाच-दहा मिनिटांत तुम्ही काय सांगू शकणार? अर्थात माझ्या बाबतीत माझ्या नवऱ्याचा खरा स्वभाव मला समजू शकला नसता, कारण भारतात तो माझ्याशी चांगला वागला. माझ्यासारख्या परिस्थितीतल्या इतर मुलींना मला सांगायचंय की केवळ परदेशातून आलेला आहे, यामुळे त्यांनी तो वर पसंत करू नये. जर मुलींना प्रगत व्हायचं असेल, तर आईवडिलांनी त्यांच्या विकासाची आणि उन्नतीची संधी त्यांना द्यायला हवी. म्हणजे जेव्हा मुलींपुढे संकटं उभी राहातील, तेव्हा त्या माझ्याप्रमाणे नुसत्या रडत न बसता त्यांच्याशी दोन हात करू शकतील. मी भारतात अशी वाढले की शाळा-कॉलेज सोडून मी कुठंही जाऊ शकत नसे आणि तेथेसुद्धा मी भाऊ किंवा वडिलांना सोबत घेऊन जात असे; मला घरासमोरच खेळावं लागे. इथेसुद्धा सासूबरोबर गुरुद्वारात जाण्याखेरीज मी कुठेही जाऊ शकत नसे. इथल्या आयुष्याबद्दल मला काहीही माहिती नव्हती.

मी माझ्या आईवडिलांशी सारे संबंध तोडून टाकले आहेत; कारण ते समजून चालले की मीच चूक केलीय. मी त्यांच्याशी फोनवरसुद्धा बोलत नाही. त्यांनी माझी बाजू घ्यायला हवी होती. मी काय सहन केलं ते मीच जाणे! मी भारतात परत जाण्याचा विचार करत नव्हतेच. तुमचं लग्न मोडलं तर तुमच्या कुळाला केवढा बट्टा लागतो ते मी जाणते. मी खेड्यात परत गेले असते तर मी नोकरी करू शकले नसते

आणि लोकांनी माझा तिरस्कार केला असता. ते नरकप्राय झालं असतं. मी माझे पैसे कमावते, भाडं देते. त्या घरी *(सासरी)* माझ्याजवळ एक पौंडदेखील नसे. मला वाटतंय, 'अंबर, हो! खरंच तू कुठंतरी पोचली आहेस! तुला आता आणखी प्रगती करायची आहे.' माझ्या नशिबी काय लिहिलं आहे ते मला ठाऊक नाही. मला इंग्रजी नीट बोलायला शिकायचं आहे, म्हणजे मी प्रगती करून आणखी चांगली नोकरी मिळवू शकेन. मीनानं मला एअरपोर्टवरील नोकऱ्यांची माहिती दिली आहे. मला ब्यूटिशियनचा आणखी एक कोर्स पूर्ण करून स्वतःचं पार्लर उघडायची इच्छा आहे. आता मला नाही वाटत की मी कधीही कुठल्या पुरुषावर पुन्हा विश्वास ठेवीन!

SBS च्या मदतीनं जानेवारी २००७ मध्ये अंबरने इंग्लंडमध्ये राहाण्याचा हक्क मिळवला. देशांतराच्या एक वर्षाच्या कायद्यामुळं एक वर्ष पूर्ण होण्यापूर्वी विवाह मोडला, तर पुष्कळ स्त्रियांना अत्याचारांना किंवा परत पाठवलं जाण्याला बळी पडावं लागत असे. या नियमाविरुद्ध SBSनं काढलेल्या मोहिमेमुळे सरकारनं सूट देऊ केली आहे. ज्याअन्वये, ज्या स्त्रिया सिद्ध करू शकतील की त्यांचा घरी छळ होत होता, त्यांना राहाण्याची परवानगी देण्यात येईल; (कायम परवान्यापूर्वीचा) उमेदवारीचा काळ एकाऐवजी दोन वर्षं असेल; पण त्यांना आर्थिक मदत किंवा राहाण्याची जागा मागता येणार नाही. सध्या ब्रिटिश नागरिक नसलेल्या स्त्रियांपुढे दोनच पर्याय असतात, अत्याचारांना सामोरं जा किंवा रस्त्यावर या. अंबरच्या बाबतीत आपण पाहिलंच की डोक्यावर छप्पर हवं म्हणून तिला कसं पुन्हा गुलामगिरीला सामोरं जावं लागलं. आता तिला राहाण्याचा हक्क मिळाला आहे. त्यामुळे, गृहमंडळापुढे अर्ज करून, तिच्यासाठी स्वतःची जागा मागेल आणि त्यानंतर ती स्वातंत्र्याकडे पहिलं, घाबरलेलं पाऊल उचलेल.

स्वातंत्र्याकडे जाण्याचा परवाना

ह्या पुस्तकात ज्या पाचजणांच्या कहाण्या सांगितल्या आहेत, त्यांपैकी फक्त एका व्यक्तीला अजून सापळ्यात अडकल्यासारखं वाटतं आहे; ती आहे फरिया नूर. तिच्यापाशी कायदेशीर कागदपत्रं नाहीत. ती कायदेशीर आणि बेकायदेशीर या दोहोंमधील धूसर सीमारेषेवर उभी आहे. सरकारला माहीत आहे की तिच्याजवळ उपजीविकेचं दृश्य साधन नाही, तरीसुद्धा तिला 'सही' द्यावी लागते; त्याचा अर्थ दर महिन्याला बातमी केंद्रावर (reporting centre) जाऊन मधल्या काळात कसंबसं जिवंत राहायला धडपडणं. ती आता गुलामगिरीत जगत नाहीय; कारण तिनं 'शरिया' *(इस्लामच्या)* कोर्टात ब्रिटिश पासपोर्ट असणाऱ्या, पण वेगळं राहात असूनही कोणत्यातरी अनाकलनीय दडपणामुळे त्याच्या पहिल्या बायकोपासून घटस्फोट न घेतलेल्या, माणसाबरोबर विवाह केला आहे. आणि नाहीतरी सध्याच्या *(ब्रिटिश)* सरकारच्या कायद्याप्रमाणे, ज्यांचा आश्रयाचा परवाना नामंजूर केला गेला आहे अशांना, ब्रिटिश नागरिकांशी विवाह करण्याची परवानगी नाही. फरियाची आता उपासमार होत नाहीय, पण ती काम करू शकत नाही किंवा शिकू शकत नाही. तिच्या परिस्थितीच्या बरोब्बर विरुद्ध नताशा, लिउ, अंबर आणि निओमींची परिस्थिती आहे कारण त्यांना राहाण्याचा हक्क मिळालेला आहे – जरी निओमीला अठरावं पूर्ण झाल्यावर पुन्हा अर्ज करावा लागणार असला, तरी त्यांची स्वप्नं पूर्ण करण्याची संधी त्यांना उपलब्ध आहे!

आज गुलामगिरीत जखडल्या गेलेल्यांच्या आकड्याबद्दल एकमत नाही आणि त्याचं थोडंसं कारण असं आहे की गुलामगिरीच्या व्याख्येबद्दलच एकमत नाही.

केव्हिन बेल्स 'फ्री द स्लेव्हज' *(गुलामांना मुक्त करा)* या संस्थेच्या प्रमुखाच्या गुलामगिरीच्या व्याख्येनुसार 'आर्थिक स्वार्थासाठी पिळवणूक करण्याच्या हेतूनं, एका माणसानं दुसऱ्यावर मिळवलेला संपूर्ण ताबा.' हा निकष धरला तर फरिया नूर, लीउ बाओ रेन किंवा अंबर लोबप्रीत यांपैकी कुणीच गुलाम या सदरात मोडणार नाही; कारण तांत्रिकदृष्ट्या ते त्या परिस्थितीतून बाहेर पडायला नेहमीच स्वतंत्र होते; जरी त्याचा अर्थ बेघर व निराधार होणं हाच झाला असता, तरी! प्रचारकाच्या उत्साहानं बेल्स आपली खात्री पटवू बघतो की त्याच्या व्याख्येनुसार गुलामगिरी नाहीशी करणं खरोखरच शक्य आहे. मी त्या ऊर्मीचं कौतुक करते.

ILO *(इंटरनॅशनल लेबर ऑर्गनायझेशन)* ची गुलामगिरीची व्याख्या बेल्सच्या व्याख्येहूनही अधिक संकुचित आहे; ते पुस्ती जोडतात की ही कायमस्वरूपी, बरेचदा वंशपरंपरागत परिस्थिती आहे; ज्यात एक माणूस दुसऱ्यावर मालकी हक्कासारखा ताबा ठेवून असतो. हा संकुचित अर्थ घेतला तर गुलामगिरी फक्त पश्चिम आफ्रिकेचे काही भाग व सुदान येथेच आहे, असं म्हणावं लागेल. वस्तुत: अशी संकुचित व्याख्या ग्राह्य धरून आधुनिक काळातल्या गुलामगिरीचे प्रश्न सोडवता येणार नाहीत. खूप मोठी धूसर सीमारेषा अस्तित्वात आहे आणि पात्र-अपात्र आणि स्वेच्छेने की बळजबरीने याबद्दलच्या समजुतींमुळे गुलामगिरीतील व्यक्तींकडे कसं बघितलं जातं आणि त्यांना कसा न्याय दिला जातो, यात प्रचंड तफावत पडू शकतो. उदाहरणार्थ, जे लोक फसवून आत आणले गेले आहेत त्यांना, चोरून आत शिरलेल्यांपेक्षा, मदतीला अधिक पात्र धरलं जातं; कारण पहिली गोष्ट बळजबरीनं तर दुसरी स्वेच्छेनं घडलेली आहे; पण प्रत्यक्षात दोन्ही तऱ्हेची माणसं गुलामगिरीचंच आयुष्य जगतात.

आधुनिक काळातील गुलामगिरीची प्रमुख लक्षणं :

इतिहासातील एका विवक्षित क्षणी गुलामगिरी संपली, असं मानणं चुकीचं आहे. गुलामगिरी १०,००० वर्षांपूर्वी मेसोपोटेमियात – आता ज्याला इराक म्हणतात – अस्तित्वात होती आणि तेव्हापासून वेगवेगळ्या स्वरूपात प्रचलित राहिली आहे. अटलांटिक महासागरापार सतराव्या आणि अठराव्या शतकात चाललेला गुलामांचा व्यापार – ज्यानं विकसित राष्ट्रांचे रस्ते सोन्याच्या विटांनी मढवले – १८०७ साली बंद करण्यात आला असं म्हटलं जातं आणि त्यापाठोपाठ १८३३ साली गुलामगिरी रद्द करणारा कायदा आला; त्यामुळे गुलामांचा ब्रिटिश साम्राज्यातला व्यापार नुसता बेकायदेशीर झाला एवढंच नव्हे; तर सर्व गुलामांना स्वातंत्र्य दिलं गेलं. तरीसुद्धा या कायद्यामुळं गुलामी नष्ट झाली नाही. आजही

गुलामगिरी अस्तित्वात आहे आणि एवढंच नव्हे तर ती तेवढीच किंवा कधीकधी आधीच्या गुलामगिरीपेक्षासुद्धा अधिक क्रौर्यानं भरलेली आहे, याची जाणीव होणं अतिशय धक्कादायक आहे. नॉर्मन विजयापूर्वीच्या इंग्लिश समाजात १०% प्रजा गुलाम या सदरात मोडत असे; त्यांना मारून टाकण्याचा त्यांच्या मालकांना हक्क असे आणि त्याबद्दल त्यांना कोणतीही शिक्षा होत नसे; पण गुलामांनादेखील काही हक्क होते. मालमत्ता बाळगण्याचा, मोकळा वेळ मिळण्याचा आणि ठरावीक भत्ता मिळण्याचा – आपण पाहिलंच की अंबर किंवा निओमीच्या वाट्याला असे हक्क आले नव्हते.

आज इंग्लंडमध्ये गुलामगिरीत असलेले बरेचसे लोक परदेशातील आहेत, ते या देशाचे नागरिक नाहीत आणि त्यांची पिळवणूक झाली तरी त्यामुळे नैतिकतेचा उपमर्द झाला, असं समजलं जात नाही. जेव्हा ट्रकमध्ये किंवा जहाजांमध्ये माणसं मालासारखी कोंबली जातात तेव्हा 'माणसं' म्हणजेच 'माल' हे समीकरण परिपूर्ण होतं. सतराव्या शतकातील ब्रिटिश कायदे गुलामांना 'जंगम मालमत्ता' समजून गुलामांच्या मालकांना त्यांच्या नुकसानीचा विमा उतरवू देत असत. यामुळे विम्याच्या पैशांवर हक्क प्रस्थापित व्हावा म्हणून आजारी गुलामांना जहाजाबाहेर समुद्रात फेकून देण्याची युक्ती वापरली जाऊ लागली. गुलामांच्या व्यापाऱ्याला आजारी गुलामाऐवजी मृत गुलाम जास्त फायदेशीर ठरू लागले. याचीच आजच्या वस्तुस्थितीशी तुलना करा. आजही जहाजाचे कप्तान, बेकायदेशीरपणे लोकांची ने-आण करण्याच्या गुन्ह्याखाली न अडकण्यासाठी, वेळ आली तर त्यांचा धडधाकट 'माल' समुद्रात फेकून देतात. जे लोक गुलामांच्या व्यापारातून मिळणाऱ्या नफ्यावर आनंदाने जगले, त्यांच्याएवढेच आपणही स्वसंतुष्ट आणि गुन्ह्यात सहभागी आहोत; नाही का?

जगभर 'ते परके आहेत' ह्या प्रमुख कारणामुळं अत्यंत माणुसकीशून्य वर्तणुकीचंही समर्थन केलं जातं. सतराव्या आणि अठराव्या शतकात, इंग्लिश न्यायालयं, निग्रोंना जंगम मालमत्ता गणण्याचा मालकांचा हक्क उचलून धरत, कारण निग्रो 'ख्रिस्ती' धर्माचे नव्हते. अरबांचा आफ्रिकेतील गुलामांचा व्यापार आफ्रिका आणि युरोपातील गुलामांना इतिहासाच्या वेगवेगळ्या कालखंडात वापरत आला आहे त्यातले दलाल आताच्या बेकायदेशीर मानवी व्यापाऱ्यांप्रमाणेच गुलामांच्याच वंशाचे असत. त्याचप्रमाणे भारतातील बंधनातले मजूर बहिष्कृत, 'दलितां'सारख्या गटातले किंवा वांशिक किंवा धार्मिक अल्पसंख्याकांमधील असतात – फक्त गरीबच असतात असं नाही. कृष्णा उपाध्याय यांच्या म्हणण्याप्रमाणे – 'बंधनातले मजूर' ही फक्त पैशांसाठीची गोष्ट नाही; त्याला सामाजिक आणि राजनैतिक पदरही आहेत. आज पाकिस्तानातल्या साठ लाख बंधनातील मजुरांपैकी अर्ध्याहून अधिक हिंदू आणि ख्रिस्तीधर्मीय आहेत, तर भारतातील विड्या वळण्याच्या व्यवसायातले बंधनातले मजूर मुख्यत्वेकरून

मुसलमान आहेत. गरीब शेतकऱ्यानं, संकटकाळात स्थानिक जमीनदाराकडून कोणत्याही अटींशिवाय उचललेलं छोटंसं कर्ज त्याला जन्माचं वेठबिगार बनवतं; हे हजारो वर्षं चालत आलं आहे; त्याविरुद्धचे कायदे आणि मजुरांच्या पुनर्वसनासाठी उपलब्ध असलेले पैसेदेखील 'बंधनातला मजूर' मुक्त करू शकलेले नाहीत. शेतमजूर फक्त आपलं आयुष्यच तारण म्हणून गहाण ठेवू शकतो आणि जमीनदारानं कर्ज फिटलं असं म्हणेपर्यंत त्याला त्याच्यासाठी मजुरी करणं क्रमप्राप्त असतं. वेठबिगार आयुष्यभर कर्जात राहू शकतो, हे बंधन वारसाहक्कानं त्याच्या मुलांच्यादेखील गळ्यात पडू शकतं. नताशा आणि फरिया या दोघीही आजच्या बंधनातील मजुरांचीच उदाहरणं आहेत. त्यांचा राहाण्या-जेवण्याचा खर्च हे त्यांचं कधीही न फिटणारं कायमस्वरूपी कर्ज होतं. ब्राझीलमधील आता मुक्त झालेला एक गुलाम म्हणतो की त्याला मलेरियासाठी पॅरासिटेमॉल देण्यात आलं आणि त्याला सांगण्यात आलं की त्याची परतफेड करायला त्याला दोन महिने मजुरी करावी लागेल.

काही दृष्ट्या आधुनिक गुलामगिरी आणखी वाईट झाली आहे, कारण गुलामांची किंमत खूपच खाली घसरली आहे. आजच्या किमतीत मोजलं, तर अठराव्या शतकातील गुलामाला आजच्या २५,००० पौंडाइतकी किंमत मोजावी लागली असती. गुलामांचे मालक, नवे गुलाम विकत घेण्याचा खर्च टाळण्यासाठी आपले स्वतःचे गुलाम पैदा करत असत. याचा परिणाम म्हणून त्यांना पूर्ण कुटुंबच्या कुटुंब पोसण्यासाठी, घरं, कपडे आणि अन्नावर खर्च करावा लागे – जरी हे सारं बेताच्या प्रतीचं असलं तरी. पूर्वीच्या गुलामगिरीमध्ये मालकी हक्काबरोबरच त्यांना पोसण्याचा खर्च गळ्यात पडत असे; पण आजचे गुलामांचे व्यापारी मालकी न ठेवता गुलामांना ताब्यात ठेवतात आणि त्यामुळे त्यांना खूप जास्त फायदा होतो. आजच्या काळात, नताशाचं उदाहरण आहे, त्यावरून, ३००० पौंड देऊन बाईची खरेदी-विक्री करता येते किंवा निओमीच्या बाबतीत घडलं, तशी ती फुकटही मिळू शकते. गुलामांना पोसायचा खर्च त्यांचं गुलामीचं कर्ज म्हणून गुलामांच्याच गळ्यात टाकता येतो. बेल्स म्हणतो, की त्याच्या संशोधकांपैकी एकानं, हा मुद्दा सिद्ध करायला नुकतीच आयव्हरी कोस्ट येथे दोन तरुण माणसं, प्रत्येकी २५ पौंडांना विकत घेतली. शिवाय लिउसारखे इतरही असतात, जे बेकायदेशीर तस्करांना भरपूर पैसे मोजून इंग्लंडमध्ये प्रवेश करतात आणि गुलामीच्या जाळ्यात अडकतात.

त्यामुळे आधुनिक काळातील गुलामांच्या व्यापाऱ्यांना त्यांच्या गुंतवणुकीची काळजीपूर्वक देखभाल करण्याचं काहीच प्रयोजन वाटत नाही. याचे काही चांगले तर काही वाईट परिणाम होतात. गुंतवणुकीची वसुली भरभर होत असल्यामुळे आपल्या हिंसक वागण्यानं गुलाम अपंग होऊन काम करू शकणार नाही, याची फिकीर न करता, ते गुलामांना ताब्यात ठेवण्यासाठी अधिक अत्याचार करतात; जे

थोडे महिने निकीनं नताशाला ताब्यात ठेवलं होतं, तेव्हाही ती मारहाणीचे वळ घेऊन 'धंदा' करू शकणार नाही हे माहीत असूनही त्याचा राग, त्याच्या फायदा मिळवायच्या गरजेपेक्षा वरचढ ठरे आणि तो तिला मारहाण करून धाकात ठेवत असे. मेट्रॉपॉलिटन पोलिसांच्या 'दुर्गुण आणि संघ'पथकाचे मुख्य अधिकारी क्रिस ब्रॅडफर्ड म्हणतात, 'एकदा मुलगी जून झाली किंवा काही गुप्तरोगांना बळी पडली, तर मोडका फ्रीज फेकावा त्या सहजतेने तिला फेकून देण्यात येतं.' 'वापरा आणि फेकून द्या' ह्या सध्याच्या ग्राहक-प्रथेनुसार त्या मुली वापरून टाकून दिल्या जातात. पळून आलेला गुलाम स्वस्तात मिळत असल्यामुळे फारसा पैसा किंवा शक्ती खर्च न करता एकाच्या जागी दुसरा सहज मिळवता येतो. दुर्दैवानं गुलामीत असलेल्या बहुतांश लोकांना याची कल्पना नसते, त्यामुळे ते भूलथापांवर विश्वास ठेवून, त्यांची समजूत करून दिली असते त्याप्रमाणे 'लाचखाऊ आणि रानटी' असलेल्या पोलिसांच्या हाती आपण पडू नये किंवा आपल्या कुटुंबीयांना गुन्हेगार दलालांचा त्रास होऊ नये, यासाठी अनेक तऱ्हेचे अपमान सहन करत राहातात. याचा चांगला परिणाम आहे की आधुनिक गुलामगिरी तात्पुरती असते; ती आयुष्यभर सहन करावी लागत नाही. वेगवेगळ्या आत्मकहाण्यांमध्ये आपल्याला दिसलं, त्याप्रमाणे बरेच लोक गुलामीच्या अवस्थेत काही महिने ते काही वर्षं अडकलेले असतात; पण हे आपण खात्रीपूर्वक सांगू शकत नाही. कदाचित बळजबरीच्या लग्नांमध्ये अडकलेल्या स्त्रियांसारखे आणखी काही लोक असतील, जे आयुष्यभर गुलाम म्हणून जगतात आणि आपल्या नजरेला पडत नाहीत.

अॅटलांटिक महासागरातून गुलामांचा व्यापार चालायचा तेव्हा गुलामांवरची मालकी सामाजिक प्रतिष्ठा मिळवून देत असे; त्याउलट आधुनिक गुलामगिरीचं महत्त्वाचं अंग आहे की त्याकडे सर्वसाधारणपणे तिटकाऱ्यानं पाहिलं जातं. आज गुलामगिरी आणि त्यासंबंधातील पळवून नेणं, फसवणं, जबरदस्ती करणं, हिंसक वागणं, छळ करणं ही कृत्यं जगभरात आणि इंग्लंडमध्ये तर नक्कीच वेगवेगळ्या गंभीरपणाची गुन्हेगारी कृत्यं समजली जातात. आपल्या हाती ती नष्ट करण्याची इतकी साधनं उपलब्ध असूनही आजही गुलामगिरी जोरात चालू आहे, ही गोष्ट त्यामुळे अधिकच धक्कादायक वाटते. आपण गुलामगिरी नाहीशी करण्यासाठी आणखी प्रयत्न न करण्याचं एक कारण आहे की आपण 'गुलाम' हा गुलाम असल्याचं मान्यच करत नाही.

आधुनिक गुलामगिरीमागची कारणं

आधुनिक गुलामगिरी – विकसनशील देशातलं दारिद्र्य आणि विकसित

देशातले-देशांतरावरले निर्बंध यामुळे विकसित देशात स्थलांतर करणारे अतिशय गरीब राहातात आणि त्याचा परिणाम म्हणून आधुनिक गुलामगिरी अस्तित्वात येते. जोवर सध्याची आर्थिक व्यवस्था प्रचलित राहीले, नफ्याच्या इच्छेमुळेच विकास होईल, तोवर जगभरातली विषमता वाढतच राहील आणि पृथ्वी गरिबीच्या प्रचंड खवड्यांनी विद्रूप दिसत राहील. पाश्चिमात्य देशांनी केलेली मदत आणि त्यांच्याशी होणाऱ्या व्यापारामुळं कमकुवत अर्थव्यवस्था असलेल्या देशांचा विकास व्हावा आणि तेथील गरिबी कमी व्हावी अशी अपेक्षा आहे; 'धंदा वाढवण्याची संधी' ह्याच दृष्टीनं पश्चिमेची अर्थव्यवस्था त्यांच्याकडे *(कमकुवत आर्थिक स्थिती असलेल्या देशांकडे)* बघते. अनेक अप्रिय अटी घालून मदत दिली जाते. २००२ साली डेव्हिड ब्लंकेटनं प्रस्ताव मांडला होता की विकसनशील देशांनी बेकायदेशीर स्थलांतरावर नियंत्रण ठेवण्यात सहकार्य केलं तरच त्यांना मदत दिली जावी. व्यापाराबाबतची धोरणं विकसनशील देशांच्या तोट्याची असतात आणि ज्या मदतीमागचा हेतू गरिबीचं निर्मूलन हा असतो, त्याच मदतीमुळे प्रत्यक्षात विरुद्ध परिणाम घडून येतो. पाश्चिमात्य देश ज्या प्रकारानं मदत पोचवतात, त्यामुळे मदत घेणाऱ्या देशांचा व्यापार प्रत्यक्षात घटू शकतो. उदाहरणार्थ, १९९० च्या दशकात अमेरिकेनं जमैकाला मदत म्हणून तांदूळ पाठवला. त्यामुळे गयानामधून जमैकात होणारी तांदळाची आयात घटली आणि गयानाचे तांदूळ पिकवणारे शेतकरी गरीब झाले.

इंटरनॅशनल मोनेटरी फंड (IMF), वर्ल्ड ट्रेड ऑर्गनायझेशन (WTO) आणि वर्ल्ड बँक या संस्थांना आपल्या धोरणांचा स्थानिक लोकांवर काय परिणाम होतो यात रस नसून त्यांना खरी काळजी असते – आंतरराष्ट्रीय कंपन्यांच्या वाटेतले अडथळे बाजूला करून त्यांना विकसनशील देशातील बाजारपेठ मुक्त व्यापारासाठी, परदेशी गुंतवणुकीसाठी आणि आर्थिक भांडवल सहजपणे हलवण्यासाठी उपलब्ध करून देणं. सहाराखालच्या आफ्रिकेतील आधीच कमी असलेलं सरासरी उत्पन्न गेल्या वीस वर्षांत माणशी १५% नी घसरलं आहे. ही उत्पन्नातली घट १९३०च्या विकसित देशातील आर्थिक मंदीच्या काळातील घटीपेक्षासुद्धा जास्त आहे. जर आफ्रिका, पूर्व आशिया, दक्षिण आशिया आणि लॅटिन अमेरिका या सर्वांचा जागतिक निर्यातीतला हिस्सा प्रत्येकी १% नं वाढला तर त्यामुळे वाढलेल्या उत्पन्नामुळे १२८० लाख लोक गरिबीतून बाहेर पडतील. जेव्हा विकसनशील राष्ट्रं विकसित राष्ट्रांकडे माल निर्यात करतात, तेव्हा विकसित राष्ट्र विकसनशील राष्ट्रांना भरतात त्याच्या चौपटीनं त्यांना निर्यातकर भरावा लागतो. हे व्यापारातले अडथळे त्यांना दर वर्षी १०० बिलियन डॉलर एवढे महागाचे पडतात. त्यांना मदत म्हणून मिळणाऱ्या पैशांच्या दुपटीनं हा खर्च होतो. श्रीमंत आणि गरिबांमधलं अंतरही वाढतंच आहे. २००६ च्या डिसेंबरात युनायटेड नेशन्सनं प्रस्तुत केलेल्या अहवालाप्रमाणे

जगाचे १% लोक ४०% मालमत्तेचे धनी आहेत.

अर्थात बरीचशी गुलामगिरी देशांच्या अंतर्गतच चालू असते; अधिकांश तृतीय श्रेणीतल्या देशांमध्ये जमीनदार, कारखानदार अशांचे व्यक्तिगत आर्थिक फायदे गुलामगिरी चालू राहण्यावर अवलंबून असतात. जरी जगातील बहुतेक देशांमध्ये गुलामगिरीच्या विरोधातले कायदेकानून आहेत, तरी ह्या कायद्यांची अंमलबजावणी करण्याची राजकारणातील लोकांची इच्छा नसते. देशातल्या देशातच दरिद्री खेड्यांमधून शहरांकडे सक्तीची मजुरी किंवा लैंगिक कारणासाठी लोकांना फसवून आणलं जातं. अशा लोकांना एकतर त्यांच्या हक्कांची जाणीव नसते किंवा भुकेपोटी ते हक्क सोडायला तयार होतात. देशाच्या सीमा ओलांडून नोकरीच्या शोधात जाण्यासाठी साधनं, कौशल्यं, ज्ञान आणि पुरेसे पैसे फारच थोड्या लोकांपाशी असतात आणि त्यातले फारच थोडे लोक विकसित देशांत पोचू शकतात.

पण देशांतराचं गरिबी हे एकमेव कारण नाही आणि गुलामगिरीचंदेखील ते एकमेव कारण नाही. पाश्चिमात्य देशांचे स्थलांतराबाबतचे माणुसकीशून्य कायदे आणि काटेरी कुंपणावर स्थलांतरितांना लटकावलं जाणं, यामुळेदेखील गुलामगिरी सुरू होते. युद्धं, भांडणं, छळ आणि बिघडलेलं वातावरण ही लोकांना स्थलांतर करायला लावणारी काही कारणं आहेत. बरेचसे लोक जवळपासच्या देशात जातात. UNCHR चे २००६ सालासाठीचे आकडे दर्शवतात की शेजारच्या सोमालियातून *(जो फरिया नूरचा देश आहे)* केनियात दीड लाख निर्वासित गेले आणि त्यातले बहुतांश लोक अधिकच गरिबीची शिकार झाले. फक्त ३६,००० लोक इंग्लंडला आले. जेव्हा हे लोक युरोप, कॅनडा आणि अमेरिकेत पोचतात तेव्हा तेथील स्थलांतर कायद्यांची निर्मम रचना ठरवते की यातले कोण कायदेशीरपणे येऊ शकतील आणि कोण नाही; आणि ज्यांच्यापाशी कायदेशीर कागदपत्रं नसतात, ते इतरांच्या दुर्दैवावर, पैसा कमावणाऱ्यांच्या दयेवर अवलंबून राहातात. असे अभागी जीव पिळवणुकीला बळी पडतात; कारण त्यांना राहण्याचा हक्क नसल्यामुळे त्यांना देशाकडून कायद्याचं संरक्षण उपलब्ध नसतं.

दुसरा पर्याय नाही

इंग्लंडला स्थलांतर करणारा अधिक चांगल्या आयुष्याच्या शोधात येतो अशी सर्वसाधारण समजूत असते. या समजुतीचा गर्भितार्थ असतो की परदेशी लोक इंग्रजांच्या अतिथ्याचा गैरफायदा घेऊन आपली हाव आणि महत्त्वाकांक्षा पूर्ण करून घेतात किंवा कमीतकमी वैयक्तिक निवडीमुळे इथं पोचतात. जेव्हा युरोपातील लोकांनी स्थलांतर केलं, तेव्हा आर्थिक उन्नतीसाठी केलेलं ते स्थलांतर साहस आणि

धाडसाचं प्रतीक मानलं गेलं आणि आताही ते तसंच मानलं जायला हवं; त्याऐवजी आता ते लज्जास्पद आणि गुन्हेगारीचं समजलं जातं.

निर्वासित आश्रयार्थीदेखील चांगल्या आयुष्याच्या शोधातच आलेला समजला जातो, कारण जे आयुष्य सोडून तो आला ते छळाचं आणि मृत्यूच्या धाकाचं होतं. जेव्हा जिवंत राहाण्याची माणूस धडपड करत असतो, तेव्हा निवडीला काय वाव असतो? जॉन बर्गर म्हणतो, 'दुसऱ्याचा अनुभव जाणून घ्यायचा असेल, तर आपण आपल्या दृष्टिकोनातून बघितलेलं जग पाहून ते त्याच्या नजरेतून दिसेल असं पुन्हा उभं करायला हवं... ज्यांची पोटं भरलेली आहेत त्यांना उपाशीपोटी लोकांपुढल्या पर्यायांचं आकलन होणं अशक्य असतं.'

निवडीचा हक्क हा जन्मसिद्ध हक्क आहे, ही कल्पना पाश्चिमात्य लोकांनी उचलून धरली आहे; पण हेच लोक, इतर पर्याय नसल्यामुळे ज्यांनी स्थलांतर केलं त्यांना नावं ठेवतात आणि या आपल्या वागण्यात त्यांना विसंगती दिसत नाही. किंवा जेव्हा स्वेच्छेनं स्थलांतर केलेलं असतं, तेव्हा पात्र आणि अपात्र अशी स्थलांतरितांमध्ये वर्गवारी केली जाते. ज्यांना त्यांच्या इच्छेविरुद्ध किंवा काहीतरी धोकेबाजी करून फसवून आणलं आहे, त्यांना आपल्या दयेसाठी अधिक पात्र ठरवलं जातं; ज्यांनी कुणालातरी पैसे देऊन, कायदे मोडून बेकायदेशीरपणे प्रवेश करून घेतला त्यांना अपात्र ठरवलं जातं. असे अपात्र गुलामगिरीत राहिले तर तीच त्यांची लायकी होती असं समजलं जातं. त्याचप्रमाणे लग्नाच्या बाबतीत 'जुळवलेलं' आणि 'लादलेलं' यात फरक करण्यासाठी ते स्वेच्छेनं होतं की नाही हा निकष लावला जातो. अंबरची सर्वसामान्य गुलामाप्रमाणे खरेदी-विक्री झाली. जरी तिला भावी नवऱ्याच्या दारापाशी खेचत न्यावी लागली नव्हती, तरी तिच्यावरील संस्कारांमुळे आईवडिलांनी तिचं लग्न ठरवलं, तेव्हा तिला त्यांच्या निर्णयाबाबत प्रश्न उभे करणं शक्य नव्हतं. लग्न करण्याखेरीज तिच्यापुढे दुसरा पर्याय नव्हता, मग हे लग्न जुळवलेलं की 'लादलेलं'?

जे स्थलांतरित गुलामीचं आयुष्य कंठतात, त्यांची वर्गवारी पाडण्याचे वेगवेगळे, अपूर्ण, गोंधळात टाकणारे किंवा एकमेकात गुंतलेले अनेक प्रकार आहेत. सरकारला त्यांनी प्रवेश कसा केला यावर भर द्यायचा आहे. त्यांना इच्छेविरुद्ध आणलं की ते स्वेच्छेनं आणले गेले? त्यांना दलालांनी फसवून आणलं की ते पैसे भरून, कायदा मोडून आत शिरले? कायदे, प्रामुख्यानं (ECAT) फसवून आणले गेलेल्यांना सहानुभूतीला पात्र आणि सरकारकडून मदत मिळण्यासाठी लायक समजतात. ते नॉन गव्हर्नमेंट ऑर्गनायझेशन (NGO) ना आपल्या पावलांवर पाऊल टाकून, त्यांची सहानुभूती सरकारच्याच भाषेत आणि वर्गवारीनुसार मांडायला सांगतात. जे पैसे भरून आत आलेले असतात, ते बरेचदा आश्रयार्थी असतात; कारण ते

कायदेशीरपणे इंग्लंडमध्ये येऊ शकत नाहीत. सरकारनं उभ्या केलेल्या हास्यास्पद, उंच अडथळ्यांमुळे त्यातले फारच थोडे आश्रय मिळवू शकतात, बाकीच्यांना बनावट आश्रयार्थी, बतावणी करणारे, आर्थिक कारणांसाठीचे स्थलांतरित हा शिक्का मिळतो. राजनैतिक निर्वासित आणि आर्थिक कारणांसाठी स्थलांतर करणारे यात सरकार भेद करतं. जेव्हापासून सरकारनं घोषणा केली की ब्रिटिश अर्थव्यवस्थेला त्यांची जरूर आहे, तेव्हापासून आर्थिक कारणांसाठी स्थलांतर करणाऱ्यांभोवती तेजोवलय उभं राहिलं आणि हा भेद हल्ली फारसा उच्चारला जात नाही. खरंतर बनावट किंवा खरे आश्रयार्थी वर्तमानपत्रांच्या तावडीतून सध्या सुटलेले आहेत; कारण त्यांचं लक्ष नव्यानं वाढवल्या गेलेल्या युरोपीयन युनियनमधून – पोलंड, रोमानिया, बल्गेरिया येथून येणाऱ्या प्रचंड समुदायाकडे वळलेलं आहे. मग असेही लोक आहेत, जे कायदेशीरपणे आले, पण मुदत उलटली तरी परत गेले नाहीत किंवा स्त्रिया आहेत, ज्या जबरदस्तीच्या किंवा अत्याचारांनी भरलेल्या विवाहबंधनात अडकलेल्या आहेत; पण ज्यांना उपजीविकेचं साधन नाही, ते सर्वजण कोणत्यातरी प्रकारच्या सक्तीच्या मजुरीचं आयुष्य कंठतात शेती, बांधकाम, घरकाम किंवा लैंगिक शोषण.

खरीखुरी आयुष्यं एकाच ढाच्यात कधीच बसत नाहीत. फरियावर बलात्कार करणाऱ्यानं तिला इंग्लंडला पोचवण्यासाठी माणसांना बेकायदेशीरपणे नेणाऱ्या दलालाला पैसे दिले; तिथे तिनं आश्रय मागितला; तो नाकारला गेला; तिला आर्थिक मदत नाकारली गेली; तिला सक्तीचं फुकट घरकाम आणि लैंगिक पिळवणूक नशिबी आली. तिचा आश्रयाचा अर्ज नाकारला गेल्यावर ती सरकारच्या म्हणण्याप्रमाणे राजनैतिक आश्रयार्थी नाही, पण मग ती आर्थिक कारणांसाठीची स्थलांतर इच्छुक धरली जाते का? निओमी हे पंधरा वर्षांचं मूल, तिच्या लेबाननच्या मालकिणीनं सिएरा लिओनमधून इंग्लंडला आणलं; आपल्या बहिणीच्या ताब्यात दिलं – सारं आयुष्य घरकामासाठीची गुलाम म्हणूम जगण्यासाठी! ती पळून गेली – तिला आश्रय देणाऱ्यानं तिला वेश्या बनवलं. ती पुन्हा पळून गेली आणि रस्त्यावर आली. तिला फसवून आणलं म्हणता येईल? ती फरियापेक्षा आपल्या सहानुभूतीला अधिक पात्र आहे? लिउ त्याच्या धार्मिक मतांसाठी तुरुंगात टाकला गेला; त्यानं इंग्लंडमध्ये प्रवेश करून घेण्यासाठी हजारो पौंड मोजले आणि तो जबरदस्तीनं कामाला जुंपला गेला. ठरावीक शिक्क्याखाली सर्वांना आणण्यातली अडचण, लिउचा त्याच्या भावाच्या मृत्यूनंतरचा क्रिमिनल इंज्युरिज बोर्डपुढला अर्ज नामंजूर झाला, तेव्हा उघड झाली. बोर्ड म्हणालं की मृत्यू पावलेले गुन्ह्यात सहभागी होते, मृतांचे वकील म्हणाले की ते स्वेच्छेने सहभागी झालेले नव्हते, त्यांना प्रवासाचा प्रकार किंवा त्यातली परिस्थिती सांगितली गेली नव्हती.

लोकांना कायदे मोडून आत आणलं की फसवून आणलं यात भेद करून आपले हेतू साध्य होणार आहेत का? जेव्हा कालवं पकडणाऱ्यांना इच्छेविरुद्ध ते काम करणं भाग पडतं, तेव्हा ते या देशात स्वेच्छेने आले की फसवून आणले गेले या मुद्यामुळे काय फरक पडतो? 'अँटी स्लेव्हरी इंटरनॅशनल' (गुलामगिरी-विरोधी आंतरराष्ट्रीय संस्था) चा मुख्य अधिकारी म्हणतो की जर सरतेशेवटी माणसाला सक्तीची मजुरी वाट्याला आली असेल तर असा भेद केला जाऊ नये.

अनेक सरकारी आणि युनायटेड नेशन्सची कागदपत्रं हा फरक करण्याची अतोनात खटपट करतात. ते एक फरक सांगतात की चोरून आत येताना हिंसक कृत्यांना सामोरं जायला लागत नाही; पण जबरदस्तीनं आत आणलं जाताना जावं लागतं; पण आपण लिउची कहाणी ऐकली की आपल्याला कळतं की या म्हणण्यात काहीही तथ्य नाही. एकच निर्विवाद फरक आहे, तो म्हणजे देशातल्या देशात किंवा देशापलीकडे – दोन्हीकडे जबरदस्तीनं किंवा फसवून नेता येतं; पण जकात चुकवून किंवा चोरून फक्त दुसऱ्या देशातच नेता येतं. सरकारच्या दृष्टिकोनातून बघता त्यांनी हा फरक करणं समजू शकतं. जे चोरून आत आले ते गुन्ह्यात सामील होते, त्यामुळे सरकार त्यांचं काहीही देणं लागत नाही. अगदी अलीकडच्या काळापर्यंत पळवून आणल्या गेलेल्यांच्या बाबतीतदेखील सरकारी संस्था फारशा सहानुभूतीनं वागत नसत. अशा फसवून आणल्या गेलेल्या स्त्रियांच्या कुंटणखान्यावर पोलिसांनी धाड घातली, तेव्हा त्यांच्याबरोबर इमिग्रेशन ऑफिसरदेखील होते. त्यांनी ज्या ज्या स्त्रियांजवळ कायदेशीर कागदपत्रं नव्हती, त्यांना 'बेकायदेशीर स्थलांतरित' ठरवून कैदेत टाकलं. त्या दलालांच्या तुरुंगातून सुटून सरकारी तुरुंगात अडकल्या. त्यांना परत पाठवल्यावर त्यांना कोणत्या धोक्यांना सामोरं जावं लागेल, यावर जराही विचार न करता, आणि त्यांना पळवून आणणाऱ्यांना काहीही शिक्षा न करता, त्यांना त्यांच्या देशात परत पाठवून दिलं गेलं. ज्या स्त्रियांनी दलालांच्या भीतीनं पोलीस-तपासात मदत करायला नकार दिला, त्यांच्या बाबतीत हे अधिकच घडलं; जरी त्यांना इंग्लंडमध्ये आणणाऱ्या गुन्हेगारांच्या टोळ्या, त्यांची त्यांच्या देशात वाट बघत उभ्या होत्या, तरीही असं केलं गेलं जेव्हा जेव्हा शक्य होईल तेव्हा. फसवून आणल्या गेलेल्या स्त्रीला सरकार गुन्हेगार ठरवू बघतं, म्हणजे त्यांच्याबद्दल सरकारची काही जबाबदारी उरत नाही. जबरदस्तीनं आणल्या गेलेल्यांबद्दलचा आंतरराष्ट्रीय ठराव धरतो की जबरदस्तीनं / फसवून आणले गेलेले गुन्हेगारांचे बळी आहेत, ते स्वत: गुन्हेगार नाहीत. NGO ही व्याख्या उचलून धरतात; कारण त्यामुळे निदान काही बेकायदा स्थलांतरितांच्या वाट्याला थोडा सहानुभूतीचा निर्णय येईल.

लोक स्थलांतर का करतात?

लोक इंग्लंडमध्ये लग्न करण्यासाठी, अभ्यासासाठी, कामासाठी, धंदा करण्यासाठी किंवा यातील काहीही गोष्टींसाठी येतात. हे लोक सर्वसाधारणपणे शब्दांचा जो अर्थ घेतला जातो त्यानुसार, 'स्वेच्छे'नं येतात; पण हे पुस्तक लक्ष केंद्रित करतं अशा लोकांवर, ज्यांना स्थलांतर करण्याखेरीज पर्याय नव्हता. भुकेपासून वाचण्यासाठी स्थलांतर करणं यात इच्छेचा सवाल कुठे उठतो? दारुण गरिबी हे एक कारण आहे; ज्यामुळे लोक कुटुंबाशी, मित्रांशी, मातृभूमीशी, भाषेशी, व्यवसायाशी, संस्कृतीशी, धर्माशी, जिथे जन्म झाला त्या परिचयाच्या जागेशी असलेले संबंध तोडून टाकून दुसऱ्या देशी निघून जातात. काही विश्लेषण करणारे म्हणतात की गरिबीमुळे ढकलले जाऊन नव्हे, तर बळकट अर्थव्यवस्थेच्या आकर्षणामुळे लोक तेथे खेचले जातात. 'जिथून येताहेत तिथली गरिबी जाणं भाग पाडते, त्याहून जिथे पोचू इच्छितात तेथील सुबत्ता लोकांना बोलावते.' जे लोक चांगले देहविक्रय करणारे गुलाम, घरकामाचे नोकर किंवा शेतातले मजूर बनतील असं वाटतं, त्यांच्यावर बेकायदेशीर मानवी व्यापार करणाऱ्यांची नजर पडते. युद्ध आणि झगड्यांमुळे नागरी समाजाची उलथापालथ होते; इराकमध्ये असंच झालं, परिस्थितीमुळे कामाची आवश्यकता असलेल्या तरुण मुली, सरहद्दीपारच्या सीरियामध्ये, अस्तित्वात नसलेल्या कारखान्यांमध्ये काम देण्याच्या प्रलोभनांवर, भुरळ पाडून नेण्यात आल्या आणि लैंगिक शोषणाला बळी पडल्या. अगदी क्वचित घडणारी त्सुनामीसारखी नैसर्गिक आपत्तीदेखील थायलंडसारख्या देशातील पोरक्या मुलांना या दलालांच्या तावडीतील सावजं बनवून गेली. युद्धामुळं दारिद्र्य येतं आणि उपजीविकेचं साधन उरत नाही. अर्थात युद्धोत्तर काळातील परिस्थितीमुळे पळून निघणाऱ्याला 'अर्थिक कारणांसाठी स्थलांतर करणारा' असं म्हटलं जाण्याची शक्यता आहे. त्याला निरश्रित आश्रयार्थी म्हटलं जाणार नाही. प्रत्यक्षात हा भेद निरर्थक आहे. हे प्रकार सरकारच्या सोयीसाठी आणि कठोर स्थलांतर कायद्यांमागच्या वेड्यावाकड्या तर्कशास्त्राचं समर्थन करण्यासाठी लादले गेले आहेत. जे लोक पश्चिमेकडे आगंतुकपणे येतात ते सुद्धा बरेच वेळा लिउसारखे, शिक्षण घेतलेले, अंगी कौशल्य असलेले आणि पैसे बाळगून असलेलेच असतात; परंतु त्यांच्यापाशी पुरशी कागदपत्रं नसली, तर तेसुद्धा पराकोटीच्या पिळवणुकीला बळी पडतात. त्यांना फारसं कौशल्य लागणार नाही अशाच नोकऱ्या दिल्या जातात आणि त्यामुळे त्यांचा या समाजाला आणि अर्थव्यवस्थेला काहीही फायदा होत नाही, ही समजूत वाढीला लागते.

स्थलांतर करणाऱ्यांपैकी अगदी थोडे जिवाच्या भीतीमुळे पळून आलेले असतात. UNCHRच्या अहवालाप्रमाणे १९८० सालापासून जगभरातील निर्वासितांची

संख्या घटू लागली आहे, २००५ च्या अखेरीला ती संख्या सर्वांत कमी ८४ लाख एवढी होती. यांपैकी फक्त ३,०७,०६४ निर्वासित इंग्लंडमध्ये आहेत; हा आकडा जगभरातील निर्वासितांच्या ३.५% होते. दुसऱ्या तऱ्हेने हीच गोष्ट मांडायची म्हणजे साडेतीन वेंब्ली स्टेडियममध्ये मावण्याएवढी ही संख्या आहे. तुम्हाला प्रश्न पडेल की इतका बाऊ कशासाठी केला जातोय? जिथे युद्ध किंवा युद्धसदृश परिस्थिती आहे, अशा अनेक ठिकाणच्या सरकारांना ब्रिटिश सरकारनं शस्त्रास्त्रं पुरवलेली आहेत. श्रीलंका, टर्की, इंडोनेशिया, अफगाणिस्तान आणि इराकसारख्या इतर देशांवर ब्रिटन आणि अमेरिकेने आक्रमण केलं आहे. जरी इराकवरला हल्ला अमेरिकेनं आणि त्यांचं शेपूट बनून ब्रिटननं केला होता, तरी त्या युद्धाच्या विरोधात उभं ठाकलेलं स्वीडन आज इराकी निर्वासितांना आसरा देत आहे. २००६ साली स्वीडननं १०,००० इराकी लोकांना आसरा दिला आणि ते स्वीडनमधला फिनलंडच्या लोकांनंतरचा दुसऱ्या क्रमांकावरचा मोठा वांशिक गट बनले. याउलट, अमेरिकेचा या आक्रमणापासून सर्वाधिक फायदा होणार असला, तरी त्यांनी फक्त ७०० इराकींना आश्रय दिला. लज्जास्पद गोष्ट अशी की ब्रिटनकडे ६०० इराकींचे अर्ज आश्रयासाठी आले, त्यातले जवळजवळ सर्व नाकारण्यात आले आणि फेब्रुवारी २००७ मध्ये ब्रिटननं जबरदस्तीनं ३८ इराकी लोकांना परत पाठवून दिलं. दरम्यान इराकच्या सरहद्दीवरल्या सीरिया आणि जॉर्डन या देशांनी अनुक्रमे दहा लाख आणि आठ लाख इराकी लोकांना आश्रय दिला. पाश्चिमात्य देशांची युद्धनीती त्यांना जगातील दूरदूरच्या कानाकोपऱ्यात लष्करी तळ उभारायला लावते, तेथील रहिवाशांना हुसकलं जातं, त्यांची घरं आगामी युद्धांसाठी मोक्याची ठिकाणं म्हणून वापरता यावीत यासाठी. हिंदी महासागरातील डिएगो गार्सिया आणि छागोस बेटांवरील लोकांबाबत लज्जास्पद बेपर्वाई दाखवून, १९६० आणि १९७० च्या दशकात त्यांना त्यांच्या घरातून बाहेर काढून, अमेरिकेने तेथे हवाई तळ उभारले होते; त्यांपैकी काही लोकांना इंग्लंडमध्ये स्थायिक होण्याची परवानगी मिळाली. अनेक वर्षं, त्यांच्या हाती असलेले सारे मार्ग वापरून, आपल्या घरांमध्ये परत जाण्याचा हक्क मिळण्याचा हे लोक प्रयत्न करत होते. सरतेशेवटी मे २००७ च्या अपील कोर्टाच्या निवाड्यानं त्यांना तो हक्क मिळाला.

अनेक शतकांचं औद्योगिकीकरण आणि आपली सध्याची प्रचंड ऊर्जा वापरणारी, पाश्चिमात्य जीवनशैली यांच्यामुळे हवामानामध्ये इतके बदल घडून येत आहेत की शास्त्रज्ञांचं भाकित आहे की लाखो निर्वासित न राहाण्याजोग्या हवामानातील भूक आणि तहानेपासून सुटका करून घेण्यासाठी देशांतर करतील. अमेरिकेचा बदलौकिक आहे की तेथे जगाची फक्त ५% लोकसंख्या राहात असून ती जगाची ३३% पेक्षा अधिक संपत्ती वापरते. पर्यावरणामुळे स्थलांतर करणं भाग पडलं आहे अशा

निर्वासितांसाठी काहीही आंतरराष्ट्रीय कायदे नाहीत. पर्यावरणातील बदलांमुळे ज्यांना उपजीविका करणं अशक्य झालं आहे, अशांवर आर्थिक कारणासाठी स्थलांतर करणारे हा शिक्का मारला जाऊन, त्यांना दानव समजून उपेक्षिलं जाईल. आजवर अशी स्थलांतरं देशांतर्गत, खेड्यातून शहरांकडेच झालेली आहेत; पण सरतेशेवटी हवामानाचे बदल लोकांना सरहद्दीबाहेर जाणं भाग पाडतील. हवामानबदलावरील 'स्टर्न' अहवाल म्हणतो, 'हवामानबदलाचे परिणाम सर्वत्र सारखे जाणवणार नाहीत. सर्वांत गरीब देश आणि त्यातले लोक त्याचा त्रास सर्वांत आधी आणि सर्वांत जास्त भोगतील.' आणि याचं आश्चर्य वाटत नाही. तपमान २ अंश सेंटिग्रेडनं वाढलं आणि त्याबरोबरच लोकसंख्या वाढली तर १ ते ४ बिलियन लोकांना पाण्याच्या टंचाईला सामोरं जावं लागेल. शेतीवरला दुष्परिणाम ३० ते २०० दशलक्ष लोकांना उपासमार आणि मलेरिया आणि डेंग्यू रोगांची शिकार बनवेल... आणि समुद्रपातळी वाढल्यामुळे २०० दशलक्ष लोक पूर आणि दुष्काळांमुळे कायमचे स्थलांतरित होतील. या लोकांपैकी फारच थोड्यांपाशी पश्चिमेकडील देशांमध्ये येण्याची कुवत असेल.

आंतरराष्ट्रीय कंपन्यांच्या कारभारामुळेदेखील निर्वासित निर्माण होतात. इतर देशातील लाखो लोकं मोठाली धरणं, खनिजतेलाच्या पाईपलाईन आणि मोठाल्या शेतमळ्यांसाठी विस्थापित केली जातात. यात ब्रिटिश कंपन्यांचा सहभाग असतो; ब्रिटिश मदत हवी असेल तर ह्या सहभागाची अट घालण्यात येते. उदाहरणार्थ, शेल ऑइल कंपनीचा नायजेरियात प्रदीर्घ आणि दूषणास्पद इतिहास आहे. ती कंपनी तेथे तीसांहून अधिक वर्षं खनिजतेलाचं उत्पादन करते आहे आणि त्यामुळे जमीन आणि पाण्याचं प्रदूषण होऊन तेथील ओगोनी जमात विस्थापित झाली आहे. जरी त्यांनी केलेला निषेध शांततापूर्ण मार्गांनी केलेला होता, तरी 'अबाचा'च्या नेतृत्वाखालचं लाचखाऊ नायजेरियन सरकार त्यांच्यावर हिंसक दहशतीनं तुटून पडलं. ओगोनी लोकांपैकी अनेकजण तो भाग सोडून गेले. त्यातले काही नक्कीच इंग्लंडमध्ये निर्वासित म्हणून आले असणार. १९९४ साली जेव्हा केन सारो-वीवा या लेखकाला आणि लोकांच्या राजनैतिक प्रतिनिधीला ठार मारण्यात आलं आणि अशांतता कळसाला पोचली होती, तेव्हा आश्रयासाठी नायजेरियातून ४००० इतक्या प्रचंड संख्येत अर्ज आले. १९९४ साली एकाही नायजेरियातील माणसाला इंग्लंडने आसरा दिला नाही आणि फक्त पाचजणांना exceptional leave to remain – ELR *(विशेष कारणांस्तव राहाण्याची मुभा)* दिली गेली. जरी त्या पाचहीजणांना सरकार पूर्णपणे पोसत असलं तरीसुद्धा शेल कंपनीनं सरकारी तिजोरीत भरलेल्या कराच्या तुलनेनं हा खर्च नगण्यच असला पाहिजे. माझ्या माहितीप्रमाणे अशी खर्चाची तुलना कुणीही केलेली नाही. दुर्दैवानं आंतरराष्ट्रीय कंपन्यांची रचना इतकी

गुंतागुंतीची असते आणि मुख्य कंपनी आणि त्याच्या उपकंपन्या यांतील संबंध उकलून बघणं इतकं अवघड असतं, की यावर संशोधन करणं फार खर्चाचं असेल. जरी आंतरराष्ट्रीय कंपन्यांच्या करातून वाचण्याच्या युक्त्यांबद्दल खूप लिहिलं गेलं आहे, तरी माझा अंदाज आहे की सरकारी तिजोरीत भरपूर कर भरला जातो आणि स्थलांतरित लोक आपल्या अर्थव्यवस्थेवरचा बोजा आहेत असं मानणाऱ्यांचं म्हणणं खोडून काढायला पुरेसे सबळ आर्थिक मुद्दे मांडता येण्याजोगे आहेत.

लोकांना विस्थापित व्हायला भाग पाडणाऱ्या प्रत्येक कारणांच्या अग्रभागी औद्योगिकीकरण झालेल्या पश्चिमी राष्ट्रांची कृत्यं कारणीभूत असलेली दिसून येतील. हा मुद्दा निकोलस हिल्डयार्डनं मोठ्या संक्षिप्त रूपात मांडला आहे.

> 'ब्रिटनकडे धाव घेणाऱ्या प्रत्येक 'कुर्द' माणसागणिक ब्रिटिश करदात्यांचे लक्षावधी पौंड त्यांना त्यांच्या मातृभूमीतून हद्दपार करणाऱ्या तुर्की राजवटीला टेकू देण्यासाठी खर्चले गेले आहेत. काँगोमधून येणाऱ्या प्रत्येक नागरिकागणिक इंग्लंडच्या पेन्शनधारकांचे लक्षावधी पौंड अशा कंपन्यांमध्ये गुंतवण्यात आले आहेत, की ज्या कंपन्या खनिजांचं उत्पादन करून त्या भागातील यादवी पेटती ठेवतात. प्रत्येक तामिळ माणसामागे श्रीलंकेत शस्त्रांच्या निर्यातीत लाखो पौंड गुंतवले जातात...'

स्वाभाविकपणे पाश्चिमात्य राष्ट्रांनी आपल्या कृत्यांचे परिणाम सहन करायला हवेत आणि त्यात आश्रयार्थींबद्दलच्या त्यांच्या कर्तव्याचा समावेश व्हायला हवा.

कोण स्थलांतर करतात?

स्थलांतर करणारा प्रत्येक माणूस गुलामगिरीत अडकत नाही. जे लोक, त्यांच्या अंगच्या उच्च प्रतीच्या कौशल्यांमुळे, त्यांच्याजवळच्या पैशांमुळे, किंवा परदेशी विद्यार्थी म्हणून ब्रिटिश विश्वविद्यालयात पैसे देऊन प्रवेश घेता आल्यामुळे या देशात सहजपणे प्रवेश करू शकतात, अशा लोकांची हे पुस्तक दखल घेत नाहीय. किंवा जे लोक त्यांच्या ब्रिटिश राष्ट्रीयतेच्या सहचराकडे नेहमीच्या मार्गानं येतात त्यांच्याबद्दलही हे पुस्तक नाही. ज्या लोकांना दुसऱ्या कुणाच्या तरी संपूर्ण ताब्यात नेण्यासाठी इतर कारणांबरोबर स्थलांतर हे आणखी एक महत्त्वाचं कारण ठरतं अशांचा परामर्ष हे पुस्तक घेऊ बघतं.

राजकीय आणि प्रशासकीय निकषांवर सरकार स्थलांतरितांची वेगवेगळ्या गटात वर्गवारी करते हे लक्षात घेऊन आपणही त्याकडे पाहिले पाहिजे. स्थलांतरित

कोठे पोहोचले, यानुसार त्यांचे पुढे काय होईल, याच्या शक्यता अजमावता येतील. वेश्याव्यवसायात, जबरदस्तीच्या मजुरीत, जबरदस्तीच्या विवाहबंधनात आणि आश्रय मिळवण्यात असफल ठरलेल्यात अर्थात यातले काही गट एकमेकांत गुंतलेलेही असू शकतील. लहान मुलांची परिस्थिती वेगळीच तपासून बघायला हवी. मुलं वरील प्रत्येक गटात सापडतील; पण त्यांच्याकडे अधिक लक्ष दिलं गेलं पाहिजे. कारण फक्त वयाचा मुद्दा लक्षात घेतला तरी उघड होईल की मुलं 'स्वेच्छेनं' आली असं म्हणता येणं अशक्य आहे; आणि स्थलांतराबाबतच्या कायद्यात 'स्वेच्छा' किंवा 'संमती' हा मुद्दा दोषास्पद असणं किंवा निदान संगनमत केलेलं असणं, यांच्याशी निगडित ठरवला जातो. पाश्चिमात्य देशांमध्ये मुलं आणि मुक्या प्राण्यांसाठीच्या धर्मार्थ संस्था लोकांचं काळीज हलवतात; पण सरकार पक्षपात करून 'ब्रिटिश' मुलांएवढं संरक्षण 'परदेशी' मुलांना देत नाही, ही अतिशय लाजिरवाणी गोष्ट आहे. स्त्रियांचीसुद्धा वर्गवारी वेगळ्या गटात केली जावी, असा युक्तिवाद करता येईल. प्रत्यक्षात स्त्रिया गरिबीनं प्रमाणाबाहेर ग्रासलेल्या आहेत आणि ब्रिटनमध्ये फसवून आणलेल्यांपैकी बहुतांश स्त्रिया वेश्याव्यवसायात, घरकामात आणि सेवाक्षेत्रात अडकलेल्या आहेत. परदेशात नेण्यात येणाऱ्या ६ ते ८ लाख लोकांपैकी ७०% स्त्रिया असतात. यातल्या बऱ्याचशा स्त्रियांवर देहविक्रयाची बळजबरी केली जाते. इतर प्रकारच्या व्यक्तीच्या मजुरीत ४४% पुरुष आणि मुलगे असतात ५६% स्त्रिया आणि मुली असतात. तरीसुद्धा पिळवणुकीला बळी पडलेल्या स्त्रियांपेक्षा पुरुषांची परिस्थिती अधिक चांगली असते. आपल्या पाच कहाण्यांपैकी लिउ हा एकटाच आहे; ज्याचं कुटुंब त्याच्यापाशी येऊ शकलं आणि ज्याच्या आयुष्याला आता आकार येतो आहे. चार स्त्रिया स्थिरावण्याच्या धडपडीत, आणि काहीतर अजूनही अनिश्चिततेच्या काठावरलं आयुष्य जगताहेत.

वेश्याव्यवसाय :

दुसऱ्या कोणत्याही बाबतीत 'संमती' किंवा 'स्वेच्छा' आणि 'बळजबरी' यात इतका ठळक फरक केला जात नाही; ज्या स्त्रियांना जबरदस्तीनं लैंगिक शोषणासाठी आणण्यात आलंय आणि ज्या या व्यवसायात स्वेच्छेनं आल्या आहेत, त्यांच्यावर सरकारी संस्था अनुक्रमे मदतीसाठी पात्र आणि मदतीसाठी अपात्र असा शिक्का ठोकतात. बळजबरीने आणल्या गेलेल्या स्त्रियांसाठी मदतीची अनेक पावलं उचलली गेली आहेत; ही मदत स्वेच्छेने आलेल्यांसाठी उपलब्ध नाही आणि दुसऱ्या कोणत्याही बाबतीत हा फरक ज्यांचे हितसंबंध गुंतलेले आहेत त्यांच्यामुळे, इतका धूसर केला गेलेला नाही. इंग्लिश कलेक्टिव्ह ऑफ प्रॉस्टिट्यूट्स (ECP) ऊर्फ

इंग्लिश वेश्यांची संघटना म्हणते की स्त्रिया आपल्या मर्जीनं वेश्याव्यवसायात येतात. काही म्हणतात की जगातला हा सर्वांत प्राचीन व्यवसाय आहे. आणि त्यामुळे तो स्त्रियांनी स्वेच्छेनं निवडलेला व्यवसाय मानलाच पाहिजे; आणि सरकारी संस्था, युरोपीय कायद्यानुसार त्यांची नव्यानं वाढलेली, बळजबरीनं आणलेल्या स्त्रियांबाबतची जबाबदारी झटकण्यासाठी 'स्वेच्छा' या मुद्यावर भर देतात.

जरी लैंगिक गुलामी आणि देशांतराचे कायदे यातील संबंधांवर मी भर देत असले, तरी आपण लक्षात घ्यायलाच हवं की स्त्रिया या देशात कायदेशीररित्या राहात असल्या तरीदेखील वेश्याव्यवसायात बलात्कार, हिंसक वागणं किंवा हिंसेचा धाक आणि अप्रतिष्ठेचं काम करतोय, हे उघड होण्याची भीती या गोष्टी अशा स्त्रियांनासुद्धा गुलामीत ठेवण्यासाठीची जास्तीची आयुधं आहेत. स्त्रियांना कायदेशीरपणे राहात असूनही सरकारी संरक्षण मागता येत नाही; कारण पोलीसदलातील त्यांच्यविरुद्धची मुरलेली मतं त्यांना सरकारी संरक्षण देण्याच्या वाटेतले अडथळे ठरत आले आहेत. वेश्यांच्या मदतीसाठी काम करणाऱ्या स्त्रिया नमूद करतात की स्थानिक वेश्यादेखील त्यांच्या दलालांनी आणि त्यांच्या परिस्थितीनं गुलामगिरीतच जखडून ठेवलेल्या आहेत. आणि त्यातल्या बऱ्याचशा यात संपूर्ण अगतिकेपोटी आलेल्या आहेत. बरेचदा दलालानंच प्रथम लावून दिलेल्या नशेच्या सवयीसाठी पैसे कमवायला! आणि त्यादेखील यातून बाहेर पडण्याचे मार्ग शोधताना आढळतात. स्थानिक स्त्रियासुद्धा देशातल्याच एका भागातून दुसऱ्या भागात फसवून आणल्या गेलेल्या असू शकतील, पण कायद्याची अंमलबजावणी करणाऱ्या संस्थांना त्यांच्याशी काहीही देण-घेणं नसतं. परदेशातील या व्यवसायात आलेल्या काही स्त्रिया या देशात कायदेशीरपणे आलेल्या आहेत, काही बेकायदेशीरपणे आलेल्या आहेत. ज्या कायदेशीरपणे आल्या आहेत, त्यासुद्धा जबरदस्तीनं किंवा फसवून आणल्या गेल्या असतील आणि बेकायदेशीरपणे आलेल्यासुद्धा जबरदस्तीनं किंवा फसवून आणल्या गेल्या असतील. आणि दोन्ही प्रकारच्या स्त्रियांमध्ये स्वेच्छेनं या व्यवसायात आलेल्या स्त्रियांनादेखील सापडतील. हा व्यवसाय इतक्या गुंतागुंतीच्या रचनेचा आहे की कायद्याच्या अंमलबजावणीत स्थलांतराचा निकष फार अपुरा ठरतो.

फसवून किंवा बळजबरीनं या धंद्यात आणल्या गेलेल्या स्त्रियांचा वेगळा आणि मदतीला अधिक पात्र असा गट बनवण्यामुळे या प्रश्नांचं जे मूळ कारण, 'मागणी' ते तसंच राहातं. ज्यूली बिंडलसारखी स्त्रीमुक्तीवादी म्हणते की जोपर्यंत वेश्यांची मागणी करणं हा कायद्यानं गुन्हा ठरत नाही, तोपर्यंत हा जोरानं चालणारा वेश्याव्यवसाय, स्त्रियांना फसवून किंवा बळजबरीनं यासाठी या देशात आणणाऱ्यांसाठी 'हिरवा कंदील' म्हणूनच काम करील. हा व्यापार इतका उघड उघड चालतो, की हीथ्रो आणि गॅटविक विमानतळांवरच्या कॉफी शॉपमध्ये गुलाम स्त्रियांचा लिलाव केला

जातो आणि कुंटणखाना चालवणारे त्यात भाग घेतात. अशा फसवून किंवा बळजबरीनं या देशात आणल्या गेलेल्या स्त्रियांच्या मानवाधिकारांवर भर देण्याचा मतितार्थ असा होता की, ज्या स्थानिक वेश्या आहेत, ज्या हिंसा आणि पिळवणुकीची शिकार झालेल्या आहेत, त्यांचे मानवाधिकार तेवढेसे महत्त्वाचे नाहीत. अर्थात परदेशातून फसवून आणल्या गेलेल्या स्त्रियांची परिस्थिती आणखी वाईट असते, कारण त्यांच्यापाशी आवश्यक कागदपत्रं नसल्यामुळे त्यांना केव्हाही त्यांच्या देशात परत पाठवून दिलं जाऊ शकतं. त्यांना सरकारकडे संरक्षण मागता येत नाही आणि मायदेशापासून खूप दूर असलेल्या देशात, तिथली भाषा येत नसताना, त्यांना खूप एकाकी वाटत असणं शक्य असतं. अर्थात फक्त अशा परदेशातून फसवून आणल्या गेलेल्या स्त्रियांनाच मदत करण्याचे प्रयत्न पुरेसे होणार नाहीत. जबरदस्तीने आणलेल्या स्त्रियांबरोबर समागम करणाऱ्या पुरुषांना बलात्काराच्या जुलुमासाठी अटक करावी, कारण अशा स्त्रिया या व्यवसायात स्वेच्छेशिवाय खेचल्या गेल्या आहेत, अशी मागणी जेव्हा अनेक सरकारी अधिकारी करू लागले, तेव्हा वेश्याव्यवसायाबद्दलच्या चर्चांमध्ये नेहमीच डोकावणारे संमती आणि स्वेच्छेचे मुद्दे उजेडात आले. बलात्कारासाठी अटक केली जाणं, आतापर्यंतच्या इतिहासात अगदी कमी प्रमाणात घडलं आहे. हा मुद्दा बाजूला केला तरी प्रत्यक्षात त्या माणसानं स्वत:च कबुली दिल्याखेरीज त्याला अटक कशी करता येईल? जोन स्मिथ – पत्रकार आणि कार्यकर्ती – गिऱ्हाइकांना आवाहन करते की जेव्हा त्यांना अत्यंत घाबरलेली आणि इथली भाषा बोलू न शकणारी स्त्री दिसेल, तेव्हा त्यांनी जबाबदारीची जाणीव ठेवावी. हे आवाहन थोडं पोरकटपणाचं वाटतं. नताशानं आपली भीती न दाखवण्याची सवय करून घेतली होती; काही स्त्रिया दु:ख बोथट व्हावं म्हणून अमली पदार्थांचं सेवन करतात, तर इतर काही आपली भाषा न बोलू शकणाऱ्या स्त्रिया इथे स्वेच्छेनेदेखील आलेल्या असू शकतात. या सर्वांमागचं सार काय धरायचं? दोन्ही प्रकारच्या स्त्रिया गरिबीतून मार्ग काढू बघणाऱ्या आहेत. ज्या उघड्या डोळ्यांनी या व्यवसायात शिरल्या आहेत त्यांना दुर्लक्षून, ज्या डोळे मिटून आत शिरल्या आहेत त्यांना सरकारचं संरक्षण द्यायचं?

गुलामगिरी कायद्याने रद्दबातल झाल्याला दोनशे वर्षं झाली, त्याबद्दल प्रतिकात्मक कृती म्हणून २३ मार्च २००७ रोजी UKHTC युनायटेड किंगडम ह्युमन ट्रॅफिकिंग सेंटर *(म्हणजेच इंग्लंडमधील मानवी व्यापाराबद्दलचं केंद्र)* यांनी एक कृतीचा आराखडा नमूद केला. जरी मानवाधिकार उल्लंघले जाऊ नयेत यावर आणखी भर दिला जात असला तरी आणखी स्त्रियांना इथे राहाण्याची परवानगी दिली जाणार याची काळजीदेखील सरकारला वाटते आहे. अशा फसवून किंवा बळजबरीने आणल्या गेलेल्या स्त्रियांना 'बळी' समजून दयापात्र ठरवण्याची आवश्यकता

भासते; पण त्याचबरोबर त्यामुळे स्थलांतरितांच्या संख्येत धो धो वाढ होऊ नये, ह्याबद्दलची काळजीही वाटते. यातली रस्सीखेच पोलिसांच्या अहवालांवरून लक्षात येते. त्यात 'जबरदस्तीने आणलेल्या' या शीर्षकाखाली फारच कमी स्त्रियांचा समावेश करून घेण्याचा प्रयत्न उघड दिसतो. पोलिसांचं म्हणणं आहे. 'जबरदस्तीनं आणलेल्या' हा खळबळजनक शब्द आहे; त्या शब्दाचा अर्थ होतो की या स्त्रियांना रस्त्यावरून पकडून कारमध्ये कोंबून इंग्लंडमध्ये आणून कुंटणखान्यात कैदेत टाकलं गेलं; पण याचा फारसा पुरावा सापडत नाही. पोलिसांनी हा युक्तिवाद वापरावं, ही आश्चर्याची गोष्ट आहे, कारण 'जबरदस्ती'ची आंतरराष्ट्रीय व्याख्या फक्त 'पळवून आणणं'च नव्हे तर 'फसवून आणणं' हा अर्थदेखील गृहीत धरते. मेट्रोपॉलिटन पोलिसांच्या दुर्गुण आणि क्लब विभागाचे प्रमुख, क्रिस ब्रॅडफर्ड म्हणतात, 'त्या इंग्लंडला मांडीवर आणि टेबलापाशी नाचणाऱ्या नृत्यांगना म्हणून येणार असतात. हे प्रत्यक्ष वेश्याव्यवसायापासून फक्त काही पावलंच दूर आहे.' बुरसटलेल्या विचारांनी घेतलेल्या न्यायालयीन खटल्यांच्या निवाड्यांचाच हा भयप्रद प्रतिध्वनी आहे : ज्या खटल्यांमध्ये बलात्काराचा खटला गुन्हापात्र ठरवला गेला नव्हता, कारण उत्तेजक कपडे घातलेली स्त्री बलात्काराला आमंत्रणच देत होती, असं मत दिलं गेलं होतं. सरकार म्हणतं की वेश्यांपैकी फारच थोड्या बळजबरीनं आणल्या गेलेल्या आहेत : उदाहरणार्थ :

> 'ह्या वातावरणातल्या अधिकांश स्त्रिया वेश्याव्यवसायात उघड्या डोळ्यांनी प्रवेश करतात आणि स्वेच्छेने हा व्यवसाय स्वीकारतात; इतर थोड्या कायदेशीर नोकरीच्या अमिषांवर फसवून आणल्या जात असतील आणि म्हणून आपल्या समाजातील काही लोक बळजबरीने आणले जाऊन आपल्या इच्छेविरुद्ध पिळवणुकीला बळी पडत असतील.'

जेव्हा स्त्रिया पोटासाठी वेश्याव्यवसायात शिरतात, तेव्हा स्थानिक अर्थव्यवस्थेत भरभराट आली की त्या मोठ्या संख्येनं हा व्यवसाय सोडून बाहेर पडतात. उदाहरणार्थ, कोरियाच्या अर्थव्यवस्थेची वाढती भरभराट होऊ लागल्यावर वेश्यांचा तुटवडा पडू लागला आणि रशिया, फिलिपीन्स आणि इतर देशांतून स्त्रियांची आयात करण्यासाठी विशेष प्रकारचे करमणुकीच्या नावाखालचे व्हिसा देण्यात आले होते, त्याचप्रमाणे पोलिसांच्या अंदाजाप्रमाणे दहा वर्षांपूर्वी इंग्लंडच्या कुंटणखान्यातील ८५ स्त्रिया इंग्लंडच्या नागरिक होत्या आणि आता ८५% स्त्रिया परदेशातील नागरिक आहेत. आपण असं म्हणू शकतो की इंग्लंडची अर्थव्यवस्था भरभराटीला आल्यावर स्थानिक वेश्यांनी हा धंदा सोडला आणि त्यांची जागा परदेशी

स्त्रियांनी घेतली. अर्थात हे आकडे विश्वासार्ह नाहीत. चेस्ट वेबसाइट (The chaste Website) लैंगिक कारणासाठी फसवून आणण्याविरोधातली चर्चची मोहीम, म्हणते की ८०,००० स्त्रिया वेश्याव्यवसायात आहेत आणि त्यातल्या ७०% अठराव्या वर्षापूर्वी धंद्याला लावल्या जातात. याचा अर्थ असा होईल की, ५४००० स्त्रिया यात बळजबरीनं किंवा फसवून आणल्या गेलेल्या आहेत; पण सर्रास नमूद केला जाणारा आकडा २००३ सालच्या गृहखात्याच्या सर्वेक्षणातला आहे; ज्यात एका वेळेस ४००० बळजबरीनं आणलेल्या स्त्रियांचा उल्लेख केला गेला होता.

जेव्हा १९९१ साली लंडनमधील पोलिसांनी घटनांची नोंद ठेवायला सुरुवात केली, तेव्हा लैंगिक शोषणासाठी जबरदस्तीनं / फसवून आणलं जाण्याचा मुद्दा अधिकाऱ्यांच्या प्रथम लक्षात आला. बऱ्याचशा स्त्रिया पूर्व युरोप, बाल्टिक राज्यं, बाल्कन राज्यं किंवा अतिपूर्वेकडून – विशेषत: चीन, मलेशिया, थायलंडमधून आणल्या जात होत्या. २००६ साली खूप प्रसिद्धी मिळालेली 'पेंटामीटर' कारवाई ५०० कुंटणखान्यांवर *(देशातील अंदाजे १०% कुंटणखाने)* धाडी घालून ८४ पळवून आणलेल्या स्त्रियांचा आकडा नमूद करते. या सर्व स्त्रियाच होत्या, बऱ्याचशा १८ ते २५ वयाच्या आणि १४ जणी १४ ते १७ वयाच्या. या सर्वजणी उघडपणे विमानतळं, बंदरं, रेल्वे आणि बसस्थानकांवरून आल्या, पण सर्वांजवळ कायदेशीर कागदपत्रं होतेच असं नाही. ६० स्त्रिया इंग्लंडमध्ये बेकायदेशीरपणे आल्या; याचाच अर्थ होतो की ४०% स्त्रिया कायदेशीर मार्गानं येऊनदेखील या भयंकर परिस्थितीत सापडल्या. मानवाधिकारांसाठी झगडणाऱ्या संघटनांनी 'पेंटामीटर' कारवाईवर टीका केली की, तिचा महत्त्वाचा हेतू होता बेकायदेशीर स्थलांतरितांना पकडून त्यांना स्वत:च्या देशात पाठवून देणं. बेकायदेशीर स्थलांतर रोखणं UKHTC युनायटेड किंगडम ह्युमन ट्रॅफिकिंग सेंटर (म्हणजेच इंग्लंडमधील मानवी व्यापाराबाबतची संघटना) च्या घटक संघटनांची नावं ऐकूनच त्याचं स्वरूप लक्षात येईल. त्या आहेत क्राउन प्रोसिक्यूशन सर्व्हिस (CPS), सीरीयस ऑर्गनाइझ्ड क्राइम एजन्सी (SOCA) आणि IND *(इमिग्रेशन ॲण्ड नॅशनॅलिटी)*

ह्या मानवी व्यापाराबद्दल काहीही कायदे नव्हते, २००३ साली इंग्लंडच्या सरकारनं सर्व प्रकारचं फसवून / बळजबरीनं आणणं सेक्शुअल ऑफेन्सेस ॲक्ट *(लैंगिक गुन्ह्यांबाबतचा कायदा)* याखाली गुन्हा ठरवलं आणि २००४ सालच्या आश्रय व स्थलांतराच्या कायद्यानुसार (Asylum & immigration Act) जून २००६ पर्यंत तीस लोकांना अटक केली. ह्या २००४ सालच्या कायद्यानं गुलामगिरी किंवा सक्तीच्या मजुरीसाठी, मानवी अवयव रोपणासाठी मिळवण्यासाठी किंवा इतर पिळवणुकीसाठी फसवून / जबरदस्तीनं आणणं, या सर्व गोष्टींना शिक्षापात्र गुन्हे ठरवलं. या गुन्ह्यांसाठी जास्तीतजास्त १४ वर्षांची तुरुंगवासाची शिक्षा मिळू शकते.

२००३ सालच्या अंदाजाप्रमाणे अशा मानवी व्यापारातून ७० लाख ते १०० लाखांचा फायदा झाला. यात पकडलं जाण्याचा धोका अगदी कमी असतो; कारण असे दलाल त्यांच्या 'माला'ला हिंसा किंवा हिंसेचा धाक दाखवून ताब्यात ठेवतात आणि भीतीपोटी त्यांना बळी पडलेले लोक अधिकाऱ्यांजवळ तक्रार करायला असमर्थ किंवा अनुत्सुक असतात. आपण नताशाच्या कहाणीत पाहिलंच की जरी ती एकटी 'ट्यूब'नं प्रवास करत होती, तरी तिच्या दलालानं तिला इतकी धाकात ठेवली होती की पळून जाण्याचा तिनं विचारसुद्धा केला नाही. निओमीच्या बाबतीत जरी तिला फायद्यासाठी बळजबरीनं आणलं होतं, याची आपण खात्री बाळगू शकत नाही, तरी तिला वाचता येत नसल्यामुळं ती कुठं राहात होती तेथे ती पाट्या वाचून पोलिसांना नेऊ शकत नसल्यामुळं कुणालाही अटक करणं शक्य नाही.

ज्या स्त्रियांना असं फसवून आणलं जातं, त्यांना बरेचदा दुसऱ्या देशात पोचल्यावरच धोका लक्षात येतो आणि तेथे पोचल्यावरच त्यांना त्यांच्या दलालांपासून संरक्षण मिळणं आवश्यक असतं. त्यांची खरीखुरी परिस्थिती त्यांच्या लक्षात यायला आणि बसलेल्या धक्क्यातून बाहेर यायला त्यांना थोडा वेळ मिळणं आवश्यक असतं. २००१ साली डेनिस मार्शलनं `poppy' प्रकल्प सुरू करेपर्यंत मदतीसाठी आणि संरक्षणासाठी अशा सुटका केल्या गेलेल्या स्त्रियांना पाठवण्याजोगी संस्थाच अस्तित्वात नव्हती. बरेचदा समाजकल्याण खात्याच्या वसतिगृहांमध्ये पोलीस लोक अशा स्त्रियांना पाठवतात. नताशालाही अशाच जाग़ी पाठवलं होतं. पण poppy प्रकल्पातील सोयी या जागी उपलब्ध नसतात. अशा तरुण मुली समाजकल्याण खात्याच्या जागांमधून निघूनही जातात; 'ऑपरेशन पॅल्मडिन चाईल्ड' या तीन महिन्यांच्या, बालकांच्या व्यापाराचा अंदाज घेण्यासाठी उभारलेल्या प्रकल्पात असाच अनुभव आला.

poppy प्रकल्पाच्या आश्रयाखाली आलेल्या स्त्रियांची पोलिसांपुढे साक्ष देण्याची तयारी आहे की नाही, हे आणि त्यांना इथे आश्रयासाठी अर्ज करण्याची इच्छा आहे की नाही हे ठरवण्यासाठी, परत पाठवलं जाण्याची चिंता न करता, तीस दिवसांचा अवधी दिला जातो. सुरुवातीला poppy प्रकल्पाखाली आश्रय देताना ज्या स्त्रिया आश्रयाचा अर्ज करू इच्छिते, त्यांना कटाक्षानं वगळण्याचं धोरण असे; पण poppyच्या लोकांनी याच्या निषेधार्थ हालचाली केल्यावर हे धोरण बदलण्यात आलं. यानंतर स्त्रिया पुढल्या पायरीवर जातात. ज्यात त्यांना एक वर्ष खूप मदत केली जाते आणि एक वर्ष त्यांना पुन्हा स्थिरावण्यासाठी मदत केली जाते. या काळात त्यांना आश्रयाचा अर्ज करायचा असतो. ज्याचे आश्रयाचे अर्ज नाकारले गेले आहेत, त्यांना ह्या सुविधा दिल्या जात नाहीत. poppy प्रकल्पान्वये तात्पुरता आश्रय मिळण्यासाठी बळजबरीनं आणल्या गेलेल्या स्त्रियांनी पोलिसांपुढे साक्ष

देण्याची तयारी दाखवावी लागते. तसंच ह्या स्त्रियांनी स्थलांतर कचेरीलादेखील संपूर्ण सहकार्य द्यायचं असतं; पोलीसतपास संपल्यावर त्यांना परत पाठवायचं ठरलं किंवा / आणि त्यांचा आश्रयाचा अर्ज नामंजूर झाला तर परत पाठवलं जाताना त्यांचं सहकार्य अपेक्षित असतं. poppyच्या आश्रयाखालील स्त्रियांचे आश्रयाचे अर्ज तपासून पाहणाऱ्या अहवालाचा निष्कर्ष निघाला की, स्त्रियांनी सहकार्य दिलं तर त्यांच्या अर्जात खरेपणा आहे असं समजण्याकडे कल दिसतो. 'जर हा निष्कर्ष खरा असला, तर त्याबद्दल काळजी करायला हवी. स्त्रीचा आश्रयाचा अर्ज मंजूर होण्यासाठी तिची पोलिसांना आणि स्थलांतर कचेरीला तिच्या दलालांवर खटला भरण्याबाबत सहकार्य करण्याची तयारी हा निकष असता कामा नये.' जर *(अशा स्त्रीला)* विचार करायला वेळ मिळाला आणि आश्रयाचा अर्ज करायला वेळ मिळाला, तर ती सुरक्षित राहते आणि त्यामुळे सरकारी यंत्रणांशी सहकार्य करायचं की नाही, याबद्दलचे तिचे निर्णयही बदलू शकतात.

सुरुवातीला हा विचारासाठीचा काळ, सरकार प्रत्येक अर्जावर विचार केल्यानंतर, मंजूर करत असे. आता सरकारनं मार्च २००७ साली ज्यावर सही केली त्या ECAT (Council of Europe Convention on Action Against Trafficking in Human Beings) म्हणजेच माणसांना फसवून आणणाऱ्यांवर कायद्यानं कारवाई केली जाण्याचा कायदा, हा विचारासाठी देण्यात येणारा काळ गृहीत धरतो. POPPY प्रकल्पाच्या पहिल्या टप्प्याप्रमाणेच हा कायदा स्त्रियांना तीस दिवसांचा काळ विचारासाठी देतो. धक्क्यातून सावरून विचाराला दिल्या जाणाऱ्या तीस दिवसांच्या कालावधीत सरकार कुणालाही परत पाठवू शकत नाही. दलालांकडून नुकसानभरपाई मागणारे – खटले चालू असताना, या बळी पडलेल्या स्त्रियांना ज्या देशात हे खटले चालू आहेत तेथेच राहणं भाग असल्यामुळे, त्यांना राहाण्याची परवानगी वाढवून द्यावी लागते. मानवाधिकारांबद्दलच्या समितीनं सल्ला दिला होता की एका वेळेस सहा महिने राहाण्याची परवानगी देण्यात यावी. पण आजपर्यंत दलालांवर नुकसानभरपाईचा एकही खटला भरला गेलेला नाही.

सरकारला काळजी वाटत होती की ही पावलं उचलल्यामुळे आश्रयासाठीचे अर्ज वाढतील; पण ह्या काळजीला काही अर्थ नाही. त्या वेळेस गृहखात्यातील कनिष्ठ मंत्री असलेल्या पॉल गॉगिन्सची तीव्र इच्छा होती की आश्रय आणि स्थलांतराबाबतची यंत्रणा विश्वासार्ह आणि सुदृढ असावी. जर बळजबरी आणि फसवणूक हे मानवव्यापारामागचे महत्त्वाचे घटक असले, तर उघड आहे की आश्रयाचे अर्ज या धोरणांमुळे वाढले असं म्हणणं पूर्णपणे चुकीचंच ठरेल. याउलट, स्त्रियांना दलालांविरुद्ध साक्ष देण्यासाठी उत्तेजन देणारे कायदे मंजूर झाले, तर असे दलाल त्यांचा मानवी व्यापार कमीच करतील. काही कार्यकर्ते अशा

स्त्रियांना विचारासाठी ९० दिवसांचा अवधी देण्यात यावा, अशी सरकारकडे मागणी करत आहेत आणि बळी पडलेली स्त्री दलालाविरुद्ध साक्ष द्यायला तयार असली किंवा नसली, तरी तिला सहा महिन्यांचा अवधी विचारासाठी देणाऱ्या इटलीतील कायद्याचं आपणही अनुकरण करावं, अशी मागणी इतर काही कार्यकर्ते करत आहेत. यामुळे वाचलेल्यांपैकी अधिक स्त्रिया साक्ष देण्यासाठी तयार होतात आणि दलालांवर खटले भरण्याच्या कामात अधिक यश मिळतं.

इथे राहाण्याचा हक्क आणि इतर सोयींमुळे, भीषण अनुभवांमुळे झालेल्या आघातातून बाहेर पडायला अशा स्त्रियांना खूप मदत होईल आणि हाच त्यांच्या संरक्षणाचा सर्वोत्तम उपाय आहे. अनेक स्त्रिया म्हणतात की त्यांच्याजवळ ब्रिटिश पासपोर्ट आला की त्यांच्यावरची दलालांची पकड ढिली पडते. त्यांना पुन्हा जबरदस्तीनं पकडून धंद्याला लावलं जाण्याचा धोका नाहीसा होतो. परत पाठवल्या गेलेल्या अनेक स्त्रियांच्या वाट्याला 'फिरता दरवाजा' – जिथून पळून निघालात तिथेच नेऊन सोडणारा गोल फिरणारा दरवाजा – येऊन त्या परत त्याच धंद्याला लागतात, ते ब्रिटिश पासपोर्टमुळे टळतं; पण सरकारनं स्थलांतराच्या कायद्यांपेक्षा यासाठी मानवाधिकारांना अधिक महत्त्व द्यायला हवं. गुलामगिरीच्या प्रत्येक प्रकारात, सरकारचा प्रश्न सोडवतानाचा पहिला पवित्रा असतो स्थलांतराचे हक्क उदार करण्याऐवजी आणखी संकुचित करणं; या धोरणानं कधीही प्रश्न सुटत नाहीत.

सक्तीची मजुरी

सध्याची ब्रिटनमधली परिस्थिती आहे मजुरांसाठी भरपूर मागणी; पण कठोर स्थलांतराचे कायदे, यामुळे 'फसवून आणून बळजबरीनं मजुरीला लावणं' या प्रकाराची ताब्यात न ठेवता येण्याजोगी प्रचंड वाढ होत आहे. मजुरांची पिळवणूक कोणत्या थराला गेली आहे, यावर विश्वासार्ह अंदाज बांधता येण्याजोगा नाही. लोकसभेतील समितीचा मानवी व्यापारातील मानवाधिकारांविषयीचा अहवाल निष्कर्ष काढतो की जबरदस्तीनं आणून वेश्याव्यवसायाला लावण्याबद्दल जी माहिती उपलब्ध आहे त्याहूनही कमी माहिती जबरदस्तीनं मजुरीसाठी पिळवणूक करण्याबाबत उपलब्ध आहे. फसवून वेश्याव्यवसायाला लावण्याकडे अधिक लक्ष जाण्याचं कारण आहे की यात खूप जास्त संख्येनं लोक आणले जातात. 'मजुरीसाठीची पिळवणूक अनेक व्यवसायात केली जाते. शेती, बांधकाम, कंत्राट घेऊन सफाई, घरकाम, सेवा सर्व्हं कमी वेतन देणारे व्यवसाय; ज्यांचं वर्णन तीन 'डी' वापरून डिफिकल्ट, डेंजरस, डर्टी *(अवघड, धोक्याचं आणि गलिच्छ)* असं करता येईल. या कामांवरील वाईट परिस्थितीबद्दल कामगार तक्रार करत नाहीत. आपल्याला

नोकरीतून काढून टाकून सहजपणे तेथे दुसरा माणूस नेमला जाईल व सरकारला सांगून मायदेशात परत पाठवले जाईल, अशी भीती त्यांना वाटते. उलट्या काळजाचे मालक पिळवणुकीसाठी या भीतीचा उपयोग करून घेत असतात.

अनेक प्रकारे लोक सक्तीची मजुरी करत राहतात. जे इथे राजकीय किंवा आर्थिक निर्वासित म्हणून चोरून आणले गेले आहेत किंवा ज्यांचा स्थलांतरानंतरचा दर्जा अजून डळमळीत आहे असे लोक गुलामीतच राहातात. जसजसं सरहद्दीवरून स्थलांतर अधिकाधिक कठीण होत गेलं आहे, तसतसं आत ज्यांना येता येतं असे लोक अधिक धोक्यातून आलेले नसून ज्यांची येऊन पोचण्याची अधिक ऐपत आहे, असेच असतात. खरोखरच्या भांडवलशाहीच्या राज्यात तुमचा स्थलांतर करतानाचा प्रवास जितकं तुम्ही खर्चू शकता तितका अधिक सुखकर असतो. अगदी स्वस्तातल्या प्रवासाला दीर्घकाळ लागू शकतो, परिस्थिती भीषण असते आणि वाटेत आजार होऊ शकतात किंवा मृत्यूही येऊ शकतो. ज्यांना प्रवासाचे पैसे देण्याची ऐपत नसते, ते लोक कर्जाच्या गुलामीत अडकतात. उदाहरणार्थ, लैंगिक व्यवसायातील स्त्रिया व मुली किंवा अतिशय कष्टप्रद व्यवसायात असलेले चिनी पुरुष. तसंच मागे राहिलेले त्यांचे इतर कुटुंबीयदेखील कर्जाच्या गुलामीत अडकू शकतात; कारण त्यांनी त्यांच्यापैकी एकाला परदेशात 'नशीब' काढायला जाता यावं म्हणून कर्ज काढलेलं असतं. पाण्यातून कालवं वेचणारे चिनी मेरकॅम्ब बे येथे मरण पावले, हा ह्या गोष्टीचा बोलका व दु:खद पुरावा आहे. त्यांच्या प्रवासात त्यांनी गुंतवलेले प्रचंड पैसे भरून काढता आले नव्हते; कारण त्यांना एकामागून एक कमी पगाराचीच कामं मिळत गेली, त्यातून त्यांचे मुकादम जो तोंडाला येईल तो राहण्या-जेवण्याचा खर्च वजा करत गेल्यावर त्यांना समुद्रातून कालवं वेचण्यासारखी अधिकाधिक धोक्याची कामं स्वीकारण्यावाचून पर्याय नव्हता.

ह्या दुर्घटनेवर उत्तर म्हणून सरकारनं २००४ सालचा 'गॅंगमास्टर्स (लायसेन्सिंग) ॲक्ट' सुरू केला; पण त्याची पोच फक्त शेतीव्यवसायाइतकीच आहे; सफाई, केटरिंग, हॉटेलातील कामं, ज्यात बेकायदेशीर लोक प्रचंड संख्येने काम करतात ते या कायद्याखाली येत नाहीत. बी.बी.सी. टी.व्ही.नं खूप प्रसिद्धी देऊन बातमी प्रसृत केली, ज्यात एका पत्रकाराला एक पोलंडचा माणूस सरकारमान्य कमीतकमी वेतनापेक्षाही कमी पगारावर काम करताना सापडला आणि एका खोलीत इतर बाराजण राहात असताना त्याच्या एका पलंगासाठी त्याला आठवड्याला पन्नास पौंड मोजावे लागत होते. अशा बातम्या येऊनही अजून एकही खटला भरला गेलेला नाही. मजुरांच्या टोळीच्या मुकादमापाशी परवाना हवा असा कायदा आहे. परवाना नसलेला मुकादम वापरणं हा कायद्यानं गुन्हा आहे आणि जे ब्रिटनमध्ये कायदेशीरपणे काम करू शकतात अशांनाच मुकादमांनी नोकऱ्या द्याव्यात असा कायदा आहे.

बी.बी.सी.च्या बातमीत मुकादमाकडे परवाना होता किंवा नाही हे सांगितलं नव्हतं; पण पोलंडचा कामगार? नक्कीच कायदेशीरपणे आलेला होता; परंतु इथली भाषा आणि आपले अधिकार याबाबतचं अज्ञान आणि अगतिकता यांमुळे ही जुलमाच्या मजुरीसदृश परिस्थिती उदभवली. नोकरीसंदर्भातील विविध हक्क लक्षात घेऊन या कामगारांच्या परिस्थितीची चाचणी घेतली पाहिजे. पण जर तुमच्यापाशी नोकरीचं कायदेशीर कंत्राट नसेल, तर यातले अनेक हक्क उपलब्ध होत नाहीत. जरी कामगारसभांनी सरकारी कारवाईची मागणी केली असली आणि स्थलांतरित कामगारांची पिळवणूक सर्वच कामगारांना त्रासदायक ठरते हे त्यांनी जाणलं असलं, तरी त्यांनी हा वर्ग युनियनखाली आणायला दिरंगाई केली आहे; त्यातले अनेकजण युनियनखाली येऊ शकत नाहीत किंवा येणं त्यांना परवडण्याजोगं नाही.

'अँटी स्लेव्हरी इंटरनॅशनल' किंवा गुलामगिरीच्या विरोधातली आंतरराष्ट्रीय संस्था त्यांच्या बळजबरीच्या मजुरीवरल्या अहवालात म्हणते की असे आणले गेलेले बरेच कामगार कायदेशीररित्या आलेले आहेत. अर्थात 'सिटिझन्स ॲडव्हाइस ब्यूरो' किंवा 'नागरिकांसाठीचं सल्लागार केंद्र' अशांकडून त्यांच्या नजरेस आणून दिलेले लोक कायदेशीर असण्याचाच अधिक संभव असतो, या गोष्टीची त्यांना जाणीव आहे. असं फायद्यासाठी फसवून किंवा बळजबरीनं आणणं याकडे स्थलांतराबाबतचा गुन्हा म्हणून पाहण्याच्या सरकारच्या धोरणामुळे गुलामगिरीच्या अनेक प्रकारांकडे दुर्लक्ष होतं. सरकारचं लक्ष स्थलांतरांमध्येच जास्तीतजास्त आहे, याकडे वेधून घेतलं गेलं तरी सरकारचा असा कल तसाच चालू राहणार असं दिसतंय. नवी संघटना UKHTC *(युनायटेड किंगडम ह्युमन ट्रॅफिकिंग सेंटर)* म्हणजेच इंग्लंडचं मानवी व्यापाराबद्दलचं केंद्र व 'व्यवस्थित रचना करून घडालेले स्थलांतराबाबतचे गुन्हे' यावर अधिक लक्ष केंद्रित करणार आहे. SOCAC *(ऑर्गनाइझ्ड क्राइम एजन्सी)* त्यांच्या एकूण कार्यापैकी २५% कार्य या विभागावर करणार आहे.

सरकारनं वेठबिगारी नाहीशी करण्याचं आश्वासन दिलं नसून त्यासाठी परदेशातून फसवून आणण्यावर नियंत्रण आणण्याचं आश्वासन दिलं आहे. सरकार आपली जबाबदारी कमी करण्याचा, विशेषत: ECAT *(Council of Europc Convention on Action Against Trafficking in Humgan Beings)* खाली राहण्याच्या परवानग्या मंजूर करण्यात व्याख्या संकुचित करून कपात करण्याचा प्रयत्न करण्याची खूप शक्यता आहे. उदाहरणार्थ, वेश्याव्यवसायासाठी आणलं गेलं असताना सरकारचं म्हणणं असे की अधिकांश स्त्रियांना त्या काय स्वीकारणार आहेत, हे माहीतच होतं आणि अशा तऱ्हेने फसवणुकीच्या मुद्याला सरकारनं बगल दिली. असंच घडणार याची झलक गृहखात्यानं नुकत्याच प्रसिद्ध केलेल्या जबरदस्तीच्या मजुरीबाबतच्या कृतीच्या आराखड्यात दिसून येते. हा

अहवाल म्हणतो, 'सक्तीच्या मजुरीच्या गुन्ह्यांचा तपास करताना आपल्यापुढली मुख्य अडचण असणार आहे कामाच्या ठिकाणची वाईट परिस्थिती आणि सक्तीची मजुरी यातला फरक ओळखणं. सक्तीच्या मजुरीत 'सक्ती' ही महत्त्वाचा मुद्दा असतो.' मनोरंजक बाब अशी आहे की इथेदेखील सरकारनं फसवणुकीचा मुद्दा वगळला आहे.

सरकारकडे स्वत:ची जबाबदारी आणखी कमी करण्याचा मार्ग आहे, 'विशिष्ट प्रकारचे उपाय योजून 'मागणी' कमी करणे,' आम्ही मार्ग शोधायच्या प्रयत्नात आहोत, ज्यामुळे वेश्याव्यवसायातून होणाऱ्या पिळवणुकीचे वास्तव उघड होईल. मालकांना स्थलांतरितांना नोकऱ्या देण्याबाबतच्या जबाबदाऱ्या कळतील आणि बेकायदेशीरपणे आलेले स्थलांतरित नोकरीवर ठेवल्यावर त्यांच्यावर बसणाऱ्या दंडाची जाणीव राहील.' लैंगिक शोषणाच्या बाबतीत जाणीव-जागृती घडवून मागणी नियंत्रणात ठेवण्याच्या उपायाबाबत सरकार समाधानी आहे; पण जिथं सक्तीची मजुरी आहे तिथे सरकारचं धोरण आहे की मालकांनी त्यांच्या मजुरांची स्थलांतराबाबतची स्थिती तपासून पाहिली नाही तर त्यांना दंड किंवा तुरुंगवास देण्यात यावा. लैंगिक शोषणाबाबत योग्य उपाय आहे की वेश्यांची मागणी करणं हा गुन्हा ठरवण्यात यावा. अंदाजे दहातला एक माणूस लैंगिक सुख विकत घेतो, १९९० पेक्षा हा आकडा दुप्पट आहे. याऐवजी सरकारी कृतीचा आराखडा म्हणतो की वेश्यागमन करणाऱ्या लोकांना त्या पळवून आणलेल्या असू शकतात, या धोक्याबाबत प्रसिद्धी साहित्याच्या माध्यमातून सावध करावं. २००७ च्या 'ऑपरेशन पॅरामीटर-२' मध्येही आणखी साहित्य प्रसृत करून 'मागणी' कमी करण्याचं ध्येय ठेवलं गेलं. स्वीडनमध्ये वेश्यांकडे जाणं हा गुन्हा ठरवला गेल्यावर त्या देशात स्त्रियांना फसवून आणण्याचं प्रमाण खूप कमी झालं. ब्रिटिश सरकारने आर्थिक भरभराटीच्या काळात बेकायदेशीरपणे आलेले मजूर वापरणं हा गुन्हा ठरवणं, हे तर्कविसंगत ठरेल; कारण त्यामुळे पुरेसे मजूर न मिळाल्यामुळे प्रगती खुंटेल. मालकांना सजा करण्यामागचं तर्कशास्त्र आहे की त्यांनी बेकायदेशीरपणे आलेल्या मजुरांची पिळवणूक करणं थांबवावं हा हेतू स्तुत्य आहे, पण ह्या ठरावामुळे उपजीविकेची इतर साधनं नसताना, असे मजूर आणखी निराधार बनतील. सक्तीची मजुरी करणारे काही लोक इथे कायदेशीरपणे आलेले आहेत. निदान त्यांच्या बाबतीत तरी, या देशाचे नोकऱ्यांबद्दलचे कायदे न पाळणाऱ्या आणि त्यांच्या कामगारांना गुलामाप्रमाणे वागवणाऱ्या मालकांना सरकार शिक्षा ठोठावू शकेल!

मानवी व्यापारावरील सरकारी समितीनं, घरकामासाठी आलेले कामगार आणि इतर सक्तीची मजुरी करणारे कामगार यांत भेद केलेला नाही. सुमारे दहा हजार लोक इंग्लंडमध्ये घरकाम करण्यासाठी कायदेशीर मार्गानं येतात. घरकामासाठी आलेले

लोक इतरांपासून अलग पडलेले असतात. ते त्यांच्या मालकांवर काम आणि राहाण्याच्या जागेसाठी अवलंबून असतात आणि त्यातल्या अनेकांची कामाचे तास आणि तेथील परिस्थिती याबाबत फसवणूक केली जाते; त्यामुळे त्यांना फसवून आणलं गेलंय असं म्हणता येईल. त्यांना बरेचदा आठवड्याचे सातही दिवस रोज अठरा अठरा तास, विश्रांतिशिवाय काम करावं लागतं. स्वयंपाकघरात किंवा बेडरूममध्ये जमिनीवर झोपावं लागतं आणि महिना दोनशे पौंड पगार मिळतो. अशांपैकी खूप जणांना माहीत असलेलं उदाहरण आहे – लक्ष्मी पेरिआ स्वामीचं. कुवेती राजकन्येच्या नोकरीत असताना तिला मारहाण, चाबकाचे फटकारे, कैदेत ठेवणं आणि उपाशी ठेवणं याला सामोरं जावं लागलं. तिला ब्रेंट विमेन्स रेफ्यूज *(ब्रेंट येथील स्त्रियांचा आश्रयाश्रम)* आणि साऊथहॉल ब्लॅक सिस्टर्स ह्या दोन संघटनांनी तिच्या नोकरी देणाऱ्या मालकिणीवर खटला भरायला मदत केली आणि पुढच्यांना मार्गदर्शक दाखला ठरेल अशा खटल्यात तिला १९८९ साली चार लक्ष पौंड एवढी नुकसानभरपाई मिळाली. ही तिला मिळणारी वागणूक गुलामगिरीपेक्षा काहीही वेगळी नव्हती. पण 'कलायान' ही घरनोकरांना मदत करणारी मुख्य बिनसरकारी संस्था घरनोकर आणि गुलाम हे समीकरण टाळते. कदाचित घरकाम ह्या क्षेत्राची प्रतिष्ठा उंचावणं हा त्यामागचा हेतू असेल.

ब्रिटिश देशांतराच्या कायद्यातले सुचवण्यात आलेले बदल, घरनोकरंची परिस्थिती आणखी कमकुवत करतील, अशी शक्यता आहे. नवीन प्रवेशाबाबतच्या गुणांकन पद्धतीमुळे, परदेशातून आलेल्या घरकामाच्या नोकराला फक्त सहा महिन्यांच व्हिसा दिला जाऊन तो फक्त एकाच मालकासाठी काम करायला बांधील असेल. याचा अर्थ असा होतो की तो मालक छळ करत असला तरी ते त्याला सोडून जाऊ शकणार नाहीत. १९९० च्या दशकातील 'कलायान'नं यशस्वी करून दाखवलेल्या चळवळीमुळे कामाचा परवाना मिळणं आणि इंग्लंडमध्ये विशिष्ट मालकाजवळच काम करणं या गोष्टी वेगवेगळ्या केल्या गेल्या होत्या; त्या आता बदलून पुन्हा पूर्ववत जोडल्या जातील. कलायानचं मत आहे, *(प्रवेशाबद्दलची)* गुणांकन पद्धती कायदेशीर मार्गानं स्थलांतरित गड्यांना पिळवणुकीसाठी इंग्लंडला आणण्याची तरतूद करून त्यांचे नोकरीबाबतचे अगदी जुजबी हक्कदेखील हिरावून घेऊन त्यांना छळणाऱ्या मालकांपुढे निर्बल करून टाकेल. थोडक्यात, त्यामुळे पिळवणूक कायदेशीर बनेल.

जरी घरगडी कायदेशीर कागदपत्रं घेऊन इंग्लंडला आले असले, तरी सदसद्‌विवेकबुद्धी नसलेले मालक नोकरांचे पासपोर्ट काढून घेऊन त्यांना ताब्यात ठेवतात (बळजबरीच्या मजुरीचा मुख्य निकष) आणि बरेचदा त्यांच्या व्हिसाचे नूतनीकरण न करून त्या अन्वये त्यांना बेकायदेशीर स्थलांतरित बनवतात, म्हणजे त्यांची अधिक पिळवणूक करता येते. 'कलायान' या प्रचलित वागणुकीविरुद्ध

मोहीम चालवत आहे. ऑगस्ट २००४ आणि ऑगस्ट २००५ च्या दरम्यान कलायानने ११४ नवीन स्थलांतरित घरगड्यांची नोंद केली. त्यांच्यापैकी ६५ जणांचे, म्हणजे अर्ध्याहून अधिकांचे, पासपोर्ट त्यांच्या मालकांनी ताब्यात घेतलेले होते. युरोपात स्थलांतरित गड्यांच्या हक्कांच्या सनदीबाबतच्या पहिल्या दोन मागण्या त्यांच्या स्थलांतराच्या दर्जाशी निगडित आहेत. खाजगी घरातील घरकाम हे योग्य नोकरीच्या तोलाचं गणलं जाऊन अशांना स्थलांतराच्या दर्जाबाबत हक्क असावा आणि त्याचा 'त्यांचा मालक कोण' याच्याशी संबंध नसावा, ह्या त्यांच्या मागण्या आहेत. स्थलांतराचा दर्जा आणि गुलामगिरी आणि पिळवणूक यांच्यात असलेल्या थेट संबंधांचीच ही कबुली आहे!

घरगडी दोन्ही आघाड्यांवर मार खातात. बहुतांशी घरकाम करणाऱ्या, स्त्रिया आहेत, तरी त्यांना घरगुती अत्याचारांना बळी पडलेल्या स्त्रियांना मिळणाऱ्या सुविधा किंवा आश्रय मागता येत नाही; कारण घरगुती अत्याचारांची व्याख्या आहे कुटुंबीयांमध्ये घडणारे अत्याचार. घरकाम करणारे नोकरीच करत असतात, त्यामुळे त्यांना छळणाऱ्या मालकापासून संरक्षण मिळण्यासाठी नोकरीसंदर्भातले कायदे वापरता यायला हवेत आणि कामगारांच्या संघटनांची मदतही मिळवता यायला हवी; पण इतिहास सांगतो की कामगारसंघटना, ज्यांना सभासदशुल्क भरणं परवडत नाही अशांकडे विशेष लक्ष पुरवत नाहीत. आणखी नामुष्कीची गोष्ट अशी की वंश आणि लिंग यावरून भेदभाव केला जाऊ नये, हा कायदा खाजगी घरांना लागू करता येत नसल्यामुळे मालक या मुद्यांवरूनही भेदभाव करायला मोकळे असतात. ज्या असुरक्षित स्थलांतर दर्जावरच्या स्त्रियांना घरगुती अत्याचार करून घराबाहेर काढण्यात आलं आहे, त्यांना सरकारी मदतीसाठी पात्र ठरवण्यात यावं अशी साऊथहॉल ब्लॅक सिस्टर्सची सध्याची मोहीम आहे. घरगुती अत्याचारांची व्याख्या रुंदावून त्यात स्थलांतरित घरकामाच्या नोकरांचादेखील समावेश करण्यात यावा, अशी मागणी त्यांनी केली आहे.

घरगड्याच्या दर्जावर आणखी चिखलफेक होते; कारण दूरच्या नात्यातले गरीब नातेवाईक प्रवासी व्हिसावर सहा महिन्यांसाठी कष्टप्रद 'सुटीवर' आणले जातात आणि त्याबद्दल त्यांना कधी वेतन मिळतं, कधी मिळतही नाही. निओमी या घरकाम करणाऱ्या अज्ञान मुलीने डोक्यावर छप्पर मिळाल्याबद्दल कृतज्ञ राहून, पगार मागण्याची मुजोरी करू नये, अशी अपेक्षा होती. त्याचप्रमाणे साऊथहॉल ब्लॅक सिस्टर्सना दिसून आलेलं आहे की नववधू म्हणून आणल्या गेलेल्या स्त्रिया बरेचदा घरचे गुलाम म्हणूनच आणल्या गेलेल्या आहेत. अनेक ठरवून केलेल्या विवाहांमध्ये नवी नवरी ही एकत्र कुटुंबातील आणखी एक घरकामाची मोलकरीण समजली जाते; कधीकधी अशा विवाहांमध्ये पतिपत्नींचा शरीरसंबंधदेखील येत नाही; कारण पतीचं

आणखी कुणाशीतरी सूत जुळलेलं असतं आणि त्याचं लग्न करून देण्याचा एकमेव हेतू कुटुंबाची प्रतिष्ठा अबाधित राखून फुकटची घरकामाची मोलकरीण आयात करणं एवढाच असतो. जरी स्त्री बळजबरीनं त्या विवाहबंधनात ढकलली गेली असली तरी ती तिचं नाव सोडून बाकी सर्वार्थानं गुलामच असते.

सक्तीचे विवाह :

बळजबरीची लग्नं आणि ठरवून केलेली लग्नं यातली सीमारेषा अतिशय धूसर आहे. वर नमूद केल्याप्रमाणे 'संमती' किंवा 'स्वेच्छा' हा मुद्दा सरकारी संरक्षणाला पात्र की अपात्र हे ठरवताना कळीचा मुद्दा धरला जातो. हा मुद्दा वेगवेगळ्या संस्कृतीतील नातेसंबंधाबाबतीत असलेल्या प्रथांमुळे अधिक गहन झाला आहे; त्यामुळे इतिहासात दिसतं की स्त्रिया किंवा मुली 'ठरवून' विवाह करणं टाळू बघत असल्या तरी समाजसेवक त्यात मधे पडत नाहीत. कारण अल्पसंख्याकांच्या संस्कृतीत ढवळाढवळ करणं त्यांना वंशभेद करणं वाटतं. ह्याच मुद्यांचा, आफ्रिकेतील देशांमधून मुलांना घरकामासाठी आणण्यावर परिणाम झाला आहे. जबरदस्तीच्या विवाहांचा सर्वाधिक त्रास ज्यांना होतो अशा अल्पसंख्याकांमधील स्त्रीमुक्तीवाद्यांनी केलेल्या मागण्यांमुळे सरकार आजकाल या प्रथेविरुद्ध भूमिका घेऊ लागले असून, या प्रथेचा निषेध करणं ही खराखुरा 'ब्रिटिश' असण्याची अग्निपरीक्षा आहे, असंही ठरवण्यात आलं आहे.

हा मुद्दा हाती घ्यायचं ठरवल्यावर ब्रिटिश सरकारनं स्थलांतराचे कायदे आणखी आवळण्यात आपला नेहमीचा उत्साह दाखवला. कोणत्याही सामाजिक दुखण्याला रामबाण औषध! मामे, आते, मावस, चुलत भावंडांमध्ये 'नागरिकत्वासाठी' सक्तीचे विवाह लादले जाण्याबद्दल काही पुरावे उपलब्ध आहेत, तरी स्थलांतर कायदा ही प्रथा मोडण्यास असमर्थच ठरेल. सरकारनं लग्नाचं वय वाढवून सोळाचं अठरा केले – सर्वांसाठी नव्हे, फक्त परदेशातील वधू / वरांसाठी. आता ते वय २१ करावं अशी सूचना आहे. साऊथहॉल ब्लॅक सिस्टर्स आणि इतर कार्यकर्त्यांनी निदर्शनाला आणलं की यामुळे स्त्रियांना योग्य वयाच्या होईपर्यंत परदेशातच ठेवलं जाईल. जितके जास्त दिवस त्या परदेशात राहातील, तितका त्यांना मुलं होऊन त्या या परिस्थितीत आणखी अडकण्याचा संभव वाढेल. अंबर लग्नात एकवीस वर्षांची होती. या कायद्यामुळे ती वाचली नसती. जो कायदा वेगळ्या सामाजिक गटांना वेगळे नियम लागू करतो तो वंशभेदाचा गुन्हा तर करतोच; पण त्यामुळे देशांतर्गत जे अनेक जबरदस्तीचे विवाह लादले जाताहेत त्यांचा प्रश्न सुटत नाही तो नाहीच. जर पुरेशा 'गोऱ्या' ब्रिटिश स्त्री-पुरुषांना या कायद्याचा त्रास झाला तरच सरकार तो

बदलेल नाहीतर हा भेद तसाच राहील.

दोन वर्षांचा उमेदवारीचा नियम हा स्थलांतर कायद्याचा सक्तीच्या विवाहात अडकलेल्या स्त्रियांना त्रासदायक ठरणारा भाग आहे. दोन वर्षांचा काळ ब्रिटिश नागरिक आणि परदेशी वधूवरांसाठी उमेदवारीचा काळ असतो. जर दोन वर्षं पूर्ण होण्यापूर्वी लग्न मोडलं, तर परदेशी वधूवर त्यांच्या देशात परत पाठवले जाऊ शकतात. साऊथहॉल ब्लॅक सिस्टर्सनी १९९३ मध्ये, जेव्हा उमेदवारीचा काळ फक्त एक वर्षाचाच होता, तेव्हा याविरुद्ध मोहीम उघडली आणि १९९९ मध्ये त्यांनी जे लग्न घरातील अत्याचारांमुळे मोडलं आहे, अशांसाठी सवलत मिळवली. ज्या स्त्रिया घरातील अत्याचारांचे पुरावे सादर करू शकत असतील, त्यांना इंग्लंडमध्ये राहाण्याची परवानगी दिली जाई, जरी सक्तीच्या विवाहात अत्याचार हा स्थायी भाव असला तरी ज्या स्त्रियांना तो सिद्ध करून दाखवता येत नाही. त्यांना सक्तीच्या विवाहबंधनातून दोन वर्षांच्या कालखंडात बाहेर पडता येणार नाही आणि ब्रिटिश नागरिक असलेला नवरा, बायकोला इथं राहता यावं यासाठीचा अर्ज करण्यात या कालावधीत किंवा तो उलटून गेल्यावर दीर्घकाळदेखील नक्कीच सहकार्य करणार नाही, याचाच परिणाम असा होईल की राहाण्याचा अधिकार मिळालेला नसताना विवाहबंधनातून ती बाहेर पडली तर ती मुदत उलटून गेल्यावर इथंच राहाणारी म्हणून बेकायदेशीर स्थलांतरित ठरेल.

स्त्रियांना इंग्लंडमध्ये सक्तीच्या विवाहापासून संरक्षण देणारे कायदे बहुदा अधिक उपयुक्त ठरतील. ज्या स्त्रिया किंवा मुलं सक्तीच्या विवाहांमध्ये अडकण्याचा धोका आहे, त्यांच्यासाठी मदत व संरक्षण म्हणून सक्तीच्या विवाहांपासून *(संरक्षण देणारा)* कायदा जानेवारी २००७ मध्ये साऊथहॉल ब्लॅक सिस्टर्स आणि घटस्फोटांवर काम करणारे वकील यांच्याशी मसलत केल्यानंतर उदारमतवादी उमराव, लॉर्ड अँथनी लेस्टर, यांनी हाऊस ऑफ लॉर्डसमध्ये मांडला. हे पुस्तक लिहीत असताना सरकारचा पाठिंबा मिळून त्या कायद्यावर शिक्कामोर्तब होणार अशी लक्षणं होती.

१९५७ चा गुलामगिरी हटवण्याबाबतचा उपकरार वर्णन करतो की कोणतीही प्रथा, ज्यामुळे 'नकाराचा हक्क नसताना पैसे किंवा वस्तूंच्या स्वरूपात देणं चुकवून स्त्री लग्नात दिली जाईल तर ती गुलामीसारखीच प्रथा गणली जाईल.' आंतरराष्ट्रीय गुलामगिरीविरोधी संघटना सक्तीचा विवाह हा गुलामगिरीचाच एक प्रकार समजते. जरी हुंड्याची प्रथा खूप प्रचलित असून त्यामुळे लग्नात स्त्रियांची खरेदी-विक्री घडत असली तरी अजून सक्तीच्या विवाहाला गुलामगिरीचा एक प्रकार मानणं सर्वमान्य झालेलं नाही. जेव्हा सक्ती किंवा फसवणूक वापरली जाते आणि / किंवा विवाह अनपेक्षितपणे लैंगिक आणि कुटुंबातील गुलामगिरीकडे नेतो, तेव्हा सक्तीच्या विवाहाला बळी पडलेल्या स्त्रियांना फसवून किंवा जबरदस्तीनं आर्थिक लाभासाठी

आणल्या गेलेल्या स्त्रियाच मानून त्यांना त्यांच्याप्रमाणे फायदे मिळवता यायला हवेत. मग त्यांना हिंसेला सामोरं जावं लागलं असो की नसो!

ज्यांचा आश्रयाचा परवाना नाकारला गेला आहे असा :

सक्तीचे विवाह इंग्लंडमध्ये घडणं थांबवण्याबाबतची पावलं उचलायला सरकार वेळ लावत असलं, तरी ज्यांचा आश्रय, परवाना नाकारला गेला आहे, अशांचा विवाह करण्याचा हक्क सरकारनं खुषीनं रद्द करून टाकला आहे. ज्या माणसानं तिला गुलामगिरीतून बाहेर काढलं, त्याच्याबरोबर फरिया नूर विवाह करू शकत नाही, कारण तिच्याजवळ पासपोर्ट नाही. ज्या पाच ब्रिटिश नागरिक असलेल्या स्त्रिया या परिस्थितीत सापडल्या आणि त्यांना त्यांच्या पसंतीच्या माणसाशी, तो आश्रयासाठीचा अर्जदार असल्यामुळे, विवाह करता येईना, तेव्हा त्यांनी 'ब्राइड्स विदाउट बॉर्डर्स' *(सरहद्द नसलेल्या वधू)* ही संघटना स्थापून अन्यायाविरुद्ध चळवळ आरंभली आहे. मे २००७ मध्ये हे लग्नाबद्दलचे संकुचित कायदे कोर्टांमध्ये 'मानवाधिकारांना बाधा आणणारे' म्हणून समजले गेले होते, तरी हे पुस्तक लिहिलं जात असताना, सरकारचं या कोर्टाच्या निवाड्याला काय उत्तर असेल, हे आम्हाला ठाऊक नाही. आश्रयासाठीचा अर्ज नामंजूर झालेल्यांचे इतर मानवाधिकारही तुडवले गेले आहेत. कॅन्सरग्रस्त रुग्ण किंवा प्रसूतीसाठीची मदत मागणाऱ्यांना निकडीची आवश्यकता नसेल, तर रुग्णालयातून हाकलून बाहेर काढलं गेलं आहे. स्वातंत्र्याचा मानवाधिकार हिरावून घेऊन गुन्हा केलेला नसतानाही, आश्रयार्थींना तुरुंगात डांबलं जातं. जरी आश्रयमंजुरीची यंत्रणा प्रचंड आणि गुंतागुंतीची असली तरी आश्रयार्थींच्या वाटेवर ठेवण्यात आलेल्या अडथळ्यांकडे धावती नजर टाकली तरी लक्षात येईल, की ही यंत्रणा त्यांना कसं गुन्हेगार ठरवते आणि अर्जाची त्यांनी सुरुवात करायच्या आधीच, त्यांना नकार मिळेल अशी तजवीज कशी करून ठेवली गेलेली असते!

गेलं शतक संपता संपता आश्रयार्थींच्या संख्येत इतकी प्रचंड वाढ झाली होती की टोनी ब्लेअर यांनी येणारे अर्ज निम्म्यानं कमी करण्याचं आश्वासन दिलं होतं हे आश्वासन चमत्कारिकच होतं. कोणत्याही एका सरकारचे नियंत्रण नसलेल्या कारणांनीच निराश्रित निर्माण होतात; असं समजलं जातं. युद्ध, छळ, भांडण जेव्हा ब्लेअर निराश्रितांची संख्या निम्म्यावर आणायचं आश्वासन देतात तेव्हा तुमची अपेक्षा असते की निराश्रित निर्माण करणाऱ्या देशांमध्ये आर्थिक विकासाबद्दलचं धोरण ते जाहीर करणार किंवा कमीतकमी काही राजवटींना शस्त्रास्त्र पुरवणं ते नाकारणार. १९९९ मध्ये NATO नं कोसोव्होवर बॉंब टाकण्यामागे मिलोसेव्हिकन त्या भागावर सर्बियाचा अंकुश ठेवल्यावर आल्बेनियातल्या निराश्रितांच्या झुंडी थोपवणं

हे कारण होतं असं म्हटलं जातं; कारण आधी बाल्कनमधून आलेल्या निराश्रितांचीच सोय लावणं युरोपला जमत नव्हतं. अर्थात या बाँबहल्ल्यांमुळे आणखीच लोक निराश्रित झाले. त्यातले काही इंग्लंडला पोचले आणि त्यांनी परत पाठवण्यासारखी परिस्थिती निर्माण होताक्षणी त्यातले बरेचसे घाईगर्दीनं त्यांच्या देशात परत पाठवले गेले. जॅक स्ट्रॉ गृहसचिव होते, तेव्हा त्यांचं मत होतं की केसोव्होच्या निराश्रितांना शेजारच्या मॅसिडोनियात तात्पुरते संरक्षण देणारी आश्रययंत्रणा उभारण्यात यावी, म्हणजे त्यांची दीर्घकाळची जबाबदारी गळ्यात पडणार नाही. ब्लेअर यांनी निराश्रितांची संख्या आटोक्यात ठेवण्याची आपली ग्वाही लढाईत भाग घेऊन नव्हे, तर व्यवस्थापनातील लबाडीने पाळली आहे. त्यांनी जिनिव्हा कन्व्हेन्शनचे नियम मोडले जातील, अशी कारवाई करून आश्रयार्थींना इंग्लंडपर्यंत पोचणं अशक्य करून टाकलं आहे.

१९५१ च्या निराश्रितांच्या यू.एन. करारावर ब्रिटननं सही केलेली आहे. पाश्चिमात्य देशांनी नाझींच्या वंशसंहारनंतरच्या ज्यू आश्रयार्थींना मदत देण्यात नाखुशी दाखवल्यामुळे मनुष्यहिताला जो धोका उभा राहिला होता, त्याला उत्तर म्हणून हा करार मांडला गेला. मागे नमूद केलेलं आहे, त्याप्रमाणे या करारात आश्रयार्थींना जात, धर्म, राष्ट्रीयता, सामाजिक गटाचं प्रतिनिधित्व, राजकीय मत यांसाठी छळ केला जाण्याची सार्थ भीती सिद्ध करून दाखवता आली पाहिजे, तो आश्रयार्थी आपल्या मूळ देशाच्या बाहेर असला पाहिजे आणि अशा भीतीपोटी तो आपल्या देशाचं संरक्षण मिळवण्यास अनुत्सुक किंवा असमर्थ असला पाहिजे.

शीतयुद्धा *(Cold war)* च्या कालखंडात, या करारामुळे पाश्चिमात्य देशांना, साम्यवादापासून *(cummunism)* पळ काढणाऱ्या लोकांना आश्रय देता येऊन त्यांना त्याचा डांगोरा पिटण्याची प्रचंड संधी उपलब्ध झाली. १९८९ साली सोव्हिएत युनियनची शकलं झाल्यानंतर हे *(आश्रयार्थींचे)* आकडे इंग्लंडमध्ये २००० साली ४००० पासून वर्षाला ७६,००० इतके वाढलेले आहेत. दोन भागांमध्ये झालेल्या जगाच्या विभाजनाचा अंत, त्यामुळे पूर्व युरोपातील अर्थव्यवस्थांचं झालेलं संकोचन, बाल्कन, इराक, इराण आणि अफगाणिस्तानातील यादवी या सर्वांमुळेच आश्रयार्थींच्या संख्येत इतकी वाढ झाली आहे. 'युद्धापासून पळ काढला' या कारणामुळे लोकांना इथे राहण्याची 'विशेष' कारणास्तव परवानगी मिळू शकेल; पण त्यामुळे त्यांना आश्रिताचा दर्जा दिला जाईलच असं नाही. ही विशेष परवानगीदेखील नव्या कायद्यानुसार आणखी संकुचित स्वरूपाची केली जाऊन ती तात्पुरती *(पाच वर्षांसाठी)* दिली जाऊन, लोकांच्या मायदेशातील परिस्थिती सुरक्षित झाली आहे असं पाहून, त्यांना त्यांच्या देशात परत पाठवलं जाईल ते जेथून पळून आले. तेथील स्थिती धोक्याची राहिली असता 'आश्रित' दर्जाच्या लोकांना परत पाठवलं जात नाही. नशिबानं न्यायालयांची 'सुरक्षित'तेबद्दलची व्याख्या आणि गृहखात्यांची

सुरक्षिततेबद्दलची व्याख्या यात खूप फरक आहे. त्यामुळे आश्रयार्थींना झिंबाब्वे, इराक अशा ठिकाणी परत पाठवलं जाण्याच्या मार्गात अडथळे उभे राहिले आहेत.

करारानुसार, त्यांच्या देशाकडे केलेला आश्रयाचा अर्ज कितीही डळमळीत पायावरला असला, तरी त्याबद्दल विचार करण्यासाठी देश बांधील ठरवले गेले आहेत. मजूरपक्षाच्या सरकारनं ह्या कलमाला बगल देण्यासाठी हास्यास्पद तर्कशास्त्र वापरलं आहे. ८०% आश्रयाचे अर्ज नाकारले जातात, म्हणजेच ते बनावटच असतात, म्हणून अर्जदारांना 'तेथूनच' *(त्यांच्याच देशातून)* अर्ज करायला लावावेत, ब्रिटनच्या सरहद्दी ब्रिटनपासून शक्य तेवढ्या दूरवर नेऊन ठेवाव्यात. युरोपीय युनियनच्या सरहद्दींच्या बाहेर अशी ठाणी स्थापायची शक्कल टोनी ब्लेअर यांनी लढवली. उत्तर आफ्रिकेसारख्या जागी युरोपीय युनियनमध्ये आश्रयाचे अर्ज मागणाऱ्यांना ठेवण्यासाठी ठाणी उभारली जावीत. 'सुरक्षित तिसरा देश' ही १९९० साली वापरात आलेली संकल्पना हा देशाच्या सीमारेषा बाहेर हाकलण्याचा आणखी एक प्रयत्न होता. आश्रय मागणारे ज्या पहिल्या सुरक्षित देशात पोचतील तेथेच त्यांनी आश्रयाचा अर्ज केला पाहिजे, असा नियम होता. त्यांनी तसा न केल्यास त्या पहिल्या सुरक्षित देशाकडे त्यांना परत पाठवलं जाण्याची शक्यता होती. या कारणासाठीच फरिया नूर आणि लिउनं आपल्या प्रवासाच्या मार्गाबद्दल थापा मारल्या. जर ते सापडले असते तर त्यांच्या आश्रयासाठीचा अर्ज त्या कारणास्तवच नाकारला गेला असता. ते छळापासून वाचण्यासाठी पळून आले होते, हे त्यांचं प्रतिपादन यामुळे खोटं ठरत नव्हतं, तरीही तसं झालं असतं.

आश्रयाचा अर्ज करण्यासाठी आश्रयार्थीला इंग्लंडमध्ये प्रवेश करण्यासाठी कोणताही कायदेशीर मार्ग नाही. आश्रय मागण्यासाठी इंग्लंडमध्ये प्रवेश करण्यासाठीचा व्हिसा मिळवायची कोणतीही तरतूद इंग्लंडच्या देशांतराच्या कायद्यामध्ये नाही. आश्रयार्थींना ब्रिटनमध्ये शिरण्याचे फारच थोडे मार्ग उपलब्ध आहेत. प्रवासी म्हणून, विद्यार्थी म्हणून किंवा उद्योगधंद्यासाठी व्हिसा मागणं; बनावट व्हिसा खूप पैसे मोजून विकत घेणं किंवा चोरून आत प्रवेश मिळवणं यामुळे आश्रयार्थी गुन्हेगार ठरण्याचा धोका संभवतो आणि आश्रयासाठीचा त्यांचा अर्ज कमकुवत बनू शकतो. निराश्रित इथं येणं थांबण्यासाठी ब्रिटिश सरकारनं योजलेला एक उपाय आहे, की ज्या देशात अंतर्गत बंडाळी चालली आहे त्या देशाच्या लोकांना ब्रिटनला येण्यापूर्वी त्यांच्याच देशातील ब्रिटिश वकिलातीकडून ब्रिटनचा व्हिसा घ्यायला भाग पाडणं. १९९२ च्या बाल्कन बंडाळीच्या कालखंडात पूर्वीच्या युगोस्लाव्हियाच्या नागरिकांना असा व्हिसा घेणं भाग पाडलं गेलं होतं. २००२ साली ह्या यादीत झिंबाब्वेचं नाव घातलं गेल्यावर आश्रयासाठीच्या अर्जांमध्ये ६१% घट झाली. १९९१ सालापासून ज्या ज्या देशांतील नागरिकांना येण्यापूर्वी व्हिसा घेणं अनिवार्य आहे, त्या देशांची संख्या

१९ पासून १०८ वर गेली आहे. हे देश सर्वांत जास्त निराश्रित निर्माण करणारे देश आहेत, असं रेफ्यूजी काऊन्सिलचं म्हणणं आहे; या यादीत समाविष्ट असलेले देश आहेत– इराण, इरिट्रिया, चीन, सोमालिया, अफगाणिस्तान, इराक, पाकिस्तान, झिंबाब्वे आणि डेमोक्रॅटिक रिपब्लिक ऑफ कॉंगो. २००५ साली इंग्लंडला पोचलेल्या निराश्रितांचे सर्वांत जास्त संख्येचे मूळचे दहा देश हेच होते. थोडक्यात म्हणजे मानवाधिकारासंबंधात ज्या देशांची परिस्थिती अधिक बिघडेल तितकंच तेथून इंग्लंडला पळून येणं अधिक अवघड बनेल.

इमिग्रेशन *(कॅरिअर्स लायेबिलटी)* ॲक्ट १९८७ म्हणजेच विमानांना लागू असलेला १९८७ चा स्थलांतराचा कायदा. हा कायदा निराश्रितांना इंग्लंडला येणं जवळजवळ अशक्य करून टाकतो. योग्य व्हिसा नसलेल्या प्रत्येक प्रवाशाला इंग्लंडला आणण्याबद्दल विमान कंपन्यांना प्रत्येकी २००० ब्रिटिश पौंड दंड भरावा लागतो. १९९९चा स्थलांतर आणि आश्रय कायदा *(Immigration & Asylum Act 1999)* हेच नियम ट्रक आणि रेल्वेला लागू होतात. इंग्लिश खाडीपार येताना लोक ट्रेनच्या खालच्या बाजूला लटकून येऊ लागले आहेत. कारण छळापासून पळून निघणाऱ्या लोकांसाठी ब्रिटिश सरकारने प्रवेशाचे सारे माणुसकीचे मार्ग बंद केल्यामुळे, त्यांना दुसरा उपायच उरलेला नाही. अनेक आश्रयार्थींचा अर्ज नाकारण्यात येतो, कारण त्यांच्याकडून छळ होत असल्याचा अपेक्षित असलेला पुरावा कठोर प्रतीचा मागण्यात येतो. पळण्याखेरीज जेव्हा मार्ग नसतो, तेव्हा असा पुरावा मिळवणं अशक्यप्राय असतं. ज्या विमानतळांवरून मोठ्या संख्येनं योग्य कागदपत्रं नसलेले प्रवासी निघतील अशी अपेक्षा असते, तेथे त्यांचे कागदपत्रं पुन्हा तपासून पाहाण्यासाठी ब्रिटिश अधिकारी उभे केले जातात आणि त्यांच्या इंग्लंडला येण्यावर प्रतिबंध केला जातो. जर इतके सारे भूसुरुंग पार करून निराश्रित इंग्लंडपर्यंत पोचलेच, तर ते जेथे प्रवेश करतात तेथेच किंवा आल्यापासून तीन दिवसांत त्यांनी आश्रयाचा अर्ज करायचा असतो. ते जर 'पांढऱ्या यादी'तील देशांहून आले असतील *(२००२ साली प्रचलित केलेल्या कल्पनेप्रमाणं, गृहखात्यानं जेथे छळाचा संभव नाही असं ठरवलं आहे, ते देश.)* तर त्यांचा अर्ज त्वरेने निकालात काढला जातो. म्हणजेच तो बिनबुडाचा अर्ज धरला जातो. याचाच अर्थ असा की अर्जदारानं आपल्या मूळ देशात परत जाऊन मग या निर्णयाच्या फेरविचाराबद्दल अपील करायचं. सुटका आणि संरक्षण या संकल्पनांची टवाळी करणारंच हे धोरण आहे. श्रीलंकेत १९८३ सालापासून यादवी धुमसते आहे. तो देश २००३ साली 'पांढऱ्या यादीत' घातला गेला आणि कायद्यानं त्याला आव्हान दिल्यानंतर २००६ साली तो पांढऱ्या यादीतून काढून टाकण्यात आला. आश्रयाबाबतच्या अर्जांवर निर्णय देण्यापूर्वी स्थलांतर कचेरीत काम करणारे अधिकारी IPU (Country Information

& Policy Unit) सर्वांत जास्त निराश्रित पाठवणाऱ्या ३५ देशांवरचे दर सहा महिन्यांनी प्रसिद्ध होणारे अहवाल लक्षात घेऊन मत ठरवतात. परंतु तज्ज्ञ आणि सल्लागारांचं मत आहे की हे अहवाल दिशाभूल करणारे चुकीचे, कालबाह्य आणि विश्लेषण करताना *(देशाबाबत)* चांगलीच दिशाभूल करणारं चित्र रंगवणारे असतात. सुरुवातीला नताशाला आश्रय नाकारताना ज्या अहवालावर भिस्त ठेवली गेली त्यानुसार रशियात तिचं गुंडांपासून संरक्षण करणारी यंत्रणा अस्तित्वात होती.

मौजेची गोष्ट म्हणजे आश्रयार्थींना सरकारपेक्षा न्यायखात्याकडून जास्त मदत होते. यू.एन. कराराचा उदारमतवादानं अर्थ लावून हाऊस ऑफ लॉर्ड्सनं एका देशातील विशिष्ट प्रकारच्या प्रश्नांना सामोरं जाणाऱ्या स्त्रिया त्यांच्या स्त्रीत्वामुळे एका विशिष्ट सामाजिक गटाच्या घटक आहेत असा निवाडा दिला. ऑक्टोबर २००६ मध्ये एका खटल्यात एका स्त्रीला आपल्या देशात जाण्याची भीती वाटत होती; कारण तेथे तिच्यावर (female genital mutilation) उर्फ योनिमार्गाचा सुन्ता करण्याची सक्ती झाली असती. त्या स्त्रीला *(इंग्लंडमध्ये)* राहाण्याची परवानगी दिली गेली. त्याचप्रमाणे नताशाला अपीलनंतर या देशात राहाण्याची परवानगी करारानुसार दिली गेली. कारण २००३ सालच्या पुढच्यांना दाखला ठरलेल्या खटल्यात स्थलांतराच्या न्यायाधीशांनी म्हटले होते की ज्या स्त्रिया फसवून / बळजबरीनं इंग्लंडमध्ये आणल्या जातात, त्या विवक्षित सामाजिक गटाचा भाग असतात आणि त्यामुळे कराराच्या अटींमध्ये या बसतात. ह्या निवाड्याचा फसवून / बळजबरीनं आणल्या गेलेल्या स्त्रियांच्या आश्रयाबाबतच्या अनेक निर्णयांवर परिणाम झाला आहे. नताशाच्या बाबतीत निर्णय देणाऱ्यांनी असेही म्हटले की तिला परत पाठवलं गेलं तर युरोपीय मानवाधिकारांबाबतच्या १९५० च्या करारातील (ECHR) तिसऱ्या कलमाची पायमल्ली होईल; ज्यानुसार कोणालाही छळ व अपमानास्पद किंवा माणुसकीशून्य वागणुकीला सामोरं जायला लागता कामा नये. ज्या लोकांना बेकायदेशीरपणे पकडून चुकीच्या निर्णयानं परत पाठवलं गेलं त्यांना नुकसानभरपाई देण्याचा सरकारला आदेश दिला गेला आहे. एका खटल्यात सरकारला आश्रयार्थींच्या एका कुटुंबाला १६००० पौंडांची नुकसानभरपाई द्यावी लागली होती; कारण त्या कुटुंबाला परत पाठवून परदेशात अडकवताना सरकारनं आपलेच कडक कायदे दुर्लक्षिले होते.

आश्रयाचा परवाना नाकारला गेलेले लोक बेकायदेशीर स्थलांतरित धरले जात नाहीत; कारण त्यांना दर महिन्याला मदतभत्त्यासाठी नाही; पण सरकारला त्यांच्यावर लक्ष ठेवता यावं म्हणून सही करावी लागते. त्यातले जे फरार झाले आहेत *(सही करायला तोंड दाखवत नाहीत)* त्यांना बेकायदेशीर स्थलांतरित गणलं जाईल. अपिलाची कारवाई संपल्यावर २१ दिवसांनी आर्थिक मदत अणि राहाण्याची जागा

बंद केली जाते. रेफ्यूजी काऊन्सिलनं *(निराश्रितांच्या समितीनं)* आश्रय-परवाना नाकारला गेलेले निराधार राहू नयेत म्हणून मोहीम सुरू केली आहे. लोकांना देश सोडून बाहेर जायला भाग पाडण्यासाठी दारिद्र्याचा वापर हा माणुसकीशून्य आणि निरुपयोगी आहे, असा या मोहिमेचा युक्तिवाद आहे. पण प्रत्यक्षात मात्र ही व्यूहरचना आश्रयार्थींच्या विरोधाचीच बनली आहे. तेव्हा २००५ सालापर्यंतच्या पाच वर्षांत ४१ आत्महत्या केल्या गेल्या, यात काय आश्चर्य!

गृहखात्याच्या अहवालानुसार २००५ साली १५,६८५ आश्रयार्थी आणि त्यांच्यावर अवलंबून असणारे लोक इंग्लंडमधून बाहेर काढले गेले. लोकांना परत पाठवून देण्याचे प्रयत्न दुप्पटीने वाढवण्यात आले आहेत; पण इच्छित आकडे गाठणं अशक्य आहे. नॅशनल ऑडिट ऑफिस *(NAO)* सरकारची कायदेशीर तपासणीची कचेरी- म्हणते की प्रत्येक सक्तीच्या हटवण्यामागे सरासरी ११,००० पौंड खर्च येतो. लाखो आश्रयार्थींचे अर्ज नाकारले गेले आहेत आणि त्यांच्यावर कारवाई व्हायची आहे. २००६ सालच्या लोकप्रतिनिधींच्या समितीनं निष्कर्ष काढला की आताच्या हटवण्याच्या वेगानुसार यांच्यावर कारवाई घडायला १० ते १८ वर्षं लागतील. २००४ साली लोकसभेच्या गृहप्रश्नांवरील समितीनं नोंद घेतली; 'जेव्हा त्यांची स्वत:ची काही चूक नसताना आश्रय नाकारला गेलेल्या आश्रयार्थींवरच्या कारवाईला विलंब लागतो, तेव्हा त्याला निराधार सोडणं नैतिकदृष्ट्या अप्रस्तुत आहे. काही लोक परत जाऊ शकत नाहीत; कारण त्यांचा देश त्यांना परतीचे कागदपत्रं देत नाही, इतर काहींना आपल्या देशात परत जायला तेथील विमानतळच वापरण्याजोगे नसतात, किंवा त्यांना वैद्यकीय कारणांमुळे प्रवास झेपण्याजोगा नसतो, अशांसाठी फार थोडी मदत उपलब्ध असते आणि त्यावर कोणी जास्त आवाज उठवत नाही. अनेकजण कठोर निकषांमुळे मदतीला अपात्र ठरतात. फरियासारखे इतर काही त्रिशंकू अवस्थेत सडतात. ते अनेक अपील करूनही नाकारले गेलेले असतात– पण त्यांचे स्वत:चे देश इतके असुरक्षित असतात, की तेथे त्यांना परत पाठवणं अशक्य असतं. ते सरकारला माहीत असतात कारण ते दर महिन्याला सहीची हजेरी देतात, पण सरकारची कोणतीही आर्थिक मदत किंवा राहाण्याची जागा न मिळाल्यामुळे ते हळूहळू विनाशाच्या गर्तेकडे ढकलले जातात. हा गुलामगिरीकडे पोचवण्याचा खात्रीचा उपाय आहे! त्यांना शिकण्याची, काम करण्याची किंवा फुकट काम करण्याचीसुद्धा परवानगी नसते. यातले अनेक लोक खूप शिकलेले असतात आणि त्या कौशल्यांचा उपयोग करता न आल्यामुळे निराश झालेले असतात. इन्स्टिट्यूट फॉर पब्लिक पॉलिसी रिसर्च ही सार्वजनिक धोरणांवर संशोधन करणारी संस्था आपल्या संशोधनाचा निष्कर्ष काढते, की अशा लोकांना नागरिक बनवून त्यांना कामाची परवानगी दिली तर ते जो कर भरतील त्यांना

सरकारी तिजोरीत एक बिलियन पौंडाची भर पडेल. त्यांना परत पाठवण्याचा खर्च ४.७ बिलियन पौंड धरला तर, त्यांना माफी दिल्यानं इंग्लंडला ६ बिलियन पौंडाचा फायदा होईल. ह्याच हिशोबाने अमेरिकेचे अध्यक्ष बुश यांनी 'पाहुणेकामगार' कार्यक्रम सुरू करून अमेरिकेत काम करण्यासाठी व्हिसा देऊन बेकायदेशीरपणे १२० तास कामगार अमेरिकेत काम करताहेत, त्यांना कायदेशीर करून घेण्याचा प्रस्ताव मांडला.

आताच्या अंदाजाप्रमाणे मे २००४ साली नाकारलेल्या गेलेल्या आश्रयार्थींपैकी १,५५,००० ते २,८३,५०० लोक इंग्लंडमध्येच राहिले. ते एकूण लोक संस्थेच्या अर्धा टक्क्याहूनदेखील कमीच होते. ज्या लोकांना वाटतं की सरकारचा सरहद्दीवरला ताबा सुटला आहे, अशा भीतीचा बागुलबुवा उभा करणाऱ्यांच्या हाती ठाम आकडेवजा माहितीच्या अभावामुळे कोलीतच मिळतं; पण असाही युक्तिवाद करता येईल की असा प्रस्ताव यशस्वी होणं सद्य परिस्थितीत अशक्य आहे. सरहद्दींवर भरपूर खिंडारं आहेत. लोकांना आत घेऊन येणाऱ्या प्रेरणा न थोपवता येण्याजोग्या आहेत आणि स्थलांतरिमुळे होणारे फायदे कोणत्याही सरकारला, लोकांना बाहेर ठेवणं अशक्य करून सोडणारे आहेत.

मुलं :

ब्रिटिश सरकारची मानवाधिकारांवरली निष्ठा, मुलांना मिळणारी वागणूक बघता खूप शंकास्पद ठरते. २००० साली टोकाचा छळ आणि दुर्लक्ष यामुळे व्हिक्टोरिया क्लिंबी मरण पावल्यानंतर अनेक उपक्रम सुरू झाले. त्यातला पहिला 'व्हाईट पेपर.' प्रत्येक मूल महत्त्वाचं आहे. (प्रत्येक मूल म्हणजे आश्रयार्थी नसलेलं प्रत्येक मूल) हा होता. मानवाधिकारांबद्दलचा आदर आणि सरहद्दींवरली पकड यांच्यातील रस्सीखेच. चीनमध्ये सरहद्दीवरली पकड महत्त्वाची ठरते. मुलांच्या अधिकारांबाबतच्या यू.एन. करारावर ब्रिटननं सही केली असली, तरी त्याखालील संरक्षणातून त्यानं स्थलांतरितांना वगळलं आहे. अंतर्गत व्यवहारातही हीच समस्या आपल्या दृष्टीला पडते. 'स्थलांतरबाबतचे कायदे आणि १९८९ आणि २००४ सालचे मुलांबाबतचे कायदे यात संघर्ष उद्‌भवतो. कारण स्थलांतराबाबतचा कायदा लोककल्याणाच्या मुद्यांपेक्षा अधिक महत्त्वाचा धरला जातो.

संख्या आटोक्यात ठेवण्याच्या राजनैतिक गरजेचा मुलांच्या बाबतीतल्या अनेक गोष्टींवर परिणाम होतो. एकट्या आलेल्या अज्ञान मुलांबाबतचा एक अहवाल नमूद करतो की स्थलांतरकचेरीतील कर्मचारी ते मूल कसं दिसतंय यावरून त्याच्या वयावर विश्वास ठेवत नाहीत आणि गृहीत धरतात की ही सज्ञान मुलंच अज्ञान

असल्याचं ढोंग करीत आहेत. ही पळवाट उघड करण्यासाठी सरकारनं दातांचे एक्स-रे काढण्याची *(त्याद्वारे वय ठरवायची)* टूम काढली आहे. यावर १९८२ साली कॉन्सर्व्हेटिव्ह पक्षानं उचित अशीच बंदी घातली होती. अगदी थोडे लोक निर्बंध टाळण्यासाठी खोटं वय दाखवत असतील, पण डेबी अरिओ ह्या बिनसरकारी संस्थेच्या AFRUCA *(ही संस्था आफ्रिकेतील मुलांच्या वाट्याला येणाऱ्या क्रूरपणाविरुद्ध मोहीम चालवते)* कार्यकारी संचालिका म्हणतात की, आफ्रिकेतील खूप लोकांपुढला हा खराखुरा प्रश्न आहे. त्यांच्याकडे कागदपत्रं नसतात आणि पाश्चिमात्य देशांप्रमाणे त्यांच्या जन्मांची नोंदणी केली जात नाही. काही नवीन सूचनांवर जोरदार विचारविनिमय केला जात आहे. ५०० व्हिएतनामी मुलांच्या संदर्भात : एकेकटी आलेली मुलं, ते त्यांच्या हिताचं नसलं तरी त्यांच्या देशात परत पाठवली जावीत, हा मुद्दा विचारात घेतलेला आहे. निदान गेली दहा वर्षं एकेकट्या आलेल्या मुलांना ती अठरा वर्षांची होईपर्यंत विचारांती इथं राहण्याची परवानगी दिली जात असे, ते धोरण रद्द करणारी ही कार्यवाही ठरेल. १९९१ सालापूर्वी अधिकांश मुलांना इथं स्थायिक होण्याची परवानगी दिली जात असे. ते धोरण रद्द करणारी ही कार्यवाही ठरेल. आपण पाहिलं त्याप्रमाणे, निओमी अठरा वर्षांची झाल्यावरही सिएरा लिओनला परत पाठवण्याजोग्या कुवतीची नसेल.

२००५ साली २९६५ एकेकट्या आलेल्या आश्रयार्थी मुलांनी आश्रयासाठी अर्ज केला. ती मुख्यत्वेकरून अफगाणिस्तान, इराण, सोमालिया, इरिट्रिया, इराक, चीन, डेमोक्रॅटिक रिपब्लिक ऑफ काँगो, व्हिएतनाम, नायजेरिया आणि गिनी येथून आलेली होती. कुठलीही संस्था यातील किती मुलं फायद्यासाठी फसवून / जबरदस्तीनं आणली गेली, याचा अंदाज बांधू शकत नाहीत आणि निओमीसारखी काही मुलं प्रौढांबरोबर आलेली आहेत. एकदा पासपोर्टच्या तपासणीतून मूल सुटलं की ते त्यांना जबरदस्तीनं आणणाऱ्याच्या कचाट्यातून सुटेपर्यंत किंवा त्याला पळवून आणलं गेलं आहे, असं स्थलांतर अधिकाऱ्यांनी ठरवेपर्यंत सरकारी यंत्रणेच्या परिघात येतच नाही. जाणकारांना नव्वदच्या दशकात वाटत असे की अशी अधिकांश मुलं आफ्रिका खंडातून आली; पण आता जाणकारांचं एकमत आहे की मुलं भारत, पाकिस्तान व्हिएतनाम आणि पूर्व युरोपातूनदेखील पळवून आणली जात आहेत. आफ्रिकेतील मुलं सर्वसाधारणपणे घरकामाला जुंपली जातात, युरोपातील लैंगिक शोषणाला बळी पडतात. मेट्रोपॉलिटन पोलिसांच्या बालकांच्या पिळवणुकीच्या तपासपथकांचे प्रमुख डी.सी.एस. पीटर स्पिंडलर, मुलं किती असुरक्षित परिस्थितीत आढळतात त्याबद्दल उदाहरणेच देतात.

आम्ही जाणतो की बालकांचे शोषण केले जाते आणि कधीकधी ते

लैंगिक शोषण असते. पाकिस्तानातील एक अकरा वर्षांची मुलगी हिलिंग्डनमधील एका हॉस्पिटलमध्ये गेली. ती पोटात दुखतंय म्हणून गेली आणि तिनं एका मुलाला जन्म दिला. ती ब्रिटनमधील सर्वांत लहान वयाची आई आहे. ती कुणी उत्तरेकडली बारा वर्षांची, पंधरा वर्षांच्या मुलाबरोबर समागम करणारी, धूम्रपान करणारी, दारू पिणारी आणि तरुणाईचे सारे चाळे करणारी मुलगी नव्हे! ती वेगळी आहे. आम्ही तपासाला मदत करतोय; कारण अशी शंका आहे की तिला फायद्यासाठी फसवून / बळजबरीनं आणलं गेलं आहे. ती इंग्लंडला आली तेव्हा बहुदा 'अधिक चांगलं आयुष्य' *(यावर मी भर देतोय)* जगायला आली; कारण तिचे आईबाप दोघेही पाकिस्तानातील भूकंपात मरण पावले होते. ती अनेक प्रौढ राहात असलेल्या घरात पोचली आणि त्यांपैकी एका प्रौढानं तिच्यावर बलात्कार केला. त्याच्यावर आरोप होऊन तो आता अटकेत आहे. आम्ही त्याला सजा देऊ; पण ती बलात्कारासाठी असेल. पण फायद्यासाठी फसवून / जबरदस्तीनं आणण्याच्या गुन्ह्याबाबत शिक्षा होणार नाही. कारण ती कशी आणली गेली हे आम्ही सिद्ध करू शकणार नाही. त्याबाबत काहीही कागदपत्र नसतील त्यामुळे येण्याचा मार्ग वगैरे गोष्टी आम्ही सिद्ध करू शकणार नाहीत.

अनेक संस्थांच्या सहकार्यानं पोलिसांनी स्थलांतर व समाजकल्याण खात्याबरोबर, इंग्लंडमध्ये हीथ्रो एअरपोर्टवरून ऑगस्ट ते नोव्हेंबर २००३ ह्या तीन महिन्यांच्या कालावधीत जबरदस्तीनं आणल्या गेलेल्या मुलांचा छडा लावायला 'ऑपरेशन पॅलाडिन' हा प्रकल्प चालू केला. १७३४ अज्ञान मुलांपैकी ५५१ मुलांना धोका आहे असं वाटल्यावर त्यांना समाजकल्याण खात्याकडे सोपवण्यात आलं. यांपैकी १४ मुलं समाजकल्याण खात्याकडून 'हरवली.' त्यातल्या अधिकांश आफ्रिकेतील तरुण मुली होत्या. स्पिंडलर यांच्या म्हणण्याप्रमाणे एनजीओला *(बिगर सरकारी संस्था)* वाटणारी भीती, की हा गट घरकाम किंवा वेश्याव्यवसायातील शोषणाला बळी पडेल, याला यामुळे पुष्टी मिळते. या सर्वेक्षणाचा कालावधी संपल्यावर पॅलाडिन प्रकल्पावरल्या लोकांना फसवून आणलेली मुलं ओळखता आली नाहीत; कारण ती मुलं एकदा इंग्लंडमध्ये शिरली की त्यांचा माग काढण्यासाठीची यंत्रणा किंवा सुविधा उपलब्ध नव्हत्या.

जरी कायदे अस्तित्वात आहेत, तरी जबरदस्तीनं आणल्याबद्दल खटले भरले जात नाहीत. स्पिंडलर म्हणतात, 'आमच्यापुढे सर्व प्रकारचे गुन्हे आहेत; पण ते सिद्ध करणं इतकं कठीण आहे... मदत केल्याबद्दल आम्ही

अनेकांवर खटले भरले, त्यात व्यावसायिक गुन्हेगारांना मुलांना आत आणण्यासाठी पैसे दिले गेले होते. 'ट्रॅफिकिंग'च्या बाबतीत अडचण अशी उभी राहाते की शोषणाबाबत तुम्हाला पुरावा उभा करावा लागतो.'

स्पिंडलर पुढे म्हणतात, 'माझ्या समजुतीनं सर्वांत जास्त शोषण यु.के. पीएलसीचं होतं; कारण यातली अधिकांश मुलं चांगल्या आयुष्याच्या आशेनं आलेली असतात.' अविश्वास ठेवण्याची प्रथा स्थलांतराच्या कचेरीप्रमाणेच पोलीस कचेऱ्यांमध्येही फैलावलेली आहे. 'चांगलं आयुष्य' संज्ञा टीकापात्र ठरते. कुणीही छळापासून पळून येत असेल तर तो 'चांगल्या आयुष्या'च्या शोधात आला आहे, असा युक्तिवाद करता येईल; पण अशा व्यक्तीला संरक्षण देणं हा इंग्लंडच्या आंतरराष्ट्रीय जबाबदारीचा भाग नक्कीच आहे. आफ्रिकेतील सांस्कृतिक रूढीत 'अधिक चांगलं आयुष्य' ही संकल्पना रुजलेली आहे; तेथे मूल हे फक्त कुटुंबाचाच घटक नसून ते पूर्ण समाजाचा घटक असतं. गरिबीविरुद्ध हा अल्पसा विमा म्हटलं पाहिजे. श्रीमंत नातेवाईक अधिक चांगलं भविष्य घडवू शकतील; पण सकारात्मक मूल्यं असलेली ही प्रथा आता बाजारू बनून त्यामुळे ट्रॅफिकिंग सुरू होण्यास मदत झाली आहे. स्पिंडलरना वाटतं मुलांचं ट्रॅफिकिंग कमी प्रमाणात होतं, कारण मुलांमुळे इतका पैसा मिळत नाही. तुम्ही प्रौढांना आणलं तर ते तुम्हाला पैसे मिळवून देतील, ते कालवं पकडतील, कष्टाची कामं करतील, लूट करतील. स्त्रिया वेश्याव्यवसाय करतील. मुलांच्या बाबतीत हा सामाजिक प्रश्न आहे आणि खूप विस्कळीत स्वरूपाचा आहे. नातेवाईक 'जबरदस्तीनं' आणणारे नसतात; पण ते दलालांना मुलं आणण्यासाठी पैसे देतात आणि हे दलालदेखील कुटुंबवत्सलच असतात.

सक्तीच्या विवाहाप्रमाणेच घरकामाच्या गुलामगिरीत सापडलेल्या आफ्रिकेतील मुलांना समाजकल्याण खात्याकडून मिळणाऱ्या मदतीवरही संस्कृतीमधील फरकांचा परिणाम दिसून येतो. आफ्रिकेतील संस्कृतीत हे इतकं रूढ आहे की त्यामुळे अशी मुलं अधिकारातील व्यक्तींच्या नजरेतून सुटली असावीत. मुलांना लावण्यात येणारी शिस्त आणि घरात त्यांना दिलं जाणारं काम याबद्दल घरामध्ये वेगळी मतं असू शकतात; पण समाजकल्याण खात्यानं मुलांसंदर्भातील कायद्याच्या मुळाशी असलेले मानवाधिकार निकष वापरून काम करायला हवं. AFRUCA ही संस्था आफ्रिकेतील लोकांची, मुलांच्या छळाबाबतची जागरूकता वाढवण्याच्या कामी आपला खूप वेळ खर्च करते. डेबी आरिओ म्हणतात.

'जर मुलांचा छळ म्हणजे काय हेच तुम्हाला माहीत नसेल, तर मुलांना

छळापासून वाचवणं अत्यंत कठीण होईल... आफ्रिकेतील अनेक लोक तुम्हाला सांगतील की प्रत्येक मुलानं काम हे करायलाच हवं. घरात तुम्ही काम केलंच पाहिजे, ही तेथील रूढी आहे. तुम्ही काही चूक केली तर तुम्हाला त्याची शिक्षा व्हायलाच हवी, या गोष्टी लक्षात ठेवून जर तुम्ही एखाद्या घरात एखादं मूल खूप काम करताना बघितलंत तर तुमच्या लक्षातही येणार नाही; कारण ते तर फक्त घरकामच तर करतंय आणि त्या मुलाला जर मार मिळाला, तर पुन्हा तुमची समजूत होईल की त्यात काही वावगं नाही; मुलानं काहीतरी चूक केली असेल, त्याबद्दल त्याला शिक्षा मिळायलाच हवी.'

'सध्या बालपण म्हणजे काय आणि बालपण आणि कष्टाची कामं यांना विसंगत ठरवणाऱ्या पाश्चिमात्य विचारसरणीनुसार आंतरराष्ट्रीय कायदे घडवले गेले आहेत का?' यावर चर्चा चालू आहेत. बालपणाबाबतची ही व्याख्या 'अविकसित' देशातील वस्तुस्थिती लक्षात घेत नाही. हा मुद्दा प्रथम श्रेणीतील आणि तृतीय श्रेणीतील देशांबाबतचा नाही. या मुद्यांवरली चर्चा संस्कृतीमधील मतवैविध्यांवरील चर्चा बनू लागते. आफ्रिकेतील सधन कुटुंबातील मुलं घरकाम करणार नाहीत. गरिबी ह्या प्रथा ठरवते. दुसरी विचारधारा म्हणते की मुलांना काम करण्याचा हक्क आहे; आणि काम करणं ही महत्त्वपूर्ण आणि मान्यताप्राप्त कृती धरली जाते त्यामुळे मुलांना समाजात 'दर्जा' प्राप्त होतो.

या दोहोंमधला तहाचा मुद्दा ठरेल की मुलांना दिलं जाणारं काम त्यांच्या शारीरिक, बौद्धिक आणि नैतिक विकासाच्या आड येऊन त्यांचं शाळेत जाणं थांबवणारं नसावं. जेव्हा मुलापुढे सुटकेचा दुसरा पर्याय उरलेला नसतो, तेव्हा असा छळ व गुलामगिरी यात फरकच उरत नाही.

इथल्या लोकांची मतं

प्रसारमाध्यमांकडून आणि सरकारमध्ये घडणाऱ्या स्थलांतरावरल्या चर्चा बघितल्या तर किती पक्षपाती चित्र उभं केलं जातं, ते लक्षात येईल. डेली मेलसारखी दैनिकं आश्रयार्थींबद्दल भरभरून बातम्या प्रसृत करत असतात की, कसे ते बलात्कारासाठी किंवा विमा नसताना वाहन चालवण्यासाठी किंवा फायद्यासाठी लांडीलबाडी करण्याबद्दल पकडले गेले. सर्वसाधारणपणे स्थलांतरितांकडे संशयानं बघितलं जातं की त्यांच्या अस्तित्वामुळे ब्रिटिश नागरिकांचे ब्रिटनमध्ये राहण्यातले फायदे कमी होतात आणि ब्रिटिश संस्कृती नामशेष होऊन त्या जागी मागासलेली परकीय संस्कृती येईल; पण

आजकाल स्थलांतरितांची अर्थव्यवस्थेला मदत झाली आहे अशी, नाखुषीनं का होईना, जाणीव दिसते आहे.

आपल्यापुढे सारी वस्तुस्थिती मांडली जात नाही. आंतरराष्ट्रीय कंपन्यांची कृत्यं, पर्यावरणातले बदल, युद्धं या गोष्टी घडण्यामागे प्रगत देशांचा खूप मोठा वाटा असतो आणि त्या गोष्टींमुळे त्यांना भरपूर फायदाही मिळालेला असतो आणि ह्या साऱ्या घटना लोकांना विस्थापित होणं भाग पाडतात, हे कधीही उघडपणे मान्य केलं जात नाही. आताचे परस्परसंबंध उघड केले जात नाहीत आणि ऐतिहासिक परस्परसंबंध काळाच्या ओघात बिनमहत्त्वाचे झाले आहेत, असं म्हटलं जातं. आधुनिक ब्रिटन घडवण्यातला साम्राज्याचा वाटा आणि मायदेशाच्या सेवेसाठी साम्राज्यानं जुंपलेले नोकर यांवर भरपूर माहितीची नोंद झालेली आहे. त्याची पुनरुक्ती इथे करण्याची जरूर नाही. कृष्णवर्णीयांनी एक नारा तयार केला, आम्ही इथे आहोत कारण तुम्ही तेथे होतात, ऐतिहासिक परस्परसंबंधांवर प्रकाश पाडण्यासाठी! साम्राज्य ही इतकी प्राचीन घटना झाली आहे की त्याबद्दल सतत तक्रारी करत राहून काही निष्पन्न होणार नाही असं म्हणून हा मुद्दा निकालात काढण्याचा परिपाठच पडला आहे. खरोखरच २००५ साली आफ्रिकेच्या दौऱ्यावर असताना गॉर्डन ब्राउन इतके पुढे गेले की त्यांनी म्हटलं की साम्राज्याच्या वतीनं ब्रिटननं माफी मागण्याची काहीही जरूर नाही. ब्लेअर यांनी गुलामगिरीबद्दल माफी मागण्याला नकार दिला, त्यामागे हाच मुद्दा होता. जेथे आजतागायत यादवी किंवा लढे चालू आहेत, असे अनेक देश पूर्वीच्या ब्रिटनच्या किंवा फ्रान्ससारख्या राजवटींच्या वसाहती होत्या. इतिहास आणखी एक महत्त्वाची तुलना पुढे आणतो : सध्याचे स्थलांतरित स्थानिक लोकांचं मरण आणि विनाश तरी ओढवून आणत नाहीत; जेव्हा युरोपातील लोक अमेरिका आणि ऑस्ट्रेलियात गेले तेव्हा त्यांच्यामुळे स्थानिक लोकांचं मरण आणि विनाश ओढवला होता.

स्थलांतर ही चैन आहे :

पूर्वीच्या ब्रिटिश नॅशनल पार्टीच्या उमेदवारानं भरसभेत मत प्रतिपादन केलं होतं की स्थलांतर *(करणारे स्वीकारण्याची)* ही चैन आपल्याला परवडण्याजोगी नाही. आर्थिक मुद्यांबाबतचा युक्तिवाद- घरे आणि सामाजिक सुविधांवर ओढावणारी टंचाई, मजुरीवर घडणारा परिणाम, गर्दी, वाढती बेकारी अतिशय पटण्याजोगा वाटतो आणि हे मुद्दे राजकारणातील डाव्यांपासून उजव्यांपर्यंत सर्वजण मांडतात आणि जरी यातील प्रत्येक मुद्याची चिरफाड करून तो मुद्दा खोटा आहे असं सिद्ध केलं तरी संस्कृतीवरील अतिक्रमणाची भीती आणि ब्रिटिश मूल्यांची घसरण होण्याबाबतची

चिंता शिल्लक राहातेच. एके काळी हा युक्तिवाद उजव्या पक्षाचे *(संकुचित विचारसरणीचे)* लोक वापरत असत; पण आता उदारमतवादाला पुष्टी देणारे आवाजसुद्धा 'नवीन स्थलांतरित येताना स्त्रिया आणि समलिंगी संभोग करणाऱ्यांबाबत त्यांचे मागासलेले विचार घेऊन येतील,' अशी चिंता व्यक्त करताना दिसतात. देशाचा स्वार्थ आणि वेगवेगळ्या संस्कृतीचं आक्रमण थोपवू बघणाऱ्या जनतेला देशाचा स्वार्थ गळी उतरवण्याची जरुरी, या दोन गोष्टींमध्ये स्थलांतरावरील वादविवाद सुरुवातीपासूनच फिरत असतो. पण समजा, एखाद्या सरकारनं तो नैतिक आणि मानवाधिकारांचे मुद्दे बाजूला ठेवून फक्त देशाच्या फायद्याच्या मुद्यावर लोकांच्या गळी उतरवला, तरी स्थलांतरितांबद्दलच्या लोकमतात परिवर्तन घडताना आपल्याला दिसून येईल. आजकाल योग्य कौशल्यं आणि शिक्षण घेऊन येणारे, आर्थिक कारणांसाठी स्थलांतर करणारे लोक आपल्याला आवश्यक आहेत. ह्या सरकारच्या प्रतिपादनामुळे आपल्याला जनमतात फरक पडताना दिसू लागला आहे.

ब्रिटन हे अतिशय जास्त लोकसंख्येनं बजबजलेलं बेट झालं आहे, हा मुद्दा उगाळून जुना झाला; पण जास्त गर्दी कशाला म्हणायची? बांगलादेशात दर चौरस मैलामागे २६३७ लोक राहातात, तर ब्रिटनमध्ये ६४० लोक राहातात. स्थलांतरितांना घाबरणारे लोक म्हणतात की १९०५ साली परकीयांबाबतचा कायदा आल्यापासून ब्रिटनमधली गर्दी वाढू लागली. त्या वेळेस लोकसंख्या ३९० लक्ष होती. पण जर एकही परकीयाला ब्रिटनमध्ये स्थायिक होऊ दिलं नसतं आणि एकाही ब्रिटिश माणसाला बाहेर जाऊ दिलं नसतं, तर जी लोकसंख्या झाली असती, त्याच्याहून आताची लोकसंख्या फारशी वेगळी नाही. ज्या पद्धतीनं गेली पन्नास वर्षं या मुद्यावर विवाद चालू आहे, तो पाहाता फक्त १९९३ सालानंतर इंग्लंडमध्ये खरं स्थलांतर घडू लागलं आहे. म्हणजेच बाहेर जाणाऱ्यांपेक्षा आत येणाऱ्यांची संख्या जास्त झाली आहे याची कोणालाही कल्पनाही आली नसती. ब्रिटनमधे येणाऱ्यांपेक्षा ब्रिटनचे लोक अधिक संख्येने परदेशात राहात आहेत. ४५ लाख ब्रिटिश नागरिक परदेशात राहातात. टक्केवारीनं फ्रान्स, जर्मनी आणि अमेरिकेपेक्षा हा आकडा मोठा आहे, तर ४० लाख स्थलांतरित लोकसंख्येचा ८% ब्रिटनमध्ये राहातात; पण आपण जेव्हा स्थलांतराबाबतच्या भीतीचा सामना करत असतो तेव्हा आकडे मांडून फरक पडत नाही. याची तुलनाच करायची तर उदाहरण देता येईल की लोकांची समजूत आहे की गुन्हेगारी वाढते आहे, पण वस्तुस्थिती अशी आहे की गुन्हेगारीचं प्रमाण घटतं आहे.

गृहखात्याच्या सर्वांत अलीकडल्या अंदाजानुसार ब्रिटनमध्ये ५ लाख बेकायदेशीर स्थलांतरित आहेत आणि मंत्र्यांनी कबुली दिली आहे की याहून नेमका अंदाज बांधणं अशक्य आहे. हे स्थलांतरित सर्वांत धोक्याची आणि शारीरिक मजुरीची कामं

करतात. बॉबी चेन सेंट्रल लंडन लॉ सेंटरमध्ये काम करतात, ते म्हणतात.

> 'काही अंशी सर्व देशांच्या सरकारांना माहीत असतं की बेकायदेशीर स्थलांतर घडतं आणि ते घडतं याबद्दल त्यांना आनंदही वाटतो; कारण त्याचा त्यांच्या अर्थव्यवस्थेला फायदाच होतो. तुम्हाला आवडो की नावडो, टॉयलेट साफ केली गेली पाहिजेत आणि हॉस्पिटलमध्ये कर्मचारी असायला हवेत. तुम्ही नियमांची फार कठोर अंमलबजावणी केलीत तर त्यानं अर्थव्यवस्था आणि समाजरचना विस्कळीत होईल.'

काहींचं असं मत आहे की फक्त ज्यांना कर टाळायचा आहे, असेच चुकार मालक बेकायदेशीर मजूर नेमतात; गृहसचिव जॉन रीडच्या, ऑगस्ट २००६ मध्ये सुरू केलेल्या बेकायदेशीर स्थलांतरितांना नेमणाऱ्या मालकांना थोपवण्यासाठीचा 'चोराला शोधा' ह्या मोहिमेत, ह्या मताचं प्रतिबिंब दिसतं; पण 'टेस्को'सारख्या कायदेशीर धंद्याची विक्री पेरूच्या राष्ट्रीय उत्पन्नापेक्षाही अधिक आहे, असे धंदे त्यांचा नफा वाढवण्यासाठी आणि खर्च कमी करण्यासाठी बेकायदेशीर मजूर वापरून उत्पादन करणाऱ्या पुरवठादारांकडून, माल विकत घेतात. जॉन डेनहॅम हे मजूर पक्षाचे लोकसभा प्रतिनिधी *(एम.पी.)* म्हणतात, 'बरचसं बेकायदेशीर काम कायदेशीर अर्थव्यवस्थेला मदत पुरवतं. ऑफिसं, बांधकामाच्या जागा, हॉस्पिटलं, सुपर मार्केट या सर्वांना. ज्या कंपन्यांना या बेकायदेशीर मजुरांपासून खरा फायदा होतो, त्या कंपन्या कंत्राटदार उपकंत्राटदारांचं गुंतागुंतीचं जाळं निर्माण करून स्वत: नामानिराळ्या राहातात.'

घरं, वैद्यकीय सुविधा आणि इतर सुविधांवर ताण पडेल, असा विवादाचा मुद्दा असतो; पण देशाच्या आत आणि बाहेर लोकांना येऊ-जाऊ दिलं नसतं तर जी लोकसंख्या असती, त्यापेक्षा सद्य लोकसंख्या कमीच आहे. आपण वर पाहिलं त्याप्रमाणे आत येणाऱ्यांपेक्षा पाच लाख अधिक ब्रिटिश बाहेरच्या देशांमध्ये गेले आहेत. जर ब्रिटनची स्वत:चीच लोकसंख्या वाढली असती, तर सरकारला स्वत:च्याच रहिवाशांसाठी सोय लावणारी पावलं उचलावीच लागली असती. त्यामुळे खरा विवाद्य मुद्दा आहे 'आम्ही आणि ते' जरी सारं जग एकच बनलं असलं तरी सारे लोक 'जगाचे' नागरिक आहेत, याचा स्वीकार न करता ते कोणत्या देशाचे नागरिक आहेत, हे बघण्याची संकुचित वृत्ती! तरीसुद्धा सामाजिक सुविधा पुरवण्यावर पडणाऱ्या ताणाचा मुद्दा आपण तपासून पाहू. ते करताना दोन गोष्टी लक्षात घेतल्या पाहिजेत. कुणाचा वैद्यकीय आणि इतर सुविधांवर हक्क आहे यावर कठोर अंतर्गत निर्बंध घातले गेलेले आहेत; हा पहिला मुद्दा. दुसरा मुद्दा आहे की स्थलांतरित लोक

ब्रिटनच्या लोकसंख्येचा ८% हिस्सा आहेत पण ते देशाची १०% संपत्ती निर्माण करतात. याचा अर्थ असा की स्थलांतरित लोक त्यांच्यावर खर्च होईल त्याहून अधिक पैसा अर्थव्यवस्थेला देतात.

स्थलांतरितांमुळे त्यांना स्वीकारणाऱ्या देशांना होत असलेले फायदे स्पष्टपणे दिसत असले तरी त्यांच्यावरल्या खर्चाचा अंदाज बांधणं अधिक कठीण आहे. थोडासा निव्वळ फायदा होतो असा अंदाज अनेक प्रकल्प बांधतात; पण हे प्रकल्प निष्कर्षाप्रत पोचत नाहीत आणि त्यात तर्कविसंगती आढळते. १९९७ साली ऑर्गनायझेशन फॉर इकॉनॉमिक को-ऑपरेशन ॲण्ड डेव्हलपमेंट *(OECD)* म्हणजेच आर्थिक सहकार्य आणि विकासाबाबतची संस्था यांचा 'आंतरराष्ट्रीय स्थलांतरामधला कल' यावरील अहवाल १७ प्रकल्पांचं परीक्षण करतो. त्यांपैकी ४ प्रकल्प म्हणतात, 'निव्वळ फायदा शून्य ते थोडासा आहे.' ६ म्हणतात, 'तो शून्य ते उणा आहे' आणि ७ म्हणतात, 'त्यांना अंदाज बांधता येत नाही.' जेव्हा स्थलांतरित प्रथम येतात तेव्हा ते तरुण आणि अविवाहित असतात आणि सामाजिक सुविधांची त्यांना फारशी गरज पडत नाही; पण ते स्थायिक झाले आणि त्यांची कुटुंबं आली, की त्यांना घरं, वैद्यकीय मदत, शाळा यांची गरज पडते; पण तोपर्यंत ते कर भरत आलेले असतात आणि इतर कोणत्याही कामगारवर्गापेक्षा त्यांच्या सुविधांच्या गरजा जास्त नसतात. विरोधाभास असा आहे की प्रत्यक्षात कठोर स्थलांतराचे अधिनियम त्यांना स्थानिक होण्याला उत्तेजन देतात. जशी युरोपीय युनियनच्या देशांमध्ये आहे तशी त्यांची जा-ये अनिर्बंध असती तर पोलंडच्या लोकांप्रमाणे ते ब्रिटिश अर्थव्यवस्थेच्या गरजेनुसार आले-गेले असते. त्याअन्वये ब्रिटिश सरकारला त्यांना वाढवण्याचा आणि शिकवण्याचा खर्च न पेलता नवे कामगार मिळत जातील. मूल एकविसाव्या वर्षापर्यंत वाढवण्याचा ब्रिटनमधील सरासरी खर्च १,८०,००० पौंड आहे. सरकारला काय खर्च पडतो यावरचे आकडे उपलब्ध नाहीत. प्रत्येक प्रौढ स्थलांतरित ही गरीब देशाकडून श्रीमंत देशाला मिळणारी देणगीच म्हणायला हवी. हे कामगार त्यांच्या मायदेशात पूर्णवेळ की अर्धवेळ नोकरीत होते, याचा कशाशीही संबंध येत नाही. सहाराखालच्या आफ्रिकेतून त्यांना अत्यावश्यक असलेले डॉक्टर आणि नर्स पश्चिमी देशात निघून जात असल्याच्या बातम्या आजकाल खूप उल्लेखल्या जातात. तज्ज्ञांचं म्हणणं आहे की पाच वर्षांच्या वैद्यकीय शिक्षणावर ब्रिटिश करदात्यांचे २,५०,००० पौंड खर्च होतात. त्यामुळे आफ्रिकेतून येणारा प्रत्येक डॉक्टर ब्रिटिश अर्थव्यवस्थेला त्या रकमेएवढी मदत करतो. विकसनशील देशात, विशेष शाखेत प्राविण्य न मिळवलेल्या डॉक्टरचा शिक्षणाचा खर्च ३०,००० पौंड असतो. गृहखात्याच्या अंदाजानुसार त्यांचे ३१% डॉक्टर आणि १३% परिचारिका परदेशात जन्मलेल्या असतात. त्यामुळे स्थलांतरितांना स्वीकारणं ही खरोखरचीच चैन आहे.

बी.एन.पी. सल्लागाराच्या म्हणण्याप्रमाणे उधळपट्टी नव्हे!

वरील सर्व फायदे मिळवून त्याबद्दलच्या कोणत्याही खर्चाची जबाबदारी न उचलण्याचा मार्ग आहे कामाचं आउटसोर्सिंग म्हणजे परदेशातील लोकांकडून त्यांच्याच देशातून काम करून घेऊन त्यांना फक्त त्यांच्या देशातील पगारानुसार *(कमी)* पगार देणे. ह्या डावपेचात प्रचंड प्रमाणात वाढ झाली आहे आणि भारतासारख्या मोठ्या, सुशिक्षित, इंग्रजी बोलू शकणाऱ्या लोकसंख्येच्या देशाला या आउटसोर्सिंगचा सर्वाधिक फायदा होतो. हा प्रकार सांस्कृतिक पावित्र्य जपणाऱ्यांनादेखील आवडण्याजोगा आहे. अमेरिकेचा एक व्यावसायिक ह्या मार्गाच्या आकर्षकपणाबद्दल वर्णन करतो.

> 'प्रत्येक गोष्ट मागणी आणि पुरवठा यांच्यापाशी येऊन पोचते. अर्थात ही मजुरीबद्दलची मागणी आहे आणि मजुरांचा पुरवठा स्वस्तात होतो. इतर देशांतून आयात करणं स्वस्त पडतं, तेच आपण करत आहोत. माझं म्हणणं आहे हे आउटसोर्सिंगच झालं, पण इथे ते मजुरांचं आउटसोर्सिंग आहे.'

मजुरांना त्यांच्याच देशात ठेवल्यामुळे पाश्चिमात्य देशांना त्यांचं शिक्षण, वैद्यकीय सुविधा आणि इतर गोष्टींवर खर्च करावा लागत नाही. आणि त्यांचा पूर्ण आर्थिक फायदा घेता येतो.

पण काही प्रकारची कामं निर्यात करता येत नाहीत. आपल्या वृद्धांना आपण त्यांच्या रोजच्या स्नानासाठी मुंबईला पाठवू शकत नाही. सेवाक्षेत्रात आणि सफाईक्षेत्रात काम करणारे स्थलांतरित फक्त परावलंबी जनतेचंच जीवनमान उंचावत नाहीत, तर त्यांची सुशिक्षित उच्च वर्गीयांना, माफक किमतीत प्रचंड मदत होते. वैद्यकीय सेवा, स्वयंपाक व अतिथ्यसेवा हे व्यवसाय स्थलांतरित कामगारवर्गाकडे कौशल्यपूर्ण सेवेची गरज भागवण्यासाठी वळत आहेत. ब्रिटिश कामगार हे काम करायला अनुत्सुक किंवा असमर्थ असतात. फायदा काढण्याची हाव काही प्रकारच्या नोकऱ्या अनाकर्षक बनवते. जर सांस्कृतिक पावित्र्य राखण्याची इच्छा नफ्यासकट इतर गोष्टींच्या विचारांहून अधिक प्रबल असेल, तर ह्या क्षेत्रातील नोकऱ्यांसाठी इतके अधिक पगार मोजावे लागतील आणि इतक्या इतर सुविधा द्याव्या लागतील, की स्थानिक बेकार लोक त्या नोकऱ्या करायला राजी होतील. ब्रिटिश अर्थव्यवस्थेची भरभराट होत आहे व त्यांना मजुरांची गरज आहे. (TUC) ट्रेड युनियन काँग्रेसच्या अनुसार ब्रिटनमधील कौशल्य बाळगणाऱ्या कामगारांचा तुटवडा अर्थव्यवस्थेत १० बिलियन पौंडाइतका तोटा घडवून आणतो आहे. स्थानिक लोकांच्या नोकऱ्यांमध्ये घट होते आहे का? 'स्थलांतरितांमुळे देशातील लोक बेकार होताहेत, ह्या प्रतिपादनाला

वस्तुत: काहीही अर्थ नाही. आपण जाणतोच की १९३०च्या दशकात आताहून बेकारी अधिक होती आणि तेव्हा कुणीही स्थलांतरित येत नव्हते.' IOM (इंटरनॅशनल ऑर्गनायझेशन फॉर मायग्रेशन म्हणजे स्थलांतराबाबतची आंतरराष्ट्रीय संस्था.) सुद्धा जरी नियंत्रित स्थलान्तर पसंत करत असली, तरी मान्य करते की, यजमान देशातील थोड्या अकुशल कामगारवर्गाचा तोटा होतो. आयओएम म्हणते की नोकऱ्या देणारे आणि स्वत: स्थलांतरित होणारे, दोघेही फायदा मिळवतात; पण तरीही स्थलांतरितांचा कितीसा लाभ होतो आणि त्याची त्यांना काय किंमत मोजावी लागेल. हा विचार करण्याजोगा मुद्दा आहे. लिउ, जरी बांधकाम व्यवसायात कुशलतेच्या कामात नोकरी करत होता, तरी त्याला उपजीविकेसाठी स्थानिक लोकं जिथं ढुंकूनही बघणार नाहीत *(आणि ते योग्यच असेल)* अशा परिस्थितीत, आठवड्याला ६० ते ८० तास काम करत, छोट्याशा खोलीत ६ ते ८ माणसांबरोबर झोपत, कधीकधी उपाशी राहून आणि अगदी नाममात्र भाडं देऊन जगण्याची वेळ आली होती.

स्थलांतरित फक्त कामाच्या रिकाम्या जागाच भरून काढतात असे नव्हे, तर कधीकधी त्यांच्या उपस्थितीमुळेच अर्थव्यवस्थेची भरभराट होते. 'डेली टेलीग्राफ' मधील २००६ सालचा एक लेख नाखुषीनं का होईना. हा मुद्दा मान्य करतो.

> 'तीन वर्षांपूर्वी ब्रिटनमध्ये ६,००,००० कामाच्या जागा रिकाम्या होत्या. तेव्हापासून कायदेशीर मार्गानं ७,००,००० लोक कामासाठी आले आहेत आणि बेकायदेशीरपणे किती आले आहेत त्याची तर गणतीच नाही. तरीदेखील न भरलेल्या जागांची संख्या अजूनही ६,००,००० च आहे. ह्या विरोधाभासामागलं कारण असं आहे की स्थलांतरित लोक नोकऱ्यांवर रुजू होतात, तेव्हाच त्यांच्या गरजा भागवण्यासाठी नोकऱ्या वाढतातदेखील! ते मागणी आणि पुरवठा या दोहोंमध्ये वाढ घडवून आणतात. फक्त खरेदीला जाऊन, कॉफी मागवून, बसनं प्रवास करून ते नव्या नोकऱ्या निर्माण करत असतात; आणि त्यामुळे आणखी स्थलांतरितांची गरज उत्पन्न होते.'

अर्थात जी अर्थव्यवस्था सुदृढ आहे आणि हे आव्हान स्वीकारण्याच्या परिस्थितीत आहे, तिलाच स्थलांतरितांमुळे निर्माण झालेल्या मागणीचा फायदा होऊ शकेल. तृतीय श्रेणीतील देशांसारखी अशक्त अर्थव्यवस्था सरहद्दीपलीकडून घुसलेल्या असंख्य, गरीब स्थलांतरितांचा भार सोसू शकणार नाही आणि कोलमडून पडेल; अशा अर्थव्यवस्थेला स्थलांतरितांपासून फायदा नाही तर तोटाच होईल.

नायजेल हॅरिससारखे काही विश्लेषक प्रतिपादन करतात की स्थलांतर करणारे,

त्यांच्या देशातील परिस्थितीमुळे देश सोडण्यास प्रवृत्त होत नसून, जेथे नोकऱ्या आहेत तेथे जाण्याचे आकर्षण वाटून तेथे खेचले जातात. कुशल आणि अकुशल, कायदेशीर व बेकायदेशीर स्थलांतरित कामगारांच्या उपस्थितीमुळे वेतनावर परिणाम होऊन ते खाली जातं, यात वादच नाही. त्यामुळे उद्योजकांना ते प्रिय असतात. आर्थिक परिस्थितीची अनेक परीक्षणं नमूद करतात की स्थलांतरित लोकांमुळे चलनवाढीला आळा बसतो. ब्रिटिश उद्योगधंद्यांचा महासंघ, (BI Contederation of British Industry) वस्तुस्थितीचं स्वागतच करतो की स्थलातरितांनी भरलेले कर, ते स्थलांतरित मायदेशी परतल्यानंतरसुद्धा सामाजिक सुविधा व निवृत्तीवेतनाला पैसा पुरवत राहातात आणि चलनवाढीला प्रतिबंध करतात. वेतनातली घट आणि मजुरांच्या हक्कांमध्ये येणारा कमकुवतपणा याबद्दल ट्रेड युनियन काँग्रेसला दीर्घकाळ काळजी वाटत होती. त्यामुळे सुरुवातीला ते स्थलांतराच्या विरोधात उभे ठाकले होते. त्यामुळे त्यांचा मुख्य सचिव ब्रेडन बार्बर जेव्हा म्हणाला, 'स्थलांतरितांना दोष द्यायचा बंद करा – त्यांची पिळवणूक हाच खरा प्रश्न आहे,' तेव्हा नवचेतना मिळाल्यासारखं वाटलं. तो पुढे म्हणतो की देशाच्या ज्या भागात नोकऱ्या घटताहेत तिथं स्थलांतरित अधिक संख्येत दिसत नाहीत; कारण 'जेथे नोकऱ्या उपलब्ध आहेत तेथे ते जातील, भिकेसाठीच्या रांगेकडे जाणार नाहीत.' ट्रेड युनियन, परवान्याशिवायच्या कामगारांना कायदेशीर कामगार बनवण्याची मागणी करू लागली आहेत, कारण त्यांच्या सभासदांच्या संख्येत घट होऊ लागली आहे.

तेवढाच महत्त्वाचा मुद्दा आहे की उद्याच्या निवृत्तीवेतन योजनांना पैसा मिळण्यासाठी आज कामगारांची गरज आहे. वास्तवात ब्रिटनची लोकसंख्या म्हातारी होत आहे आणि नवे जन्म कमी कमी होत आहेत. आताच्या लोकांची जागा घेण्यासाठी पुरेशी मुलं जन्माला येत नाहीत. १९९० साली दर चार कामगारांमागे एक निवृत्त माणूस असे. अंदाज असा आहे की २०३० सालापर्यंत दर पाच कामगारांमागे दोन निवृत्त माणसं असतील. तत्वज्ञ, डेव्हिड ब्लेक यांनी हिशोब मांडला आहे की दर वर्षी पाच लाख स्थलांतरित कामगार इंग्लंडमध्ये आले नाहीत तर इंग्लंडची सरकारी निवृत्तीवेतन योजना जिवंत राहाणं अशक्य आहे. जर पुढची पिढी आताच्या पिढीपेक्षा संख्येनं कमी असली, तर सध्याच्या पिढीपुढे काही कठीण पर्याय उभे राहाणार आहेत : त्यांना निवृत्तीवेतनात कपात स्वीकारावी लागेल, किंवा काम करत असताना अधिक शिल्लक टाकावी लागेल किंवा जास्त तास काम करून उशिरा निवृत्त व्हावं लागेल किंवा अधिक स्थलांतरितांचा स्वीकार करावा लागेल. आपण सध्याच्या निवृत्तीचे वय वाढवण्याचा आणि निवृत्तीवेतनात कपात करण्या-बाबतच्या चर्चा ऐकल्या, तर त्याप्रमाणे ह्या इतर पर्यायांना प्रचंड विरोध असणार आहे. आपल्या खर्चिक समाजाला हाताबाहेर जाणाऱ्या उसनवारीचा रोग जडला असताना असा समाज अधिक शिल्लक

टाकेल, हे असंभवनीय आहे. आणखी एक पाचवा अनुच्चारीत पर्याय आहे; मालकांनी कमी संख्येच्या कामगारांमुळे घटलेल्या वर्गणीत, आपल्या वर्गणीत वाढ करून कसर भरून काढावी. स्थलांतरितांना स्वीकारणं हे देशहिताचं आहे असं दिसत आहे. ती चैन नाही तर आर्थिक गरज आहे. १९४६ साली जेम्स कॅलॅहॅन यांनी लोकसभेत भाषण केलं तेव्हाची वस्तुस्थिती खालीलप्रमाणे होती :

> 'आणखी थोड्याच वर्षांच्या काळात आपल्या देशात नोकऱ्यांची नव्हे तर कामगारांची कमतरता जाणवणार आहे. आपली जागा भरून काढण्याएवढ्या वेगाने नव्या जन्मांमध्ये वाढ होत नाहीये... आपण आता स्थलांतरितांचे स्वागत करणारा देश बनावं हे वक्तव्य बंडखोरीचं वाटेल, पण आपली जगातील सद्य परिस्थिती पाहता ती खरोखरच सुसंगत घटना असेल. आपण आता जी वृद्धांची निवृत्तीवेतनं आणि सामाजिक सुविधा योग्य रीतीनंच वाटतो आहोत, त्यासाठी आपण आपल्या लोकसंख्येत भर घातली नाही आणि ती भर फक्त येणाऱ्या काळात स्थलांतरितच घालू शकतील, तर पैसा कोण उभा करेल?'

२००५ साली ५,६५,००० स्थलांतरित आले, तर ३,८०,००० लोक देशाबाहेर गेले. त्यातले अर्ध्याहून अधिक ब्रिटिश नागरिक होते. तेव्हा ब्रिटिश लोकसंख्येत खरी १,८५,००० लोकांची वाढ झाली. ही संस्था निवृत्तीवेतन योजना टिकवून धरण्यासाठी आवश्यक असलेल्या ५,००,००० लोकसंख्येहून खूपच कमी आहे. नवीन येणाऱ्यांपैकी २५% लोक विद्यार्थी होते आणि त्यांनी ब्रिटिश शिक्षणव्यवस्थेला आवश्यक असा अर्थपुरवठा आणि मदत केली. ब्रिटिश उच्च शिक्षणाला त्यांनी ५ बिलियन पौंडाची मदत केली. बहुतांश स्थलांतरित भारत, चीन आणि पोलंडहून आले. या संख्येपैकी ११,००० आश्रयार्थी होते – १९९१ सालापासूनचा हा सर्वांत लहान आकडा आहे, तरीही ब्रिटिशांच्या स्थलांतराबाबतच्या जनमताला तो अजूनही बागुलबुवाच वाटतो. मेलनी-फिलीपसारखे पत्रकार आश्रयार्थींचा मुद्दा नवीन स्थलांतरितांबरोबरच जोडून टाकतात. नव्या स्थलांतरितांपैकी खरं तर अनेकजण सरकारनंच प्रयत्नपूर्वक कामावर नेमलेले असतात किंवा ते विद्यार्थी असतात.

ब्रिटिश सरकारची मदत

पाश्चिमात्य देश मदत करताना गृहीत धरतो की विकासाशिवाय पाश्चिमात्य

देशातील मालाला कमी बाजारपेठ मिळेल आणि गरिबी आणि अशांतता दहशतवादाला जन्म देईल. हा मुद्दा सध्या पाश्चिमात्य सरकारांमध्ये फार महत्त्वाचा मानला जातो. मदत देण्यामुळे हे हेतू साध्य होतात की नाही हा मोठाच विवाद्य मुद्दा आहे आणि तो या पुस्तकाच्या कक्षेच्या बाहेरचा आहे; पण स्थलांतरित लोक मायदेशातील कुटुंबीयांसाठी जो पैसा धाडतात, त्यामुळे ते स्वत:च ह्या मदतीला हातभार लावत असतात, ह्याचा ब्रिटनला नव्या बाजारपेठा मिळवण्यासाठी उपयोग होतो आणि त्याच्या तिजोरीवरील *(मदतीसाठीची)* मागणी कमी होते. फक्त ब्रिटनमधून विकसनशील देशांमध्ये दर वर्षी २.७ बिलियन पौंड पाठवले जातात, असा अंदाज आहे. आणि हा अंदाज दुपटी-तिपटीनं कमी धरला गेला असण्याचा संभव आहे. कारण खूपसे स्थलांतरित लोक मित्र आणि खाजगी जासूदांकरवी पैसे पाठवतात. याची ब्रिटनच्या आंतरराष्ट्रीय मदतीच्या आकड्यांशी तुलना करा – ती होती २००४-२००५ साली ३.७ बिलियन पौंड आणि त्यामागे अशा अटी घातल्या गेल्या होत्या की त्या मदत स्वीकारणाऱ्यांना हानीकारक होत्या.

स्थलांतरित लोक आपल्या देशात पाठवत असलेले पैसे इंग्लंडच्या एकंदर गरिबी हटवण्याच्या प्रयत्नांचं द्योतक आहेत, असा डांगोरा पिटण्याऐवजी ब्रिटिश सरकार त्याबद्दल अगदी मौन पाळतं. ह्या पैशांमुळं स्थानिक अर्थव्यवस्थांना नवचेतना मिळतेच, शिवाय हे स्थलांतरित कामगार महत्त्वाची, जरुरीची आणि मान्य करायला लाज वाटेल, इतक्या कमी पगारांची कामं करून ब्रिटिश अर्थव्यवस्थाही गतिशील ठेवतात. स्थलांतरावरच्या निर्बंधाच्या मुळाशी असलेला अप्रामाणिकपणा काढून टाकला आणि जर ब्रिटिश सरकार मान्य करायला तयार झालं, की ह्या निर्बंधांमुळे गुलामगिरी आणि बिगरवेतनाची किंवा अतिशय अल्पवेतनाची कामं निर्माण होतात, तर सरकारच्या मदतीबाबतच्या प्रयत्नांचा एक भाग म्हणून ते ही परिस्थिती बदलण्यासाठी पावलं उचलेल. वेतन वाढलं की स्थलांतरित मायदेशात आणखी पैसे पाठवतील. आपण असंच म्हणू शकतो की मदतीबाबत, औदार्य आणि निराश्रितांबाबत – विशेषत: गरीब निराश्रितांबाबत – अत्यंत कडक धोरण यात नैतिक विसंगती दिसून येते.

मानवाधिकारांची पायमल्ली

ब्रिटिशांचे मानवाधिकार राखण्याचे प्रयत्न नैतिक विरोधाभासांनी भरलेले आहेत. जरी सरकारनं अनेक आंतरराष्ट्रीय मानवाधिकार करारांवर सही केली असली तरी अनेक बाबतीत त्यांनी त्यांच्या स्थलांतर कायद्याला अनुसरून खास सवलतींचीही मागणी केली आहे. ई.सी.एच.आर. (युरोपियन कन्व्हेन्शन ऑन ह्युमन राईट्स,

१९५०) ऊर्फ मानवाधिकारांबद्दल १९५० सालचा युरोपियन करार इंग्लंडमधल्या प्रत्येकाला, मग त्या व्यक्तीला तेथे राहाण्याचा हक्क नसला तरी संरक्षण देतो. ज्या पद्धतीने ब्रिटनचा स्थलांतर कायदा लागू केला आहे, त्यामुळे या कराराच्या निदान तीन वेगवेगळ्या कलमांची पायमल्ली केली जात आहे. त्या कराराचं तिसरं कलम, यातनामय छळ, माणुसकीशून्य किंवा अपमानास्पद वागणूक किंवा शिक्षा यांना बंदी घालतं. नताशाला ह्या कलमान्वये राहाण्याची परवानगी देण्यात आली होती; कारण तिला रशियाला परत पाठवून देणं ही माणुसकीशून्य वागणूक ठरेल; असं मान्य केलं गेलं होतं. हेच कलम बंधनात टाकण्याच्या पद्धतीच्या विरोधात वापरता येण्याजोगं आहे; जे माणसाचं स्वातंत्र्य आणि सुरक्षितता यांचं संरक्षण करणारं पाचवं कलमही बंधनात टाकण्याच्या विरोधात वापरता येण्याजोगं आहे. आठवं कलम खाजगी व कौटुंबिक आयुष्याबद्दल आदर राखण्याचा हक्क देतं आणि स्थलांतर कचेरीच्या काही निर्णयांमुळं कुटुंबातील एका व्यक्तीला राहाण्याचा हक्क मिळतो आणि इतर व्यक्तींना मिळत नाही. त्यामुळे कुटुंबाची फाटाफूट होणार असते. अशा ठिकाणी अशा निर्णयांच्या विरोधात हे आठवं कलम वापरण्याजोगं आहे.

फरियासारख्या रांगेतल्या शेवटच्यांना जेव्हा आर्थिक मदत व राहाण्याची जागा दिली जात नाही, त्यांच्यावर सरकारच्या निर्णयामुळं जेव्हा बेघरपण लादले जाते तेव्हा आश्रयार्थींच्या मानवाधिकारांची पायमल्लीच केली जात असते. त्यामुळेच गुलामगिरी उद्भवते. हे लोकांना ब्रिटन सोडून जायला भाग पाडण्याचं किंवा त्यांनी तिथे येण्याच्या फंदातच पडू नये, यासाठीचं शस्त्र आहे. त्याचा अपेक्षित परिणाम झालेला नाही. नवनवीन कायदे आश्रयार्थींचं घर आणि आर्थिक मदतीचे हक्क हिरावून घेण्याच्या कटासाठी रचले गेलेले आहेत.

जगातली चौथ्या क्रमांकाची अर्थव्यवस्था त्यांना भिकाऱ्याच्या अवस्थेला नेऊन ठेवते आणि मग जनता त्यांना रस्त्यांवरल्या गुन्ह्याबद्दल आणि अवनतीबद्दल दूषणं देते. आश्रयार्थींना वेतनावर किंवा विनावेतन काम करण्याची परवानगी नसते. तेरेसा हायटर यांनी ब्रिटनमध्ये स्थलांतर धोरणामधील दुष्ट विरोधाभास नजरेस आणून दिला आहे. 'ते *(धोरण)* झिंबाब्वेमधील परिचारिकांना नोकऱ्या देतं; पण झिंबाब्वेमधील *(इंग्लंडला आलेल्या)* परिचारिकांना तुरुंगात टाकतं.' मदत न मिळाल्यामुळे अनेक आश्रयार्थी आशा सोडतात.

राष्ट्रीयता, स्थलांतर आणि आश्रय कायदा, २००२ हा स्थानिक शैक्षणिक संस्थांवर मुख्य शाळांजवळच्या आश्रयघरांमधील आश्रयार्थींच्या मुलांना शिकवण्याची जबाबदारी टाकत नाही. ह्या मुलांना त्यांच्या आश्रयघरातच शिकवता येऊ शकेल *(शिकवावं लागेल असं तो कायदा म्हणत नाही.)* असं म्हणून शिक्षणक्षेत्रात वर्णभेद सुरू करून दिला गेला आहे. अनेक आंतरराष्ट्रीय करारांचं हे उल्लंघन आहे;

उदाहरणार्थ १९८९ चा यू.एन. बालक करार, जो शिक्षणासाठी समान संधी आणि सर्वसामान्य सामाजिक जीवनात भाग घेण्याचा हक्क देतो. डेव्हिड ब्लंकेट ह्या धोरणाचं समर्थन करण्यासाठी सबब देतात की ह्या शाळा आश्रयार्थींच्या मुलांनी ओसंडून वाहू लागल्या होत्या. आश्रयार्थींच्या कुटुंबाच्या वतीनं त्यांना परत पाठवलं जाऊ नये यासाठीचे सर्वांत अधिक यश मिळवलेले लढे लढणारे लोक त्यांच्या *(आश्रयार्थींच्या)* सामाजिक जीवनात एकरूप झालेले लोक आहेत. खरं तर ब्लंकेटनंच तक्रार केली आहे, 'ज्या कुटुंबांना परत पाठवण्याचे प्रयत्न केले गेले, त्यात अडचणी उभ्या राहिल्या, कारण त्यांची मुलं शाळेचा घटक बनलेली होती.'

बंधनगृहातली दमन यंत्रणा (२००३-२००४ मध्ये या यंत्रणेसाठी १५६ दशलक्ष पौंड खर्चले गेले), त्यात अडकवते त्यांचा! मानवाधिकार उल्लंघते. बंधनगृहांमधली स्थिती ब्रिटिश तुरुंगांपेक्षाही अधिक वाईट असते. हलामा, एका नवजात अर्भकाची आई, दोहोंचा अनुभव घेऊन आली आहे. ती म्हणते, 'हॉलोवे तुरुंगात स्तनपान देणाऱ्या आयांना रोज रात्री एक लिटर जास्त दूध देण्यात येत असे; तर यार्ल्स वुड बंधनगृहात अशा आयांना 'खूप पाणी प्या' असं सांगण्यात येत असे.' हलामाची खात्री आहे की त्यांच्या अर्भकांना तुरुंगात अधिक चांगली वागणूक दिली जात असे; कारण 'तुरुंगांमध्ये ब्रिटिश नागरिक असतात तर बंधनगृहांमध्ये सर्व एतद्देशीय नागरिक असतात. त्यामुळे त्यांना आमच्या मुलांची फिकीर नसते.' गृहखात्याच्या नोंदीप्रमाणे २००५ साली १९०० हून अधिक, अठरा वर्षांच्या खालच्या मुलांनी बंधनगृहं सोडली. त्यातली ४०% हून अधिक पाच वर्षांखालची होती. त्यांचा एकमेव गुन्हा आहे की त्यांनी बेकायदा स्थलांतरितांच्या पोटी जन्म घेतला; त्यामुळे तीदेखील मुलं धरली न जाता बेकायदेशीर स्थलांतरित म्हणून वागवली गेली.

राजनैतिक निराश्रित विरुद्ध आर्थिक कारणांनी स्थलांतर करणारे

निराश्रित आणि आर्थिक कारणास्तव स्थलांतर करणारे ह्या दोन शिक्क्यांमध्ये स्पष्ट फरक सांगता येत नाही – ही केवळ सरकारची युक्ती आहे. निराश्रित हे धोक्यामुळे ढकलले गेलेले असल्यामुळे ते व्याख्येनेच अनुत्सुक स्थलांतरित असतात; त्याविरुद्ध स्वेच्छेने स्थलांतर करणारे अधिक आकर्षक ठिकाणी खेचले गेलेले असतात. जवळजवळ नेहमीच आश्रयार्थींना बनावट हा शिक्का मारला जातो, वस्तुत: ज्या देशात युद्धसदृश परिस्थिती असल्याची बातमी आहे, तेथूनच आश्रयार्थींचे अर्ज येत असतात. जरी सर्व आकडे त्याच्या विरोधात असले, तरी एखादं मत 'वस्तुस्थिती' हे पद कसं मिळवू शकतं – हे अगम्य गूढ आहे. सध्या इराक, अफगाणिस्तान,

सोमालिया आणि इराण या देशांतून सर्वाधिक अर्ज येत आहेत. हा काही केवळ योगायोग नव्हे! यामध्ये थेट संबंध असतो : ज्या क्षणी श्रीलंकेतील परिस्थिती बिघडते, त्यानंतर ताबडतोब त्या देशातून आश्रयासाठी येणाऱ्या अर्जांची संख्या वाढते. ह्या दोहोतला फरक मुद्दामच धूसर ठेवल्यामुळे, जे अनेक लोक अडथळे पार करून आश्रयार्थी म्हणून येऊ शकतात, त्यांना प्रवेश नाकारण्यासाठी 'आर्थिक कारणांसाठी स्थलांतर करणारे' हा शिक्का मारणं मजूर सरकारला साध्य झालं आहे.

ह्या क्षेत्रातील अनेक सल्लागार व कार्यकर्त्यांचं मत आहे की हे दोन भाग पाडणं हा मूर्खपणा आहे. बॉबी चेन म्हणतात :

> 'समुद्रकिनाऱ्यावरल्या *(चीनमधल्या)* ग्वाँगडाँग आणि फुजिअन सारख्या अनेक राज्यांमधून, एकोणिसाव्या शतकापासून, अनेक लोकांनी स्थलांतर करणं ही प्रथाच पडली आहे. तेथे तसा इतिहासच आहे आणि आर्थिक कारणंदेखील आहेत. कारण या लोकांना नोकऱ्या मिळणं दुरापास्त असतं. कुणी यांना 'आर्थिक कारणांस्तव स्थलांतर करणारे' असं म्हणू शकेल. मी हा असा फरक करत नाही; कारण तुमची नोकरी सुटणं आणि जगण्याची धडपड करणं हा फक्त आर्थिक मुद्दाच नव्हे तर तो राजनैतिक मुद्दादेखील आहे.'

कधीकधी हे दोन प्रकार कालरेषेवरील दोन वेगवेगळे बिंदू असतात. जे ओगोनी लोक 'शेल'नं पर्यावरणाची हानी केल्यामुळं लवकर सोडून आले, त्यांना ब्रिटननं 'आर्थिक कारणांसाठी स्थलांतर करणारे' म्हणून परत पाठवून दिलं असेल. जे तेथेच राहून, ब्रिटिश कंपनीशी हातमिळवणी करणाऱ्या लाचखोर स्थानिक सरकारशी लढले आणि त्यांच्या जिवाला धोका उद्‌भवल्यानंतरच पळून निघाले, त्यांना कदाचित 'राजनैतिक निराश्रित' गणलं गेलं असेल *(आणि आश्रय मिळाला असेल.)*

ब्रिटनमधला स्थलांतर कायदा

स्थलांतर कायद्याबाबतची अंमलबजावणी करणारी यंत्रणा सरकारच्या राजनैतिक आणि आर्थिक स्थलांतरितांमधल्या फरकांवर आधारित आहे. स्थलांतरावरले निर्बंध हे लोकांना बाहेर ठेवण्यासाठी नसून, असुरक्षिततेचं वातावरण निर्माण करून बेकायदेशीर स्थलांतरितांपासून मिळणारा नफा वाढवण्याचं लक्ष्य ठेवून बेतलेले आहेत. कायद्याच्या बाकी सर्व क्षेत्रांमध्ये 'कृती' बेकायदेशीर असते. स्थलांतर कायद्यामध्ये, गुलामांच्या कायद्यामध्ये, 'माणूस' बेकायदेशीर असतो.' क्रिमिनल लॉ

किंवा फौजदारी कायद्यात 'कृती' शिक्षापात्र असते. स्थलांतर कायद्यात 'दर्जा' किंवा त्याचा अभाव शिक्षापात्र असतो. *(दर्जा नसणं)* हे इंग्लिश कायद्याप्रमाणे पुन्हा गुन्हेगारीत प्रवेश करण्यासारखं आहे. हा *(स्थलांतर) कायदा* फक्त कर्जापोटीच्या गुलामगिरीकडेच नव्हे, तर जुन्या जमीनदारी कायद्याकडे, ज्यात कृतीपेक्षा दर्जावर भर दिला जात असे, तेथे घेऊन जातो. 'स्थलांतर आटोक्यात ठेवणं' हे लोकप्रिय वाक्य आणि मुख्य धोरण बनलं आहे; पण त्यामागे अनेक तऱ्हेची कठोर आणि निर्मम कारवाई दडलेली आहे. कायदे कितीही कडक झाले तरी लोक येथे येऊन पोचतच आहेत. इथे विरोधाभास आहे : जितका स्थलांतर कायदा अधिक बंधनकारक बनतो, तेवढाच तो बेकायदा ने-आण करणाऱ्या टोळ्यांसाठी अधिक फायदेशीर ठरतो आणि तेवढेच त्यांचे अडथळ्यांना बगल देण्याचे प्रयत्न अधिक कल्पक, धोक्याचे आणि आयुष्यावर बेतणारे होऊ लागतात. फक्त स्थलांतर करू इच्छिणाऱ्यांच्या मागणीमुळेच नाही, तर पाश्चिमात्य देशांच्या स्वस्त स्थलांतरित मजुरांच्या गरजेमुळं 'स्नेकहेड'सारख्या आंतरराष्ट्रीय गुन्हेगार टोळ्या लोकांना चोरून आणण्याकडे वळतात. हा धंदा जवळजवळ अमली पदार्थांच्या धंद्याएवढाच फायदेशीर आहे. आणि तो करणारे अधिकाऱ्यांकडून पकडले गेले तर त्यांना खूपच कमी शिक्षा होते.

ब्रिटिश सरकार त्यांच्या स्थलांतर कायद्यान्वये, नकळत गुलामगिरीला उत्तेजन देत आहे. स्थलांतर कायद्यात, दर्जामुळे घडणारा पक्षपात, खोलवर रुजला आहे. ज्या कुणाजवळ गुंतवण्यासाठी दोन लाख पौंडांची शिल्लक असेल, ते व्यापारासाठीच्या परवान्यावर बिझनेस व्हिसावर ब्रिटनमध्ये प्रवेश करू शकतात आणि पाचव्या वर्षी कायम राहाण्याच्या परवानगीसाठी अर्ज करू शकतात. 'इनोव्हेटर प्रोग्राम' *(सुधारणा घडवणाऱ्यांच्या कार्यासाठी)* मधे तुमच्याकडं भांडवल असण्याची देखील गरज नाही; तुमच्याकडे धंद्याचा असा आराखडा असेल की ज्याच्यामुळे देशाला आर्थिक फायदा होऊ शकेल, तर तेवढंदेखील पुरेसं आहे; हा पाच थरांच्या गुणांवर आधारित यंत्रणेचा भाग आहे, ही २००८ सालापर्यंत अमलात आणली जाईल, यात ब्रिटनमध्ये प्रवेश करु इच्छिणाऱ्या अर्जदारांना त्यांची योग्यता, अनुभव, वय आणि ब्रिटिश अर्थव्यवस्थेच्या गरजा या निकषांवरून 'गुण' दिले जातील. आताच्या स्थलांतर नियमांनुसार देशात येण्याचे ऐंशी वेगवेगळे मार्ग आहेत आणि या नियमांबाहेरच्या सवलती आहेत. नव्या योजनेप्रमाणे पारदर्शित्व व सोपेपणा यावा अशी अपेक्षा आहे; पण धंदेवाईक लोकांचा असं घडेल यावर विश्वास नाही. तीन थर कौशल्यांच्या जोरावर प्रवेश देतील आणि दुसरे दोन थर विद्यार्थी आणि हंगामी नोकरांना प्रवेश देतील. ही यंत्रणा सकुशल कामगारांना हातात नोकरी नसतनादेखील प्रवेश करायची परवानगी देईल; पण स्थलांतर करणाऱ्या इतरांना मात्र प्रायोजक गरजेचे असतील. सकुशल कामगारांवर दिल्या जाणाऱ्या भरामुळे जबरदस्तीनं /

फसवून आणलं जाण्याचा धोका वाढीला लागेल. कारण नेहमीच्या विशेषत: अकुशल स्थलांतरितांसाठीच्या संधी कमी उरतील. खरं तर बल्गेरिया आणि रूमानिया हे देश जानेवारी २००७ मध्ये युरोपीय युनियन (E.U.) चे घटक देश झाले, आणि पोलंडसह आठ देश २००४ साली घटकदेश झाले. त्यामुळे ब्रिटनची अकुशल कामगारांची गरज भागेल, अशी आशा आहे.

स्थलांतरावरले निर्बंध शंभर वर्षं जुनेच आहेत, हे लक्षात ठेवणं गरजेचं आहे. उजव्या विचारसरणीच्या आणि समाजसत्तावादाच्या विरोधात चळवळ करणाऱ्या क्रांतिकारी फॅसिस्ट गटांच्या जोरदार मोहिमांनंतर ज्यू लोकांची रीघ लागेल, या भीतीनं त्यांना थोपवण्यासाठी १९०५ सालचा एलियन्स ॲक्ट *(परकीयांबाबतचा कायदा)* अमलात आला. १९१४ सालापूर्वी अनेक देशांना पासपोर्टशिवाय जाता येत असे. एलियन ॲक्टमध्ये केल्या गेलेल्या अनेक सुधारणांखेरीज १९२५ सालची कलर्ड एलियन सीमेन ऑर्डर आणि १९४८ चा ब्रिटिश नॅशनॅलिटी ॲक्ट ज्यानं ब्रिटिश म्हणजे कोण याची तात्त्विक बैठक नक्की केली, १९६२ च्या कॉमनवेल्थ इमिग्रंट्स ॲक्ट आणि १९६८ सालचा आणखी एक कायदा – ज्याचा हेतू युगांडातल्या आशियाईंना बाहेर ठेवणं हाच होता – एवढेच कायदे केले गेले; परंतु विसाव्या शतकाच्या शेवटच्या पंचवीस वर्षांमध्ये मात्र स्थलांतरासंबंधीचे आणि त्याबद्दल सबंध देशाला ग्रासणाऱ्या भीतीचे द्योतक असलेले अनेक कायदे आले. १९७१, १९८१, १९८८, १९९३, १९९६, १९९९, २००२, २००४, २००६ आणि सर्वांत नवा यु.के. बॉर्डर्स बिल २००७ हा होऊ घातलेला कायदा. फक्त गेल्या १४ वर्षांतच सात कायदे आणि स्थलांतर नियमांमध्ये पन्नास बदल घडले. या सर्वांचाच अर्थ होतो की सर्व बाजूंनी त्यावर सरकारनं प्रयत्न केला तरी स्थलांतरावरले निर्बंध उपयुक्त ठरत नाहीत.

'यु.के. बॉर्डर्स बिल'मुळे पोलिसांच्या 'फिशिंग रेड्स'ना *(जाळ्यात पकडण्यासाठीच्या धाडी)* कायद्याची संमती मिळेल. ऐंशीच्या दशकात जेव्हा पोलिसांनी घरगुती अत्याचार किंवा इतर कशासाठी तपासासाठी घरी बोलावलं जात असे, तेव्हा ते माणसांचा स्थलांतराचा दर्जा तपासून बघायला त्याचा वापर करून घेत असत. अलीकडेच खूप गवगवा झालेल्या 'अतिरेक्यांवरल्या' धाडींमध्ये स्थलांतराच्या गुन्ह्यांपेक्षा आणखी काही आक्षेपार्ह सापडलं नाही. आता त्यांनी कोणालाही दुसऱ्या कोणत्याही गुन्ह्यासाठी अटक केली असली तर त्यांचा स्थलांतराचा दर्जा तपासून पाहण्याचा हक्क पोलीस आणि स्थलांतर अधिकारी या दोघांनाही दिला गेला आहे. स्थलांतर नियंत्रणाखाली येणाऱ्या प्रत्येकाला बायोमेट्रिक आयडी कार्ड असणं आवश्यक केलं गेलं आहे. कुणाही कायदेशीररित्या आलेल्या स्थलांतरितांवर अमुक एक ठिकाणचा राहून पोलीस किंवा स्थलांतर अधिकाऱ्यांना हजेरी देणं याची

राहण्याच्या परवानगीमागची अट बनवून, त्याची सक्ती केली जाऊ शकते. सर्वांत वाईट गोष्ट म्हणजे त्रिशंकू अवस्थेत राहाणाऱ्यांची रोख रक्कम ही स्थलांतराचे नियम मोडून बेकायदेशीररित्या काम करून जमवलेली पुंजी आहे. या आरोपाखाली स्थलांतर अधिकारी जप्त करू शकतात.

याच्याच बरोबरीनं NAM *(New Asylum Model)* हे पशुवत वागणुकीला कायद्याची मंजुरी देऊन – 'काटेरी कुंपणाचं ब्रिटन' हे नाव सार्थ करणार आहे. या क्षेत्रात काम करणाऱ्या एनजीओ *संस्थांनी* NAMच्या फक्त एका कलमाचं स्वागत केलं आहे, मार्च २००७ पासून आश्रयाचा निर्णय होईपर्यंतच्या कालावधीसाठी, प्रत्येक नव्या अर्जदाराला त्याच्यासाठीचाच असा एक त्याच्या अर्जाकडे बघणारा कार्यकर्ता देण्यात येणार आहे. त्यामुळे या नव्या यंत्रणेत जब विचारणारं कुणी तरी असणार आहे. आश्रयार्थींना मिळणारी आर्थिक मदत व्हॉईस टॅगिंग *(फोनमधील कॉम्प्युटरद्वारा आवाजावरून माणसाला ओळखायची सोय)* करून आश्रयार्थींना पडताळून पाहून दिली जाणार आहे. निर्णय जलद दिले जातील, असं आश्वासन दिलं गेलं आहे. बहुतांश अर्जांचा निर्णय वीस दिवसांमध्ये केला जाईल आणि २०११ पर्यंत ९०% अर्जांवर सहा महिन्यांमध्ये निर्णय मिळेल. भराभर निर्णय मिळाल्यामुळे लिउ किंवा फरियासारख्या माणसांच्या यातना कमी झाल्या तरी भराभर निर्णय घेण्यावरचा जोर पूर्वी अन्यायजनकच ठरला आहे आणि अनेक अर्ज त्रिशंकूच्या दु:खद अवस्थेत अडकलेले आहेत. तज्ज्ञांमध्ये अशा संशय आहे की भराभर निर्णयांमुळं लोकांना भराभर हटवलं गेलं तरी ज्यांची परिस्थिती गुंतागुंतीची आहे आणि ज्यांना संरक्षणाची सर्वांत अधिक गरज आहे, त्यांना नवी यंत्रणा अधिक सहानुभूतीनं वागवेल असा विश्वास बाळगता येईल असं नाही.

जो स्थलांतरितांचा समाज इथं स्थायिक झाला आहे, त्यांच्या डोक्यावर देखील नवा स्थलांतर कायदा ही टांगती तलवारच आहे; ज्या सहजपणे मित्र किंवा कुटुंबीय त्यांना भेटायला *(परदेशातून)* येऊ शकतात, अशा साध्यासाध्या गोष्टींपासून सक्तीच्या विवाहांसारखी, सरकारी हस्तक्षेपांची जरूर असलेली गुंतागुंतीची गोष्ट यांवर अवलंबून असणार आहे. आपण पाहिलंच की सरकारची त्वरित प्रतिक्रिया असते– प्रवेशावरले निर्बंध कठोर करणं, जणू काही त्याने सारे प्रश्न सुटणार आहेत. दुसरी प्रवृत्ती दिसते की 'मानवव्यापारा'ची व्याख्या संकुचित करून, त्याखाली मोडणाऱ्या लोकांची संख्या घटवून, वेगवेगळ्या आंतरराष्ट्रीय करारांन्वये सरकारवर पडणाऱ्या जबाबदाऱ्यांमधून पळवाटा शोधणं किंवा व्यवस्थापकीय धोरणांचा वापर करून – यू.एन. करारांची कलमं – कमजोर बनवणं. त्याचप्रमाणे इंग्रजी भाषेच्या स्थलांतरितांसाठीच्या वर्गांना सरकार कात्री लावू बघत आहे. त्यावर इतका गदारोळ उठण्याचं कारण आहे की ही कात्री सरकारी धोरणाच्या थेट विरोधातच येते;

इंग्रजीवरील प्रभुत्व हे नागरिकत्व मिळण्यासाठीच्या परीक्षेतला महत्त्वाचा घटक आहे. ते इथे स्थायिक होऊ बघणाऱ्यांनी सिद्ध करून दाखवणं अपेक्षित आहे; परंतु मौल्यवान दरवाज्यांमधून प्रवेश मिळवू शकणाऱ्या लोकांची संख्या घटवण्याचा हा आणखी एक छुपा प्रयत्न दिसतो आहे.

स्थलांतर आणि गुलामगिरीमधला संबंध

सरकारला ह्या दोन गोष्टींमध्ये दिसणारा संबंध कसा आहे ते बघा; जेव्हा सरकार धाडी घालतं आणि त्यात त्याला गुलाम सापडतात, तेव्हा ते स्थलांतर अधिकाऱ्यांना पाठवून त्यांना पकडतं आणि त्यांच्या स्वत:च्या देशात परत पाठवून देतं; मानवाधिकारांची धाडीपूर्वी किंवा नंतर पायमल्ली होत असली तरी सरकारला त्याची फिकीर नसते. त्यांना मुख्यत: 'बेकायदेशीर' म्हणून गुन्हेगार समजलं जातं. त्यांना 'गुन्हेगारांचे बळी' म्हणून वागणूक मिळत नाही.

अर्थात गुलामगिरीचं मुख्य कारण आहे गरिबी आणि अनेक देशांत गुलामगिरीविरुद्ध कायदे राबवण्याबाबतची राजनैतिक उदासीनता देशांतर्गतदेखील तेवढीच गुलामगिरी चालते, स्थलांतराचे नियम काढून टाकून सारी गुलामगिरी नष्ट होणार नाही. उदा. IOM (International Organisation for Migration) स्थलांतराबाबतची आंतरराष्ट्रीय संस्था म्हणते की लिथुआनिया हा युरोपीय युनियन (EU) चा घटक झाल्यानंतर लैंगिक व्यापारात आणल्या गेलेल्या स्त्रियांची संख्या वाढली. २००५ साली २००० मुली आणि स्त्रिया लिथुआनियातून बाहेर नेल्या गेल्या. त्यांना जबरदस्तीनं / फसवून आणणं अधिक सोपं आणि अधिक स्वस्त झालं, कारण त्या कायदेशीर कागदपत्रांवर इथं येऊ शकल्या. 'स्थलांतर' 'हे मानवव्यापारासाठीचं महत्त्वाचं साधन आहे, पण ते एकमेव साधन नव्हे,' डेनिस मार्शल म्हणतात. मानवव्यापार करणारे लैंगिक अत्याचार आणि वेश्याव्यवसायाचं लांच्छन याचा उपयोग करून, त्या काय करताहेत याची त्यांच्या कुटुंबीयांना सांगायची धमकी देऊन बायकांना काबूत ठेवतात. बायकांचं काय मदत मिळू शकेल याबाबतचं अज्ञान आणि भाषा येत नसल्याची अडचण, हीदेखील मानवव्यापाऱ्यांची आयुधे आहेत. गरिबी हे गुलामगिरीमागचं महत्त्वाचं कारण आहे. ह्या माझ्या मुद्याला हे उदाहरण फक्त पुष्टी देत आहे; पण इतर गुलाम स्त्रियांपेक्षा लिथुआनियाच्या गुलाम वेश्यांच्या फायद्याची बाब ही, की त्यांची सुटका झाली किंवा त्या पळून गेल्या तर त्यांना परत पाठवलं जाण्याची भीती नाही आणि सरकारकडून संपूर्ण संरक्षण मिळण्याचा त्यांना हक्क आहे.

त्याचप्रमाणे बी.बी.सी.च्या विशेष अहवालात दाखवल्या गेलेल्या पोलंडच्या कामगाराची कथा. तेथे कायदेशीरपणाचा मुद्दा उद्‌भवतच नव्हता, कारण त्यांना या देशात कामासाठी येण्याचा पूर्ण हक्क आहे. अशा बाबतीत नोकरीविषयक कायद्यांची अंमलबजावणी व्हायला हवी. नोकऱ्या पुरवणाऱ्या एजन्सी अनेकदा कायदे मोडत असतात आणि सरकारनं कायद्यांची अंमलबजावणी करण्याचे प्रयत्न वाढवले पाहिजेत.

मानवव्यापार करणारे कायदेशीर स्थलातरांचे मार्ग आणि कामाचे परवाने वापरतील, पण ते कर्जापोटीची गुलामी, मजुरांचे कागदपत्र ताब्यात ठेवणं आणि स्थलांतरितांच्या मनातल्या त्यांच्या हक्क आणि दर्जाबद्दलच्या अनिश्चिततेचा उपयोग करून घेऊन त्यांना सक्तीची मजुरी करणं भाग पाडतात. गुलामगिरीच्या विरोधातला सक्तीच्या मजुरीवरला आंतरराष्ट्रीय अहवाल म्हणतो :

> 'अनेक स्थलांतरित कामगारांची समजूत होती की या देशात राहाण्यासाठी ते त्यांच्या मालकांवर अवलंबून होते. *(उदा. व्हिसा वाढवून मिळण्यासाठी.)* इतर काही वेळा मालक स्थलांतरितांचे कागदपत्र ताब्यात ठेवत, कधी ते म्हणत की त्यांनी ते गृहखात्याकडे कायदेशीर कामांसाठी पाठवले आहेत. सरतेशेवटी कामगार *(मुदत उलटून जाऊन)* बेकायदेशीर ठरत व त्यांचं शोषण सोपं जाई. ह्यावरून उघड दिसतं की कायदेशीर आणि बेकायदेशीर *(किंवा कागदपत्रं जवळ नसलेले)* स्थलांतरित सक्तीच्या मजुरीला बळी पडतात आणि जी धोरणं ट्रॅफिकिंगकडे फक्त स्थलांतराबाबतच्या घडवून आणलेल्या गुन्ह्यांचा एक भाग म्हणूनच बघतील, त्यांना सक्तीच्या मजुरीत काम करणारी फारशी माणसं सापडणार नाहीत.'

सरकारनं स्थलांतरांचे नियम मोडणाऱ्यांचा शोध आणि मानवव्यापाराविरोधी कामं वेगवेगळी हाती घेतली पाहिजेत.

आपण स्थलांतरितांना बंधनगृहांमध्ये टाकून त्यांना गुलाम किंवा कैदी बनवून टाकतो. नवा सरकारी कायदा त्यांना कैदी आणि गुलाम दोन्हीही बनवणार आहे. २००६ सालचा स्थलांतर, आश्रय आणि राष्ट्रीयता कायदा (Immigration, Asylum & Nationality Act) मागणी करतो की जे पाठवण्यासाठीच्या केंद्रांमध्ये ठेवले जाऊन लवकरच परत पाठवले जाणार आहे. गुन्हा शाबीत झालेल्या गुन्हेगारांप्रमाणे त्यांना आता काम करायची परवानगी मिळेल; पण त्यांना देशाचं कमीत कमी वेतन मिळणं बंधनकारक नसेल. जे *(अटींच्या)* सुईच्या वेढ्यातून प्रवेश मिळवू शकणार नाहीत, त्यांच्यापुढले पर्याय असतील गुलामगिरी, परत पाठवलं

जाणं किंवा कैद. हे सारं, स्थलांतर हे देशासाठी, अनोळखींबाबतची भीती सोडून बाकी सर्वदृष्ट्या फायद्याचं असूनदेखील घडणार आहे. आजवर सरकारला आवडणारा स्थलांतर निर्बंधांकडे बघण्याचा दृष्टिकोन बदलून मानवतेच्या, नैतिक आणि आर्थिक कारणांसाठी संपूर्ण वेगळा दृष्टिकोन अवलंबण्याची गरज आहे. यावर एकच उपाय आहे. हा ठराव, जो त्याचं नाव उच्चारण्याचंदेखील धाडस दाखवू शकणार नाही, त्याची चर्चा पुढील प्रकरणात!

चक्रव्यूहातून मार्ग

आपल्या संस्कृतीच्या आणि आपल्या जगाच्याही भविष्याच्या दृष्टीनं आपण एका निर्णायक टप्प्यावर पोहोचलेलो आहोत. कदाचित प्रत्येक शतकाच्या सुरुवातीलाच लोकांना वाटत आलं असेल की त्यांच्यापुढले प्रश्न अनन्यसाधारण आहेत आणि मानवजातीचं भविष्य सुरक्षित राहाण्यासाठी, त्या प्रश्नांचा आढावा घेणं आणि नवीन विचारांनी तोडगा शोधणं अपरिहार्य आहे. एकविसाव्या शतकाच्या सुरुवातीला आपल्यापुढे ठाकलेले प्रश्न पर्यावरणाच्या दृष्टीनं शब्दश: पृथ्वी हादरवणारे आहेतच; पण पूर्वापार चालत आलेला आणि लवकर न सुटणारा, पोटाला पीळ पाडणाऱ्या गरिबीचा प्रश्न, आणि त्यातून उत्पन्न होणारे गुलामगिरी आणि स्थलांतराचे प्रश्न ह्या दोन गोष्टींवरही हे पुस्तक भर देत आहे. पर्यावरणाबाबत अतर्क्य गोष्टींवर विचार करायची आपली तयारी असते. मानवजातीला आपलं भविष्य अबाधित राखण्यासाठी दुसऱ्या ग्रहावर स्थलांतर करण्याची गरज उभी राहणं शक्य आहे, असा विचार स्टीफन हॉकिन्सनं मांडला आहे. या शक्यतेमुळे आपलं मन हाती असलेल्या महत्त्वाच्या कामाकडे नक्कीच एकाग्र होतं. आपण जाणतो की पृथ्वीला पुन्हा पूर्वस्थितीला येण्याची संधी मिळण्यासाठी आपण आपल्या वैयक्तिक आणि उद्योगधंद्याच्या पातळीवर नैसर्गिक संपत्तीचा फडशा पाडण्याचं सत्र थांबवायला हवं. आपण ज्या प्रमाणात ऊर्जेचा वापर करतो, कशा प्रकारचं अन्न खातो आणि ते कसं निर्माण केलं जातं, हे प्रश्न आपल्या सारासार विवेकबुद्धीला टोचणी देऊ लागले आहेत. गालिचे आणि फुटबॉल निर्माण करण्याच्या कामी केल्या जाणाऱ्या बालकामगारांच्या वापराबद्दल ग्राहकांनी चिडून गदारोळ केल्यावर थोडे बदल घडून आले. आपलं अन्न किंवा वस्त्र

निर्माण करण्यासाठी, आपली घरं चालवण्यासाठी, आपल्या वृद्धांची देखभाल आणि कबूल करायला लज्जास्पद गोष्ट अशी की, आपली लैंगिक भूक भागवण्यासाठी माणसांना गुलाम बनवलं जातं, त्याविरुद्ध असा राग एकवटला जाणं आवश्यक आहे.

गुलामगिरीचा अंत म्हणजेच गरिबीचं निर्मूलन करणं; लढाया, छळ आणि पर्यावरणातले बदल गरिबांना अधिक त्रासदायक असतात आणि श्रीमंत आणि गरिबांमधल्या वाढत्या अंतरामुळं हे लक्ष्य गाठणं पूर्वीपेक्षाही अधिक दुरापास्त वाटू लागलं आहे; परंतु केव्हिन बेल्स, 'फ्री द स्लेव्हज' *(गुलामांना मुक्त करा)* ह्या संघटनेचा स्फूर्तिदायी प्रमुख म्हणतो की अठराव्या शतकात ज्या गुलामगिरीच्या संस्थेवरच आपल्या समाजाचा पाया रचला गेला होता, ती गुलामगिरी हटवण्याची मागणी मूर्खपणाची ठरली असती; त्या तुलनेत आताची गुलामगिरी हटवणं हे सोपं काम आहे. तो हे 'साध्य होण्याजोगं लक्ष्य' म्हणतो; त्यामुळे त्याचा युक्तिवाद भुरळ पाडतो. आकडे आणि व्याख्यांच्या बाबतीत खात्री नसली, तरी त्यात आधुनिक गुलामगिरीचं अर्थकारण उलगडून दाखवण्याचा प्रयत्न केला आहे आणि तो आपल्यापुढे पुढील चित्र रेखाटतो : 'भारतातील वेठबिगारांना त्यांच्या पूर्वापारच्या कर्जातून मुक्त करून त्यांना पुन:स्थापित करण्यासाठी कुटुंबामागे १९ पौंड खर्च येईल, आणि जगातील प्रत्येक गुलामाला मुक्त करायला माणशी सरासरी २०० पौंड खर्च येईल. ह्याचा संपूर्ण खर्च ५.४ बिलियन पौंड / ५४० कोटी पौंड होईल तो ब्रिटिश सरकारच्या वार्षिक अंदाजपत्रकाचा १% किंवा अमेरिकेच्या इराकमधील एका आठवड्याच्या खर्चाऐवढा असेल. जर तुम्ही लक्षात घेतलंत की मुक्त झालेल्या गुलामाला दिवसागणिक जरी फक्त दोन डॉलर मजुरी मिळाली, तरी ते वर्षाला २० बिलियन डॉलर / २००० कोटी डॉलर कमावतील – हा किफायतशीर सौदाच ठरेल! जगभरातील गुलामगिरीकडे लक्ष ठेवण्यासाठी, यू.एन.च्या लढाईच्या वेळच्या शस्त्रतपासणी पथकाच्या धर्तीचं, गुलामगिरी तपासणी पथक नेमावं, अशी त्याची सूचना आहे. हे सारं करताना कुणाच्याही गुंतलेल्या आर्थिक हितसंबंधांशी लढा द्यावा लागणार नाही, हा त्यातला विवाद्य मुद्दा आहे. ह्या साऱ्या विश्लेषणात लक्षात घेतलं गेलेलं नाही की आपण ज्या अर्थव्यवस्थेत जगत आहोत, त्याचा दारिद्र्य हा अटळ परिणाम आहे आणि जोवर ही अर्थव्यवस्था बदलणार नाही, तोवर गुलामगिरी ज्यात फोफावते ती परिस्थितीही बदलणार नाही.

आज ब्राझिलमध्ये गुलामांना मुक्त करून समाजात सामावून घेण्याचे मोठ्या प्रमाणावर आणि परिणामकारक कार्यक्रम चालू आहेत. हे बेकार आणि अगतिक लोक ब्राझिलमध्येच मानवव्यापाऱ्यांच्या शोषणाला बळी पडले होते. जेव्हा रोजगार मंत्रालयाच्या अधिकाऱ्यांनी २००५ साली १८३ शेतांवर धाडी घातल्या, तेव्हा

त्यांनी ४००० गुलामांना मुक्त केलं. १.८ मिलियन / १८ लाख पौंड खर्चून त्यांचं आयुष्य पुन्हा घडवण्यासाठी मदत केली गेली. २००२ साली सत्तेवर आल्यावर प्रेसिडेंट लुला द सिल्व्हा यांनी या कामाला अग्रक्रम दिला, आणि २००३ साली गुलामांना नोकऱ्यांवर ठेवणाऱ्या कंपन्यांची 'काळी यादी' बनवली गेली; परंतु मोहिमेत भाग घेणाऱ्यांचं मत आहे की जोवर जमिनीचं वाटप केलं जात नाही, तोवर ह्या प्रश्नावर पुरेसा तोडगा निघू शकणार नाही. गरिबी हेच प्रमुख आव्हान असणार आहे.

मी रंगवलेलं चित्र भौगोलिक परिसीमा आणि उपाय ह्या दोन्ही दृष्टींनी लहान आहे : ब्रिटनमधील गुलामगिरीचं निर्मूलन हा जागतिक प्रश्न आहे आणि त्याला जागतिक उपायांनीच उत्तर दिलं पाहिजे, तरी काय साध्य होऊ शकतं, याचा धडा ब्रिटननं का घालून देऊ नये? उदाहरण द्यायचंच तर ग्लोबल वॉर्मिंग किंवा पृथ्वीचं वाढतं तापमान हा प्रश्न एकच देश सोडवू शकणार नाही; पण तरीही नॉर्वेनं जाहीर केलं ती तो देश २०५० पर्यंत शून्य कार्बन पातळी गाठेल. एकेकटी धाडसाची कृतीदेखील त्यामागे अनेक अशा कृती खेचून आणू शकते. गुलामगिरी कमीतकमी पातळीवर आणण्याचे, काबूत ठेवायचे आणि तिला कुंपण घालायचे अनेक मार्ग आहेत; ॲम्नेस्टी इंटरनॅशनल आणि रेफ्यूजी काउन्सिलसारख्या संस्था कायद्यात बदल घडवण्यासाठी किंवा आधीच बनलेल्या कायद्यांची योग्य अंमलबजावणी करण्यासाठी सरकारपुढं धरणं धरण्याचं स्तुत्य काम करत आहेत. ट्रॅफिकिंग विरोधातल्या मोहिमांचा भर सरकारला ECAT (*Council of Europe Convention on Action Against Trafficking in Human Beings*) वर सही करायला लावण्यावर केंद्रित केला गेला होता; ती सही सरकारने सरतेशेवटी मार्च २००७ साली केली. आता तीच NGO सरकारला या करारातील मुख्य कलमं सुधारण्यासाठी उद्युक्त करत आहेत : उदाहरणार्थ, मानवव्यापारात बळी गेलेल्यांना विचारासाठी दिला जाणारा वेळ तीस दिवसांऐवजी नव्वद दिवस करणं आणि पोलिसांना सहकार्य देण्याची अट न घालता अशांना राहाण्याची परवानगी देणं. 'स्ट्रेंजर्स इनटू सिटिझन्स' म्हणजे नागरिकांमधले अपरिचित लोक, कागदपत्रं नसलेले व इथे चारांपेक्षा अधिक वर्षं राहाणारे जे पाच लाख लोक आहेत, त्यांना माफी देण्यात यावी. ही नोव्हेंबर २००६ साली वर्षभरासाठी चालवलेली मोहीम त्यांच्या कार्याकडे अधिकाधिक लक्ष वेधून घेण्यात यशस्वी झाली आहे आणि अधिकाधिक लोकसभा प्रतिनिधी त्यावर सह्या करत आहेत. याच्या यशाचा काही अंशी संबंध ह्या वस्तुस्थितीशी आहे की स्थलांतरितांनी ह्या समाजाला मिळवून दिलेले आर्थिक फायदे इतके स्पष्ट दिसत असताना, गुलामगिरी हटवून दोनशे वर्षं उलटल्यावर, स्थलांतर निर्बंध आणि गुलामगिरी यांच्यातील संबंधांची दखल न घेणं

फार कठीण आहे. अमेरिकेत १९८६ सालापासून साधारण ५५ लाख बेकायदेशीर कामगारांना माफी देण्यात आली. त्यांना असणारी कामगारांची गरज आणि ज्या कामगारांनी अर्थव्यवस्थेतील सर्वांत नावडत्या नोकऱ्या करण्यापलीकडे काहीही गुन्हा केलेला नाही, त्यांना शोधून परत पाठवण्यासाठी येणारा अवास्तव खर्च यांचाच हा पुरावा आहे. त्यांच्या बेताच्या पगारावर ते जो कर भरतात तोदेखील अर्थव्यवस्थेला निव्वळ फायदाच मिळवून देतो. स्थलांतर-इच्छुकांना आकर्षित करील असं अमेरिका हे काही दानधर्म करणारं राष्ट्र नव्हे! ते येतात कारण तिथं नोकऱ्या मिळतात.

ब्रिटिश राष्ट्र दानधर्मामुळं स्थलांतर-इच्छुकांना लोहचुंबकाप्रमाणं आकृष्ट करून घेतं, ही कल्पना चुकीच्या माहितीवर आधारलेली आहे. समाजकल्याणाचे भत्ते आणि आणीबाणीतील मदतीखेरीज अन्य सर्व वैद्यकीय मदत चालू स्थितीतील *(ब्रिटिश)* पासपोर्टशिवाय मिळत नाही. ज्याचा आश्रयाचा परवाना नाकारण्यात आला आहे अशाला कॅन्सर झाला असेल, तर त्याला फुकट इलाज मिळणार नाहीत. ॲम्नेस्टी इंटरनॅशनलनं 'डाऊन ॲण्ड आउट इन लंडन' प्रकाशित केलं आणि रेफ्यूजी ॲक्शननं २००६ साली 'डेस्टिट्यूशन ट्रॅप' प्रसिद्ध केलं – हा त्यांचा, आश्रयार्थींच्या कंगालपणाकडे लक्ष वेधून घेऊन त्यांना काम करायची परवानगी मिळवून देण्याचा प्रयत्न होता. 'लिबर्टी' आणि 'जॉइन्ट कौन्सिल फॉर द वेल्फेअर ऑफ द इमिग्रंट्स', 'बॉर्डर्स बिल'सारख्या नव्या येऊ घातलेल्या कायद्यांशी लढा देत आहेत. रेफ्यूजी कौन्सिल इंग्रजीचे वर्ग कमी होऊ नयेत म्हणून लढा देत आहे. 'सेव्ह द चिल्ड्रन' ही संस्था त्यांच्या 'प्लेस फॉर अ चाइल्ड' या मोहिमेद्वारा मुलांना बंधनगृहात टाकण्याविरुद्ध लढा देत आहे. अनेक सत्यस्थिती आणि आकडे मांडून, प्रसारमाध्यमांनी स्थलांतराबाबत उभं केलेलं चुकीचं चित्र पुसून टाकून, न्याय्य स्थलांतर धोरणांची मागणी करत आहेत. संतुलित बातम्या देणारी वर्तमानपत्रंदेखील या प्रश्नांवर लक्ष देणं टाळतात; कारण 'स्थलांतर' हा पुरेसा आकर्षक विषय नाही. त्यामुळे ह्या संस्थांनी केलेल्या कार्यापैकी फारच थोडं जनतेच्या लक्षात येतं. SBS सारख्या संस्था अंबरसारख्या मुलींना मदत करण्यात आघाडीवर आहेत; पण त्यांच्या 'दोन वर्षांच्या कायद्याविरुद्धच्या लढ्या'ला प्रसामाध्यमांची प्रसिद्धी मिळणं अशक्य होतं; पण तीच प्रसारमाध्यमं त्यांच्याकडे 'इज्जतीसाठीचे खून' यावर मत मागण्यासाठी रांग लावतात.

ह्या सर्व मोहिमांच्या मुळाशी एकच प्रश्न आहे : स्थलांतरितांना मिळणारी वागणूक. यांपैकी प्रत्येक मागणी महत्त्वाची आहे; पण तुकड्या तुकड्यांमध्ये केल्या जाणाऱ्या सुधारणा अन्याय नुसता इकडून तिकडे सरकवतात. उदाहरणार्थ : अनोळखी लोकांना नागरिक बनवा ही मागणी स्तुत्य असली तरी कोण पात्र व कोण अपात्र

याचे मनाला येईल ते निकष लावले जाऊन खूपसे गुलाम तसेच खितपत राहातील. त्याचप्रमाणे मानवव्यापाराचा करार २००६ पेक्षा पाऊलभरच पुढे सरकलेला असला तरी जे त्यांच्या 'मानवव्यापार' किंवा ट्रॅफिकिंगच्या व्याख्येत बसणार नाहीत – आश्रयपरवाना नाकारले गेलेले किंवा चोरून आत येऊन गुलाम बनलेले – त्यांचं काय होईल ? शक्य तेवढ्या लोकांना 'ट्रॅफिक' झालेले या सदराखाली खेचून आणण्याचा NGOचा प्रयत्न स्तुत्य आहे; कारण त्यामुळे अशा लोकांना विश्रांतीला आणि विचाराला अवधी मिळून ते अधिकाऱ्यांना मानवव्यापार करणाऱ्या गुंडांना पकडायला मदत करतील. त्यांना मानसिक व आर्थिक मदत आणि राहाण्याची परवानगी मिळेल. पण मानवाधिकारांच्या दृष्टीनं, नताशाला मदत मिळते; पण फरियाचा नताशाइतकाच दु:खद इतिहास असताना, ती 'आश्रय परवाना नाकारला गेलेली' म्हणून फरियाला मदत मिळत नाही, हे अतिशय अन्याय्य आहे.

सरकार त्याच्या स्थलांतर कायद्यात चांगले बदल घडवून आणायला इतकं घाबरतं की कधीकधी ते त्याकडे लक्ष वेधूनच घेत नाही : १९८८ ते १९९९ पर्यंत सरकारनं घरगड्यांना दिलेली माफी. किंवा कधीकधी सरकार चांगल्या बदलांना कात्रीदेखील लावतं – उदाहरण द्यायचं तर घरगुती अत्याचारासाठीची मदत, ब्रिटिश नसलेल्या पती / पत्नीला अत्याचारांच्या विवाहबंधनात अडकल्यावर जी मदत दिली जात असे त्याचा उमेदवारीचा कालावधी एक वर्षापासून वाढवून दोन वर्षांचा करणं. ह्या साऱ्या मदतींमागे एक तात्त्विक अडचण असते. जिथे 'दये'ची जरूर असते, तेथेच मदत किंवा सवलत दिली जाते. वाईट परिस्थिती सुधारण्यासाठी, वाईट प्रकृती किंवा घरगुती अत्याचार तुमची राहाण्याची परवानगी मिळवण्याची पात्रता वाढवतात. सरकारनं हे निर्णय खंबीरपणे नेतृत्व करून घ्यायला हवेत. जेव्हा सरकारनं काही प्रकारच्या स्थलांतरितांची ब्रिटिश अर्थव्यवस्थेला गरज आहे, असं लोकांपुढे ठासून प्रतिपादन केलं होतं, तेव्हा आर्थिक कारणांसाठी स्थलांतर करणाऱ्यांच्या विरोधातला लोकांचा कांगावा ओसरला होता. गेंसाठी (Gay) कायदेशीर दिवाणी सहचर्य करार अमलात आले आहेत, त्यावरून जनमत कसं योग्य दिशेनं बदलता येऊ शकतं ते उघड होतं. जरी समलिंगीविलासींच्या विरोधात जनमत काही अंशी टिकून राहिलं तरी 'डेली मेल'सारखी वृत्तपत्र एल्टन जॉनच्या 'विवाहा'ला सकारात्मक प्रसिद्धी देत होती.

सरकारला हालचालींना अधिक वाव कसा मिळेल? पर्यावरणावर जसा 'स्टर्न रिपोर्ट' केला गेला, त्यासारखाच अहवाल स्थलांतर व गुलामगिरीच्या प्रश्नांकडे बघण्यासाठी केला जायला हवा. 'स्टर्न रिपोर्ट'ने जागतिक तपमानवाढीवर तोडगा शोधण्यासाठी सरकारपुढे मजबूत आर्थिक कारणं ठेवली, आकडे मांडले आणि पटवलं की आज खूप पैसे गुंतवावे लागले तरी यावर कामाला उशीर करणं महागात

पडेल. सखोल संशोधनावर बेतलेल्या या स्वतंत्र अहवालामुळे सरकारला आमूलाग्र सुधारणेचं समर्थन करता आलं आणि त्या बाजूनं जनमत वळवून घेता आलं. हवामानातील बदलांबद्दल पावलं उचलताना सर्वांनाच त्याग करावा लागतो. नवीन स्थलांतरित आर्थिक फायदेच मिळवून देतात आणि त्यांच्यामुळे सुविधांवर ताण पडतो असाही पुरावा सापडत नाही; असं असताना नवीन स्थलांतरितांसाठी दरवाजे उघडण्याबाबत नाखुषी का दिसते हे समजायला कठीण पडतं. बॉब सट्क्लिफचा Nacido en otra parte मधील युक्तिवाद दुसऱ्या शब्दात सांगायचा तर स्थलांतरितांची किंमत त्यांनी मिळवून दिलेल्या आर्थिक लाभांच्या मोजपट्टीनं करणं म्हणजे त्यांचा अपमान करण्याजोगं आहे. जनतेच्या कुठल्याही भागाला हा युक्तिवाद लागू केला – अपंग, बेकार, निवृत्त – ज्यांना अर्थव्यवस्थेला भारभूत गणलं जातं, तर आपल्याला सामूहिक इच्छामरणाचीच मागणी करायची वेळ येईल. स्थलांतरितांपासून होणारे फायदे-तोटे यांच्या हिशोबाची माणुसकीशून्य बाजू असली तरी या विवादाला यथार्थ रूप देण्यासाठी काही मुद्दे विचारात घेतलेच पाहिजेत.

ब्रिटनला होणारे फायदे :

- स्थलांतरितांनी भरलेले कर आणि त्याविरुद्ध त्यांनी वापरलेल्या सुविधा. स्थलांतरित हे लोकसंख्येच्या ८% आहेत आणि ते १०% संपत्ती उत्पन्न करतात.
- ब्रिटनच्या आंतरराष्ट्रीय कंपन्यांनी तृतीय श्रेणीच्या देशांमध्ये उद्योगधंदा करून मिळवलेल्या नफ्यावर सरकारला भरलेला कर. त्यांच्या या उद्योगधंद्यांच्या परिणामांमुळे, नायजेरियातील ओगोनी जमातीसारखे विस्थापित निर्माण होतात. ते ब्रिटनमध्ये आश्रयार्थी म्हणून येण्याचा संभव आहे. हा सर्वांत छुपा विवादाचा मुद्दा आहे. इतर देशांना खूप खर्चात पाडून ह्यादेशाला मिळणारा फायदा.
- ब्रिटनच्या संरक्षण क्षेत्रातील उद्योगधंद्यांनी, लढणाऱ्या देशांना शस्त्र विकून कमावलेल्या नफ्यातून सरकारला भरलेला कर. यामुळे निराश्रित निर्माण होतात. आंतरराष्ट्रीय कंपन्यांनी परदेशात व्यापार केल्यामुळे ब्रिटनमध्ये नोकऱ्या निर्माण होतात. नोकऱ्या मिळवणं आणि त्या घेणं दोहोंमध्ये सुसंगती येते.
- परदेशातील विद्यार्थी फी भरून स्थानिक विद्यार्थ्यांच्या खर्चाला मदत करतात.
- स्थलांतरामुळे चलनवाढीला बसणारा आळा.

- पुढील पिढ्यांच्या निवृत्तीवेतनाला स्थलांतरित *(भरत असलेल्या करांद्वारा)* लावत असलेला हातभार.
- ब्रिटनमध्ये नवे कामगार निर्माण करून त्यांना शिकवण्यात येणारा खर्च वाचतो; अशा कामगारांना पाठवणाऱ्या देशांना तो तोटा असतो.

किंमत :

- TUC- ट्रेड युनिअन काँग्रेसच्या अनुसार, कुशल कामगारांची त्रुटी वर्षाला १० बिलियन पौंड / १००० कोटी एवढी ब्रिटिश अर्थव्यवस्थेला तोटा पोचवते आहे.
- बेकायदेशीर कामगार कर भरत नाहीत, तो १ बिलियन पौंड / १०० कोटी एवढा कर सरकारला मिळत नाही. *(IPPR इन्स्टिट्यूट फॉर पब्लिक पॉलिसी रिसर्चच्या म्हणण्यानुसार).*
- ब्रिटिश सरकारनं इमिग्रेशन ॲण्ड नॅशनॅलिटी डिरेक्टरेट *(स्थलांतर व राष्ट्रीयत्व संचालन मंडळ),* वर स्थलांतर आटोक्यात ठेवण्यासाठी १.५ बिलियन पौंड / १५० कोटी एवढा प्रचंड खर्च केला.
- बंधनगृहांवर २००३-०४ साली १५६ मिलियन पौंड / १५.६ कोटी एवढा खर्च आला.

ह्या खर्च-नफ्याच्या आकडेमोडीत मध्यवर्ती गृहीत धरलेली संकल्पना आहे, भांडवलशाहीचीकधीही न शमणारी नफ्याची तृष्णा नाही, तर सध्याची निवृत्तीवेतनं चालू ठेवायला कंपन्यांनी आपले नफ्याचे आकडे खाली आणून, स्वत: निवृत्तीवेतनाच्या गंगाजळीत भर टाकली तर काम होऊ शकेल.

जरी अर्थकारण बदल घडवून आणत असलं, तरी ब्रिटनच्या आंतरराष्ट्रीय व मानवाधिकारांबाबतच्या जबाबदाऱ्यांची अंदाजपत्रकंदेखील विचारात घ्यायला हवीत. जगातली वाढती गरिबी लक्षात घेऊन ब्रिटननं काही सर्वाधिक गरीब देशांचं कर्जाचं ओझं माफ करण्यात पुढाकार घेतला आहे. स्थलांतरित लोक मायदेशात जे पैसे पाठवतात, ते ब्रिटन मदतीवर खर्च करतं, त्याएवढे असतात. आणि अनधिकृत मार्गांनी पाठवले गेलेले पैसे ब्रिटनच्या मदतीवरच्या खर्चाच्या दुप्पट-तिप्पट असतात. हा जगातील गरिबांचा स्वत:ला मदत करण्याचा मार्ग आहे आणि ह्या प्रयत्नाला नक्कीच मदत केली पाहिजे. जर आपला विश्वास आहे की सर्व अडचणींतून मार्ग काढूनही झिरपून पोचणारी थेंब थेंब मदत सरतेशेवटी गरिबांना यातनांतून बाहेर खेचेल, तर स्थलांतरित मायदेशी पाठवत असलेल्या पैशाकडे आपण त्याच

सकारात्मक दृष्टिकोनातून पाहिले पाहिजे.

मानवाधिकारांच्या संदर्भात बघायचं, तर ब्रिटिश सरकारनं यू.एन. कराराच्या विरोधात असलेली व्यवस्थापकीय धोरणं राबवून ब्रिटनमध्ये येऊ बघणाऱ्या निराश्रितांचा आकडा खाली आणण्याचा प्रयत्न केला आहे. जेव्हा जेव्हा सरकारची मानवाधिकारांबद्दलची बांधिलकी आणि त्याची सुदृढ स्थलांतर यंत्रणा जोपासण्याची इच्छा यात संघर्ष उभा राहतो, तेव्हा पुढला मुद्दा महत्त्वाचा ठरतो आणि मागील प्रकरणात उजेडात आणलं आहे त्याप्रमाणे सरकार आंतरराष्ट्रीय करारात अटी घालतं. या मुद्द्यांवर 'लिबर्टी' चं म्हणणं आहे : 'ब्रिटनने घातलेल्या अनेक मर्यादा *(reservations)* आमच्या मते समाजाच्या विविक्षित भागांविरुद्ध पक्षपात करतात आणि त्यामुळे मानवाधिकारांच्या सार्वत्रिकतेच्या त्या विरोधात आहेत...

> 'ब्रिटनने आंतरराष्ट्रीय मानवाधिकार करारांबाबत लागू केलेल्या अधिकांश मर्यादांमागचा मुख्य हेतू आहे, ब्रिटनची नको असलेल्या स्थलांतरापासून स्वत:ला वाचवण्याची इच्छा, परंतु आमच्या मते, मानवाधिकार करारांवर मर्यादा घालून आपल्या स्थलांतर धोरणाला संरक्षण देणं म्हणजे आंतरराष्ट्रीय मानवाधिकार कायद्याच्या दृष्टीनं पक्षपात करणं होय. मानवाधिकार करारांना मर्यादा घालण्याची गरज नाही असं आम्हाला वाटतं; कारण मानवाधिकार स्थलांतराचा हक्क देत नाहीत, तर ते फक्त हक्क देतात की अर्जाचा निवाडा न्याय्य असावा आणि मानवाधिकारांच्या नियमांना अनुसरून वागणूक दिली जावी.

स्थलांतरांबाबतचे कायदे अंतर्गत कायद्यांच्या विरुद्ध असतात. मुलांचंच उदाहरण घ्या. आपल्या सर्व कौटुंबिक कायद्यांमागचं आणि वेगवेगळ्या मुलांबाबतच्या कायद्यामागचं मुख्य तत्त्व आहे की मुलांचं हित जपणं; परंतु तरीही सरकारचा प्रयत्न असतो की आश्रयार्थी मुलांना, ज्या कुटुंबानं किंवा समाजानं आधीच त्यांना फायद्यासाठी फसवून / बळजोरीनं पाठवलं आहे, त्यांच्याचकडे किंवा युद्धाची खाई असलेल्या धोक्याच्या देशात परत पाठवून देणं. आपण किमानपक्षी ब्रिटनचे स्थलांतर कायदे त्याच्या मानवाधिकारांबाबतच्या जबाबदाऱ्यांशी सुसंगत केले पाहिजेत. हे पूर्णपणे पाळायचं, तर ब्रिटनला बंधनगृहाची संपूर्ण प्रथाच बंद केली पाहिजे, कारण ती प्रथा, ज्यांनी काहीही गुन्हा केलेला नाही, अशांच्या स्वातंत्र्याच्या हक्काची पायमल्ली करते.

स्थलांतर ब्रिटिश अर्थव्यवस्थेला आणि ब्रिटिश समाजाला इतके फायदे मिळवून देत असताना, या समाजाला फायदा मिळवून देणाऱ्या लोकांनाच गुलाम बनवणारी

कठोर नियंत्रणं अस्तित्वात का आहेत? हा प्रश्न विचारला जायला हवा. शंकेला अजिबात जागा न ठेवता, आर्थिक फायदा सिद्ध करून दाखवता येत असेल, तर शिल्लक उरली फक्त वांशिक आणि सांस्कृतिक मिश्रणाबाबतची भीती. ज्या कोणाला 'स्पॉटेड डिंक'च्याऐवजी *(मनुका घातलेल्या पुडिंगचं नाव)* कुणी 'चिकन टिक्का मसाला' पसंत केल्याबाबत विलाप करावासा वाटत असेल, तर त्याला अशा दुःखाबाबात ज्या समुपदेशनाची आवश्यकता आहे, ते या पुस्तकाच्या परिघाबाहेरचं आहे. देव आहे की नाही यावरच्या वादासारखा, तो मतांची देवघेव घडवण्याऐवजी पूर्वग्रह पक्के करणारा, निष्फळ विवाद असेल.

ब्रिटनमधील गुलामगिरी कशी नष्ट करता येईल, याबाबतचं माझं सारं संशोधन फक्त एकाच दिशेकडे बोट दाखवतं : सरहद्दी खुल्या सोडा. ह्या क्षेत्रात काम करणाऱ्या ज्या अनेक लोकांच्या मी मुलाखती घेतल्या, त्यांचा या खुल्या सरहद्दींच्या संकल्पनेला पाठिंबा आहे; पण ते याबाबत बोलायला किंवा यासाठी मोहीम काढायला तयार नाहीत, कारण ते मान्य करतात की जनमत त्यांच्या बाजूचं नसेल. 'No one Is Illegal' *(कुणीच बेकायदेशीर नाही)* हा मोहीम काढणाऱ्यांपैकी बहुदा एकुलता एक गट आहे जो उघडपणे स्थलांतर-निर्बंधांना विरोध करतो; कारण इतर कारणांखेरीज, 'हे निर्बंध सर्वांत हिणकस अशा राष्ट्रवादावर बेतलेले आहेत – जो ठासून म्हणतो की एका ठरावीक जागेवर, इतरांना वगळून, एका ठराविक गटाचाच हक्क आहे.' स्थलांतराबाबतच्या सार्वजनिक चर्चा इतक्या माथेफिरू पद्धतीच्या असतात की सरहद्दी मोकळ्या सोडण्याचा विषय काढणं म्हणजे बुद्धिवादाला सुळावर चढवायचं आमंत्रण घेण्यासारखं असेल. हा काही कुण्या ठाम डाव्या विचारसरणीच्या व्यक्तीनं सुचवलेला टोकाचा मुद्दा नव्हे! हा अगदी पटण्याजोगा मुद्दा आहे आणि सरकारातील लोकांनीही त्याचा स्पष्ट उच्चार केलेला आहे. कुणी थोडीथोडकी व्यक्ती नव्हे, तर CIAचे डेप्युटी डायरेक्टर आणि अमेरिकेच्या नॅशनल इंटेलिजन्स कौन्सिलचे अध्यक्ष, 'शीतयुद्धानंतरच्या २०१५ सालापर्यंतच्या काळातील बातमी खात्यांपुढच्या आव्हानांबाबतच्या त्यांच्या भाषणात लोकांच्या अनिर्बंध हालचालींबाबतच्या अटळतेवर बोलतात.

> 'जे जागतिक संबंध आपल्याकडे खात्रीलायकपणे आर्थिक, राजनैतिक आणि तांत्रिक माहिती त्याचप्रमाणे माणसं, वस्तू आणि भांडवल पोहोचतं करतात, त्यावरील आपलं अवलंबून असणं, अमेरिकेच्या राष्ट्रहिताशी अधिकाधिक जोडलेलं राहाणार आहे – आणि हीच 'ग्लोबलायझेशन' किंवा 'सर्व जग एकच असण्या'बाबतची माझी व्याख्या आहे.'

सरहद्दी खुल्या करणं भांडवलशाहीच्या हिताचंच असेल आणि ते खुला व्यापार मागणाऱ्यांचं स्वप्न असेल. प्रसिद्ध न झालेला, २०२० सालापर्यंतचं जगाचं भविष्य अजमावणारा एक अमेरिकेचा गोपनीय अहवाल म्हणतो की जपान व युरोपातील म्हातारी होत चाललेली कामगार माणसं त्यांच्या आर्थिक विकासाला खीळ घालतील. जानेवारी २००० साली, ॲलन ग्रीनस्पॅन, अमेरिकेच्या फेडरल रिझर्व्हचे *(सेंट्रल बँकेचे)* अध्यक्ष म्हणाले की चलनवाढीशिवाय विकास साधायचा असेल तर स्थलांतर निर्बंध शिथिल करायला हवेत. IOM *(इंटरनॅशनल ऑर्गनायझेशन ऑन मायग्रेशन, स्थलांतराबाबतची आंतरराष्ट्रीय संस्था)* देखील निर्बंध शिथिल करणं पसंत करते, 'जेव्हा आकडे खुलेपणाचे फायदे सांगत असतात, तेव्हा स्थलांतर निर्बंध आश्चर्यकारक वाटतात. स्थलांतराचे फायदे त्वरित मोजण्याजोगे आणि ठोस असतात, तर स्थलांतराची किंमत, काही असलीच तर पसरलेली, पुढच्या काळात पडणारी आणि मोजायला कठीण असते.' मानवाधिकारांवरली संसदेची आदरणीय संयुक्त समितीदेखील मानवव्यापाराचा मुद्दा तपासताना म्हणाली, 'आम्हाला स्थूलपणे हा युक्तिवाद मान्य आहे की कायदेशीर प्रवेशावरची बंधनं मानवव्यापाराची व्याप्ती कमी करू शकणार नाहीत. असे निर्बंध स्थलांतराला बेकायदेशीर मार्गानं जाणं भाग पाडतात आणि दलालांची संधी वाढवतात.' अर्थात या समितीनं हा युक्तिवाद तर्कशास्त्रीय समारोप करून, खुल्या सरहद्दींची मागणी करून संपवला नाही. त्यांनी फक्त म्हटलं, 'आमचं मत आहे, की स्थलांतरित मजूर ब्रिटिश अर्थव्यवस्थेसाठी जी महत्त्वाची भूमिका बजावत आहेत, ती लक्षात घेऊन, कायदेशीर आणि नियंत्रित असे स्थलांतराचे मार्ग विकसित करणं हा मानवव्यापाराविरोधात यशस्वी मोहीम राबवण्याचा महत्त्वाचा भाग असेल.'

डाव्या विचारसरणीपासून उजव्या विचारसरणीपर्यंतची सर्व मतं स्थलांतर प्रणालीला पाठिंबा देतात. डाव्या विचारसरणीचे लोक योग्य वागणूक व न्याय याला महत्त्व देतात, तर सरकार ह्या प्रणालीची सुदृढता व सचोटी यांवर भर देतं; परंतु सरकारचा आपली सचोटी अबाधित ठेवण्याचा प्रयत्न वारंवार विरुद्ध वागणं आणि भेद निर्माण करतो. ब्रिटिश नागरिक नसलेल्याशी विवाह करण्याबाबतचे कायदे यासंदर्भात उत्तम उदाहरण आहे. SBSनं घरगुती अत्याचारांबाबत मिळवलेल्या सवलतीनुसार लग्नानंतर अत्याचाराला तोंड देत असलेल्या विवाहित स्त्रीला दोन वर्षांच्या उमेदवारीच्या कालखंडाची माफी मिळेल. पण जी स्त्री सक्तीच्या विवाहाला बळी पडली आहे आणि तिच्या गुलामीतून सुटायला तिला मदतीची तेवढीच आवश्यकता आहे, तिला ही सवलत मिळू शकणार नाही.

स्थलांतराच्या व्यवस्थेत आमूलाग्र बदल करण्याखेरीज नोकऱ्यांबाबत कायदे

करून त्यांची अंमलबजावणी करण्याबाबत खूप काम होणं गरजेचं आहे. म्हणजे, जे मालक आपल्या नोकरांना गुलामांच्या दर्जाला आणून ठेवतात, त्यांना शिक्षा मिळेल. कंपन्यांच्या अधिक सामाजिक बांधिलकीसाठीच्या चळवळीमुळे, आंतरराष्ट्रीय कंपन्या जे निराश्रित उत्पन्न करत आहे, त्यांची जबाबदारी ते उचलतील, असे मार्ग निघायला हवेत; ते निराश्रित ज्या देशात आश्रय घेतील, तेथे त्यांना वसवण्याचा खर्च अशा कंपन्यांनी उचलणं हा एक मार्ग असू शकेल. हे सर्व पाहाता, सरहद्दी खुल्या ठेवणं गरजेचं दिसतं. स्थलांतरावरले निर्बंध कुचकामीचे ठरत आहेत. 'निर्बंध हे धरणांसारखे असतात. त्यातलं एक छिद्र बुजवावं, तर दुसरं कुठंतरी निर्माण होतं.' अमली पदार्थांवरच्या मोहिमेबरोबर त्यांची तुलना होऊ शकेल. अमली पदार्थांची ने-आण करणाऱ्यांना थांबवण्यासाठी, शोधण्यासाठी आणि त्यांना अटक करण्यासाठी लक्षावधींनी खर्च करूनही अमली पदार्थ मिळणं व त्यांचा वापर यात फारसा फरक पडलेला नाही. त्यावर नव्यानं विचार केला तर विवादात क्वचित कानावर पडणाऱ्या आणि यांसाठीची सजा बंद करण्यासाठी आवाज उठवणाऱ्यांच्या बाजूनं मत झुकू लागतं. वर वर बघता ही शरणागती वाटते; पण प्रत्यक्षात यामुळे अशुद्ध अमली पदार्थांच्या सेवनामुळे आणि गुन्हेगार टोळ्यांच्या, कुरणांवरून चाललेल्या लढायांमुळे घडणाऱ्या मृत्यूंची संख्या घटेल. अमली पदार्थांबाबतचा लढा अयशस्वी होतो आहे. आणि सरकारनं आता मान्य करायचा समय येऊन ठेपला आहे की स्थलांतराबाबतचा लढादेखील अयशस्वी होतो आहे.

जोवर आपल्यापुढे सरहद्दीखेरीज विषमता, गरिबी, पिळवणूक यांसारखे प्रश्न आहेत, तोवर लोक सरहद्दींबाबत आदर बाळगणार नाहीत. कितीही शिक्षा केल्या, निर्बंध आणले, भिंती किंवा तटबंदी उभ्या केल्या तरी निराश लोकांना थोपवून धरणं शक्य होणार नाही. अमेरिकेतील परिस्थिती हा प्रश्न यथायोग्यपणे प्रकाशात आणते. अमेरिकेच्या सरहद्दी खूप लांब आणि खूप खिंडारं असलेल्या आहेत. विशेषत: मेक्सिकोलगतची सरहद्द २००० मैल लांबीची आहे. कितीही पैसे ओतून अमेरिकेला अभेद्य किल्ला बनवायचा प्रयत्न केला, तरी ह्या सरहद्दींवर नजर ठेवणं अशक्य आहे. साधारणत: ही दक्षिणेकडील सरहद्द ओलांडायचा दर वर्षी तीस लाख लोक प्रयत्न करतात आणि त्यांपैकी ती ओलांडताना दहा लाख लोक पकडले जातात. जेव्हा या सरहद्दींच्या काही भागांवरलं नियंत्रण वाढवलं जातं, तेव्हा दलाल, लोकांना पलीकडे नेण्यासाठी, जास्त पैसे आकारतात; पण लोकांचा लोंढा काही थांबत नाही. ज्या प्रमाणात या सरहद्दींवर पोलिसांचं नियंत्रण वाढतं त्याच प्रमाणात ही सरहद्द ओलांडताना मृत्युमुखी पडणाऱ्या लोकांची संख्यादेखील वाढते. अमेरिकेतील बेकायदेशीर स्थलांतरितांच्या आकड्यांचा अंदाज ७० लाख ते २ कोटी यांमध्ये बांधला जातो. दरवर्षी कायदेशीरपणे १० लाख स्थलांतरित स्वीकारले जातात. ह्या

प्रचंड संख्येनं, अमेरिकेच्या माणशी संपत्तीला लहानसा पोचादेखील आलेला नाही. ती जपाननंतर दुसऱ्या क्रमांकावर आहे. स्थलांतरितांमुळे देश दरिद्री होतो ह्या सर्वसाधारण समजुतीच्या विरुद्ध ही परिस्थिती आहे.

दरवाजे उघडे ठेवण्याबाबतची मुख्य भीती आहे की देशात स्थलांतरितांचे थवे येतील आणि सुविधा अपुऱ्या पडतील. ह्या प्रश्नाचं सहज उत्तर देता येणं शक्य नाही; कारण तो व्याख्येनंच तर्कावर बेतलेला आहे. आपण सरहद्दी खुल्या असतानाचा स्थलांतराचा इतिहास तपासून पाहू शकता; पण सद्य:स्थिती विचारात घेऊन आता किती लोक येण्याचा संभव आहे याचा अंदाज बांधणं अवघड आहे. आपण खात्रीपूर्वक एवढंच म्हणू शकतो की अर्धा बिलियन / ५० कोटी लोकवस्तीच्या युरोपबरोबर आपल्या आधीच खुल्या सरहद्दी आहेत आणि तरीही आपल्या देशात माणसांचे लोंढेच्या लोंढे येऊन पोचलेले नाहीत. अनेकदा म्हटलं जातं की जेव्हा एखादा देश एकतर्फीपणेच त्याच्या सरहद्दी उघड्या करतो, तेव्हा तो त्रासाला आमंत्रण देत असतो. जरी युरोपीय युनियनच्या सत्तावीस देशांपैकी फक्त तीन देशांनी ब्रिटन, स्वीडन आणि आयर्लंड – यांनी रूमानिया व बल्गेरियाच्या लोकांना मुक्तद्वार सोडलं आहे, तरी लोकांचा महापूर लोटलेला नाही. पोलंड, रूमानिया व बल्गेरियातून येणाऱ्यांची संख्या अंदाजापेक्षा अधिक असली, तरी मजुरांसाठी भुकेल्या बाजारपेठेनं त्यांना शोषून घेतलं आहे. आणि युरोपीय युनियनच्या गरीब देशांमधून लोकांची रीघ लागण्याबाबत जे चिंता करतात, ते समीकरणाच्या अर्ध्याच बाजूकडे बघत असतात. युरोपीय युनियन अधिकाधिक देशांना घटक राष्ट्र म्हणून प्रवेश देत आहे त्यामागे कारण आहे : जितकी अंतर्गत बाजारपेठ मोठी, तेवढेच ब्रिटनसारख्या माल आणि सुविधा विकणाऱ्या देशाला अधिक फायदे! मोठी बाजारपेठ अधिक नोकऱ्या निर्माण करते आणि युरोपीय युनियनच्या घटक देशांना फायदा मिळवून देते.

१९८६ साली स्पेन व पोर्तुगालने युरोपीय युनियनमध्ये प्रवेश करण्यापूर्वी त्यांचे अनेक नागरिक ब्रिटनमधल्या केटरिंग व स्वच्छता विभागात काम करत होते; ते साठ आणि सत्तरच्या दशकात आले आणि त्यांच्या स्वदेशाच्या अर्थव्यवस्थांची भरभराट झाल्यावर मायदेशी परत गेले. सर्वसाधारणपणे जेथे नोकऱ्या असतात, तेथेच स्थलांतर घडतं. पोलंडमध्ये १८% बेकारी आहे. जेव्हा त्यानं युरोपीय युनियनमध्ये प्रवेश केला, तेव्हा उघड्या सरहद्दींमुळे पोलंडमध्ये स्थलांतरित येतील, याची त्या देशाला काळजी वाटत नव्हती, असं झालं असतं तर त्यांच्या बेकारीत भरच पडली असती; पण तेथे लोक नोकऱ्यांच्या शोधात जातील, याची फारशी शक्यता नव्हता; परंतु पोलंडमधले गवंडी व नळजोडणी करणारे मजूर इतर युरोपच्या देशात निघून गेल्यावर, पोलंडच्या बांधकाम व्यवसायात रिकाम्या जागा निर्माण झाल्या आणि त्या पोलंडच्या लोकांपेक्षा कमी

पगारावर काम करायला तयार असणाऱ्या रूमानियाच्या लोकांनी भरून काढल्या... फायदे कसे खाली खाली झिरपत जातात याचं वास्तवातलं हे उदाहरण आहे. जर ब्रिटनमध्ये 'नोकऱ्या नाहीत' अशी पाटी लागली, तर स्थलांतर इच्छुक दुसऱ्या देशांकडे वळतील. निराश्रितांचा मुद्दाच बघायचा, तर आपण पाहिलंच आहे की ब्रिटनची धोरणं व आर्थिक उद्योगच ते निर्माण करायला कसे कारणीभूत ठरतात. ब्रिटनच्या आंतरराष्ट्रीय कंपन्या व सरकार यांची त्यांच्याबद्दल नैतिक जबाबदारी आहे आणि त्यांनी त्यांच्या देखभालीकडे आपल्या नफ्याचा हिस्सा तरी वळवला पाहिजे किंवा निराश्रित जेणेकरून निर्माण होतील असे आपले उद्योग तरी बंद केले पाहिजेत.

ब्रिटनचा हाँगकाँगबाबतचा करार १९९७ साली मुदतबाह्य झाला, तेव्हा ज्या प्रजेचा ब्रिटनमध्ये राहाण्यावर काही हक्क पोचतो, त्यांच्याबाबतची जबाबदारी नाखुषीनं स्वीकारून ब्रिटनने २०,००० व्हिसा देऊ केले. प्रसारमाध्यमांनी हाँगकाँगच्या लोकांचा पूर लोटण्याची अतिरंजित वर्णनं केली असली, तरी प्रत्यक्षात त्यांपैकी अर्धेच लोक ब्रिटनमध्ये आले. जेव्हा १९५०च्या दशकात ब्रिटिश साम्राज्यातील *(कॉमनवेल्थ)* देशांकडून ब्रिटनमध्ये येण्यावर काहीही निर्बंध नव्हते, किंवा जेव्हा पोर्टोरिको व क्यूबातून अमेरिकेत जायला किंवा फ्रान्सच्या परदेशी वसाहतींतून फ्रान्सला यायला निर्बंध नव्हते, तेव्हा फार थोडं स्थलांतर घडलं. १९५० ते १९८०च्या दरम्यान ०.६% कॅरिबिअन लोकांनी स्थलांतर केलं. जर जगभरात त्याच मात्रेत स्थलांतर झालं तर २४० लाख लोक दर वर्षी स्थलांतर करतील. ते जर विकसित देशांमध्ये समप्रमाणात वाटले गेले, तर २.४% नी लोकसंख्या वाढेल. त्यामुळे जन्मांमध्ये होणारी घटती मात्रा व म्हाताऱ्यांची वाढती लोकसंख्या यांमुळे निर्माण होणाऱ्या प्रश्नांवर तोडगा निघेल. जरी आंतरराष्ट्रीय कृती, मुख्यत्वेकरून विकसित देशांमध्ये सरहद्दी मुक्त सोडण्याबाबतचं सहकार्य, हे अत्यंत सयुक्तिक असं प्रगतीकड नेणारं पाऊल असेल; तरी (तसं सर्वांचं सहकार्य घडलं नाही) तरीसुद्धा आपण एकतर्फी कृती करणं थांबवण्याचं काहीच कारण नाही.

फार क्वचित आर्थिक स्वार्थ व मानवाधिकारांबाबतचे विचार एकाच मागणीत एकत्र येतात. जी मोहीम ह्या दोन्ही मागण्यांना न्याय देईल ती यशस्वीच होईल. ही एक ऐतिहासिक संधी आहे. त्या संधीवर आपण झडप घालू या आणि स्थलांतराचे सर्व निर्बंध संपवून टाकू या. आपण गुलामगिरी किती प्रमाणात संपवली हा निकष वापरून आपण मानवी विकासाचं मूल्यमापन करू या. जेव्हा ह्या जगावर आपणा सर्वांचीच खरोखरीच मालकी आहे, तेव्हा आपण सर्वांनीच त्याचं भविष्य घडवायला झटलं पाहिजे!

सूची

AFRUCA	आफ्रिकन्स युनाईट अगेन्स्ट चाईल्ड अब्युज
ALC	असोसिएशन ऑफ लीगल गव्हर्नमेंट
ARC	ॲप्लिकेशन रजिस्ट्रेशन कार्ड
BNP	ब्रिटिश नॅशनल पार्टी
CBI	कॉन्फिडरेशन ऑफ ब्रिटिश इंडस्ट्री
CIA	सेंट्रल इंटलिजन्स एजन्सी
CIPU	कन्ट्री इन्फर्मेशन ॲण्ड पॉलिसी युनिट
CPS	क्राऊन प्रॉसिक्युशन सर्व्हिस
DHSS	डिपार्टमेंट ऑफ हेल्थ ॲण्ड सोशल सिक्युरिटी
ECAT	काउन्सिल ऑफ युरोप कन्व्हेन्शन ऑन ॲक्शन अगेन्स्ट ट्रॅफिकिंग इन ह्युमन बिईंग
ECHR	युरोपियन कन्व्हेन्शन ऑन ह्युमन राइट्स (१९५०)
ECP	इंग्लिश कलेक्टिव्ह ऑफ प्रॉस्टिट्यूट्स
EEC	युरोपियन इकॉनॉमिक कम्युनिटी
ELR	एक्सेप्शनल लीव्ह टू रिमेन
ESOL	इंग्लिश फॉर स्पीकर्स ऑफ अदर लँग्वेजेस
EU	युरोपियन युनियन
FGM	फिमेल जेनिटल म्युटिलेशन
GDP	ग्रॉस डोमेस्टिक प्रॉडक्ट
ICU	इस्लामिक कोर्ट युनियन
ILO	इंटरनॅशनल लेबर ऑफिस

ILR	इनडेफिनिट लीव्ह टू रिमेन
IPPR	इन्स्टिट्यूट फॉर पब्लिक पॉलिसी रिसर्च
IMF	इंटरनॅशनल मॉनिटरी फंड
IND	इमिग्रेशन अॅण्ड नॅशनॅलिटी डिरेक्टोरेट
IOM	इंटरनॅशनल ऑर्गनायझेशन फॉर मायग्रेशन
JCWI	जॉईंट काउन्सिल फॉर द वेल्फेअर ऑफ इमिग्रंट्स
KMT	क्वोमिंटांग
LCDs	लेस डेव्हलप्ड कन्ट्रीज
lEAs	लोकल एज्युकेशन अथॉरिटीज
MDWs	मायग्रंट डोमेस्टिक वर्कर्स
NAM	न्यू असायलम मॉडेल
NAO	नॅशनल ऑडिट ऑफिस
NATO	नॉर्थ अटलांटिक ट्रिटी ऑर्गनायझेशन
NGO	नॉन-गव्हर्नमेंटल ऑर्गनायझेशन
OECD	ऑर्गनायझेशन फॉर इकॉनॉमिक को-ऑपरेशन अॅण्ड डेव्हलपमेंट
RUF	रिव्होल्युशनरी युनायटेड फ्रन्ट
SEF	स्टेटमेंट ऑफ एव्हिडन्स फॉर्म
SOCA	सिरियस ऑर्गनाइज्ड क्राईम एजन्सी
SBC	साऊथहॉल ब्लॅक सिस्टर्स
TUC	ट्रेड्स युनियन कॉंग्रेस
UASC	अनअकंपनीड असायलम-सीकिंग चिल्ड्रन
UK	युनायटेड किंग्डम
UKHTC	युनायटेड किंग्डम ह्युमन ट्रॅफिकिंग सेंटर
UN	युनायटेड नेशन्स
UNHCR	युनायटेड नेशन्स हाय कमिशनर फॉर रिफ्युजीस
US	युनायटेड स्टेट्स
USC	युनायटेड सोमाली कॉंग्रेस
WTO	वर्ल्ड ट्रेड ऑर्गनायझेशन

आत्यंतिक गरिबी, सामूहिक बलात्कार आणि न्यायसंस्थेकडून मिळालेली अमानुष वागणूक अशा भयंकर अनुभवांना ती झुंजारपणे सामोरी गेली. सर्वांना स्फूर्ती देणारी मुख्तार माई... एक वीरांगना

मुख्तार माई

अनुवाद
उल्का राऊत

इन द नेम ऑफ ऑनर

जून २००२ मध्ये भावाने केलेल्या तथाकथित गुन्ह्याची शिक्षा म्हणून मुख्तार माईवर सामूहिक बलात्कार करण्यात आला. प्रतिष्ठेपायी घडलेल्या या कृत्याची खबर पाकिस्तानातील पत्रकारांना मिळाल्यानंतर मुख्तार माईची कहाणी उजेडात आली. त्या भयानक बलात्कारानंतर रिवाजाप्रमाणे तिने आत्महत्या करावी अशी अपेक्षा होती. परंतु मुख्तार माईने ती परंपरा मोडली. अभूतपूर्व धैर्य दाखवून तिने
बलात्काऱ्यांना कोर्टात खेचलं. जुन्या रीतिरिवाजांनी जखडलेल्या समाजव्यवस्थेशी मुख्तार माईने असामान्य धैर्याने आणि सर्वस्व पणाला लावून अथक झुंज दिली.

खटल्यातील काही आरोपींची सुटका झाल्याने मुख्तार माईच्या जिवाला अजूनही धोका आहेच. असं असलं तरी मुख्तार माईने घाबरून पळ काढलेला नाही.

पाकिस्तान सरकारकडून नुकसानभरपाईदाखल जे पैसे मिळाले, त्यातून तिने मुलींसाठी शाळा चालू केली. विशेष म्हणजे या शाळेत ती स्वत:ही मोठ्या उत्साहाने शिकत आहे.

या हृदयद्रावक आणि प्रेरणादायक कहाणीमधून मुख्तार माईने आपली कैफियत जगासमोर मांडली आहे.

हिरॉईन ऑफ द डेझर्ट

'अपहृत मुलांचं
त्यांच्या माताशी
पुनर्मीलन
घडवून आणण्यासाठी
मी
कोणताही धोका पत्करेन.'

मूळ लेखिका : **डोन्या अल्-नहि**
अनुवाद : **शोभना शिकनीस**

"मेरीने लैलाला उचलून घेतलं आणि त्या दोघी एकमेकींच्या आलिंगनात जणू काही अनंतकाळपर्यंत विसावल्यासारख्या भासल्या...."
मेरीला तातडीने कृती केली पाहिजे, याचं भान आलं....
लैलाचं मुटकुळं घट्ट धरून ती टॅक्सीकडे आली....
दरवाज्यापर्यंत पोहचताच ड्रायव्हरला 'चल, निघ.'
असं ओरडून सांगत मी आत उडी घेतली;

'शेकडो ब्रिटिश स्त्रियांसाठी डोन्या-अल् नहि ही दयेची एक मूर्तिमंत देवदूतच आहे....'

'विश्वास बसणार नाही एवढ्या धैर्यवान अशा या डोन्याच्या आयुष्याचं इतिकर्तव्य म्हणजे मुलांच्या विरहाने दुःखी झालेल्या स्त्रियांचं त्यांच्या मुलांशी पुनर्मीलन घडवून आणणं... आणि तेही ठार मारण्याच्या धमक्यांना आणि तुरुंगात टाकलं जाण्याच्या संकटांना तोंड देत....'
'हृदयाचा ठोका चुकवणाऱ्या धाडसी मोहिमा म्हणून डोन्याच्या गोष्टी जेवढ्या परिणामकारक आहेत, तेवढ्याच सांस्कृतिक भिन्नता असलेल्या लोकांनी विवाहबद्ध झाल्यावर काय चुकत जातं, त्याचंही त्या परिणामकारक चित्रण करतात....'